பாஜக
எப்படி
வெல்கிறது?

பாஜக எப்படி வெல்கிறது?

இந்தியாவின் சிறப்புமிக்க வாக்கு இயந்திரத்தினுள்
ஒரு பார்வை

பிரசாந்த் ஜா

தமிழில்
சசிகலா பாபு

எதிர்
வெளியீடு

பாஜக எப்படி வெல்கிறது?
பிரசாந்த் ஜா
தமிழில்: சசிகலா பாபு

முதல் பதிப்பு: டிசம்பர் 2018
எதிர் வெளியீடு,
96, நியூ ஸ்கீம் ரோடு, பொள்ளாச்சி – 642 002.
தொலைபேசி: 04259 – 226012, 99425 11302.

விலை: ரூ. 350

How The BJP Wins
Prashant Jha

Copyright © Prashant Jha 2017
First Published in the English Language in India By Juggernaut Books 2017

Tamil Edition Copyright © with Ethir Veliyeedu
Translated by: Sasikala Babu

First Edition: December 2018

Published by
Ethir Veliyeedu, 96, New Scheme Road, Pollachi - 2
email: ethirveliyedu@gmail.com
www.ethirveliyeedu.com

Cover Design: Vijayan
ISBN : 978-93-87333-43-7
Printed at Jothy Enterprises, Chennai.

All rights reserved. No part of this book may be reprinted or reproduced or utilised in any form or by any electronic, mechanical or other means, now known or hereafter invented, including photocopying and recording, or in any information storage or retrieval system, without permission in writing from the Publisher.

எனது பக்கபலமாக இருப்பவரும்,
நார்த் காம்பசில் என்னுடன் நீண்ட நடைகள் மேற்கொண்டவரும்,
வாழ்வில் எப்போதும் என் உடனிருப்பவருமான ரூஹிக்கு
இந்நூலைச் சமர்ப்பிக்கிறேன்.

பொருளடக்கம்

1. அறிமுகம் ... 9

2. மோடி அலை ... 27

3. ஷாவின் கட்சியமைப்பு ... 59

4. சமூகமாற்ற மேலாண்மை ... 113

5. ராஷ்திரிய ஸ்வயம்சேவக் சங்:
கட்சியின் மூலாதாரம், துணை, நிழல் ... 159

6. "இந்து இசுலாமியர்" தேர்தல் ... 189

7. மையப்பகுதிக்கு அப்பால் ... 223

8. மேலாதிக்க அரசின் எதிர்காலம் ... 251

குறிப்புகள் ... 271

1

அறிமுகம்

2014: திருப்புமுனை

இந்திய நாட்டின் அதிகார மையம் மத்திய தில்லியென்றால், அதன் ஆற்றல் மையமாக விண்ட்சர் பிளேஸ் சுற்றுப்பாதை அமைந்துள்ளது.

மேற்கே, சாலையின் இருமருங்கும் மரங்கள் அடர்ந்த ரெய்சினா சாலையில் சென்றால், இந்தியப் பாராளுமன்றம் வந்துவிடும். வட்டப்பாதையைச் சுற்றியோடும் 'ஜன்பத்'இன் ஒரு முனை, பாரம்பரியச் சின்னமான ராஜபாதைக்கும், இந்தியா கேட்டிற்கும் ராஷ்திரபதி பவனுக்கும் இட்டுச் செல்லும்; மறுமுனையோ பழமைவாய்ந்த நகர மையமான கன்னாட் பிளேசிற்கு இட்டுச் செல்லும். அரசியல்வாதிகள் பலரின் இல்லங்களும் அமைந்திருக்கும் பகுதிக்கு இட்டுச்செல்லும் பெரோஸ்ஷா சாலை, இந்திய திரையரங்குகள் மற்றும் கலைகளின் மையமாகிய மண்டி ஹவுஸ் பிரிவில் சென்று முடியும். முக்கிய அமைச்சகங்கள் அமைந்துள்ள சாஸ்திரி பவன் இங்கிருந்து சிறிது தொலைவிலேயே அமைந்துள்ளது.

12 மார்ச் 2017 அன்று, அசோகா சாலையின் இருபுறமும் குழுமியிருந்த தம் ஆதரவாளர்களின் வாழ்த்துகளைப் பெற்றபடியே, தம் இல்லத்தில் இருந்து பாரதீய ஜனதா கட்சியின் தலைமை அலுவலகத்தை நோக்கி நரேந்திர மோடி நடந்து சென்றார். சென்ற மாதம்தான் ஐந்து மாநிலங்களின் தேர்தல்களும் முடிவடைந்திருந்தன. ஐந்தில் நான்கு இப்போது பாஜகவின் கைவசம் உள்ளன. முன் தினம்தாம், உத்திரப் பிரதேச மாநிலங்களவை தேர்தலில், நான்கில் மூன்று பங்குவீதம் தொகுதிகளை வென்று, கட்சி பிரமிக்கத்தக்க வெற்றியைக் கண்டிருந்தது. உத்தராகண்ட் மாநிலத்தில் பாஜக பெரும்

வெற்றி பெற்றிருந்ததுடன், கோவாவிலும் மணிப்பூரிலும் கூட ஆட்சியமைக்கவுள்ளது. முன்னர் இருமுறை பாஜக ஆட்சிப்பொறுப்பில் இருந்த பஞ்சாபில் மட்டும், கட்சியின் கூட்டணியில் இருந்த அகாலிதளம் தோல்வியடைந்திருந்தது.

வெற்றிவாகை சூடியிருக்கும் இத்தருணத்தில், கட்சித்தலைவர்களுக்கும் தொண்டர்களுக்கும் நாட்டிற்கும் தம் உரையை வழங்க பிரதமர் கட்சி அலுவலகத்திற்குள் நுழைந்தார், "மோடி வாழ்க!" எனும் கோஷம் வீதிகளில் இருந்து கட்சி அலுவலகம் வரை ஓங்கியொலித்தது.

ஹோலிப் பண்டிகையை முன்னிட்டு அனைவருக்கும் தன் வாழ்த்துகளை அவர் தெரிவித்தார். அரசாங்கத்தை உருவாக்க மட்டுமல்லாது, இந்திய ஜனநாயகத்தின் மீது இருக்கும் மக்களின் நம்பிக்கையை மேலும் வலுப்படுத்தவும் தேர்தல்கள் ஒரு கருவியாகச் செயல்படுகின்றன எனக் கூறினார். பின்னர் தேர்தல் மூலம் தனக்குக் கிடைத்த முக்கியச்செய்தி குறித்துப் பேசத்துவங்கினார்.

"ஐந்து மாநிலங்களின் தேர்தல் முடிவுகளையும் நான் ஆராய்ந்து பார்க்கிறேன் - அவையனைத்திலும், இந்தியாவிற்கு புது திசையையும், வலிமையையும், ஊக்கத்தையும் அளிக்கவல்ல வகையில் பெரும் நிலப்பரப்பான உத்திரப் பிரதேசம் புதிய இந்தியா உருவாவதற்கான விதைகளை தூவியுள்ளதைத்தான், மிக முக்கியமாக நான் கருதுகிறேன். இது "பாஜகவுக்கான பொற்காலம்" என மோடி அறிவித்தார். நான்கு தலைமுறைகளைச் சேர்ந்த தலைவர்கள், ஆயிரக்கணக்கான தொண்டர்கள், தற்போதைய பாஜகவை உருவாக்குவதில் பெரும்பங்காற்றிய கட்சித்தலைவராகிய அமித் ஷா மற்றும் அவருடைய குழுவினராலும் தான் இவ்வெற்றி சாத்தியமானது என அவர் ஆமோதித்தார்.

இது பாஜகவின் பொற்காலமே தான். பத்து வருடங்களின் முன்னர்கூட, கட்சி பலவீனமாகத்தான் இருந்தது. இனி கட்சியால் தில்லியில் அதிகாரம் பெற முடியாது எனப் பலர் தெரிவித்தனர். அறுதிப் பெரும்பான்மை வாக்குகளோடு பாஜக வெல்லும் என்றோ, இந்திய மாநிலங்களெங்கும் தனக்கென பதின்மூன்று

அமைச்சர்களை பெறுமென்றோ ஐந்து வருடங்களின் முன்னர் கூட எவராலும் நினைத்துக் கூடப் பார்த்திருக்க முடியாது.

இப்போதோ, எதிர்காலத்தில் அசைக்கமுடியாததொரு சக்தியாக கட்சி உருமாறக்கூடும் எனக்கூடப் பேச்சு எழுந்துள்ளது. இந்திய ஜனநாயகச் சடங்கான தேர்தல்களின் மூலமாகவே இந்த அதிகாரத்தை கட்சி பெற்றுள்ளது, இது ஒரு தொடக்கம்தான். அமித் ஷாவின் வழிகாட்டுதலின் பேரில், பாராளுமன்றத் தேர்தல்கள் துவங்கி பஞ்சாயத்துத் தேர்தல்கள் வரை வெற்றிகளைக் குவித்து, நாடெங்கும் தன் சுவடுகளைப் பதிக்க பாஜக இலக்கு நிர்ணயித்துக் கொண்டது.

இந்தத் தேர்தல்களையெல்லாம் எப்படி பாஜக வென்றது, சில தேர்தல்களில் ஏன் தோல்வியடைந்தது, எதிர்காலத்தில் கட்சியின் நிலை என்ன என்பவற்றைப் பற்றிய கதையையே இப்புத்தகம் விவரிக்கப் போகிறது.

~

2014 மக்களவைத் தேர்தல்கள் இந்திய அரசியலை மறுவரையறை செய்தது. 1984 தொடங்கி நடந்த தேசியத் தேர்தல்களில் எந்தவொரு அரசியல் கட்சியுமே அறுதிப்பெரும்பான்மையை பெற்றிருக்கவில்லை. சிறுசிறு பிரிவுகளை ஒன்றிணைத்த ஆட்சிமுறை, அதாவது இரு பலவீனமான தேசிய கட்சிகளைச் சுற்றிப் பிராந்திய கட்சிகள் இணைந்துகொண்டு அமைக்கும் கூட்டணி ஆட்சிகளே இந்தியாவில் இனி தொடரும் எனப் பலராலும் கருதப்பட்டது.

ஒரு தேர்தல் அனைத்தையும் மாற்றியமைத்தது.

மொத்தம் 543 இடங்களில் 428 இடங்களில் போட்டியிட்ட பாஜக, அவற்றுள் 282 இடங்களில் வெற்றிபெற்றது, மீதி இடங்களை தன் தேசிய ஜனநாயகக் கூட்டணி (தேஜகூ) கட்சிகளுக்கு விட்டுக்கொடுத்தது. இதன்மூலம் பாஜக அறுதிப்பெரும்பான்மை பெற்றிருந்ததோடு மட்டுமல்லாமல், தான் நேரடியாகப் போட்டியிட்ட மூன்று இடங்களுள் இரண்டில் வென்றிருந்தது. இது குறிப்பிடத்தக்க வெற்றிவிகிதமாகும்.

தேசிய அளவில் கட்சியின் வாக்குப்பங்கு 31.1% ஆக இருந்தபோதிலும், தன் வேட்பாளர்களை போட்டியிட வைத்த இடங்களில் அதன் வாக்குப்பங்கு ஏறத்தாழ 40% ஆக இருந்தது. 1991க்குப் பிறகு நடந்த தேர்தல்களில், மொத்த வாக்குப்பங்கில் 30% அதிகமாக பாஜக பெற்றிருந்தது இதுவே முதன்முறையாகும். பாஜக வென்ற தொகுதிகளில் சராசரி வெற்றிவரம்பு 17.9%ஆக இருந்தது, இதன்மூலம் வெற்றி பெற்ற வேட்பாளருக்கும், எதிர்த்து போட்டியிட்டவருக்குமான பெரும் இடைவெளி நிரூபணமாகிறது. ஆகவே, பெரும்பான்மையான இடங்களில் பாஜக வென்றதோடல்லாமல் அவ்வெற்றியை சுய உறுதியுடனும் அடைந்திருந்தது.

புவியியல் ரீதியாகப் பார்த்தோமானால், இந்தி பேசும் மக்களை உடைய இமாச்சலப் பிரதேசம், உத்தராகண்ட், உத்திரப் பிரதேசம், பீகார், ஜார்கந்த், சத்தீஸ்கர், மத்தியப் பிரதேசம், ராஜஸ்தான், அரியானா மற்றும் தில்லி ஆகிய மாநிலங்களில் பாஜக போட்டியிட்ட 225 தொகுகளில் 190 தொகுதிகளில் அது வென்றிருந்தன் மூலம் 44% வாக்குப்பங்கை கட்சி பெற்றிருந்தது. தன் தேஜகூ கட்சிகள் மூலமாக கட்சி 201 தொகுதிகளில் வென்றிருந்தது. இந்தியல்லாத பிறமொழிகள் பேசும் மாநிலங்களில் 22% வாக்குப்பங்கை பெற்றிருந்த பாஜக, 318 தொகுதிகளுள் 92 தொகுதிகளில் வென்றிருந்தது, தன் தேஜகூ கட்சிகளின் மூலமாக அதனால் 42% இடங்களை சேகரிக்க முடிந்தது. தான் உறுதியான செல்வாக்கைப் பெற்றிருந்த இந்தியாவின் நகர்ப்புறங்களையும் கடந்து, நகரமும் கிராமமும் இணைந்த இடங்களிலும், கிராமப்புறங்களிலும் கூட பாஜகவால் வெற்றி பெற முடிந்தது.

வானவில்லைப் போன்ற வண்ணமயமானதொரு கூட்டணியை உருவாக்க முடிந்த மோடி எனும் தனிமனிதனால்தான் இந்த பிரமாண்டமான வெற்றி சாத்தியமாகியிருந்தது.

~

நரேந்திர மோடி இந்து தலைவர் ஆவார். "குஜராத் மாடல்" உருவாகக் காரணமானவர். ஊழல் பெருத்துப்போய், முடங்கிக்கிடக்கும் ஐக்கிய முன்னேற்றக் கூட்டணி - 2 (ஐமுகூ-2) மற்றும் அரசாட்சியில் அனுபவமற்ற ராகுல்

காந்தியுடன் ஒப்பிடும்போது, ஒரு மாநிலம் முழுதையும் பதின்மூன்று ஆண்டுகளாக நிர்வகித்து வந்திருந்த மோடி திறமையான ஆட்சியாளர் ஆவார். தேசியவாதிகளின் கனவாகிய “பாகிஸ்தானுக்குப் பாடம் புகட்டும்” கனவை நனவாக்கக் கூடிய ஒரே தலைவராக மோடி தோன்றினார்.

உயர்சாதி மக்களைப் பொறுத்தவரை, தம் விருப்பங்களுடன் இயைந்து போகக் கூடிய, ஸ்திரத்தன்மை, ஒழுங்கு மற்றும் முன்னேற்றத்தைக் கொண்டுவரக்கூடிய ஒரு கட்சியின் பிரதிநிதியாகவே மோடி காட்சியளித்தார்; ஒடுக்கப்பட்ட மக்களைப் பொறுத்தவரையில், தமக்கு நீதியையும் வேலைவாய்ப்புகளையும் அளிக்கக்கூடிய, தம்மைச் சேர்ந்த ஒரு மனிதராகவே மோடி தோன்றினார். தாராளமயமாக்கப்பட்டப் பொருளாதாரக் கொள்கைகளின் மூலமாக குஜராத்தை வளங்கொழிக்க வைத்தாற்போலவே தங்களையும் செல்வம் கொழிக்கச் செய்வார் மோடி என நடுத்தரத்தட்டு மக்களும், மேல் நடுத்தரத்தட்டு மக்களும் நம்பினர்; ஏழைகளுக்கோ, தேநீர்விற்பவராக இருந்து தற்போது வெற்றியாளராகி விட்டபோதும், அதிகாரம் கொண்டோரால் விரட்டப்பட்டுக்கொண்டே இருப்பவராகத்தான் மோடி தோன்றினார். ஆக, அனைவருக்கும் அவர் ஒரு நம்பிக்கை நட்சத்திரமாகத் திகழ்ந்தார்.

‘உயர்சாதி மக்கள் மற்றும் நடுத்தரத்தட்டு மக்களுக்கான ஒரு ‘ஒப்பற்ற ஒருங்கிணைவு’ பாஜகவினுள் இருந்தபோதும், தலித் மற்றும் பழங்குடியினரின் வாக்குகளை, முதன்முறையாக தேசிய அளவில், காங்கிரசை விடவும் அதிகளவில் பாஜக பெற்றிருந்தது. உண்மையைச் சொல்வதானால், மற்ற எந்தக் கட்சியை விடவும் அதிகளவில் பாஜகவுக்கே தலித்களும் பழங்குடியினரும் வாக்களித்திருந்தனர், பாஜகவுக்கு கிடைத்த ஒட்டுமொத்த வாக்குகளில் 40 சதவீதத்திற்கும் அதிகமான வாக்குகள் பிற பிற்படுத்தப்பட்டோரிடம் இருந்தே கிடைத்திருந்தன. இந்திய அரசியலில் இது மிக முக்கியமானதொரு மைல்கல் ஆகும்.

இவையனைத்துமே, 2014ஆம் ஆண்டு பாஜக அடைந்த வெற்றி, அதன் பின்னர் கட்சி சந்தித்த வெற்றி மற்றும் தோல்விக்கானச் சூத்திரத்தின் பின்னிருக்கும் சில வெளிப்படையான காரணிகளையும், சில மறைமுகக் குறிப்புகளையும் நம்

கண்முன்னே வைக்கின்றன. இந்தச் சூத்திரம் சரியாக வேலைசெய்தபோது கட்சி வெற்றியடைந்தது. வேலை செய்யாதபோது, கட்சி தோற்றது.

2014இல் மோடியின் பல்வேறு அவதாரங்களும் எடுபட்டன. ஆனால், அவை 2015இல் வேலை செய்யாததால், தில்லி மற்றும் பீகாரின் இரு முக்கியமான மாநிலங்களவைத் தேர்தல்களிலும் பாஜக தோல்வியடைந்தது. கடந்த மூன்று வருடங்களாக அரசியலில் தனது தலையீட்டை நுட்பமாக வெளியிட்டுக்கொண்டிருந்த ராகுல் காந்தி, மோடி அரசை "கோட்-சூட் அரசு" என அழைத்தார். ஒரே வருடத்தில், அனைத்து இந்தியர்களுக்குமான ஒரு தலைவர் என்ற நிலையில் இருந்து செல்வந்தர்களின் நலனுக்காக உழைக்கும் மனிதர் எனவும், பெரும்பான்மை நேரத்தை வெளிநாட்டில் கழிப்பவர் எனவும் அவப்பெயர் பெற்றிருந்தார் நரேந்திர மோடி.

எனினும், மதிநுட்பமும் விவேகமும் நிறைந்த அரசியல்வாதியான மோடி இந்த பிம்பத்தினுள் சிக்கிக்கொண்டு விடுவதன் ஆபத்தை உடனடியாக உணர்ந்துகொண்டு, தன்னைத்தானே மீள் உருவாக்கம் செய்துகொண்டார். மக்கள் நலனில் கவனம் செலுத்தும் பல்வேறு செயற்திட்டங்கள் மற்றும் அறிவிப்புகளின் மூலமாக அவர் தன்னை மீண்டும் "ஏழைகளின் தலைவர்" ஆக நிறுவிக்கொண்டார்.

இந்த உருமாற்றம் எப்படி நிகழ்ந்தது எனும் கதையைத்தான் இப்புத்தகம் விளக்குகிறது; மோடியின் உண்மையான வாக்காளர்களாகிய மேல்தட்டு-நடுத்தர வர்க்கங்கள் தொடர்ந்து அவருடன் இருந்தபோதும், இந்தியாவின் ஏழை மற்றும் கீழ்-நடுத்தர வர்க்கத்தினரின் மனம் கவர்ந்தவராகவும் அவர் இருப்பதை இப்புத்தகம் பேசுகிறது; நடைமுறையிலேயே கூட, அனைத்து வர்க்கத்தின் மீதான பாஜகவின் தாக்கமும் எவ்வாறு மெதுவாக விரிவடைந்து வருகிறது என்பதையும் இப்புத்தகம் அலசுகிறது. இந்த மாற்றத்தினாலேயே, உத்திரப் பிரதேசத் தேர்தல் உள்ளிட்ட சமீபத்திய பல தேர்தல்களிலும் பாஜகவால் பிரமாண்ட வெற்றியடைய முடிந்தது.

~

2014ஆம் ஆண்டின் மக்களவைத் தேர்தலில் பாஜக வென்ற ஒட்டுமொத்த இடங்களில், 26 சதவீதத் தொகுதிகள் உத்திரப் பிரதேசத்தை சேர்ந்திருந்ததால், கடந்த முப்பது ஆண்டுகளில் எந்தக் கட்சிக்கும் கிடைத்திராத அறுதிப் பெரும்பான்மையை பாஜக பெற்றிருந்தது.

உபியில் கட்சியடைந்த இவ்வெற்றியின் பின்னணியில் மோடியின் நெருங்கிய உதவியாளரான அமித் ஷா இருந்தார். இருபது ஆண்டுகளுக்கும் மேலாக குஜராத்தில் தேர்தல்களை நிர்வகித்தும், போராடி நடத்தியும் காட்டியிருந்த தன் அனுபவத்தை ஷா உபியிலும் உபயோகித்தார், உபியையும் அதன் சிக்கலான சாதியமைப்பையும் புரிந்துகொள்வதற்காக நேரம் செலவிட்டார், உபியின் அப்போதைய தலைவர்களை நிர்வகித்தபடியே மாநிலத்தின் முழுமையான கட்டுப்பாட்டைத் தனக்குக் கீழே கொண்டுவந்தார், கூட்டணிகளை உருவாக்கினார், அனைத்திலும் மிக முக்கியமாக புது நிர்வாக அமைப்பை உருவாக்குவதற்கான செயற்திட்டத்தைத் தீட்டினார்.

2014இன் வெற்றியால், ஷா பாஜகவின் தேசியத்தலைவராக உயர்ந்தார். இதன் மூலம், சக்திவாய்ந்ததொரு அமைப்பிற்கான பின்னலை நாடு முழுவதும் உருவாக்க ஷாவிற்கு ஒரு வாய்ப்பு கிட்டியது. அவர் அதைச் சரியாகப் பயன்படுத்திக்கொண்டார்.

ஷா, கட்சி இயந்திரத்தின் திறனை விரிவு செய்தார், புது உறுப்பினர்களை உள்ளே கொண்டுவந்தார், மக்களுடனான தொடர் சந்திப்புகளில் கவனம் செலுத்தினார், கட்சியின் உயிர்நாடியான வாக்குகள் பதிவாகும் வாக்குச்சாவடியில் இருந்து கீழ்மட்ட அமைப்பைத் துவங்கினார். இவ்வாறு, 'அமித் ஷா தேர்தல் நிர்வாகப் பள்ளியை' அவர் நிறுவினார்.

ஷா பாஜகவை எவ்வாறு உருமாற்றினார் எனும் கதையை இப்புத்தகம் விளக்குகிறது; அவருடைய முயற்சிகளை மறைவில் இருந்தபடியே செயல்வடிவாக்கிய அமைப்பினர் குறித்துப் பேசுகிறது; தேர்தல் சமயங்களிலும் பிரச்சார நேரங்களிலும் இந்த இயந்திரம் எவ்வாறு களமாடுகிறது என்பதையும், இதே முறையை பின்பற்றிப் புது களங்களுக்குள்ளும் பாஜக எவ்வாறு முன்னேறுகிறது என்பதையும் இப்புத்தகம் பேசுகிறது. தன் வருகையின் பின்னே, பாஜகவினை ஒரு தேசிய கட்சியாக

உருவாக்குவதிலும், நாட்டின் மிக வல்லமைமிக்க ஒரு வாக்கு வங்கியாக உருமாற்றுவதிலும், வாக்குகளைப் பெற அதுகாறும் நிகழ்ந்து வந்த போரை மறுவரையறை செய்வதிலும் ஷா அரும்பங்காற்றினார்.

~

மோடி தன்னை புதியவராக உருவாக்கிக் கொண்டதைப் போலவே, பாஜகவும் தன்னை மறு உருவாக்கம் செய்துகொண்டது.

பாஜக உயர்சாதி வர்க்கத்தினருக்கான கட்சி மட்டுமே என எண்ணுபவர்கள் தம் பழைய பார்வையை மாற்றிக்கொள்ளத்தான் வேண்டும். பரந்த இந்து அமைப்பினுள் அங்கம் வகித்துவரும் கீழ்நிலை வர்க்கத்தினரின் அன்பையும் வென்றிருப்பதன் மூலம், தன்னை ஒரு முழுமையான இந்துத்துவக் கட்சியாக பாஜக உருவாக்கிக் கொண்டுவருகிறது.

2014ஆம் ஆண்டுத் தேர்தலின் மூலதனமாக, நரேந்திர மோடியின் மேலிருந்த ஈர்ப்பாலும், உறுதியளிக்கும் அவர் அறிக்கைகளின் மூலமாகவும் பெறப்பட்ட, பிற்படுத்தப்பட்ட மக்கள் மற்றும் தலித்துகளை உள்ளடக்கிய ஒடுக்கப்பட்ட மக்களின் ஆதரவினைக் கட்சி பயன்படுத்திக்கொண்டது. ஆனால் இதனைத் தக்கவைத்துக்கொள்ள, தனது கொள்கைகள், அறிக்கைகள் மற்றும் நிர்வாக அமைப்பின் மூலமாக இந்து சமூகத்தின் பன்முகத்தன்மையை வெளிப்படுத்துவதும், அதன்மூலம் தனது சுய பண்பை மாற்றியமைத்துக்கொள்வதும்தான், 2014 தேர்தல் வெற்றியின் பின் கட்சிக்கான மிகப்பெரும் சவாலாக இருந்தது.

இதனைச் சரியாகச் செய்ய முடியாத போதெல்லாம் கட்சி தேர்தல்களில் தோற்றது. 2015ஆம் ஆண்டின் பீகார் தேர்தல்களின்போது, இடஒதுக்கீடு சலுகையை மறுபரிசீலனை செய்யவேண்டும் என ராஷ்திரிய ஸ்வயம்சேவக் சங் (ஆர் எஸ் எஸ் அல்லது சங் என அழைப்படுகிறது) தலைவர் மோகன் பகவத்தின் கருத்தால், கட்சிக்கும் பிற்படுத்தப்பட்டோர் மற்றும் தலித்களுக்கும் இடையே ஒரு விரோதப் போக்கு உருவானது; ஒடுக்கப்பட்ட மக்களுக்காகக் குரல்தரும் முகங்களும், தலைவர்களும் பாஜகவில் இல்லை. அதே நேரத்தில், பிற்படுத்தப்பட்டோர் மற்றும் தலித்களுக்கான

கட்சியாகத் தன்னை முன்னிறுத்திய காரணத்தினாலேயே 2017ஆம் ஆண்டின் உத்திரப் பிரதேசத் தேர்தலில் பாஜக பிரமாண்டமான வெற்றியைக் கண்டது.

அனைத்து சாதிகளையும் உள்ளடக்கிய, ஒரு முழுமையான இந்து கட்சியாகத் தன்னைத் தகவமைத்துக்கொண்டுவரும் பாஜகவின் கதையை இந்தப் புத்தகம் விவரிக்கிறது. கட்சியினுள் ஆழமாக ஊடுருவியிருந்த உயர்சாதி வர்க்கத்தினரால் இம்மாற்றம் பெருமளவில் வரவேற்கப்படவில்லை என்பதால், இம்மாற்றம் எளிதான ஒன்றாகவோ நேரடியாக அடைந்துவிடக்கூடிய ஒன்றாகவோ இருந்திருக்கவில்லை. தனது நெடுங்கால மற்றும் புதிய உறுப்பினர்களின் இடையே உலவிய இம்முரண்பாடுகளைக் களைவதென்பதே கட்சிக்கான மிகப்பெரிய சோதனையாக இருந்தது.

~

பாஜக சந்தித்த பெரும்பான்மையான தேர்தல்களில் சங் ஆதரவு முக்கியமான அம்சமாக இருந்தது. ஆனால் 2014 தேர்தலுக்காய் தன் முழு கட்டமைப்பையும், வளங்களையும், தொண்டர்களையும், சங்கத்தையும் சங் உபயோகித்ததைப் போல முன்னெந்த தேர்தலுக்கும் அது பயன்படுத்தியதுமில்லை எனலாம்.

அதிகாரத்தைக் கைப்பற்றும் முயற்சியில் ஒருங்கிணைந்து பயணப்படுவது என்பது வேறு, அதிகாரத்தைக் கைப்பற்றியதும் ஒற்றுமையுடன் செயலாற்றுவது என்பது வேறு. அடல் பிகாரி வாஜ்பாயி அவர்களால் முன்னர் வழிநடத்தப்பட்ட தேஜகூ ஆட்சியில், ஆர்எஸ்எஸ் தலைமைக்கும் பிரதமருக்கும் இடையே கண்கூடான வேறுபாடுகள் இருந்தன. இதனால் தேர்தல் களத்தில் நம்மால் சில தாக்கங்களை உணர முடிந்தது - ஒன்று, சங் அவ்வப்போது மந்தநிலையில் செயல்பட்டது அல்லது பாஜக எதிர்பார்த்த அளவில் அது தன் சக்தியை தேர்தலுக்காய் உபயோகிக்க மறுத்தது. நரேந்திர மோடி ஆட்சிக்கு வந்தபோதும் இதேநிலைதான் தொடர்ந்தது. ஏனெனில் மோடிக்கென தனிப்பெரும்பான்மை இருந்த காரணத்தாலும், வழிபாட்டிற்குரிய ஆளுமையாக அவர் உருவாகியிருந்ததாலும் சங் அதிருப்தியில் இருந்தது எனலாம்.

தேர்தல் நிர்வாகம், அரசாங்கப் பிரச்சினைகள் முதலியவற்றில் கருத்து வேறுபாடுகள் இருந்தபோதும் சங் மற்றும் பாஜக ஒன்றாகவே இருந்தன. தேர்தல்களில் வெற்றியடையும் முன்னர் பாஜகவிற்கு 'சங்'கின் உதவி தேவையாக இருந்தது, பாஜக ஆட்சியதிகாரத்தை அடைந்ததும் அதன் உதவி 'சங்'கிற்குத் தேவையாக இருந்தது, எனவே அவர்கள் ஒற்றுமையாகப் பங்காற்றினர்.

அரசாங்கத்திற்கும் சங்கிற்கும் இடையே சுமுகமான உறவு நீடிப்பதற்காக நரேந்திர மோடியும் மோகன் பகவத்தும் கைக்கொண்ட உறுதியான நிலைப்பாட்டை இப்புத்தகம் பேசுகிறது; தனது உள்ளுணர்வுகளில் பழமைவாதத்தையும் எச்சரிக்கையுணர்வையும் சங் கடைபிடித்து வந்தபோதும், பாஜகவைப் போலவே இந்துமத சாதிகள் அனைத்தையும் ஒருங்கிணைத்த ஒரு முழுமையான மதத்திற்கான தேவையை அங்கீகரிக்க அது முயன்றது என்பதையும், இந்துமத ஒற்றுமை எனும் ஒரு பொது இலக்கை வைத்துக்கொண்டு, தனது தொண்டர்கள் மூலமாகவும், பரந்துவிரிந்திருக்கும் தன் ஆதரவாளர்களின் உதவியுடனும் உத்திரப் பிரதேசத் தேர்தல் களத்தில் பாஜகவிற்கு ஆதரவாக சங் இயந்திரம் பிரச்சாரம் செய்தது என்பதையும் இப்புத்தகம் விளக்குகிறது.

~

2014ஆம் ஆண்டில், மோடி இந்துமத உணர்வுகளால் ஈர்க்கப்பட்டவராக இருந்தபோதும் தன்னை ஒரு இசுலாமிய விரோதியாக வெளிப்படையாகக் காட்டிக்கொள்ளவில்லை. எனினும், பசுவதையும், இறைச்சி ஏற்றுமதியும் அதிகரித்திருப்பதாக "இளஞ்சிவப்புப் புரட்சி" மூலம் கண்டித்த மோடி, இந்த நுட்பமான அணுகுமுறையின் மூலம் இந்து மக்களுக்கும் மற்ற மத மக்களுக்கும் இடையே தான் கொண்டிருந்த வேறுபாட்டை வெளிப்படுத்தினார்.

ஆனால், மக்களவை தேர்தல் பேரணிகளின் போது நிகழ்ந்த மோடியின் உரைக்குப் பிறகு பேசிய இரண்டாம்நிலைத் தலைவர்கள் அனைவருமே, தேசியவாதம், நாடு முழுமைக்கும் ஒரே மதத்தை அனுசரிக்கச் செய்வது மற்றும் இசுலாமியர்களுடனான அமைதிப்போக்கைச்

சாடுவது முதலிய பாஜகவின் பழைய கருத்துகளையே தம் உரைகளில் முன்வைத்தனர். மோடியின் உரைகளை மட்டுமே தொலைக்காட்சிகளின் வழி மக்கள் காணமுடிந்ததால், இரண்டாம்நிலைத் தலைவர்களின் இப்பேச்சுகள் மக்களைச் சென்றடையவில்லை.

இந்தத் தேர்தல் ஒரு "பழிதீர்க்கும் செயல்" என அமித் ஷா வெளிப்படையாகவே கூறினார், இதன் மூலம் மேற்கு உத்திரப் பிரதேசத்தின் முசாபர்நகரில் நடந்த கலவரத்தையும் கூடக் கட்சி பயன்படுத்திக்கொண்டது. இந்தப் பகுதியில் இருந்த இந்துமதத்தினரின் மீது ஒட்டுமொத்த பாஜக இயந்திரமும் நம்பிக்கை கொண்டிருந்தது, முக்கியமாக ஜாட் சமூகத்தினரை ஒருங்கிணைப்பதன் மூலம் "இசுலாமியருக்குப் பாடம் கற்பிக்க வேண்டும்" எனும் செய்தியை கட்சி இந்துக்களுக்கு தெரிவிக்க விரும்பியது. அதன்படியே நடக்கவும் செய்தது. வளரும் சமூகங்களின் ஆய்வு மையத்தின் கணிப்புப்படி ஜாட் இன மக்களின் 77 சதவீத ஓட்டுக்களை பாஜக வென்றிருந்தது.

2014இல் தொடங்கி, இந்துமதமெனும் ஒற்றைத் துருப்புச்சீட்டை பல்வேறு விதங்களில் பாஜக உபயோகித்து வந்துள்ளது. ஆனால் பீகார் தேர்தலில் இந்த துருப்புச்சீட்டு வேலை செய்யவில்லை - சமூகப் பிளவுகளை உண்டாக்கும் அரசியலென்பது மிகப்பெரிய அரசியலமைப்பிற்குள் இருக்கும் ஒரு கூறு மட்டுமே, அனைத்துச் சூழல்களிலும் இதே அணுகுமுறை வேலை செய்யாது. ஆனால் உத்திரப் பிரதேசத்தில் இது வெற்றியைக் கொண்டுவந்தது, ஆட்சி இசுலாமியர்களுடன் எத்தனை 'சமாதானத்துடன்' நடந்துகொள்கிறது என்பதை பாஜக துவங்கி பிரதம மந்திரி நரேந்திர மோடி வரை திறமுடன் எடுத்துரைத்தனர்.

குறிப்பாக உத்திரப் பிரதேசத் தேர்தலில், கீழ்மட்டத்தில் இருந்து மேல்மட்டம்வரை, பெரும்பான்மையின மக்களை பாதிக்கப்பட்டோராகவும், சிறுபான்மையினரை சலுகைகள் பல பெறுவோராகவும் பாஜக காட்சிப்படுத்திய கதையை இப்புத்தகம் கூறப்போகிறது; ஆட்சியாளர்களால் பாகுபாடுகள் பார்க்கப்படுவதாகக் கூறி, அதை மேலும் ஆழப்படுத்தி, பொய்ப்பிரச்சாரங்கள் மற்றும் மோசடிகளின் வலைப்பின்னலின் மூலமாக, விரோதத்தையும் வெறுப்பையும் அது எவ்வாறு

தூண்டிவிட்டது என்பதையும் இப்புத்தகம் விளக்குகிறது. இதை அடைவதில், எதிர்க்கட்சிகளும், எதிர்க்கட்சியின் கொள்கைகளும், இசுலாமியர்களுக்கான அவர்களின் ஆதரவுப் பேச்சுக்களும் பாஜகவிற்கு பெரும் உதவி புரிந்தன. இந்திய அரசியலில் அதுநாள்வரை நிறுவப்பட்டு வந்திருந்த "மதச்சார்பின்மை" எனும் சொல்லின் அர்த்தம், 2017இன் உத்திரப் பிரதேச தேர்தல் மூலமாக தன் மரணத்தைத் தழுவியது எனலாம்.

~

2014ஆம் ஆண்டின் தேர்தல் துவங்கி, தாங்கள் வெற்றியடைந்த தொகுதிகளை பலப்படுத்தி, ஒருங்கிணைத்து காத்தபடியே, நாட்டின் பிற பகுதிகளுக்கும் தங்கள் கட்சியின் எல்லையை விரிவுசெய்ய வேண்டுமென்பதில் நரேந்திர மோடியும் அமித் ஷாவும் தெளிவாக இருந்தனர். பாஜக இனி உயர்சாதிகளுக்கான கட்சியாக மட்டுமே இருக்கப்போவதில்லை, வட இந்தியக் கட்சியாக மட்டுமே இருக்கப்போவதுமில்லை.

தனது மையப்பகுதிகளையும் கடந்து, ஜம்மு காஷ்மீரில் துவங்கி மணிப்பூர் வரை தனக்கு பரிச்சயமேயில்லாத இடங்களிலும் கூட பாஜக நுழைந்தது. இம்முயற்சிகளையெல்லாம், 'சங்'கில் இருந்து வந்தவரான ராம் மாதவ் என்பவர்தான் சாத்தியமாக்கினார். தில்லியைச் சேர்ந்த சங் பேச்சாளரான இவர், 2014இன் வெற்றிக்குப்பிறகு கட்சிக்குள் மாறுதல்கள் நிகழும் முன்னரே, ஆர்எஸ்எஸ்ஸிற்கும் பாஜகவுக்கும் இடையே உறவைப்பேணும் முக்கியமானதொரு இடைமுகமாக செயல்பட்டார்.

காங்கிரசின் முன்னாள் எதிரிகளையும் உள்ளடக்கிய தற்போதைய அரசியல் பிரமுகர்கள் அனைவரையும் திரட்டுதல், தனது கொள்கைரீதியானப் பிடிப்புக்களைத் தளர்த்திக்கொண்டு, நாட்டின் பன்முகத்தன்மையை மதித்து, ஒருமைப்படுத்துதலை எதிர்பார்க்காத கட்சியாகத் தன்னைத்தானே மாற்றியமைத்துக் கொள்ளுதல், பல்வேறு பகுதிகளின் உண்மை நிலைகளுக்கு ஏற்றவாறு தன்னை தகவமைத்துக்கொள்ளுதல்; ஆகிய மூன்று முக்கியமான உத்திகளின் மூலம் கட்சி தன்னை விரிவுபடுத்திக்கொள்ளத் துவங்கியது. தேசியத்தன்மையுடன் கூடிய ஒரு கட்சியாக பாஜகவை உருமாற்றுவதில் இருந்த

மாதவ்வின் பங்கையும், அவரின் தெளிவான உத்திகளின் மூலம் ஸ்ரீநகர், கவுகாத்தி மற்றும் இம்பாலில் காவியாட்சி எப்படி நிறுவப்பட்டது என்ற கதையையும் இப்புத்தகம் கூறுகிறது.

~

எதிர்க்கட்சியின் பல்வேறு தோல்விகளும் கூட இப்புத்தகத்தின் அடிநாதமாக இழையோடுகிறது. மோடியை எதிர்த்து எந்தவொரு தலைவராலும் தாக்குப்பிடிக்க முடியவில்லை, மேலும் ராகுல் காந்தியின் பலவீனமான முயற்சிகளால் குறைந்தளவு மக்களாதரவை மட்டுமே அவரால் ஈர்க்க முடிந்தது. அமித் ஷாவுடையதைப் போன்ற ஒரு நிர்வாக அமைப்பை மற்ற எந்தவொரு கட்சியினாலும் அமைக்கவே முடியவில்லை. ஒருசில பிரதான சாதிகளை ஒன்றுகூட்டும் செயலை செய்யமுடிந்ததே தவிர, பாஜகவைப் போல் அனைத்து சாதிகளையும் உள்ளடக்கிய ஒரு சமூகக் கூட்டணியை வேறெந்த கட்சியாலும் உருவாக்க முடியவில்லை. பழம்பெரும் “மதச்சார்பின்மை-இனவாதம்” எனும் இருமக்கூற்றைக் கடந்து எந்தக் கட்சியாலும் செல்ல முடிந்ததில்லை, நடைமுறையில் இது ‘இசுலாமிய வாக்கு’ மீது அதீத சார்பு கொள்ளும் நிலையை உருவாக்கிவிடுவதால், இதுவும் பாஜகவிற்கே ஆதரவாக முடிந்துவிடுகிறது. பெரும்பாலான ஏதிர்க்கட்சிகள் பாஜகவை தனித்தனியாகவே எதிர்க்கின்றனர், இதன்மூலம் எதிர்க்கட்சிகளின் ஒற்றுமை குறைவதால், பாஜகவை தோல்வியடையச் செய்வது கடினமாகி விடுகிறது.

எதிர்க்கட்சிகள் ஒற்றுமையாகச் செயல்படும்பொழுது, கதையே மாறிவிடுகிறது. பரவலான ஆதரவைப் பெற்றிருந்த ஒரு தலைவருடன், குறிக்கோள்களுடன் கூடிய அமைப்பாகவும், சமூகக்கூட்டணியுடன் கூடிய ஒரு கட்சியாகவும் தில்லியில் ஆம் ஆத்மி கட்சி (ஆஆக) இருந்தது. காங்கிரசின் வீழ்ச்சியால் அதன் வாக்குகள் ஆஆகவிற்கு இடம்மாறியிருந்தது. நியாயமாகச் சொல்வதானால், பாஜகவால் தன் பங்கு வாக்குகளை தக்கவைத்துக்கொள்ள முடிந்தபோதும், அது மிகவும் தடுமாற்றமடைந்துதான் போயிருந்தது. மேலும் சிறந்ததொரு சான்றை கூறவேண்டுமென்றால், பீகாரில், பெருமளவில் பரவலாக இருந்த சமூகத்துடன் கூட்டணி அமைக்க எதிர்க்கட்சி

பேசிவிட்டிருந்தபோதும், இனவாதப் பிளவுகளை இதன்மூலம் உருவாக்கிவிடக்கூடாது என்பதிலும் அது கவனமாக இருந்தது.

நிதிஷ் குமார் போன்ற உறுதியான ஆட்சியாளரிடம் இவ்விரு காரணிகளும் ஒருங்கே அமைந்துவிட்டால், பாஜகவின் வலிமைமிக்க அமைப்பு நொறுங்கிவிடக்கூடும்தான். 2017ஆம் ஆண்டு ஜூலை மாதம், பீகார் அரசியல், மறுசீரமைப்பைக் கண்ட நிகழ்வும் மற்றுமொரு காரணமாக அமைந்துவிட்டது. லாலு பிரசாத் யாதவைக் கைவிட்டு, தன் பழைய கூட்டாளியாகிய பாஜகவுடன் நிதிஷ் குமார் கைகோர்த்ததினால், பாஜக தேர்தலில் தோல்வியுற்றிருந்த போதும், அதனால் மீண்டும் ஆட்சியைப் பிடிக்க முடிந்தது. இது நரேந்திர மோடி மற்றும் அமித் ஷாவின் பெரும்பசியை வெளிப்படுத்துகிறது எனும்போதும், 2015ஆம் ஆண்டின் தேர்தல் தோல்வியையும், அதன் மூலம் பாஜக கற்றுக்கொண்ட பாடத்தையும் அடிப்படையாகக் கொண்ட கதையையே இப்புத்தகம் பேசுகிறது.

~

பாஜகவின் பிரமாண்டமான வெற்றியை அறிந்துகொள்ள, உத்திரப் பிரதேசத்தில் கட்சிக்குள் நிகழ்ந்த நுண்ணிய உருமாற்றத்தின் மீது இப்புத்தகம் தன் பார்வையை செலுத்துகிறது. இந்தியாவின் மிகப்பெரிய மாநிலத்தில் நிகழ்ந்த அரசியல் கிளர்ச்சியைப் பற்றி அறிந்துகொள்வதற்கான ஒரு வலிமையான காரணமும் உள்ளது.

இந்திய அரசியலை உத்திரப் பிரதேசம் விவரிக்கிறது. பாராளுமன்றத்தில் லக்னோவிற்கு பெரும்பான்மை பலம் இருந்ததாலேயே, தில்லியில் ஆட்சியைக் கைப்பற்றவேண்டுமானால் லக்னோவை முதலில் அடையவேண்டும் என்பதும் ஓரளவு உண்மைதாம்.

ஒரு தேசியக்கட்சியாக பாஜக உருவாவதற்கான மையப்பகுதியாகவும் இம்மாநிலம் இருந்தது. உபியில் வெற்றியடைந்தபோதெல்லாம் பாஜக தேசியரீதியாகவும் வளர்ச்சி கண்டது. அதேநேரம், இம்மாநிலத்தில் கட்சி சரிவைக் கண்டபோதெல்லாம், மத்தியிலும் தன் அதிகாரத்தை அது பரிதாபகரமாக இழந்தது.

பாஜகவின் அரசியற்திட்டங்களும் கொள்கைரீதியான திட்டங்களும் இங்குதான் சந்திக்கின்றன. அடல் பிகாரி வாஜ்பாய் மற்றும் நரேந்திர மோடி ஆகிய கட்சியின் இரு பிரதமர்களுமே இம்மாநிலத்தில் இருந்துதான் தேர்ந்தெடுக்கப்பட்டுள்ளனர். கட்சியின் தாய் நிறுவனமான ஆர்எஸ்எஸ் கூட, 1930ஆம் ஆண்டு துவங்கி, தனக்குத் தேவையான பெருந்திரளான உறுப்பினர்களையும் உபியின் அலகாபாத் பல்கலைக்கழகத்திலிருந்தும், பனாரஸ் இந்து பல்கலைக்கழகத்தில் இருந்துமே தேர்ந்தெடுத்துள்ளது. 1980களிலும், 1990களிலும் பாஜக சுயமாகத் துவங்கியிருந்த கோவில்கள் சார்ந்த இயக்கங்களுக்குரிய அயோத்தியா, காசி மற்றும் மதுராவாகிய மூன்று கோவில்களும் இம்மாநிலத்திலேயே அமைந்துள்ளன.

மிக முக்கியமாக, 1984ஆம் ஆண்டின் மக்களவைத்தேர்தலில் வெறும் 2 இடங்களை மட்டுமே பெற்றிருந்த பாஜகவால், ராமஜென்மபூமி ஆர்ப்பாட்டம் மூலமாகத்தான் 1991இல் 120 இடங்களை வெல்ல முடிந்தது. இவற்றுள் 51 தொகுதிகள் உபியைச் சேர்ந்தவை.

1996இல் முதன்முறையாக மத்தியில் வாஜ்பாய் ஆட்சிக்கு வந்தபோது, இம்மாநிலத்தில் பாஜக 52 தொகுதிகளை வென்றிருந்தது. இதேரீதியில் முன்னேறிக்கொண்டே சென்றதால், 1998ஆம் ஆண்டின் பொதுத்தேர்தலில் 58 இடங்களை கட்சியால் வெல்லமுடிந்தது.

1999ஆம் ஆண்டின் தேசிய அளவிலான தேர்தல்களில் 29 தொகுதிகளை மட்டுமே வென்று, ஒரு மிகப்பெரிய சரிவை பாஜக சந்தித்தது. எனினும் உபியின் மிகப்பெரிய கட்சியாகத்தான் அப்போதும் பாஜக இருந்தது என்பதை நாம் மறந்துவிடக்கூடாது. மீண்டுமொருமுறை கட்சி ஆட்சியமைத்தது. 2004 மற்றும் 2009ஆம் ஆண்டுகளில், வெறும் 10 இடங்களில் மட்டுமே வென்றிருந்த பாஜக, மக்களவையில் எதிர்க்கட்சியாகப் பொறுப்பேற்றுக்கொண்டது.

எனினும், 2014இல்தான் இந்தியத் தேர்தல்களில் உத்திரப்பிரதேசத்திற்கு என உண்டான மையத்தன்மை மீண்டும்

நிறுவப்பட்டது. இம்மாநிலத்தில் பாஜகவிற்கு கிடைத்த அதிரடி வெற்றி அரசியல் விளையாட்டின் ஒட்டுமொத்த விதிமுறைகளையும் மாற்றியமைத்தது, விளைவாய், இந்தியாவின் மிக பலம்வாய்ந்த பிரதம மந்திரியாக நரேந்திர மோடி ஆனார்.

2017இல் நடந்த அவைத்தேர்தல்களில் கிடைத்த பிரமாண்டமான வெற்றியின் மூலம், கடந்த முப்பது வருடங்களில் முதன்முறையாக, அறுதிப்பெரும்பான்மையை இருநிலைகளிலும் பெற்ற பாஜக, தில்லியையும் இந்தியாவின் மிகப்பெரிய மாநிலத்தையும் ஆண்டது. இந்த வெற்றி, 2019இன் தேசிய அளவிலான தேர்தல்களில் பாஜகவின் இடத்தை உறுதி செய்துள்ளது; மேலும், கட்சி தன் அரசியல்ரீதியான செயல்பாடுகளிலும் கலாச்சாரத் திட்டங்களிலும் புதுவிதத் தீவிரத்தன்மையையும் அறிமுகப்படுத்தி உள்ளது.

உபியின் வெற்றிக்குப் பின்னிருந்த மோடிக்கான மக்கள் ஆதரவு, ஷாவின் நிர்வாக அமைப்பு, பாஜகவின் சமூகச் சூத்திரங்கள், இனவாதப் பிளவுபடுத்தலையும் வெறுப்பையும் உபயோகித்து அரசியல் பலத்தைக் கட்டமைத்தல், எதிர்க்கட்சிகளின் பிளவுகள் மற்றும் பலவீனங்கள் ஆகிய முக்கியமான கருப்பொருள்களைப் பற்றி இப்புத்தகம் பேசுகிறது.

உபியின் மீது மட்டும் இப்புத்தகம் பிரத்யேக கவனம் செலுத்துவதில் ஒரு தனிப்பட்ட காரணமும் உள்ளது. 2014 மற்றும் 2017 தேர்தல்களை நான் மிக விரிவாகப் பதிவு செய்தேன். அவைத்தேர்தலுக்காக உபி தயாராகிக்கொண்டிருந்த ஒரு வருட காலத்தில், அதன் அரசியல்ரீதியான மீள்கட்டமைப்புகளை தொடர்ந்து கவனிப்பதற்காக ஒவ்வொரு மாதமும் நான் அங்குச் சென்றேன். வாக்குப்பதிவு தொடங்கிய ஒரே மாதத்தில், மேற்கில் இருந்த சகாரன்பூர் துவங்கி கிழக்கில் இருந்த மிர்சாபூர் வரையும், நேபாளத்தை எல்லையாகக் கொண்ட வடக்கில் இருந்த தராயின் சராவதியில் துவங்கி பந்தல்கந்தின் சித்ரகூட் வரை, தொடர்ந்து 5000 கிலோமீட்டர்கள் பயணித்திருந்தேன்.

கடந்த ஐந்து ஆண்டுகளில் நான் செய்தி சேகரித்திருந்த மற்றுமொரு போர்க்கள மாநிலமான பீகாரில், பாஜக அடைந்த தோல்வியையும் இப்புத்தகம் பேசுகிறது. வடக்கு மற்றும்

மேற்கு இந்தியாவில் பாஜகவின் விரிவாக்க யுத்திகள் எவ்வாறு வேலைசெய்தன என்பதை இப்புத்தகம் அலசுகிறது. கட்சிக்கு வெகுவாய் ஆதரவில்லாத வடகிழக்கு மாநிலங்களிலும் கூடத் தன் புதுமையான யுத்திகளின் மூலம், பாஜக தன் ஆதிக்கத்தை இன்று அதிகரித்திருப்பது குறித்து இப்புத்தகம் ஆராய்கிறது.

~

பாஜக எவ்வாறு தேர்தல்களில் ஜெயிக்கிறது என்பதை இப்புத்தகம் விளக்குகிறது. தேர்தல்களில் வென்ற பிறகு பாஜக என்ன செய்கிறது என்பது குறித்து இப்புத்தகம் பேசவில்லை, எனவே சமீப காலங்களில் பாஜக ஆட்சியின் கீழ் நடந்த மிகுந்த சர்ச்சைக்குரிய செயல்களும் நிகழ்வுகளும் இப்புத்தகத்தில் தவிர்க்கப்பட்டுள்ளன.

அதே நேரத்தில், எதிர்காலம் குறித்த எந்தக் கணிப்பையும் இது வழங்கவில்லை. பல்வேறு கட்சிகளின் போட்டிகளும், முறையான தேர்தல்களும் நடைபெறும் இந்தச் சிக்கலான சமூக அமைப்புகளில் அரசியல் ரீதியான செயல்பாடுகளை நம்மால் கணிக்க இயலாது. இன்று பாஜக ஆதிக்கம் செலுத்துவதாலேயே அது வெல்லவே முடியாத கட்சி என அர்த்தமாகாது. உண்மையில், பல தோல்விகளை கடந்த மூன்று ஆண்டுகளில் பாஜக சந்தித்துவிட்டதுடன் அதன் பலவீனங்களும் வெளித்தெரியத் துவங்கியுள்ளன.

மிகச்சிறப்புவாய்ந்த ஜனநாயகத் தேர்தல்களின் மூலம் நிகழ்ந்துள்ள பாஜகவின் எழுச்சிதான், சமகாலத்தின் மிக வசீகரிக்கக்கூடிய கதையாகும். அது அரசியலை மாற்றியமைத்துள்ளது, புது சமூகக் கூட்டணிகளை உருவாக்கியுள்ளது, பழைய முறிவுகளை சரி செய்துள்ளது, புது முரண்பாடுகளை உருவாக்கியுள்ளது, சிலருக்கு அதிகாரம் அளித்துள்ளது, மற்றோரை அன்னியப்படுத்தியுள்ளது, மாநில அமைப்புகளின் மீது ஆழ்ந்த தாக்கத்தை ஏற்படுத்தியுள்ளது. கவர்ச்சியான தேசியத் தலைவராகிய ஒரு சக்திமிக்க யுத்தியாளரால் மதிநுட்பத்துடன் உருவாக்கப்பட்ட கூட்டணிகள் மூலமும், கொள்கைகளுடன் கூடிய கம்பீரமான கட்டமைப்பு, மதம், சமரசமில்லாது குறிக்கோளை நோக்கிப்

பயணித்தல், நடைமுறைக்கேற்றவாறு மற்ற கலாசாரங்களுடன் இயைந்துபோகும் தன்மைகள் மூலமாகவும், அரசியலும் ஜனநாயகமும், நிரந்தரமாக எதிர்பாராத வழிகளில் மாற்றியமைக்கப்படவும் கூடும்.

2

மோடி அலை

பாரதிய ஜனதா கட்சியோ, மாநிலத் தலைவர்களோ, வேட்பாளர்களோ, ஆர்எஸ்எஸ்ஸோ அல்ல, பாஜகவிற்காக உத்திரப் பிரதேசத்தை (உபி) வென்று கொடுத்த ஒரே மனிதர் பிரதமர் நரேந்திர மோடிதான்.

இசுலாமியர்களைத் தவிர, உபியின் அனைத்துச் சமூக மக்களும் அவரைத் தம் தலைவராகக் கொண்டாடினர், தில்லிக்கும் லக்னோவிற்கும் அவருடைய தலைமைதான் உகந்தது என நம்பினர். 2014இலும் இந்த நம்பிக்கையை கண்கூடாகக் காண முடிந்தது.

நரேந்திர மோடியின் மூன்று ஆண்டு கால ஆட்சிக்குள், அவரைப் பதவியிறக்கம் செய்யுமாறு எந்த சர்ச்சையும் எழவில்லை என்பது குறிப்பிடத்தக்கது. உண்மையில், ஆட்சியதிகாரம் மூலம் அவர் மேலும் பலரையும் கவர்ந்திழுத்தார். அவரது பணியில் இதுதான் எப்போதும் நிகழ்கிறது.

2001ஆம் ஆண்டின் இறுதியில் குஜராத் சட்டசபைக்குள் முதலமைச்சராக மோடி நுழைந்தார், அதன்பிறகு அம்மாநிலத்தின் அனைத்துத் தேர்தல்களிலும் அவரே வென்றார். பின்னர் மக்களவையினுள் பிரதம மந்திரியாக நுழைந்தார், தில்லி மற்றும் பீகார் தேர்தல்களில் பின்னடைவுகள் இருந்தபோதும் எந்தவொரு அரசியல் தலைவரும் பொறாமைகொள்ளும் அளவிலேயே அவர் தேர்தல்களில் சாதனை படைத்தார்.

உபியின் நகரங்களிலும், வீதிகளிலும், கிராமங்களிலும் மோடிக்காகத் தங்கள் ஆதரவுகளை அளித்து முழங்கியோரால்,

தம் ஆதரவுக்கான காரணங்களை உறுதியாகக் கூறமுடியவில்லை. அதுவொரு அசாதாரணமான நம்பிக்கையாக இருந்தது, ஒரு தனி மனிதரின் நோக்கங்களின் மீதும், நேர்மையின் மீதும் மக்கள் கொண்டிருந்த அபரிமிதமான நம்பிக்கையாக அது இருந்தது.

ஆனால் மிகக் கவனத்துடன் புதிதாகக் கட்டமைக்கப்பட்டிருந்த பிம்பத்தினால்தான் இந்த நம்பிக்கை நிலைபெற்றிருந்தது. 2002ஆம் ஆண்டு முதல், இந்து இதயங்களின் பேரரசராக இருந்த மோடி, 'குஜராத் மாடல்' உருவாக்கியதன் மூலமாக 2007 முதல் தன்னை முன்னேற்றத்திற்கான மனிதராகவும் உருமாற்றிக் கொண்டார். இந்த இரு பிம்பங்களும் சேர்ந்து 2014 வெற்றியை தந்தது.

வெகுவாய் பாராட்டப்படாத மூன்றாவது பிம்பம் ஒன்றும் உள்ளது: முந்தைய இரு அவதாரங்களையும் தொடர்ந்து தக்கவைத்தபடியே, ஏழைகளின் தலைவராக நரேந்திர மோடி இன்று உருவாகியிருக்கிறார். இந்த ஒரு பிம்பத்தைக் கொண்டு "கோட்-சூட் அரசு" எனும் வாதத்தை அவர் தீர்க்கமாக அழித்தொழித்தார்.

~

2016ஆம் ஆண்டு நவம்பர் மாதம் 8ஆம் தேதி, மிர்சாபூரின் ஜாமுய் பஜாரில் இருந்த தன் இல்லத்தில் தொலைக்காட்சி பார்த்துக்கொண்டிருந்த ராம் சுதர், அன்று நள்ளிரவில் இருந்து 500 ரூபாய் மற்றும் 1000 ரூபாய்த்தாள்கள் செல்லாது என நரேந்திர மோடி அறிவித்ததை அறிகிறார்.

இந்த நடவடிக்கையின் தாக்கங்களை உணர அவருக்கு சிறிது நேரம் பிடித்தது.

ராம் சுதருக்குச் சொந்தமாக பஜாரில் மின்பொருட்கள் விற்கும் ஒரு சிறிய கடை இருந்தது, பொருட்களை வாங்கவும் விற்கவும் பெரும்பாலும் ரொக்கப் பணத்தையே அவருடைய வியாபாரம் நம்பி இருந்தது. ஆனால் இப்போது என்ன செய்வது?

இரண்டு நாட்கள் கழித்து தன் கடைக்காய் கம்பிகளும், வடக்கயிறுகளும், மின்னொளி விளக்குகளும் வாங்குவதற்காய் வாரணாசியில் இருந்த விற்பனையாளர் ஒருவரை ராம்

அணுகினார். தற்போது மதிப்பிழந்திருந்த பணத்தாள்களை ராம் அவரிடம் கொடுத்தார். முந்தைய விற்பனைகள் மூலம் ராமை அறிந்திருந்த அந்த விற்பனையாளர் அந்தப் பணத்தை வாங்க மறுத்துவிட்டபோதும், 50,000 ரூபாய்கள் மதிப்பிலான மின்பொருட்களை ராமிற்கு கொடுத்துவிட்டு, பணத்தை பின்னர் பெற்றுக்கொள்வதாகக் கூறினார்.

பொருட்களை பெற்றுக் கொண்டபோதும், இப்போது இவற்றை விற்பதில் ராமிற்கு பிரச்சினை இருந்தது. ஜாமுய் பஜாரில் இரு வங்கிகளே இருந்தன, எனவே புது பணத்தாள்கள் தாராளமாக புழங்கத் துவங்கியிருக்கவில்லை, தானியங்கி வங்கி இயந்திரங்களோ மூடப்பட்டிருந்தன, சுருக்கமாகச் சொல்வதானால் மக்களின் கைகளில் பணமில்லை. இதனால் ராம் சுதர் கடையின் வியாபாரம் பெரிய சரிவைக் கண்டது. ஒருநாளைக்கு 4000 ரூபாய்களுக்கு விற்பனையாகிய அவர் கடையில், இப்போது 1000 ரூபாய்க்கே வியாபாரம் நடக்கிறது.

இப்போது அவர் இக்கட்டில் சிக்கியுள்ளார். தனக்குப் பொருட்கள் விற்பனை செய்தவருக்கு அவர் பணம் செலுத்த வேண்டியிருந்தது, ஆனால் அதை ஈட்டுமளவு கடையில் வியாபாரமில்லை. அவருடைய வாழ்க்கையை இடையூறு செய்ததோடல்லாமல், அவருடைய சிறு ஸ்தாபனத்தின் பொருளாதாரத்தையும் இந்த அரசாங்கம் சீர்குலைத்துவிட்டது. இத்தனைக்குப் பிறகும் பிரதமரின் மேல் ராம் கொண்டிருந்த நம்பிக்கை குறையவில்லை.

“இது ஒன்றும் பணத்தடை இல்லையே, அண்ணா! அப்படி இது பணத்தைத் தடை செய்யும் ஒரு நடவடிக்கையாக இருந்திருந்தால் இந்நேரம் நாமெல்லாம் அழிந்துபோயிருப்போம். நம்மிடமிருக்கும் பழைய பணத்தாள்களை நம் வங்கிக்கணக்கில் செலுத்தத்தானே சொல்லியிருக்கிறார்கள், மேலும் அதைச் செய்ய போதுமான அவகாசமும் தந்துள்ளனரே. என்னைப் பொறுத்தவரை இது மிகச் சிறந்ததொரு நடவடிக்கை என்பேன். நம் நாட்டில் எல்லையில் நிற்கும் நம் இராணுவ வீரர்கள் தம் உயிரையும் பணயம் வைத்து நம்மை இருபத்து நான்கு மணிநேரமும் அயராது காக்கும்பொழுது, தேசநலன்வேண்டி நம்மால் சில மணிநேரங்கள் வரிசையில் நிற்க முடியாதா என்ன?” என ராம் என்னிடம் கேட்டார்.

"வங்கிகளில் மீண்டும் பணம் வந்து சேர்ந்துவிடும். கறுப்புப்பணம் வைத்திருப்போர் அனைவரும் பிடிபடுவர். இதன்மூலம் நம் பொருளாதாரம் தூய்மை அடைந்துவிடும்" என ராம் வாதிட்டார். பின்னர் சிறு புன்னகையுடன், "மோடிஜி சிறிது அவகாசம் கேட்டுள்ளார். இந்தச் சிரமமெல்லாம் இன்னும் சில வாரங்களுக்குள் முடிவுக்கு வந்துவிடுமாம். அவரை நாங்கள் நம்புகிறோம்" என முடித்தார்.

ராம் சுதர் மட்டுமல்ல, இந்தியாவின் மிக ஏழ்மையானப் பகுதிகளான வாரணாசியின் பூர்வாஞ்சல், மிர்சாபூர், ஆசம்கர், ஜான்பூரைச் சேர்ந்த சாதாரணக் குடிமக்கள் அனைவரும், 2016 நவம்பரில் கொடுத்த விளக்கங்களில் ஒரு பொது அம்சத்தைக் காணமுடிந்தது. பணமதிப்பிழப்பு தங்களுக்குச் சிரமத்தை உண்டுபண்ணியிருந்தபோதும், அதை அவர்கள் ஆதரித்தனர்.

ஜான்பூரின் ஒரு வங்கியின் எதிரில் நீண்டுகிடந்த வரிசையில் நின்றிருந்த ஒரு மூதாட்டி, தான் மிகுந்த சிரமத்திற்கு உள்ளாகியிருப்பதாகக் கூறினார். "என்னிடம் பணமே இல்லை. மோடியின் அரசாங்கம் புது பணத்தை அறிமுகப்படுத்தி உள்ளதாம்." எனக் கூறினார், எனினும் அரசாங்கம் சரியான நடவடிக்கையைத்தான் எடுத்துள்ளதாகவும் அவர் உணர்வதாகக் கூறினார். தொடர்ந்து, "பெரிய மனிதர்களே படாதபாடு படும்போது, நான் சிரமப்படுவதில் பெரிதாக எனக்கு வருத்தமேதுமில்லை" எனவும் கூறி முடித்தார்.

மிர்சாபூரின் ராஜ்காதைச் சேர்ந்த ஒரு சிறு வணிகர், தன் குடும்ப மணவிழாவொன்றை ஏற்பாடு செய்வதில் மும்முரமாக இருந்தார். சில செலவுகளுக்கு காசோலைகளை கொடுத்திருந்த அவர், மற்றத் தேவைகளுக்கு கடன்பெற்றுக்கொள்ளலாம் என எண்ணியிருந்தார். எனினும், பணமதிப்பிழப்பு நடவடிக்கையை அவர் பெரிதும் வரவேற்றார். "இந்நடவடிக்கை கடனுக்கான வட்டி விகிதங்களை குறைத்துவிடும். காசோலைகளை மட்டுமே மக்கள் உபயோகிக்க வேண்டிவரும். நிலமனை விலைகள் குறைந்துவிடும். எனவே இதுவொரு நல்ல நடவடிக்கைதான்." என அவர் கூறினார்.

எதிர்வரும் விதைப்புக்காலத்திற்காக விதைகள் வாங்க, கொஞ்சமாய் நிலம் வைத்திருந்த ஒரு தலித் விவசாயிக்கு பணம்

தேவையாக இருந்தது. எனினும் அவர் குறைபடவே இல்லை. "இதுவொரு தற்காலிக சிரமம்தான். ஓரிரு மாதங்களுக்குள் பணத்தாள்கள் கிடைத்துவிடும். பணக்காரர்களிடமிருந்து பெறப்பட்டிருக்கும் பணமானது ஏழைகளுக்காகச் செலவிடப்படும் என எல்லோரும் கூறுகின்றனர்" என அவர் கூறினார்.

சமீபத்திய இந்தியப் பொருளாதார வரலாற்றிலேயே, பணமதிப்பிழப்பு போல் சாமானிய குடிமக்களின் தினசரி வாழ்வில் இத்தனைச் சிரமத்தை உண்டாக்கிய நடவடிக்கை வேறெதுவும் இல்லை எனலாம். திட்டத்தை செயல்படுத்துவதில் இந்த அளவு சிரமத்தையும் வேலையிழப்பையும் வேறெந்த அரசு நடவடிக்கையும் உண்டாக்கியதில்லை. இருப்பினும், இந்நடவடிக்கைக்கு மக்களாதரவு உறுதியாக இருந்தது.

நாட்டின் பொருளாதார நிலையை இந்நடவடிக்கை சீர் செய்துவிடும் எனும் எதிர்பார்ப்பும், செல்வச்செழிப்புள்ளோர் இந்த நடவடிக்கையால் பெருமளவில் அவதிக்குள்ளாகின்றனர் என்ற மக்களின் மகிழ்வும், அதிகப்படியாகக் கைப்பற்றப்பட்ட வளங்களனைத்தும் ஏழைகளின் நலனுக்குச் செலவிடப்படப்போகின்றன எனும் நம்பிக்கையும், சமத்துவம் நிறைந்த சமுதாயமொன்று உருவாகப்போகின்றது என்ற விருப்பமும் சேர்ந்துதான் பணமதிப்பிழப்பு நடவடிக்கைக்கு ஆதரவைப் பெற்றுத்தந்திருந்தன. அடுத்தடுத்த மாதங்களில் இந்த உற்சாகம் மெல்ல மெல்ல மறையத் துவங்கியதுதான் என்றாலும் வெளிப்படையான எதிர்ப்பை அது பெறவில்லை.

இப்பாதிப்புகளின் காரணமாக உண்டாகியிருந்த மக்களின் அதிருப்தியை வேறெந்த ஜனநாயகத் தலைவர்களாலோ அல்லது எதேச்சதிகாரச் சக்திகளாலோ சமாளித்திருக்க முடிந்திருக்குமா என்பது சந்தேகமே. ஆனால், மோடி மக்களின் இந்த சீற்றத்தை தணித்ததோடல்லாமல், ஏழைகளின் நலனுக்காக அர்ப்பணிக்கப்பட்டவராகவும், ஊழல் நிறைந்த பணக்கார ஸ்தாபனங்களை எதிர்த்து நேர்மையான புனிதப்போரொன்றை தொடுக்க முற்பட்டுள்ளவராகவும் தன்னைத்தானே நிறுவிக்கொண்டதன் மூலம் முன்னரிலும் வலிமையுடன் திகழ்ந்தார் எனலாம்.

~

பணமதிப்பிழப்பின் பின்விளைவுகளை மக்கள் அனுபவித்துக் கொண்டிருந்த அதே வேளையில், உபியில் ஆறு பேரணிகளை மோடி நடத்தியிருந்தார், அவற்றுள் மொராதாபாத்தும் ஒன்று.

ஐம்பது நிமிடங்களுக்கும் மேலாக நீடித்த மோடியின் உரையில், ஏழை, வறுமை எனும் சொற்கள் பலமுறை இடம்பெற்றன. தனது அரசியல் மூலதனத்தை பிரதமர் திறமுடன் விவரித்த விதத்திலும், மைதானங்களில் குழுமியிருந்த ஆயிரக்கணக்கான மக்களிடமிருந்தும் தனக்கான அங்கீகாரத்தை அவர் பெற்றுக்கொண்ட வகையிலும், தகர்ப்பமைப்பின் மூலம் தன் அரசியல் செய்தியை மக்களிடம் கொண்டுசேர்த்ததிலும் அவருடைய உரை குறிப்பிடத்தக்கதாய் இருந்தது.

வறுமைக்கு எதிராகப் போரைத் தொடுக்கவே தான் உபி தேர்தலில் போட்டியிட்டதாக மோடி நீண்ட உரையாற்றினார். இந்தியாவின் வறுமையை ஒழிக்க வேண்டுமென்றால் முதலில் உபியின் வறுமையை ஒழிக்க வேண்டும் என்றார்.

பின்னர், மோடி தனக்கே உரிய பாணியில், கூட்டத்தினர் தம் முஷ்டிகளை உயர்த்தி, நேர்மையாகத் தன் கேள்விகளுக்குப் பதிலளிக்க வேண்டினார்:

“இந்நாட்டை ஊழல் அழித்துவிட்டதா? அது கொள்ளைக்கு வழிவகுத்துவிட்டதா? ஏழைகளுக்குப் பெருமளவில் சேதத்தை உண்டுசெய்துள்ளதா? ஏழைகளின் உரிமைகளை அது பறித்துக்கொண்டதா? நாட்டின் அனைத்துப் பிரச்சனைகளுக்கும் ஊழல்தான் ஆணிவேராக உள்ளதா?” என அவர் கேட்டார்.

ஆம் எனக் கூட்டம் முழங்கியது.

“சொல்லுங்கள், ஊழல் ஒழிய வேண்டுமா அல்லது நீடிக்க வேண்டுமா?”

ஒழிய வேண்டும் எனப் பதில் வந்தது.

“அப்படியானால், அது தாமாகவே ஒழிந்துபோய்விடுமா? மோடிஜி, நீங்கள் வந்துவிட்டதால் எனக்கு பயமாக இருக்கிறது, நான் போய்விடுகிறேன் என அது ஓடிவிடுமா?”

இல்லை.

"எனில், ஊழலை ஒழித்திடுவதில் நாம் கடுமையாக இருக்க வேண்டுமல்லவா? அதற்காக நாம் சட்டத்தை உபயோகிக்க வேண்டுமல்லவா? ஊழலை நாம் சமாளித்தாக வேண்டுமல்லவா?"

ஆமாம்.

"இதை நாம் செய்ய வேண்டுமல்லவா?"

ஆமாம்.

"இதைச் செய்பவன் ஒரு குற்றவாளியா? தவறிழைத்தவனா? ஊழலை எதிர்த்துப் போரிடுவது ஒரு குற்றமா என்ன?"

இல்லை.

"அப்படியானால் இது எனக்குக் குழப்பமாக உள்ளது. எனது சொந்த தேசத்திலேயே, மக்கள் என்னைக் குற்றவாளி என்கின்றனர். ஊழலுக்கு கெட்ட காலத்தைக் கொண்டுவந்ததுதான் நான் செய்த குற்றமா? ஏழைகளுக்காகப் பாடுபடுவதுதான் நான் செய்த குற்றமா?"

இல்லை

இப்போது தனது அடுத்த அதிரடியை மோடி இறக்கினார்.

"உங்களுக்காக ஒரு போரை நான் நடத்துகிறேன். அதிகமாகப் போனால், இவர்களால் என்னை என்ன செய்துவிட முடியும்? சொல்லுங்கள், என்னை இவர்கள் என்ன செய்துவிட முடியும்?" என்றவர் சிறிது இடைவெளியின் பின், "நானொரு துறவி. என்னுடைய பையை எடுத்துக்கொண்டு நான் வெளியேறி விடுவேன், அவ்வளவுதான்" என்றார். உடனே அரங்கதிரும் கைத்தட்டல்களும் மோடியைப் போற்றும் முழக்கங்களும் நிறைந்தன. "மேலும், என்னுள் இருக்கும் இந்தத் துறவிதான் ஏழைகளுக்காகப் போராடும் வலிமையை எனக்குத் தந்துள்ளார்."

இத்துடன் இது முடிந்துவிடவில்லை.

ஏழைமக்களுக்கான 'ஜன் தன்' வங்கிக்கணக்கை துவக்க அவர் பிரச்சாரம் மேற்கொண்டபோது, பலர் அவரை கேலி

செய்துள்ளனர் என மோடி கூறினார். ஆனால் இன்று, ஏழைகளின் வீடு தேடி பணம்படைத்தோர் வருகை தருகின்றனர், பழைய நட்பையெல்லாம் நினைவுகூர்கின்றனர், இரண்டோ அல்லது மூன்றோ லட்ச ரூபாய்களைத் தம் வங்கிக்கணக்குகளில் செலுத்தச் சொல்லுகின்றனர்.

"பணம் படைத்தவர்கள் ஏழைகளின் பாதங்களில் அடிபணிவதை என்றேனும் கண்டிருக்கிறீர்களா? இன்றோ, ஏழைகளின் வீட்டு வாசல்களில் ஊழல்வாதிகள் வரிசைகட்டி நிற்கின்றனர்."

பின்னர் அவர் ஏழைகளுக்கு ஒரு வெளிப்படையான அழைப்பு விடுத்தார்.

"ஜன் தன் வங்கிக்கணக்கு வைத்திருக்கும் அனைவரையும் பார்த்துச் சொல்கிறேன், உங்களுக்காக எவரெல்லாம் பணம் செலுத்தியுள்ளனரோ, அவர்களால் ஒரு ரூபாயைக் கூடத் திருப்பி எடுத்துக்கொள்ள முடியாது. அவர்கள் உங்கள் இல்லம் தேடி தினந்தோறும் வருகை தருவதை உங்களால் காண முடியும்; நீங்கள் எதையும் பேசாதீர்கள். உங்களை மிரட்ட வேண்டாமென்று அவர்களிடம் கூறுங்கள், மீறினால் மோடிக்கு கடிதம் எழுதிவிடுவேன் எனவும் கூறுங்கள். உங்களுக்கு அவர்கள் பணம் கொடுத்ததற்கான ஆதாரத்தைக் காட்டச் சொல்லுங்கள். இதுபோதும், அவர்கள் சிக்கிக்கொள்வார்கள். பணத்தை நீங்களே வைத்துக்கொள்ளுங்கள், மற்றதை நான் பார்த்துக்கொள்கிறேன். சட்டத்திற்கு புறம்பாகப் பணத்தை செலுத்தியவர்கள் சிறைக்குச் செல்லவும், அந்தப் பணம் ஏழைகளிடமே தங்கிவிடுவதற்கும் நான் வழிசெய்வேன்."

"முன்பெல்லாம் பணக்காரர்கள் நாள்முழுதும் 'பணம், பணம், பணம்' எனக் கூறுவார்கள், இப்போதோ, 'மோடி, மோடி, மோடி' எனக் கூறுகிறார்கள்" எனக் குறும்புச் சிரிப்புடன் அவர் கூறினார்.

பணமதிப்பிழப்பு பாதிப்புகளை உண்டாக்கியுள்ளது என்பதை அவர் ஒப்புக்கொண்டதை, அவரது உரை முழுவதும் இழையோடுவதில் காண முடிந்தது.

"நோக்கம் நல்லதாகவும் முயற்சி நேர்மையானதாகவும் இருந்து அதில் மக்கள் நம்பிக்கையும் கொண்டுவிட்டால், இந்த நாடு

எதையும் தாங்கும் சக்தி படைத்ததாக மாறிவிடுகிறது. ஊழலுக்கு எதிரான இந்தப் போர்த்தொடுப்பிற்காக இந்நாட்டின் 125 கோடி மக்களும் பொறுப்பேற்றுக் கொள்வர் என எவராலும் நினைத்தேனும் பார்த்திருக்க முடியுமா? அதற்காக, நான் உங்களை வணங்குகிறேன்."

இந்த உரையின் குறைகளை எளிதாகக் கூறிவிடமுடியும். பணமதிப்பிழப்பு நடவடிக்கை மூலம் ஊழல் ஒழிந்துபோய்விடுமா? பணப்புழக்கம் என்பது நிழல் பொருளாதாரத்தின் சிறுபகுதிதானே? சிக்கலான திட்டத்தின் முடிவுகளை இத்தகையப் பொய்யான வழிகளில் மக்களிடம் கொண்டு சேர்க்கலாமா? பொருளாதாரப் பாதிப்புகள் அனைத்தையும் இந்நடவடிக்கையின் ஆதாயங்கள் சரிசெய்து விடுமா? யார் மோடியை குற்றவாளியாக பாவித்தது? மக்களாகவே விருப்பப்பட்டு மற்றவர்களுடன் ஒரு ஒப்பந்தத்தினுள் நுழைந்திருக்கும்போது, பணத்தைத் திருப்பித்தர வேண்டாம் எனக்கூறி அதை முறிப்பது சரியான செய்கைதானா?

ஆனால் இதுவெல்லாம் இங்கு முக்கியமல்ல. அதற்குப் பதிலாக, தன் உரையின் மூலம் அவர் என்னவெல்லாம் நிகழ்த்தியிருக்கிறார் எனப் பார்க்கலாம்.

மிக முக்கியமான இத்திட்டத்தின் முடிவுகளை மிக எளிமையான, அணுக்கமான மொழியில் வடிகட்டி, மக்களிடம் கொண்டு சேர்த்திருக்கிறார். சரி அல்லது தவறு எனும் இரண்டில் ஒன்றைத் தேர்ந்தெடுக்கும் முறைக்குள் தன் உரையை அடைத்துவிட்டார். தீயவர்களால் பாதிக்கப்பட்ட மக்களின் சார்பாக ஒரு நற்போர் புரிபவராக தன்னைத்தானே காட்சிப்படுத்தியுள்ளார். போர்புரிபவராகத் தன்னை அறிவித்துக்கொண்ட அதேசமயத்தில், தனக்கென எந்தத் தனிப்பட்ட விருப்பமும் இல்லாததாலும், தன்னிடம் இழக்க ஏதுமில்லாததாலும், எப்போது வேண்டுமாயினும் அனைத்தையும் தூக்கியெறிந்துவிட்டுச் சென்றுவிடக்கூடிய ஒரு தலைவராகவும் தன்னைத்தானே நிறுவிக்கொள்கிறார். பணமதிப்பிழப்பு மூலம் மக்கள் அடைந்த வலிகளை அவர் ஒப்புக்கொள்கிறார்தான், எனினும் வழக்கமானதாகவும், சாதாரணமானதாகவும் அல்லாத ஒரு மிகப்பெரும் தேசியப்பணியில் மக்கள் பங்குகொண்டுள்ளனர் என அவர்களை உணரச்செய்ததன் மூலம், அவர்களின்

நேர்மையுணர்வையும் தியாக மனப்பான்மையையும் அவர் பயன்படுத்திக் கொண்டுள்ளார்.

இவற்றையெல்லாம் கடந்து அவர் மேலும் செல்கிறார்.

ஊழல்கள் மூலம் செல்வம் சேர்த்தோர் அவதிப்படுவதாகவும், அவர்களைத் தம்முடன் சேர்ந்து மக்களும் கேலி செய்யவேண்டுமெனவும் கூறித் தன் மகிழ்ச்சியை வெளிப்படுத்துகிறார். அவர்களின் காழ்ப்புணர்வையும், மறைந்திருக்கும் கோபத்தையும் பயன்படுத்திக்கொண்டு, பணக்காரர்களின் இழப்பு ஏழைகளின் லாபமாக இருக்குமெனச் சுட்டிக்காட்டுகிறார். நாட்டின் வளத்தை ஒருசிலர் மட்டுமே அபகரிக்கும் போக்கைக் களைவதன் மூலம் ஒளிமயமான, சமத்துவம் மிக்கதொரு எதிர்காலத்தைத் தம்மால் தரமுடியும் எனக் கூறுகிறார், இதன்மூலம் தற்போதைய அவதிகளை அவர் மட்டுப்படுத்தி விடுகிறார்.

ஜனவரியில் துவங்கி நவம்பர் வரை மோடி நிகழ்த்திய பேரணிகள் வாயிலாக இவற்றையெல்லாம் அவர் மக்களிடம் கொண்டுசேர்த்தார். இது இரு முக்கிய தாக்கங்களை உண்டாக்கின.

முதலாவதாக, மக்களின் அப்போதைய மனநிலையை சமாளிக்க இது உதவியது. "ஒவ்வொருமுறை அவர் உரையாற்றி முடித்தபோதும், எங்களுக்கு மேலும் சில வாரங்கள் அவகாசம் கிடைத்துவிட்டதாய் நாங்கள் நிம்மதியடைவோம். அவரின்மீது மக்கள் கொண்டிருந்த இந்த நம்பகத்தன்மை மட்டும் இல்லாதிருந்தால், இந்நடவடிக்கையை செயல்படுத்திய அரசு இயந்திரம், மக்களின் தீவிரமான சீற்றத்தையும் கலவரங்களையும் சந்திக்க நேரிட்டிருக்கும். தாங்கள் சந்திக்க வேண்டியிருந்த சவால்களைக் கண்டு அதிகாரமையங்கள் திகைத்துப் போயுள்ளன. இந்த முடிவு சரியா தவறா என்பது இப்போது முக்கியமல்ல. ஆனால், இம்முடிவை அவர் எடுத்துவிட்டார், அதற்குரியவராகத் தன்னை நிலைநிறுத்தியும்விட்டார், அதை நடைமுறைப்படுத்தக் கூடிய அரசியல் சூழ்நிலையையும் எங்களுக்கு உருவாக்கிக் கொடுத்துவிட்டார்" என ஒரு மூத்த அரசு அதிகாரி என்னிடம் கூறினார். பணமதிப்பிழப்பு நடவடிக்கையை நியாயப்படுத்திப் பேசிய மக்களனைவரும், அவருடைய பேச்சை ஒரு வார்த்தைக்

கூட மாறாமல் அப்படியே ஒப்புவிக்கும் அளவிற்கு மோடியின் உரை சக்திவாய்ந்ததாக இருந்தது.

ஆனால் அவர் உரையின் இரண்டாவது தாக்கம்தான் மேலும் ஆழமாக இருந்தது, ஏனெனில் ஒரு பிரதமரின் உரை குறுகிய கால அதிருப்தியை சமாளிக்கக் கூடியதாக மட்டுமே இருப்பதல்லவே! இது எங்கிருந்து துவங்கியது என்பதைப் புரிந்துகொள்ள நாம் மீண்டும் 2015ஐ நோக்கிச் செல்ல வேண்டும்.

அவ்வருடத்தின் ஏப்ரல் மாதத்தில், மக்களவைத் தேர்தல் சமயத்தின்போது, காங்கிரஸ் துணைத்தலைவரான ராகுல் காந்தி மோடி அரசின் மீது கடுமையானதொரு தாக்குதலைத் தொடுத்தார். "உங்கள் அரசாங்கம் விவசாயிகளின் பிரச்சனைகளை புறக்கணிக்கிறது, பாட்டாளிகளின் குரலுக்கு செவிமடுக்க மறுக்கிறது. இது தொழிலதிபர்களுக்கான அரசாங்கமாகவே இருக்கிறது. இதுவொரு கோட்-சூட் அரசாங்கம் ஆகும்" என்றார் ராகுல் காந்தி. ஜனவரி 2015இல் அமெரிக்கத்தலைவர் பராக் ஒபாமாவை சந்திக்கச் சென்றபோது, முழுக்க முழுக்கத் தன் பெயர் பொறிக்கப்பட்டிருந்த ஓர் உடையை மோடி அணிந்திருந்ததால், உலகியல் பொருட்களின் மீது விருப்பமில்லாதவராகவும் கடுமையான தவ வாழ்வை மேற்கொண்டுள்ளவராகவும் அவர் தன்மீது கட்டமைத்திருந்த பிம்பம் அதீத பாதிப்பிற்குள்ளானது. இந்த அவமதிப்பு அவர்மீது தனிப்பட்ட தாக்குதலைத் தொடுத்தது.

நில கையகப்படுத்த சட்டத்தில் திருத்தம் கொண்டுவர அரசாங்கம் காட்டிய அவசரமும்கூட 'பணக்காரர்களின் நலவிரும்பி, விவசாயிகளின் விரோதி' என்ற அவப்பெயரைப் பெற்றுத்தந்தது. பாஜக என்பது பணம் படைத்தோருக்கான கட்சி மட்டுமே எனக் கருதப்பட்ட பாரம்பரிய குறைபாட்டால் மோடியின் அரசாங்கம் அவதிக்குள்ளானது.

பீகாரின் கிராமங்கள் வரை இந்த விஷயம் கசிந்துவிட்டிருந்தது.

பீகாரின் சமஸ்திபூர் மாவட்டத்தில், பசுதேவ்பூர் நெடுஞ் சாலையோரம் அமைந்திருந்த தன் மருந்தகத்தின் வாசலில் அம்ரேஷ் குமார் அமர்ந்திருந்தார். இவரை கிராம மருத்துவர் என்றோ போலி மருத்துவர் என்றோ நாம் அழைத்துக்கொள்ளலாம். குமாருடன் மேலும் ஆறுபேர்

அம்மாவட்டத்தின் மருத்துவமனையொன்றில் ஆறு நாட்கள் பயிற்சியை மேற்கொண்டு ஒரு சான்றிதழைப் பெற்றிருந்தனர், இதன்மூலம் கிராமப்புறங்களில் அத்தியாவசிய மருத்துவ சிகிச்சைகளை அளிப்பதற்கான ஒப்புதலை மருத்துவ உயரதிகாரியிடமிருந்து அவர்கள் பெற்றிருந்தனர். 2015இன் ஆகஸ்ட மாத இறுதியில், அதாவது சட்டசபை தேர்தல் துவங்கவிருந்த இரு மாதங்களின் முன், தான் எடுக்க வேண்டிய அரசியல் தேர்வு குறித்து குமார் சிந்தித்தார்.

“மோடிஜி அளவிற்கதிகமாய் பயணம் போகிறார். கடந்த பதினான்கு மாதங்களுக்குள் அவர் பதினாறு நாடுகளுக்கு பயணித்திருக்கிறார், இந்த ஐந்து வருட ஆட்சிக்காலத்தின் இறுதிக்குள் இந்நாட்டை முழுமையாக வெளிநாடுகளின் கைகளில் ஒப்படைத்துவிடுவார். அப்போது இந்தியாவில் விற்பனையாகும் அனைத்துப் பொருட்களும் வெளிநாட்டில் தயாரானவைகளாகவே இருக்கக்கூடும்” என்றார் குமார்.

வடக்கு பீகாரில் 2014 மக்களவை தேர்தல் முடிவுகளைக் கண்டவர்கள் மேற்கொண்ட சமீபத்திய தேர்தல் பயணத்தின்போது, அதே பகுதியில் நரேந்திர மோடியின் புகழ் பெருமளவில் சரிந்திருப்பதைக் கண்டு அதிர்ச்சிக்குள்ளானார்கள். இப்போது அவர் மக்களுக்கான தலைவராக இல்லை.

புகழ்பெற்ற பத்திரிகையாளரும், பீகார் மாநில அதிகாரியுமான சங்கர்ஷன் தாக்கூர் இந்த மாற்றத்தை மேலும் துல்லியமாக பதிவுசெய்துள்ளார்.

லாலு பிரசாத்தின் கோட்டையாகிய ரகோபூரில் இருந்த ராஜு யாதவ் குறித்து அவர் கூறினார். “அவர் ஏழைகளை முட்டாளாக்கி விட்டார். எங்களுடைய வாக்குகளைப் பெற்றுக்கொண்டு, பதிலுக்கு பணவீக்கத்தை எங்களுக்குப் பரிசளித்துள்ளார். எங்களின் அன்றாட உணவாகிய துவரம் பருப்பின் விலைகூட மிக அதிகமாகிவிட்டது. ஹர ஹர மோடி என முழங்கிய எங்களை இன்று அர்கர்(பருப்பு) மோடி எனப் புலம்ப வைத்துவிட்டார்” எனக் கூறினார். உண்மையிலேயே, பருப்புகளின் விலைகள் விண்ணை முட்டியதால் குடும்பஸ்தர்கள் அனைவரும் கவலைக்குள்ளாகினர், இதன்மூலம் பாஜகவின் கதை மாறியது.

ஆட்சி மீண்டும் பழைய பாதைக்குத் திரும்ப வேண்டியிருந்தது. மோடியின் அரசை கோட்-சூட் அரசாங்கம் எனக் கேலி செய்திருந்த ராகுல் காந்தியே கூட, மோடிக்கு சில அறிவுரைகளை வழங்கியிருந்தார். "நாட்டின் ஜனத்தொகையில் அறுபது சதவிகித மக்கள் விவசாயிகளும் பாட்டாளிகளும் ஆவர். அவர்களை நோக்கித் தன் சார்புநிலையை மாற்றிக்கொண்டால் பிரதமரால் அரசியல் ஆதாயத்தை அடைய முடியும்" என அவர் அறிவுறுத்தியிருந்தார்.

பணமதிப்பிழப்பு நடவடிக்கையும், மோடியின் மொராதாபாத் உரையின் சாராம்சமும் அவர் தன் சார்பை மாற்றிக்கொண்டுவிட்டார் என்பதைத் துல்லியமாக எடுத்துரைக்கிறது. பாஜகவின் ஒரு பேச்சாளர் என்னிடம் கூறியதுபோலவே, இது 'கோட்-சூட் அரசாங்கம்' எனும் கருத்து முற்றிலுமாக ஒழிக்கப்பட்டுவிட்டது. இதனாலேயேதாம், ஊழலில் ஊறியிருந்த ஐம்பது குடும்பங்களுக்காக மட்டுமே மோடி உழைக்கிறார் எனவும், ஏழைகள் பாடுபட்டு ஈட்டிய பணத்தை பணக்காரர்களின் வங்கி கணக்குகளுக்கு மாற்றும் ஒரு மிகப்பெரிய சதியே இந்த பணமதிப்பிழப்பு நடவடிக்கை எனவும் மீண்டும் மீண்டும் உபி தேர்தல்களில் ராகுல் காந்தி குற்றஞ்சாட்டியபோதும், அது பெரியளவில் மக்களின் ஆதரவைப் பெறவில்லை.

உள்ளார்ந்த இடைவெளியொன்றை கண்டுபிடித்து, அதைக் குறிப்பிட்டதன் மூலம் மோடி முன்னோக்கி சென்றுவிட்டிருந்தார், சமூகத்தின் ஒடுக்கப்பட்ட மக்களிடையே தனக்கான புது வாக்காளர்களையும், புத்தம் புது பிம்பத்தையும் அவர் ஏற்கனவே உருவாக்கி விட்டிருந்தார்.

~

வர்க்கரீதியான காழ்ப்புணர்ச்சியை தற்காலிகமாகத்தாம் பயன்படுத்த முடியும், ஆனால் இதுநாள்வரை சேகரித்திருந்த நற்பெயரை வாக்குகளாக மாற்றவேண்டுமெனில் உறுதியானவற்றையே வழங்க வேண்டியுள்ளது. பணமதிப்பிழப்பு நடவடிக்கைக்கும் வெகு காலம் முன்னரே, கிராமப்புற இந்தியாவின் மீது மோடியின் அரசாங்கம் தன் கவனத்தை திருப்பிவிட்டிருந்தது.

மக்களின் மனநிலையை அறிந்துகொள்வதற்காக, 2016 மற்றும் 2017இல் பாஜக நியமித்திருந்த தனியார் நிறுவனங்கள் அனைத்தும் பொதுவானதொரு பார்வையையே முன்வைத்தன. சமையல் எரிவாயு உருளைகள்(உஜ்வாலா திட்டம்), கழிவறைகள்(ஸ்வஜ் பாரத்) மற்றும் ஜன் தன் திட்டம் ஆகிய மூன்று மத்திய அரசுத் திட்டங்களும் வெகு பிரபலமாக இருந்தன, குறிப்பாகப் பெண்களிடையே.

2016 மே மாதத்தில், உஜ்வாலா திட்டத்தைத் துவக்கிவைக்க உபியின் பலியா எனும் இடத்தைத் தேர்வு செய்தனர். இத்திட்டம் மிக எளிமையானது. இத்திட்டத்தின்படி, வறுமைக்கோட்டிற்குக் கீழே இருக்கும் குடும்பங்களுக்கென ஐந்து கோடி சமையல் எரிவாயு இணைப்புகளுடன், ஒரு இணைப்புவீதம் 1600 ரூபாய்கள் உதவிப்பணமும் கொடுக்கப்படவிருந்தன. குடும்பத்தலைவியின் பெயரிலேயே இந்த இணைப்புகள் பதிவுசெய்யப்படவிருந்தன.

லக்னோவின் அருகிலிருந்த உன்னாவோ மாவட்டத்தில், சமாஜ்வாடி கட்சியின் செல்வாக்குமிக்க உள்ளூர் தலைவராக அருண் சிங் எனும் பிரமுகர் இருந்தார். சமாஜ்வாடி-காங்கிரசு கூட்டணியின் மூலம் கிடைக்கப்போகும் வாய்ப்புகளின் மீது அவருக்குப் பெரிதாய் நம்பிக்கை ஏற்படவில்லை. அந்தத் தொகுதி காங்கிரசின் கைவசம் சென்றுவிட்டதால், தங்கள் வேட்பாளரை அங்கு போட்டியிட வைக்கமுடியவில்லையே என்ற எரிச்சல் உள்ளூர் சமாஜ்வாடி கட்சியினரிடையே இருந்தது. அருண் சிங்கிற்கு விசுவாசமாக இருந்த கிராம முக்கியஸ்தர்கள் சிலர், அரசியல் ரீதியான தேர்வுகள் தங்களுக்கு மறுக்கப்பட்டது குறித்து அவரிடம் முறையிட்டனர், அவர்களுள் ஒரு இசுலாமிய முக்கியஸ்தர், “பாஜகவிற்கு நான் வாக்களிக்கவே மாட்டேன். ஆனால் நானும் என் மக்களும் பாஜகவிற்கு வாக்களிக்குமொரு நிலை வந்தால், அது சர்வநிச்சயமாக சமையல் எரிவாயு உருளைக்காகத்தான் இருக்கும். எனக்கு அவரைப் பிடிக்காது. ஆனால் இவ்வழிகளிலேயே கிராமப்புறங்களை அடுத்த பத்து வருடங்களுக்குள் மோடி மாற்றியமைத்துவிடுவார் என்பது உண்மை. பயனாளிகளுக்குத் தேவையான பயன்களனைத்தும் அவர்களை நேரடியாகவே சென்று சேர்ந்து விடுகின்றன” என்றார்.

விநியோக முறைகளை மேம்படுத்துவதற்கான அத்தியாவசியத்தை உணர்ந்து, ஏழைகளின் நலனுக்கானப் பல்வேறு திட்டங்களை ஐக்கிய முன்னேற்றக் கூட்டணி முடுக்கிவிட்டிருந்த அதேநேரத்தில், இந்தத் திட்டங்களில் பெரும்பாலானவற்றை அறிமுகப்படுத்தி, மந்தமான அரசாட்சிக்கு புத்துயிரளித்து, ஆதார் மூலம் பெறப்பட்டத் தகவல்களைக் கொண்டும், தன் சொந்த அரசியலறிவை மூலதனமாகப் பயன்படுத்தியும், திட்டங்களைத் துரிதமாகச் செயல்பட வைத்தார் மோடி.

அரசாங்கத்தின் உதவியை நாடும் மிகுந்த வறியநிலையிலிருக்கும் குடும்பங்களை அடையாளம் காண, ஐக்கிய முன்னேற்றக் கூட்டணி - 2இல் உண்டாக்கப்பட்ட, சமூகப் பொருளாதார மற்றும் சாதி அடிப்படையிலான மக்கள்தொகைக்கணக்கெடுப்பின்படி கிடைத்த தகவல்களையும் தன் திட்டங்களுக்கென மோடி அரசாங்கம் பெரிதும் பயன்படுத்திக்கொண்டது. இந்தக் கணக்கெடுப்பு இந்திய ஏழைகள் குறித்த மிக விரிவான தகவல்தொகுப்புதான் என்பதில் சந்தேகமில்லை. இதன் முழுத்தகவல்களும் இன்னும் வெளியிடப்படாத நிலையில், மத்திய அரசால் மட்டுமே அவற்றை முழுமையாக உபயோகிக்க முடியும்.

இந்த மக்கள்தொகைக் கணக்கெடுப்பின்படி, மிகக் கவனமாக விளக்கப்பட்டிருந்த விதிகளை அடிப்படையாகக் கொண்டே வறிய குடும்பங்கள் அடையாளம் காணப்பட்டன. மக்கள்தொகைக் கணக்கெடுப்புச் சட்டத்தின் கீழ் இக்கணக்கெடுப்பு வராது என்பதால், தனிமனிதர் எவரும் வெறும் எண்களின் மூலம் குறிப்பிடப்படாமல், அவர்களுடைய பெயர் மற்றும் முகவரியுடனேயே அறியப்பட்டனர். முடிவாக, இந்தியா முழுவதிலும் இருந்த பத்து கோடி கிராமக் குடும்பங்கள் வறிய நிலையிலிருப்பவையாக அடையாளம் காணப்பட்டன. இவர்கள்தாம் இந்தியாவில் மிகவும் ஏழ்மை நிலையிலிருப்போர், எனவே அரசாங்க நடவடிக்கைகள் இப்போது இவர்களை நோக்கியே குறிவைக்கப்பட்டன.

ஐக்கிய முன்னேற்றக் கூட்டணியின் நலத்திட்டங்களை விடவும் பாஜகவின் நலத்திட்டங்கள் சிறந்த விளைவுகளை உண்டாக்குமா என்பது தர்க்கத்திற்கு உரியதுதான் எனும்போதும்,

அவற்றின் அரசியல் முக்கியத்துவத்தை உணர்ந்து, மோடி அவற்றை சாதுர்யமாக பயன்படுத்திக் கொள்வார் என்பதில் சந்தேகமேயில்லை. ஒரு பார்வையாளரின் இடத்திலிருந்து பார்க்கும்போது, இந்நலத்திட்ட விநியோகம் முனைப்புடன் செய்யப்பட்டதோ இல்லையோ, வெகு ஆடம்பரமாக செய்யப்பட்டன என்பதை அறியமுடிகிறது. சமையலின்போது பாதுகாப்பும், சுகாதாரமும் அற்றச் சூழ்நிலையில் தன் தாயார் அவதிப்பட்டதைப் போல, வேறெந்தத் தாயாரும் அவதிப்படக்கூடாது எனத் தான் விரும்பியதுதான் உஜ்வாலா திட்டம் உருவாகக் காரணமெனக் கூறி, ஒவ்வொரு பேரணியின் போதும் தன் சொந்த அனுபவங்களை மோடி நினைவுகூர்ந்தார்.

இப்போது ஜன் தன் பற்றிப் பார்க்கலாம். தேர்தல் பிரச்சாரத்தின் இறுதிநேரத்தில் நிகழ்ந்த மோடியின் பேரணியை நோக்கி, மிர்சாபூரில் ஆட்டோ ஓட்டிக்கொண்டிருந்த ஒரு தலித் இளைஞரும் நானும் விரைந்துகொண்டிருந்தபோது, தான் பாஜகவிற்குதான் வாக்களிக்கப் போவதாக அந்த இளைஞர் என்னிடம் கூறினார். அதற்கான ஒரே காரணம், "மோடிஜி வங்கிகணக்குகளைத் துவக்கியுள்ளார்" என்பதுதான். இந்தக் கணக்குகளில் பணமில்லை என்பது அவருக்கு ஒரு பொருட்டாகவே இல்லை. "பணத்தை நாம்தான் சம்பாதித்துக்கொள்ள வேண்டும்" எனக் கூறினார். தனக்கென மொத்தமாக ஒரு வங்கிக்கணக்கு இருப்பதிலேயே அவர் மகிழ்ச்சியடைந்து விட்டிருந்தார். தனக்கான அங்கீகாரமொன்று கிடைத்துவிட்டதாக அவர் உணர்ந்திருக்கிறார், மேலும் தனக்கான வேலையை அரசாங்கம் வந்து செய்துகொடுக்க வேண்டும் என அவர் எதிர்பார்க்கவுமில்லை.

பாஜகவைச் சேர்ந்த வல்லுநர் ஒருவர், "ஏழைகளுக்கு கௌரவத்தை அளித்திருப்பதாலேயேதான் உஜ்வாலா, கழிப்பறைகள் மற்றும் ஜன் தன் ஆகிய திட்டங்கள் இத்தனைப் பிரபலமடைந்துள்ளன. இத்தகைய திட்டங்களை கொண்டுவந்ததற்காக மோடிஜியை அவர்கள் பாராட்டுகின்றனர். பொதுநிறுவனங்களுடன் கூட்டில் இல்லாத சிறு வியாபாரங்களுக்காக நிதியளிக்கும் முத்ரா திட்டத்தை எடுத்துக்கொள்ளுங்களேன். சவரத்தொழில் செய்பவர்களும், பான்மசாலா விற்பவர்களும்தான் இந்த சிறுகடனை பெற்றுக்கொள்கின்றனர். இம்மக்களும் வாக்காளர்கள்தான்

என்பதை கடந்தகால ஆட்சியாளர்கள் காணத் தவறியிருந்தனர்" என்றார்.

ஏழைகளுக்கான உதவிகளை யார் வழங்குகின்றனர் எனும் கருத்துப்போரில், இறுதியாக பாஜகவே ஜெயித்தது. இதை நடைமுறைப்படுத்துகையிலே, தன் வர்க்க அடித்தளத்தையும் பாஜக விரிவாக்கம் செய்துகொண்டதோடு, தனது பாரம்பரிய வழக்கத்தைவிட்டு புது தொகுதிகளுக்குள்ளும் கட்சி பிரவேசித்தது.

~

சிறிது தயக்கத்துடனேயே மோடி அளித்திருந்த ஒரு குறிப்பிட்ட உறுதிமொழியினால்தான் இந்த மாற்றம் முழுமையடைந்தது எனலாம்.

ஏழைகளுக்கான நலத்திட்டங்கள் அடைந்திருந்த புகழை பாஜக தலைமையிடம் எடுத்துரைத்த கணக்கெடுப்புகள் யாவும், விவசாயக்கடனை தள்ளுபடி செய்யவேண்டியதும் வாக்காளர்களின் முக்கியமானதொரு கோரிக்கையாக இருந்ததெனக் கூறின. 3 சதவீத ஓட்டுக்களை இதன்மூலம் அதிகமாகப் பெறமுடியும் எனவும் கணக்கெடுப்புகள் கூறின. 2016ஆம் ஆண்டு தான் மேற்கொண்ட பயணத்தில் இந்தக் கோரிக்கையை வலியுறுத்தி மக்களின் ஆதரவை ராகுல் காந்தி திரட்டினார், எனினும் களத்தில் இதுதொடர்பாக பெரிதாக எதுவும் அவர் தொடர்ந்து செய்ததாகத் தெரியவில்லை. இது ஆட்சியில் உள்ளவர்களால் நிறைவேற்றி விடக்கூடிய கோரிக்கைதான் எனக் குடிமக்கள் உணரத்துவங்கினர்.

மக்கள் நலத்திட்டங்கள் என வரும்போது, தனக்கு முன்னர் ஆட்சியில் இருந்தவர்களை விடவும், குறிப்பாக ஐக்கிய முற்போக்குக் கூட்டணியை விடவும், தான் வித்தியாசனமான முறைகளைக் கையாள்வதாக மோடி எண்ணினார் எனப் பல அதிகாரிகள் கூறினர். அரசிடமிருந்து நிவாரணமோ உதவித்தொகையோ வேண்டி நிற்கும் ஏழைகளைப் பாதிக்கப்பட்டவர்களாக ஐக்கிய முற்போக்குக் கூட்டணி கருதியது, ஆனால் அவர்கள் அதிகாரமளிக்கப்பட வேண்டியவர்களாகவும், தம் சுய முயற்சியில் முன்னுக்கு வருமாறு வாய்ப்புகள் அளிக்கக்கப்பட வேண்டியவர்களாகவுமே

மோடி கருதினார். எனவே விவசாயக்கடன் தள்ளுபடி என்பது மோடியின் இந்த எதிர்பார்ப்புகளுக்குள் வரவில்லை. மாறாக, பாஜகவும் மோடியும் அறவே வெறுத்த "இலவசம்" எனும் வகைமைக்குள்தான் அது வருகிறது.

எனினும் அதற்கான அரசியல்ரீதியான அழுத்தம் அதிகமாக இருந்தது. மாநிலப் பிரிவும், கணக்கெடுப்புகளும் இவ்விஷயத்தில் அமித்ஷாவை சமாதானப்படுத்தியிருந்தன, எனவே அவர் பிரதம மந்திரியையும் இணங்கவைத்தார். முடிவாக, விவசாயக்கடன் தள்ளுபடியும், வட்டியில்லா கடனளிப்பும் கட்சியின் தேர்தல் அறிக்கையில் இடம்பெற்றன. அரசால் செயல்படுத்தத்தக்கத் திட்டங்கள் மட்டுமே அதில் சேர்க்கப்பட வேண்டும் என்பதே தன் குழுவினருக்கான மோடியின் ஒரே அறிவுரையாக இருந்தது. தேர்தல் அறிக்கை தயாரிப்பில் ஈடுபட்டிருந்த அரசியல் தலைவர்களை நோக்கி, "நம்மால் செயல்படுத்த முடியாத வாக்குறுதிகளைத் தராதீர்கள்" எனவும் அவர் கூறியிருந்தார்.

விவசாயக் கடன் தள்ளுபடிக்காகப் பெரிதும் பாடுபட்டவர் வீரேந்தர் சிங் 'மஸ்த்' எனும் தலைவர்.

கட்சியின் விவசாயிகள் இயக்கத்தின் தேசியத்தலைவரும், கிழக்கு உபியின் பதோஹியைச் சேர்ந்த பாஜக சட்டமன்ற உறுப்பினருமான இவர், முக்கியமான தலைவராவார். பாராளுமன்றத் தேர்தல்களில் பூலான் தேவியால் ஒருமுறை தோற்கடிக்கப்பட்டு, மீண்டும் அவரை வென்றதன் மூலம் 1990களில் மஸ்த் பிரபலமானவராக இருந்தார். இக்காலகட்டத்தில், தில்லியில் கட்சிப்பணியாற்றும் அதிகாரியாக இருந்த மோடியை மஸ்த் அக்காலத்தில் அறிந்திருந்தார். ராஜ்னாத் சிங் எனும் மற்றுமொரு தாக்கூர் தலைவரின் வளர்ச்சியும், பாஜகவின் உள்கட்சி அரசியலும் சேர்ந்து மஸ்தை வலுவிழக்கச் செய்தன. ஆனால் 2014இல் தனது தொகுதியில் வென்றதன் மூலம் அவர் மீண்டும் பதவி பெற்றார். உபி தேர்தல் சமயத்தில், விவசாயிகளின் சார்பாகப் பொறுப்பேற்றுக் கொள்ள மஸ்திற்கு ஷா வாய்ப்பளித்தார்.

தேர்தல்கள் முடிந்ததும், மத்திய தில்லியில், லி மெரிடியன் விடுதிக்கு எதிரிலிருந்த தன் இல்லத்தில், தனது தொகுதியில்

இருந்து வந்திருந்த விருந்தினர்களை மஸ்த் உபசரித்துக் கொண்டிருந்தார். ஆர்எஸ்எஸ்ஸின் இரண்டாம்கட்டத் தலைவராகிய குரு கோல்வால்கர் மற்றும் ஆர்எஸ்எஸ்ஸின் தொழிலாளர் அணி அமைய முன்னோடியாக விளங்கிய தத்தோபாந்த் தெங்கிதி அவர்களின் புகைப்படங்கள் அந்த வீட்டின் சுவற்றை அலங்கரித்திருந்தன.

உபியின் விவசாயிகள் குறித்தும், விவசாயப் பொருளாதாரத்தின் மையநிலை குறித்தும் மஸ்த் பேசத்துவங்கினார். "கங்கை-யமுனை பகுதியான, காசியாபாத் துவங்கி காசிப்பூர் வரை முழுவதும் விவசாயப் பகுதிதாம். விவசாயிகளின் சக்தியை மோடி அறிந்திருக்கிறார். பெரு நிறுவனங்கள் போலல்லாது, தாங்கள் வாங்கிய கடனை விவசாயிகள் திருப்பிச் செலுத்தி விடுகிறனர். கடனோடு வாழ்வதை விவசாயிகள் விரும்புவதில்லை. ஆனால் அவர்கள் ஏதேனும் இக்கட்டில் சிக்கிக்கொண்டார்களானால், அவர்களுக்கு உதவி செய்வதும் முக்கியமானதாகிறது" எனக் கூறிய அவர், நீர்ப்பாசன வசதியை மேம்படுத்துதல், கிராமப்புற மின்வசதிகள் உண்டாக்குதல், பயிர்க்காப்பீடுகள் வழங்குதல், கிராமப்புறச் சாலைகள் அமைத்தல், கால்நடைப் பண்ணை விவசாயத்திற்கு மானியமளித்தல் போன்ற விவசாயிகளுக்கான அரசாங்க நலத்திட்டங்களுள் இதுவும் ஒன்றுதான் எனவும் எடுத்துக்கூறினார்.

"மோடியைப் போல நம்பிக்கை அளிக்கக்கூடிய ஒரு தலைவரை இதுவரை நான் கண்டதேயில்லை. விவசாயக் கடனை தள்ளுபடி செய்வதாகவும், உபியின் விவசாய நிலையை மாற்றியமைக்கப் போவதாகவும் அவர் உறுதியளித்தபோது, விவசாயிகள் அவரை நம்பினர்" என்றார் மஸ்த்.

கிராமங்கள், ஏழைகள், விவசாயிகள் ஆகிய மூன்றிலும் கவனம் செலுத்துவதன் மூலம், வரும் தேர்தல்களில் கட்சிக்குப் பெரிய ஆதாயங்கள் கிடைக்கக்கூடும். மண்ணின் மைந்தனாக மோடியைக் காட்சிப்படுத்துவதில் இது பெரிதும் உதவவும் கூடும். ஆனால், பாஜகவின் மாநில ஆட்சி அமைந்திருக்கும் மஹாராஷ்திராவிலும் மத்தியப் பிரதேசத்திலும் கூட அடுத்த சில மாதங்களில் விவசாயக் கடன் தள்ளுபடி வேண்டி விவசாயிகள் கோரிக்கையை எழுப்பினர், இதன்மூலம் தன் கொள்கைக்கு

எதிரான ஒரு பெரும் சவாலை கட்சி சந்திக்க வேண்டியிருந்தது. ஆனால் உபியைப் பொறுத்தவரை, பணமதிப்பிழப்பு நடவடிக்கை மத்திய அரசு ஏழைகளுக்கான நலத்திட்டங்களை வழங்குவதற்கு வழிவகை செய்யும் என மக்களைக் கருதச் செய்திருந்தனர், இதன் மூலம் நாற்பது வருடங்களின் முன் நாட்டின் பலம்வாய்ந்த பிரதமராக இருந்த இந்திரா காந்தியால் மிக கவனத்துடன் உருவாக்கப்பட்டிருந்த 'ஏழைகளின் தலைவர்' எனும் பிம்பத்துக்குள் மோடி தன்னைத்தானே மிகச்சரியாகப் பொருத்திக்கொண்டார்.

~

மோடி அலை உருவாகியதற்கு, தமக்குள் பிளவுபட்டு மக்கள் நம்பிக்கையை இழந்திருந்த எதிர்க்கட்சியையும் ஒரு காரணமாகக் கூறமுடியும்.

தில்லி பல்கலைக்கழகத்தின் இந்து கல்லூரியில் நான் இளங்கலைக்கல்வி பயின்றுகொண்டிருந்தபோது, என்னுடன் பயின்ற நெருங்கிய நண்பனொருவன் இன்று லக்னோவின் இளம் தொழிலதிபராக வளர்ந்து வருகிறான். மத்திய உபியைச் சேர்ந்த, பாரம்பரியமாகவே வியாபார ரத்தம் ஓடிய பனியா குடும்பத்தைச் சேர்ந்த அவன், தன் சொந்த உழைப்பால் தொழிலதிபராக உருவாகியிருந்தான். 'சங்'கையும் பாஜகவையும் அவனுடைய குடும்பத்தினர் நீண்ட காலமாகவே ஆதரித்து வந்தனர்.

நவம்பர் 8 அன்று, லக்னோ உணவுவிடுதி ஒன்றில் நாங்கள் இருவரும் இரவு உணவு சாப்பிட்டுக் கொண்டிருந்தோம். எனது நண்பனுக்கு குறுஞ்செய்திகளும், அலைபேசி அழைப்புகளும் வந்தவண்ணமே இருந்தன, உடனே அவன் டிவியை இயக்கினான்.

பணமதிப்பிழப்பு நடவடிக்கை - அன்றுவரை பெரிதாய் பிரபலம் கூட அடைந்திராத அந்த ஒரு சொல், அவன் வியாபாரத்தில் பெரும் தாக்கங்களை உண்டுபண்ணக்கூடியது. ஆனால் அவன் அமைதியாக இருந்தான், சொல்லப்போனால் மகிழ்ச்சியாகவும் கூட இருந்தான், ஏனெனில் இதன் மூலம் தன் சொந்தத் தொழில் மட்டுமல்லாது நாட்டின் அனைத்துத் தொழில்களுமே ஒழுங்குபடுத்தப்படப் போகிறது என அவன் நம்பினான்.

“எதிர்காலத்தைக் கருத்தில் கொண்டு பார்த்தால், இது நன்மை தரும் நடவடிக்கைதான் நண்பா.. நமது வியாபாரங்களின் இருண்ட பிரதேசங்களை எண்ணி எத்தனை நாட்கள்தாம் நாம் கவலை மட்டுமே பட்டுக்கொண்டே இருப்பது? பழைய தொழில்கள் அனைத்தும் தன்னைச் சட்டத்திற்கு உட்படுத்திக் கொள்ளவும், நவீனமாகிக் கொள்ளவும், தன்னைத்தானே மாற்றியமைத்துக் கொள்ளவும் இந்நடவடிக்கை வலியுறுத்துகிறது. இது நல்ல விஷயம்தானே.”

ஆனால் அவனது குடும்பத்தினர் இதேபோல் கருதவில்லை.

அடுத்து வந்த இரு மாதங்களும், தங்கள் பணக் கையிருப்பை நிர்வகித்துக்கொள்ள பல வழிகளையும் அவர்கள் தேடிக்கொண்டிருந்ததால், நரேந்திர மோடிக்கு எதிராகக் கடுஞ் சீற்றமும் ஆத்திரமும் அவர்களுக்கு உண்டாகியிருப்பதாக அறிந்தேன். “பாஜகவை தங்கள் சொந்த கட்சியாகவே அவர்கள் அனைவரும் எண்ணியிருந்தனர், எனவேதான் மோடி தங்களுக்கு இழைத்த துரோகத்தை அவர்களால் தாங்கிக்கொள்ளவே முடியவில்லை” எனச் சிரித்தபடியே கூறினான் என் நண்பன்.

சட்டசபைத் தேர்தல்கள் முடிவுற்றதும், கோபத்துடனிருந்த அவன் உறவினர்கள் யாருக்கு வாக்களித்தனர் என அவனிடம் கேட்டேன், “பாஜகவிற்குதான்!” எனப் பதிலளித்தான். அவர்களின் இந்த மனமாற்றத்தைப் பற்றி அறிந்துகொள்ள நான் ஆவலாக இருந்ததைக் கண்டு, “வேறு யாருக்கு வாக்களிக்கச் சொல்கிறாய்? ராகுல் காந்திக்கா?” என அவன் திருப்பிக் கேட்டான்.

பெரும்பாலானோர் இவ்வாறுதான் எண்ணினர்.

புதிதாகத் துவக்கப்பட்டிருந்த ‘தி ப்ரிண்ட்’ எனும் ஊடக நிறுவனம், தேர்தல் குறித்த இளைஞர்களின் மனநிலையை அறிய முற்பட்டது. இந்நிறுவனம், நகர்ப்புற மாணவர்கள் நிறைந்த கான்பூர் கல்லூரியிலும் கிராமப்புற மாணவர்கள் நிறைந்த பதோஹி கல்லூரியிலும் பயின்ற இளைஞர்களிடம் காணொளிப் பேட்டிகளை எடுத்தது. மாணவர்கள் விரும்பும் தலைவர் குறித்து கேள்வி கேட்கப்பட்டதும், பெரும்பாலோனோர் மோடியை விரும்பினர்; சிலருக்கு அகிலேஷ் யாதவ்வை பிடித்திருந்தது; பதோஹியிலிருந்த ஒரே ஒரு மாணவர் மட்டும் மாயாவதியின்

தலைமையை விரும்புவதாகக் கூறியிருந்தார். இந்த இரு கல்லூரிகளிலுமே, ராகுல் காந்தியை விரும்புவதாகவோ அல்லது ஆதரிப்பதாகவோ ஒரு மாணவர் கூட கூறவில்லை.

நம்பகத்தன்மைமிக்க ஒரு தலைவராக ராகுல் காந்தியை இந்திய மக்களால் ஏற்றுக்கொள்ள முடியவில்லை. பல்வேறு வர்க்க மக்களின் ஆதரவுகளை மோடியும்கூட பெற்றுவிட்டிருந்தார், ஆனால், தனது பெரும்பான்மை நேரத்தை ‘உபி’யில்தான் ராகுல்காந்தி செலவழித்திருந்தார், ஆனால் அங்கும்கூட இசுலாமியர்களைத் தவிர வேறெந்த சமூகத்தினராலும் அவரை காங்கிரசின் துணைத்தலைவராக ஏற்றுக்கொள்ள முடியவில்லை.

ராகுல் காந்தியால் லக்னோ பனியாவை கவர முடியவில்லை, கோரக்பூர் தாக்கூரை கவர முடியவில்லை, மொராதாபாத் தலித்தை கவர முடியவில்லை, மிர்சாபூர் குர்மியை கவர முடியவில்லை, பந்தல்கந்த் பிராமணரை கவர முடியவில்லை, அலகாபாத் குஷ்வாகாவை கவர முடியவில்லை, முசாபர்நகர் ஜாட்களை கவர முடியவில்லை, சகாரான்பூர் சைனியை கவர முடியவில்லை. ஒரு பணக்கார வியாபாரியை அவரால் கவர முடியவில்லை, நடுத்தர வர்க்கத்தைச் சேர்ந்த ஆசிரியரை அவரால் கவர முடியவில்லை, வாக்களிப்பதற்காக தன் சொந்த ஊருக்குத் திரும்பியுள்ள தில்லியில் டாக்சி ஓட்டுநராகப் பணிபுரியும் இளைஞனை அவரால் கவர முடியவில்லை, குறைந்தளவு நிலம் வைத்திருக்கும் ஒரு விவசாயியை அவரால் கவர முடியவில்லை, வறுமைக்கோட்டிற்கு கீழேயுள்ள ஒரு பெண்மணியை அவரால் கவர முடியவில்லை, கல்லூரிப்படிப்பை முடித்துவிட்டு வேலைக்காகக் காத்திருக்கும் இளைஞனை அவரால் கவர முடியவில்லை.

அனைத்து மாநிலங்களிலும் இதே கதைதான் ஓடியது. எந்தவொரு குறிப்பிட்ட சமூகத்தினரையோ வர்க்கத்தினரையோ ராகுல் காந்தியால் கவர முடியவில்லை. தனது சொந்த மத, சாதி, தொகுதிகளைச் சார்ந்து மட்டுமே ஆதிக்கம் செலுத்திய தலைவர்களைப் பின்னுக்குத்தள்ளி, அனைத்துச் சமூகத்தினர் மற்றும் வர்க்கத்தினரிடையேயும் செல்வாக்கைப் பெற்றிருந்த ஜவகர்லால் நேரு, இந்திரா காந்தி மற்றும் ராஜீவ் காந்தி போன்ற தேசியத் தலைவர்களைப் போலவும் ராகுல் காந்தியால் தனித்துவத்துடன் ஜொலிக்க முடியவில்லை.

தனக்கென ஒரு உறுதியான அடித்தளத்தை அவரால் உருவாக்கிக் கொள்ள முடியாததைப்போலவே, தன் குடும்பத்தினரைப் போல பரந்துவிரிந்த மக்களாதரவையும் அவரால் அடைய முடியவில்லை.

சமூகநோக்கில் சொல்லிக்கொள்ளும்படியான எந்தவொரு செயலையும் அவர் செய்திருக்கவில்லை என்பதே அவரால் மக்களாதரவைப் பெற முடியாததற்கான முக்கியமான காரணமும்கூட.

கட்சியின் இளைஞரணிக்குள் அவர் கொண்டுவந்திருந்த சீர்திருத்தங்கள் எதுவும் மக்களைக் கவர்ந்திழுக்கவில்லை - உண்மையில், அவற்றால் கட்சிக்கே கூட எந்தப் பலனும் உருவாகவில்லை. அவருடைய தந்தையின் மீதோ, பாட்டியின் மீதோ அல்லது முப்பாட்டனார் மீதோ எவருக்குமே தற்போது பெரிதாக அபிமானமில்லை, பெரும்பாலான இந்தியர்களிடையே இத்தலைவர்களைப் பற்றிய நினைவுகளே இல்லை எனவும் கூறலாம், மேலும் வம்சாவளியாகக் கிடைக்கப்பெறும் உரிமைகளை மக்கள் வெறுக்கவும் செய்தனர்.

ராகுல் காந்தியின் சாதனைகளை அறிய வாக்காளர்கள் ஆர்வமாயிருந்தனர். ஆனால் அவர்களிடம் உரைக்கவென அவரிடம் எந்தவொரு சாதனையுமில்லை. பலவீனம்மிக்க பாராளுமன்ற உறுப்பினராகவே அவர் இருந்தார்; அவர் அமைச்சராக இருந்ததேயில்லை, நிர்வாகத்திறனும் அவருக்கில்லை; அவருடைய தாய்க்குப் புகழைச் சேர்த்த 'தேசிய ஊரக வேலையுறுதித் திட்டம்' போல் ராகுலை அடையாளப்படுத்தக்கூடிய எந்தவொரு திட்டத்தையும் அவரால் உருவாக்க முடியவில்லை, மேலும் வேலைவாய்ப்பின்மை உள்ளிட்ட பல குற்றச்சாட்டுகளையும் அவர் அரசாங்கத்தின் மீது வைத்தபோதும் அவை மக்களிடையே எடுபடவேயில்லை, மாறாக, "பத்து வருடங்களாக ராகுல் காந்தி ஆட்சிப்பொறுப்பில் இருந்தார்தானே? நாடு சுதந்திரமடைந்த காலம்தொட்டு அவருடைய குடும்பத்தினர்தானே பெரும்பாலும் ஆட்சிப்பொறுப்பில் இருந்தனர்?" போன்ற கேள்விகளையும் மக்கள் கேட்கத் துவங்கினர்.

வலிமைகொண்ட ஒரு அமைப்பின் மூலமாக இந்தக் குறைகள் அனைத்தையும் செப்பனிட்டுவிட முடியும்.

ஆனால் ராகுல் காந்தியோ அதுபோன்றதொரு அமைப்பை உருவாக்குபவராகவும் இருக்கவில்லை. அடுத்த அத்தியாயத்தில் நாம் காணப்போவதைப் போல், கடந்த மூன்று ஆண்டுகளில் பாஜகவை அமித்ஷா பெரிதும் மாற்றியமைத்திருக்கிறார், ஆனால் கடந்த பத்தாண்டுகளில் ராகுல் காந்தியின் வளர்ச்சி, காங்கிரசின் பலவீனமடைதலோடுதான் நிகழ்ந்துள்ளது. ராகுலிடம் காங்கிரசின் முழுமையான கட்டுப்பாடு இல்லாததாலும், கட்சியின் பழம்பெரும் தலைவர்கள் கட்சிமீது கொண்டிருந்த செல்வாக்காலும், மாற்றவே இயலாத கட்சியின் கொள்கைபிடிப்புகளாலும் தான் காங்கிரசின் துணைத்தலைவரால் கட்சியைத் தன் விருப்பப்படி மாற்றியமைக்க முடியவில்லை எனக் கூறமுடியும். ஆனால் இதுவும்கூட கட்சித்தலைமையின் மற்றுமொரு தோல்விதான். காங்கிரசு கட்சியின் மீது ராகுல் கொண்டிருந்த இயல்பான உரிமையை உபயோகித்து, தனக்குரிய அதிகாரத்தை அடைந்து, தன்னைத்தானே நிலைநிறுத்திக்கொண்டு, அதன்மூலம் ஒரு திடமான அமைப்பையும், மாநிலங்களின் அனைத்து நிலைகளிலும் கட்சி தலைமைக்குழுக்களையும் அவரால் உருவாக்கியிருக்க முடியும், ஆனால் இதில் எதைமே அவர் செய்யவில்லை.

தனக்கென வலுவான அடித்தளமோ, தனிப்பட்ட சாதனைகளோ, அமைப்பார்ந்த செயல்பாடோ இல்லாவிட்டாலும் கூட, சொற்பொழிவாற்றும் திறமையும், கவர்ச்சியான ஆளுமையும் இருந்திருந்தாலும் கூட ராகுல் காந்தியால் முன்னேறியிருக்க முடியும். ஆனால் அவரிடம் அவையும்கூட இல்லை என்பதற்கு பின்வரும் சான்றைக் கூற முடியும்.

2017 பிப்ரவரியில், உபி தேர்தல் சமயத்தில், பரேல்லியில் ஏற்பாடாகியிருந்த கட்சிமாநாட்டிற்கு தலைமை தாங்க ராகுல் காந்தி ஒப்புக்கொண்டிருந்தார். மதியம் இரண்டு மணியிலிருந்தே கூட்டம் சேரத் துவங்கியிருந்தாலும், மக்களின் பேரலையால் அரங்கம் நிறையவில்லை. இரண்டரை மணி நேரம் கழித்து ராகுல் காந்தியின் ஹெலிகாப்டர் வந்திறங்கியபோது, அங்கிருந்த நாற்காலிகள் அனைத்தும் காலியாக இருந்தன.

பரேல்லி கண்டோன்மண்ட் தொகுதியில் காங்கிரஸ் வேட்பாளராகப் போட்டியிட்ட நவாப் முஜாஹித்கானை ஆதரித்துப் பிரச்சாரம் செய்வதற்காக ராகுல் காந்தி வந்திருந்தார். ஒரு லட்சத்திற்கும் அதிகமான இசுலாமிய வாக்காளர்கள் அத்தொகுதியில் இருந்தனர். சமாஜ்வாடி கட்சியுடன் கூட்டணியில் இருந்த காங்கிரஸ், இத்தொகுதியில் தமக்கு வெற்றிவாய்ப்பு பிரகாசமாக இருப்பதாக நம்பியது.

வாக்குப்பதிவிற்கு இருதினங்களே இருந்த நிலையில், தேர்தல் ஆணையத்தின் சட்டவிதிகளின்படி மாலை ஐந்து மணிக்குள் பிரச்சாரம் முடிவடைந்தாக வேண்டும். தன் உரையை முடித்துக்கொள்ள அரை மணிநேரமே மீதமிருந்தபோதுதான், ராகுல் காந்தி அங்கு வந்திறங்கினார். இதனால் அவர் விரைவாகப் பேசி முடிக்க வேண்டியிருந்தது. எனவே ராகுல் நேரடியாக விஷயத்திற்குள் இறங்கினார் - இந்தியாவின் மிகப்பெரிய சவால் வேலைவாய்ப்புகள்தான். "இரண்டுகோடி வேலைவாய்ப்புகளை உருவாக்கித்தரப் போவதாக மோடிஜியின் அரசாங்கம் உறுதியளித்திருந்தது. இதுவரை எத்தனை வேலைவாய்ப்புகளை உருவாக்கியுள்ளீர்கள் என பாராளுமன்றத்தில் அவர்களைப் பார்த்துக் கேட்டேன். முதல் வருடத்தில் ஒரு லட்சம் வேலைவாய்ப்புகளை உருவாக்கியுள்ளதாக ஒரு அமைச்சர் கூறினார். இரண்டாம் வருடமோ ஒரு வேலைவாய்ப்பைக் கூட அவர்கள் உருவாக்கவில்லை" என்றார். இதைக்கேட்டு கூட்டம் பலவீனமாகக் கைகளை தட்டியது.

ராகுல் கூறியிருந்த இந்த முதல் கருத்திற்குத் துளியும் சம்பந்தமில்லாததுபோல் தோன்றிய ஒரு கதையை தொடர்ந்து அவர் கூறத்துவங்கியதும் பார்வையாளர்கள் கவனமிழக்கத் துவங்கினர். "சமீபத்தில் சீனாவிற்கு சென்றிருந்த நான், அங்கிருந்த ஒரு அரசியல் தலைவருடன் மதிய உணவருந்த சென்றிருந்தேன். சீனா குறித்து அவரிடம் விசாரித்தபடியே இருந்தேன்; அவரோ இமாச்சலப் பிரதேசத்தைப் பற்றி என்னிடம் விசாரித்தபடியே இருந்தார். அதற்கு நான், 'அட சகோதரா, அத்தனை பெரிய நாட்டில் ஏன் இமாச்சலத்தைப் பற்றி மட்டும் விசாரிக்கிறீர்கள்?' எனக் கேட்டேன். அதற்கு அவர், இமாச்சலத்தில் விளையும் ஆப்பிள் பழங்களுடன்தான் தாங்கள் போட்டியிடுவதாகவும், சீனாவில் தயாராகும்

பொருட்கள் இமாச்சலத்தில் விற்பனையாகும் நாளையே தாம் எதிர்பார்த்திருப்பதாகவும் கூறினார்.''

இந்தக் கதை மூலம் தாம் என்ன கூற வந்தோம் என்பதையே முற்றிலும் மறந்துபோனவராக ராகுல் அடுத்து பணமதிப்பிழப்பு குறித்துப் பேசத்துவங்கிவிட்டார். ''மோடிஜி ஏன் பணத்தாள்களை தடை செய்தார் தெரியுமா? உங்கள் பணத்தை உங்களிடமிருந்து பிடுங்கி, அதை ஐம்பது பணக்கார தொழிலபதிபர்களுக்கும் பிரித்துக் கொடுக்கத்தான்'' என்றார். பணமதிப்பிழப்பு ஏற்படுத்திய பொருளாதாரப் பாதிப்புகளைப் பற்றி விவரித்த ராகுல் மீண்டும் கதைக்கு வந்தார்.

''மோடியுடனான சந்திப்புகளில் இருந்து ஒபாமா விடுதலை பெறும் நாளினையும், பரேல்லியிலும் உபியிலும் தயாரான பொருட்கள் சீனாவில் விற்பனையாவதை என் சீன நண்பன் காணும் நாளையும் நான் எதிர்பார்த்திருக்கிறேன். பட்டங்கள் விடும் மாஞ்சா கயிறுகள் தயாரிப்பதில் பரேல்லி புகழ்வாய்ந்தது. மீண்டும் சீனாவிற்கு நான் பயணமாகும்போது, அதே அரசியல் தலைவருடன் மதிய உணவருந்தியவாறே, பரேல்லியின் மாஞ்சா கயிறுகள் குறித்துப் பேசுவோம்'' எனப் பெரும் குழப்பத்துடனேயே தன் உரையை ராகுல் முடித்தார்.

ராகுலின் இந்தப் பேச்சில் இருந்து நாம் சிலவற்றைத் தெளிவாக விளங்கிக் கொள்ள முடியும். வேலைவாய்ப்பின்மையை மிக முக்கியமானப் பிரச்சினையாக அவர் குறிப்பிடுகிறார். உள்ளூர் தொழிற்துறையையும், உள்ளூர் தயாரிப்புகளையும் அதிகரிப்பதன் மூலம் இந்தப் பிரச்சினையை சமாளிக்க முடியும் என்கிறார். இத்தகைய உள்ளூர் பொருட்களால் உலகளாவிய வர்த்தகத்தையும்கூட அடைய முடியும் என்ற செய்தியையும் அவர் கூறுகிறார்.

இவையாவுமே ஒப்புக்கொள்ளக்கூடிய வாதங்கள்தான். ஆனால் இதில் மூன்று பிரச்சினைகள் உள்ளன.

கதையை மிகவும் எளிமையாகக் கொண்டு சேர்ப்பதற்கு பதில், அதில் பல்வேறு விஷயங்களையும் ஒன்றுசேர்த்து கூட்டத்தினரை ராகுல் குழப்பிவிட்டார். சீனா, இமாச்சலப் பிரதேசம், ஆப்பிள் பழங்கள், ஒபாமா எனக் கூறிக்கொண்டே வந்தபோது, திடீரென பரேல்லியின் தனித்துவமான தொழில் குறித்துப் பேசுகிறார்,

தெளிவாகச் சொல்வதானால் எளிமையானதொரு கருத்தை விளக்குவதற்குரிய வழி இதுவல்ல. பணமதிப்பிழப்பிற்குப் பிறகான மோடியின் மொராதாபாத் உரையைப் போல் பார்வையாளர்களை உணர்வுப்பூர்வமாக கட்டிப்போடும் ஆற்றல் ராகுலின் பேச்சிற்கு இருக்கவில்லை.

இரண்டாவது பிரச்சினை, பரேல்லியில் உள்ளூர் உற்பத்தி அதிகரிக்கவேண்டுமென்பது, முன்னரே மோடி உருவாக்கியிருந்த 'மேக் இன் இந்தியா' பிரச்சாரத்தின் வலுவற்றதொரு பிரதி போலவே இருந்தது. "கர்நாடகாவில் உள்ளூர் உற்பத்திப்பொருள் தயாரிக்கப்பட்டு, அவை புகழ்பெற்றும் விளங்குகின்றன என வைத்துக்கொள்வோம், ராகுலால் அவற்றை விற்பனை செய்து காட்டியிருக்க முடியும். ஆனால் தற்போது கொடுப்பதற்கு அவ்வாறு எதுவுமில்லாததால், நாங்கள் மோடியைப் பிரதியெடுத்து செயலாற்றுவதைப்போல் உங்களுக்குத் தோன்றுகிறது" என ஒரு காங்கிரஸ் தலைவர் கூறினார்.

எனவே, பணமதிப்பிழப்பால் மோடி குறித்து மிகப்பெரிய ஏமாற்றமடைந்திருந்த நிலையிலும்கூட என் நண்பனின் குடும்பத்தினர் ராகுலின் பேச்சால் ஈர்க்கப்பட்டிருப்பர் என எப்படி எதிர்பார்க்க முடியும்? நீண்ட நாட்களாக கட்சிக்கென இருந்த ஏழை வாக்காளர்களை தக்கவைத்துக் கொள்வதில் காங்கிரசு தோல்வியடைந்ததோடு, பணமதிப்பிழப்பு நடவடிக்கையின் பின் எவருக்கு வாக்களிக்கலாம் என விருப்பத்தேர்வுகளை தேடிக்கொண்டிருந்த நடுத்தர வர்க்கத்தினரை கவரும்படியாகவும் அவரால் எதையும் கூறமுடியவில்லை.

ஒரு இளம் பாஜக ஆர்வலர், ராகுலின் உரைகளிலும் செய்திகளிலும் இருந்த சிக்கல்களை துல்லியமாக எடுத்துரைத்தார். "இன்றைய இளைஞர்கள் 5-4-3-2-1 என்ற சூத்திர அடிப்படையில் தம் வாழ்வு அமைய வேண்டும் என விரும்புகின்றனர். அதாவது - ஐந்து இலக்கத்தில் சம்பளம், நான்கு சக்கர வாகனமொன்று, மூன்று படுக்கையறைகள் கொண்ட ஒரு வீடு, இரு குழந்தைகள், ஒரு மனைவி. சாதிக்குழுக்களையும் வர்க்கபேதங்களையும் கடந்து இதுவே அவர்களுடைய இலக்காக உள்ளது, குறிப்பாகப் படிப்பும், இலட்சியமும் உள்ள கீழ் நடுத்தர வர்க்கத்தினரின் விருப்பம்

இப்படித்தான் உள்ளது. அவர்களுடைய இந்த விருப்பங்களை நிறைவேற்றிக்கொள்வதற்கான நம்பிக்கையை அளிக்கும் ஒரேயொரு அம்சத்தையேனும் ராகுலின் பேச்சில் நீங்கள் கேட்டீர்களா? மோடியாலும் அவற்றையெல்லாம் இதுவரை நிறைவேற்றமுடியவில்லைதான், ஆனாலும் அதற்கான நம்பிக்கையையும், ஊக்கத்தையும் அவரால் தம் உரைகளின் மூலம் அளிக்கமுடிகிறது."

ராகுலுன் சுய பலவீனங்களோடு, காங்கிரஸ் கட்சியின் கட்டமைப்பில் உள்ள பிரச்சினைகளையும் ராகுலின் பரேல்லி பேச்சு எதிரொலிக்கிறது. கட்சியின் அமைப்புரீதியான இயக்கமும், அணிதிரட்டும் திறனும் குறைவாகவே இருக்கிறதென்பதையே அன்று திரண்ட சொற்ப அளவிலான மக்கள்திரள் நமக்கு எடுத்துரைக்கிறது. அந்தத் தொகுதி மக்களில் பெரும்பான்மையானோர் இசுலாமியர்கள் என்பதாலேயே அன்றைய பார்வையாளர்கள் அனைவரும் இசுலாமியர்களாகவே இருந்தனர் எனும்போதும், பல்வேறு இனமக்களையும் கொண்ட பரேல்லி தொகுதியின் அனைத்துச் சமூகத்தினரிடமும் ராகுலின் பேச்சு சென்று சேரவில்லை என்பதையும் இது காட்டுகிறது.

விளைவாக, பரேல்லி கண்டோன்மண்ட் தொகுதியை காங்கிரஸ் இழந்தது. ராகுலின் வழிகாட்டுதலின்படி, மிக மோசமானதொரு தோல்வியை உபியில் காங்கிரஸ் அடைந்திருந்தது.

~

வேறுபாடுகள் பல கடந்தும், மோடிக்கு எவ்வாறு ஆதரவுகள் குவிகின்றன?

1980களிலும், 1990களின் துவக்கங்களிலும், பாஜகவின் செல்வாக்குமிகுந்த தலைவர்களாக இருந்தவர்களுள் ஒருவர் கே.என். கோவிந்தாச்சார்யா, கடந்த சில வருடங்களில் நிகழ்ந்துள்ள மோடியின் வளர்ச்சியை கண்கூடாகக் கண்டவர் இவர். தீவிர அரசியலில் இருந்து அவர் தற்போது விலகியிருந்தாலும், 'சங்'கின் மூத்த கருத்தியலாளராக தொடர்ந்து உள்ளார். "அரசியலைச் சந்தைப்படுத்துதல் நரேந்திராவின் தனித்திறமையாகும். அவருடைய மனவமைப்பு மிக எளிமையானது. அவரைப் பொறுத்தவரை, அரசியலும் அதிகாரமும் ஒன்று. அதிகாரம் தேர்தல்களின் மூலம்

கிடைக்கிறது. தேர்தலோ பிம்பங்களின் போர்க்களமாகும். அதன்படி பார்த்தோமானால், பிம்பங்கள், செய்திகள் மற்றும் சமிக்ஞைகளைச் சுற்றியே அரசியல் சுழல்கிறது" என அவர் கூறினார்.

கோவிந்தாச்சார்யாவின் கூற்றுப்படி, ஒரு அரசியல் தலைவருக்கு மூன்று கூறுகள் தேவைப்படுகின்றன: பாதகமான சூழல்களில் தன்னைத்தானே தக்கவைத்துக்கொள்ள ஒரு வசதியான உள்கட்டமைப்பு, வளங்கள் மற்றும் நவீனத் தொழில்நுட்பம். "அவசியமான காலங்களில் கட்சிக்குத் தேவையான அடிப்படை வசதிகளை சங் வழங்குகிறது; தேவையான வளங்களும் அவர்களிடம் தற்போது உள்ளன; செய்திகளை மக்களிடம் பெரிய அளவில் கொண்டுசேர்ப்பதில் பெரும்பங்காற்றும் நவீனத் தொழில்நுட்பங்களாகிய ஊடகத்துறையும், சமூகத்தளங்களும் கூட அவர்களிடம் உள்ளன. இவற்றையெல்லாம் சரியான கலவையில் உபயோகிக்கும் திறனும் நரேந்திராவிடம் இயற்கையாகவே அமைந்துள்ளது" என்றார் அவர்.

'மோடி அலை' உருவாக, மோடி தனக்கென ஒரு பிம்பம் அல்லது பல பிம்பங்களை கட்டமைத்ததும் மிக முக்கியமானதொரு காரணம் என்பதில் சந்தேகமில்லை.

ஆர்.எஸ்.எஸ்ஸைப் பொறுத்தவரை மோடி ஒரு இந்துத் தலைவராவார். நகர்ப்புற நடுத்தர வர்க்க மக்களைப் பொறுத்தவரை, அவர் முன்னேற்றத்தையும் வேலைவாய்ப்புகளையும் கொண்டுவருபவர், மேலும், பாகிஸ்தானுக்குப் பாடம் கற்பிக்கும் ஒரு தேசியவாதியுமாவார் - தில்லி நகராட்சித் தேர்தல்களை சான்றாகக் கொண்டு, இந்தத் தொகுதி மீது அவர் மீது கொண்டிருந்த காதலை நாம் கண்கூடாகவே காணலாம். பாஜகவின் சாதனைகள் முந்தைய பதவிக்காலங்களின் போது வெகு சொற்பமாகவே இருந்தபோதும், மோடியின் தயவாலேதான் கட்சி தில்லியில் பெரும் வெற்றி பெற்றது. ஏழைகளைப் பொறுத்தவரை, மோடி செல்வந்தர்களை எதிர்த்து செயலாற்றுபவரும், தங்கள் தினசரி தேவைகள் குறித்து எண்ணிப்பார்ப்பவரும் ஆவார். ஒவ்வொரு மாதமும் வானொலியில் 'மன் கி பாத்' (மனதின் உரை) கேட்கும் லட்சக்கணக்கானவர்களைப் பொறுத்தவரை, அரசியலையும் கடந்து, அவர் ஒரு நீதிபோதனை ஆசிரியரும்

வாழ்வியல் பாடங்களை நடத்தும் ஒரு குருவும் ஆவார். பிற பிற்படுத்தப்பட்ட வகுப்பினரைப் பொறுத்தவரை அவர் தங்களுள் ஒருவர். உயர்வகுப்பினரைப் பொறுத்தவரை, உலகின் சக்திவாய்ந்த நாடுகளில் ஒன்றாக இந்தியாவை உருவாக்கும் தங்களின் கனவை நனவாக்க வந்தவர் அவர். அவ்வப்போது, இப்பார்வைகள் அனைத்தும் ஒன்றையொன்று சந்தித்துக்கொள்கின்றன.

இத்தனை விதமான பிம்பங்களையும் மக்களிடையே விற்பனை செய்வதென்பது கடினமாக காரியம்தான். இங்குதான் மோடி எனும் ஆளுமையின் மற்றுமொரு முக்கியமான கூறு உள்ளே வருகிறது, அதுதான் அவருடைய 'ஆற்றல்'.

2017 உபி இறுதிக்கட்டத் தேர்தல்களின் போது, மோடியின் சொந்த மக்களவைத் தொகுதியான வாரணாசியில் வாக்குப்பதிவு நடைபெற்றது. நகரத்திலும் அதைச் சுற்றியுள்ள பகுதிகளிலும் மூன்று நாட்களுக்குப் பிரச்சாரத்தை மேற்கொள்ள பிரதமர் திட்டமிட்டிருந்தார். பிரதமரின் பதட்டத்தின் அறிகுறியாகப் பலரும் இதைக் கண்டனர்.

ஆனால், மோடி ஒரு நாட்டின் பிரதமர் மட்டுமல்ல மக்களின் தலைவரும் கூட என்பதை அவர்கள் மறந்துவிட்டிருந்தார்கள். இவ்வாறு உள்ளார்ந்த இரட்டைத்தன்மை கொண்ட ஆட்சியாளர்களை கடந்த ஒரு தலைமுறை இந்தியர்கள் கண்டதேயில்லை எனலாம். இதை நிரூபிக்க, 1991க்குப் பிறகு இந்தியாவை ஆட்சி செய்த பிரதமர்களைப் பற்றிக் காணலாம்.

பி.வி.நரசிம்ம ராவ், தனது சொந்த மாநிலமான ஆந்திரப் பிரதேசத்தில் மிகப்பிரபலமான மக்கள் தலைவராக இருந்தபோதும், அந்த மாநிலத்தைக் கடந்த மற்ற பிரதேசங்களில், மிகக் குறிப்பாக வட இந்தியாவில் அவரால் மக்களின் செல்வாக்கைப் பெறவே முடியவில்லை. கர்நாடகத்தில் மட்டும் பிரபலமாகவிருந்த தலைவராகத்தான் எச்.டி. தேவகவுடாவும் இருந்தார். தில்லியின் இந்தியப் பன்னாட்டு மையத்தின் தேர்தல்களில் வெற்றியடையும் அளவிற்கே ஐ.கே.குஜ்ராலின் செல்வாக்கு இருந்தது. 1991க்குப் பிறகு பதவியேற்ற அடல் பிகாரி வாஜ்பாயி அவர்களுக்குத்தான் மக்களை ஈர்க்கும் கவர்ச்சியும், பெரும் மக்களாதரவும், மக்களை நேரடியாகச்

சந்திப்பதில் பேரார்வமும் இருந்தது - ஆனால் எழுபது வயதைக் கடந்தபின்னரே அவர் பிரதமராகியிருந்ததால், அவருடைய உடல்நலம் பெரிதாக ஒத்துழைக்கவில்லை. எனவே அதிமுக்கியமானத் தேர்தல்களில் மட்டுமே அவர் பங்கெடுத்துக் கொண்டார். தான் போட்டியிட்ட ஒரே ஒரு மக்களவைத் தேர்தலிலும் மன்மோகன் சிங் தோற்றுவிட்டப் பிறகு, தேர்தல் போட்டிகளில் இருந்து அவர் விலகியிருக்கவே விரும்பினார், எனவே அவருக்குத் துளியும் தொடர்பில்லாத பகுதியான அஸ்சாமிலிருந்து ஒரு ராஜ்யசபா பதவியை தேர்வுசெய்துகொண்டு வெகு பாதுகாப்பாக இருந்துகொண்டார்.

தேர்தல்களில் வெற்றியடைவது மட்டுமே தன் அடிப்படை தர்மம் என எண்ணும் மோடி அடுத்து வந்தார். தனது பிரச்சாரங்களை முன்னரே துவங்கிவிடும் அவர், மக்களுடனான தன் சந்திப்புகளையே பெரிதும் நம்பியிருந்தார். குஜராத்தில் இருந்த சங் கிளையின் பொதுச் செயலாளராகப் பதவி வகுத்ததன் மூலம் அவர் 'சங்'கில் இருந்து பாஜகவிற்கு வந்திருந்தார், அமைப்புசார்ந்த இந்தப் பின்னணியாலேயே கட்சியமைப்பின் உச்சத்தில் அவர் வீற்றிருந்தார். மேலும், தோல்வியைக் கண்டு அவர் அஞ்சுவதில்லை - தேர்தல்களில் தன் கட்சியால் சாதகமான விளைவுகளை ஏற்படுத்த முடியாது எனத் தெரிந்தபோதும் களத்தில் இருந்து அவர் பின்வாங்கிடவில்லை, மாறாக மேலும் உத்வேகத்துடன் போட்டிகளில் பங்கேற்றுக்கொண்டார்.

உபி தேர்தல் பிரச்சாரத்தின் இறுதி நாளன்று, மோடியை பல வருடங்களாக நன்கு அறிந்திருந்த பூர்வாஞ்சலை சேர்ந்த கட்சிப்பிரமுகர் ஒருவர் அவரிடம், கட்சியின் தோல்வி குறித்த அச்சம் காரணமாகவே வாரணாசியில் பிரதமர் பிரச்சாரம் மேற்கொண்டார் என்ற வதந்தி பரவியுள்ளதாகவும், தற்போது இந்தப் பிரச்சாரத்தை மேற்கொள்ள வேண்டியதன் அவசியம்தான் என்ன எனவும் வினவினார்.

"தேர்தல் என்பது ஒரு போர், அந்தப்போரில் நான் தளபதி. நான் இந்த நகர மக்களின் பாராளுமன்ற உறுப்பினர், ஆனால் அவர்களுக்காய் என்னால் நேரம் செலவிட முடியாமல் இருந்தது, இந்தத் தேர்தல் மக்களுடன் நான் தொடர்புகொள்வதற்கான ஒரு வாய்ப்பை வழங்கியுள்ளது. இதன்மூலம் கட்சிக்கு நன்மை விளைகிறதென்றால், அது நல்லதுதானே" என

மோடி பதிலளித்தார். இவ்வாறு, ஒவ்வொரு தேர்தலையும் முக்கியமானதாகவும் வெற்றியடைந்தே வேண்டிய ஒன்றாகவும் காண்பது, அதற்கெனப் பொறுப்பேற்றுக்கொள்வது, அதற்காய் அசாதாரணமான ஆற்றலை உபயோகிப்பது எனும் மோடியின் அணுகுமுறையே அவரைத் தனித்துவம் மிக்கவராக்குகிறது.

இந்தத் தனித்துவமே, சமகாலத்தின் மிக சக்திவாய்ந்த மக்கள் தலைவராக மோடியை உருவாக்கியுள்ளது. 2014இல் அவர்மேல் உண்டான இந்த ஈர்ப்பு, மூன்று ஆண்டுகள் கடந்தபிறகும் முழு வீரியத்துடன் செயல்படுகிறது. அதனால்தான், பஞ்சாயத்துத் தேர்தல் துவங்கி பாராளுமன்றத் தேர்தல் வரையுள்ள நாட்டின் அனைத்துத் தேர்தல்களிலும் பாஜக வெல்கிறது. நாட்டின் வரலாற்றில் சிறிதுகாலமே நீடித்திருக்கக்கூடிய ஒரு பகுதியாக இந்த ஈர்ப்பு இருக்குமா அல்லது நாட்டையே மாற்றியமைக்கூடிய விதம் மிக நீண்ட ஆயுளைக் கொண்டிருக்குமா என்பதைப் பொறுத்தே இந்திய அரசியலின் எதிர்காலம் இருக்கப்போகிறது. மக்களுடனான கட்சியின் உறவை வளமாக்கவென ஒரு அமைப்பை உருவாக்கியிருந்த அமித் ஷாவையும், அவர் உருவாக்கிய அந்த அமைப்பையும் சார்ந்தே இவ்வெற்றிகளின் ஆயுள் உள்ளது.

3

ஷாவின் கட்சியமைப்பு

உபியில் பாஜக வெற்றியடையந்த ஒரு மாதம் கழித்து, 2017ஆம் ஆண்டு ஏப்ரல் மாதத்தில், பாஜகவின் தேசிய செயற்குழு சந்திப்பு புவனேஸ்வரில் நடந்தது. அந்த சந்திப்பில், இவ்வெற்றியுடன் மனநிறைவு கொண்டு கட்சியினர் மெத்தனமாக இருந்துவிடக்கூடாது என அவ்வெற்றியை நோக்கிக் கட்சியை வழிநடத்திய அமித் ஷா அறிவுறுத்தினார்.

நாட்டின் அனைத்து மாநிலங்களிலும், குறிப்பாக இந்தியாவின் தெற்கு மற்றும் கிழக்கு மாநிலங்களில் கட்சி வெற்றியடைய வேண்டும் என்பதையும், பஞ்சாயத்துத் தேர்தல் துவங்கி பாராளுமன்றத் தேர்தல் வரை அனைத்துத் தேர்தல்களிலும் பாஜகவே வெற்றியடைய வேண்டும் என்பதையும் தன் அடுத்த இலக்காக ஷா அறிவித்தார்.

இந்த அறிக்கையின் மூலம், நரேந்திர மோடியும் அமித் ஷாவும் தமக்கு முன் ஆட்சிப்பொறுப்பில் இருந்தோரிடமிருந்தும், ராகுல் காந்தியால் வழிநடத்தப்படும் தமது முக்கிய அரசியல் எதிரியாகிய காங்கிரசிடமிருந்தும் எப்படி வேறுபட்டு சிந்திக்கிறார்கள் என்பதை நாம் அறிய முடியும்.

எல்லையற்று, பரந்துவிரிந்த லட்சியநோக்கு எனும் சிந்தனைதான் அது.

கட்சித்தலைமைகளுடன் மிக நெருக்கமாகப் பழகிய ஒரு பாஜக உறுப்பினர், “அடல்ஜியும், அத்வானிஜியும் நாட்டில் காங்கிரசின் மேலாதிக்கம் இருந்த காலத்தில் வளர்ந்து வந்தவர்கள். பாஜகவின் செல்வாக்குமிகுந்த பிராந்திய எல்லைகளுக்குள்ளாகவே அவர்கள்

திருப்திபட்டுக் கொண்டிருந்தார்கள். ஆனால், மோடியும் ஷாவும் வித்தியாசமானவர்கள். பிராந்திய எல்லைகளைக் கடந்தும், சமூகப் பாகுபாடுகளைக் கடந்தும் ஆட்சிப்பரப்பை விரிவாக்கம் செய்ய சமரசமற்று பாடுபடுபவர்களே இவ்விருவரும்." என ரத்தினச்சுருக்கமாகக் கூறிவிட்டார்.

ஒருகாலத்தில் பாஜகவின் கோட்டையாக இருந்து, சமீபத்தில் தன் செல்வாக்கை கட்சி இழந்திருந்த உபியைப் போன்ற மாநிலங்களின் தேர்தல்களில் வெற்றியடைவது, அரசியல்வெளியில் மாற்றுக்கட்சிக்கான இடமளிக்கக்கூடிய வாய்ப்புள்ள புது மாநிலங்களான வடகிழக்கு மாநிலங்களை இலக்காக்குவது, மேற்கு வங்காளம் மற்றும் ஒடிசா போன்று வரலாற்றுரீதியாகவே கட்சி பலவீனமாக இருக்கும் மாநிலங்களில் முக்கியமானதொரு எதிர்க்கட்சியாக உருவாவது ஆகிய வழிகளின்மூலம் கட்சி தன் ஆட்சிப்பரப்பின் விரிவாக்கத்தை முடுக்கிவிட்டிருந்தது.

இது எப்படி நிகழ்ந்தது?

மோடிக்கான பெருவாரியான மக்களாதரவு இக்கதையின் ஒரு பகுதியாக இருக்கிறதெனில், பாஜகவை உருமாற்றிய ஐம்பத்தியிரண்டு வயதான அமித் ஷாவின் உழைப்பும் மற்றுமொரு முக்கியப்பங்கு வகிக்கிறதுதான்.

கட்சியமைப்பிற்கு ஷா உயிரூட்டினார்; அதன் உறுப்பினர்களை அதிகரித்தார்; வாக்குச்சாவடிக் குழுவை மையப்படுத்தி கட்சியின் நடவடிக்கைகள் அனைத்தும் அதைச் சுற்றிச் சுழலுமாறு மிகக் கவனமாக வடிவமைத்தார்; தகவல்கள் அனைத்தும் மேலிருந்து கீழாகவும், கீழிருந்து மேலாகவும் சீராகச் சென்றடையுமாறு கட்சியமைப்பை பரவலாக்கினார், அதேசமயம் இதன்மூலம் முடிவுகள் விரைவாக எட்டப்படுமாறு அமைப்பை மையப்படுத்தியும் உருவாக்கியிருந்தார்; தரவுகளை அடிப்படையாகக் கொண்டு மேற்கொள்ளப்பட்ட சுயாதீன திறனாய்வு செயல்முறைகள் மூலம், அமைப்பில் இருந்த அடிப்படைச் சிக்கல்களை அடையாளம் கண்டார்; கட்சியமைப்பின் அனைத்து நிலைகளில் இருந்த தலைவர்களும் அவரவர்க்கு வழங்கப்பட்ட செயல்களுக்கு பொறுப்பேற்றுக்கொள்ளுமாறு வலியுறுத்தினார்.

இவை ஒவ்வொன்றையும் நிறைவேற்றுவதற்கு அபரிமிதமான உழைப்பு தேவையாயிருந்தது.

பாஜகவின் வெற்றியெனும் புதிரை அவிழ்க்கவேண்டுமானால், அமித் ஷாவின் தேர்தல் நிர்வாகப்பள்ளியில் பயிற்றுவிக்கப்படும் மேற்கூறிய கூறுகளை நாம் துல்லியமாகப் புரிந்துகொள்ளவேண்டியது அவசியமாகிறது. ஆனால் அதற்கும் முன்னர், அவரை அறிந்துகொள்வதும் அவசியமாகிறது. சமகால இந்தியாவில், பெரும் வல்லமைமிக்க தேர்தல் இயந்திரத்தை உருவாக்கிய ஒரு மனிதரைப் பற்றிய கதை இது.

~

1964இல் பாம்பேயில் அமித் ஷா பிறந்தார். உண்மையில் அவர் குடும்பத்தினர் அலகாபாத்தின் அருகேயுள்ள மான்சாவை சேர்ந்தவர்கள் ஆவர். வெகு அரிதாக அவர் அளிக்கும் பேட்டிகளுள் ஒன்றான 'இந்துஸ்தான் டைம்ஸ்' பத்திரிகையின் பேட்டிக்காக எழுத்தாளர் பாட்ரிக் ப்ரென்ச்சிடம் ஷா உரையாடியபோது, தான் கிராமத்தில் வளர்க்கப்படவேண்டும் எனத் தன் பாட்டனார் விரும்பியதாக, தன் பால்யகாலம் குறித்து ஷா மனம்திறந்து கூறியிருந்தார்.

ஷாவின் முப்பாட்டனார் மான்சா அரசரின் வணிக ஆலோசகராக பணி புரிந்துள்ளார், எனவே அவர் குடும்பம் வளமாகவே இருந்துள்ளது, ஷாவும் சொகுசு பங்களாவில்தான் வளர்ந்திருக்கிறார். வழக்கமான பள்ளிப்பாடங்கள் மீது தனக்கு விருப்பமிருக்கவில்லையெனவும், விளையாடுவதற்காய் 'சங்'கின் பயிற்சிப்பள்ளிக்கு செல்வதையே விரும்பியதாகவும் கூறுகிறார். 'உடல்பலத்தை அளிக்கும் விளையாட்டுகளே பெரும்பாலும் அங்கு பயிற்றுவிக்கப்பட்டன. எனக்கு அங்கு தேசப்பக்தி புகட்டப்பட்டது, கலாசாரம் பயிற்றுவிக்கப்பட்டது.' என்கிறார். பின்னர் அகமதாபாத்திற்கு சென்று உயிர்வேதியியல் படிப்பை முடித்தார், அவருக்குப் பதினெட்டு வயதானபோது பிளாஸ்டிக் பொருட்களும், பிவிசி குழாய்களும் விற்பனை செய்யும் தொழிலில் இறங்கினார். ஆனால் சங் செயற்பாடுகளில் ஈடுபடுவதிலேயே அவருக்கு அதிக விருப்பமிருந்தது. விளைவாக. அகில பாரத வித்யார்தி பரிஷத்தில் (ஏபிவிபி) பணியாற்றத் துவங்கி, இறுதியாக பாஜகவை சென்றடைந்தார்.

தேர்தல் பணிகளில் ஈடுபடுவதன் மூலம் அரசியல்சமூகத்தில் கலந்தார், அகமதாபாத்தின் நரன்புரா தொகுதியில் வாக்குக் கணக்கெடுப்பாளராக பணியாற்றியதுதான் அவருடைய முதல் அரசியல் பணியாக இருந்தது. கூடிய சீக்கிரமே, 1989ஆம் ஆண்டின் மக்களைவைத் தேர்தலுக்காக எல்.கே. அத்வானி மேற்கொண்ட தேர்தல் பிரச்சாரங்களுக்கான ஒருங்கிணைப்பாளராகச் செயல்படத் துவங்கினார்.

1997ஆம் ஆண்டு, அகமதாபாத்தைச் சேர்ந்த சர்கேஜ் சட்டசபை தொகுதியின் வேட்பாளராகப் போட்டியிட்டதன் மூலம், ஷா நேரடியாகவே அரசியல்களத்தில் குதித்தார். 1997இல் 25,000 வாக்குகளும், 1998இல் 1.3 லட்சம் வாக்குகளும், 2002இல் 1.58 லட்சம் வாக்குகளும், 2007இல் 2.3 லட்சம் வாக்குகளும் பெற்று, தன் வெற்றிக்கான வாக்கு இடைவெளியை ஷா உயர்த்தியபடியே இருந்தார். புதிதாக உருவாக்கப்பட்டிருந்த சின்னஞ்சிறு சட்டசபை தொகுதியான நாராயண்பூராவில் போட்டியிட்டு, 60,000 வாக்குகள் வித்தியாசத்தில் மீண்டும் ஷா வெற்றிபெற்றார்.

தான் போட்டியிட்டத் தேர்தல்களில் வெற்றியடைந்ததோடு மட்டுமல்லாமல், நரேந்திர மோடி ஆட்சியின் கீழிருந்த குஜராத்தில், பாஜக பெரும் வெற்றியடைய திட்டங்கள் தீட்டிய முக்கிய வல்லுநராகவும், அவற்றைச் செயல்படுத்திய அமைப்பாளராகவும் ஷா பொறுப்பேற்றிருந்தார். மோடிக்கென பிரத்யேக பிம்பத்தை உருவாக்கியது, குஜராத்தின் பிராந்தியப் பெருமையுடன் இந்துத்துவத்தையும் கலந்தது, மாநில முன்னேற்றத்திற்கான தம் உறுதிமொழியை வலியுறுத்திப் பேசியது, படேல் போன்ற உயர்சாதியினரையும் பிற பிற்படுத்தப்போரையும், தலித்கள் மற்றும் பழங்குடியினரின் ஒரு பகுதியையும் இணைத்துப் பரந்ததொரு சமூகக் கூட்டணியை உருவாக்கியது போன்ற ஷாவின் முக்கியமான செயற்பாடுகளின் மூலமாக தொகுதி வெற்றியை நோக்கிப் பயணித்தது. ஆனால் இவையனைத்தையும் இணைக்கும் பாலமாக 'சங்'தான் இருந்தது. கட்சியின் உறுப்பினர்களை அதிகரிப்பது, ஆட்சியாளர்கள் தலைநகரை நீங்கி மற்ற பகுதிகளுக்கும் தொடர் பயணங்களை மேற்கொள்ளச் செய்வது, அவர்கள் மக்களைச் சந்திக்கும் நிகழ்வுகளை ஏற்பாடு செய்வது, கட்சியின் அனைத்து நிலைகளையும் பலப்படுத்துவது என குஜராத்தில் ஷா முன்னர்

மேற்கொண்ட அதே சோதனை முயற்சிகளையேதான் தேசிய அளவிலும் மீண்டும் மேற்கொண்டார்.

1990களின் மத்திமத்தில், குஜராத்தின் மிக முக்கிய அரசியல் அதிகாரத்தை கூட்டுறவுத்துறை கைக்கொண்டிருந்தது, அதன் மீது காங்கிரசு கொண்டிருந்த இரும்புப்பிடியை தளர்த்தியதன் மூலம் ஷாவிற்கு மேலும் புகழ் சேர்ந்தது. கூட்டுறவுத்துறை வங்கிகளிலும், பால்பண்ணைகளிலும், விவசாயப் பொருட்கள் விற்பனைக்குழுக்களிலும் நடைபெற்ற தேர்தல்கள் அனைத்திலும் பாஜக திடீரென வெற்றியடையத் துவங்கியது. சில வருடங்களுக்குப் பிறகு, குஜராத் கிரிக்கெட் சங்கத்திலும் இதே நடவடிக்கையை மேற்கொண்டு, மோடிக்கென அதையும் ஷா வென்றுகொடுத்தார்.

ஆனால், 2010இல் இருந்து துவங்கி, தன் அரசியல் வாழ்வின் மிகச் சிக்கலான வருடங்களை ஷா சந்திக்க நேர்ந்தது. சட்டத்திற்குப் புறம்பான செயல்களை திட்டமிட்டதாகக் குற்றஞ் சாட்டப்பட்டு, ஷா உள்துறை அமைச்சராகப் பதவிவகித்த தன் சொந்த மாநிலத்திலேயே சிறையிலடைக்கப்பட்டார். நீதிமன்றம் உடனடியாக அவருக்குப் பிணை விடுதலை வழங்கியபோதும், குஜராத்திலிருந்து அவர் இருவருடங்கள் வெளியேறியிருக்குமாறு தீர்ப்பளித்திருந்தது. அதன்பின்னர் ஷா தில்லிக்கு இடம் மாறினார், அங்கிருந்தே நாடு முழுவதும் சுற்றுப்பயணங்களை மேற்கொண்டார்.

2012ஆம் ஆண்டு டிசம்பர் மாதம் நடைபெற்ற சட்டசபை தேர்தல்களின்போது ஷா மீண்டும் தன் சொந்த மாநிலத்திற்குத் திரும்பினார், நாட்டின் வரலாற்றில் மிகப்பெரிய திருப்புமுனையை உண்டாக்குபவையாக அத்தேர்தல்கள் விளங்கின. தேர்தலில் தொடர்ந்து மூன்றாவது முறையாக வென்ற நரேந்திர மோடி, தேர்தல் முடிவுகள் வெளியான அன்று தன் தேசிய அளவிலான லட்சியங்களை மக்களிடம் எடுத்துரைத்தார். மோடியின் முன்னாள் வழிகாட்டியும், பாஜகவின் மூத்தத் தலைவருமான எல்.கே.அத்வானியின் எதிர்ப்புகளையும் மீறி, பிரதமர் பதவிக்கான வேட்பாளராக கட்சியின் சார்பாக மோடி உருவாகத்துவங்கினார்.

2012இன் வெற்றி ஷாவிற்கும் புத்துயிரளித்தது.

அடுத்து வந்த ஒருசிலமாதங்களிலேயே, அதாவது 2012 மே மாதத்தில், உபியின் கட்சிப் பொதுச் செயலாளராக ஷா நியமிக்கப்பட்டார். அந்த மாநிலத்தைப் பற்றி ஷாவிற்கு எதுவும் தெரியாது. இந்தியாவின் பிரதமராக நரேந்திர மோடி அமர்வதை நிர்ணயிக்கக்கூடிய மிக முக்கியமானதொரு பணியை இப்போது ஷா மேற்கொண்டிருந்தார். ஆனால், தேர்தல்களின் மூலம் அதிகாரத்தை அடைந்திட முழு முனைப்புடன் ஒருமனதாக உழைக்கும் அவரது அணுகுமுறை, இப்பணிக்காக அவரை முன்னரே நன்கு தயார் செய்து வைத்திருந்தது.

~

2014 ஜனவரியில், அமித் ஷாவிற்கு ஒரு உதவியாளர் தேவைப்பட்டார். பாஜக தலைவர்களுக்கு உதவி தேவைப்படும்போது என்ன செய்வரோ, அதையேதான் ஷாவும் செய்தார். உபி தேர்தல் பிரச்சாரத்தில் தனக்கு உதவிபுரிய ஒரு உதவியாளர் தேவையென 'சங்'கை அழைத்துக் கூறினார்.

அமைப்புசார் நிர்வாகத்திறனுடன், அப்போதுதாம் பிரபலமடைந்து கொண்டிருந்த இளைஞர் ஒருவரை அனுப்ப ஆர்எஸ்எஸ் முடிவுசெய்தது, அவர்தான் நாற்பத்திநான்கு வயதே நிரம்பிய சுனில் பன்சால்.

ராஜஸ்தானைத் தன் பூர்வீகமாகக் கொண்ட சுனில் பன்சால், அப்போது 'ஏபிவிபி'யின் தில்லி துணைச் செயலாளராகப் பதவி வகித்தார். ஒவ்வொரு ஆண்டும் 'சங்'கின் உள்ளே புத்தம் புது ஊழியர்களைக் கொண்டுவந்து சேர்ப்பதிலும், தான் சார்ந்த அமைப்பின் உலகியல் பார்வையை பல்கலைக்கழகங்களுக்குக் கொண்டுசென்று சேர்ப்பதிலும் பன்சால் பெரும்பாங்காற்றியதால், மாணவர் அமைப்பின் பெரும் சக்திவாய்ந்த மூன்றாவது பிரபலமாகவும் அவர் விளங்கினார்.

பாஜகவை நிர்வகித்து வந்த சங் துணைப் பொதுச்செயலாளரான சுரேஷ் சோனி, ஹைதராபத்தில் நடந்த சந்திப்பொன்றுக்கு பன்சாலுக்கு அழைப்பு விடுத்தபோது, பன்சால் திகைத்துப் போனார். தனது பெட்டிகளைக் கட்டிக்கொண்டு, பாஜகவின் ஷா குழுவில் சென்று சேருமாறு அந்த சந்திப்பில் பன்சால் பணிக்கப்பட்டார். 'சங்'கை பொறுத்தவரை எந்தப் பணி

கொடுக்கப்பட்டாலும் அதைச் செவ்வனே ஏற்றுக்கொள்ள வேண்டும். மறுத்துப் பேசக்கூடாது.

2014ஆம் ஆண்டு ஜனவரி 15இல், தில்லியில் முதன்முறையாக ஷாவை பன்சால் சந்தித்தார். பன்சாலின் குடும்பம் குறித்தும், அவருடைய அமைப்புசார் பின்னணி குறித்தும் ஷா விசாரித்தார்; அதுவொரு நட்புரீதியான உரையாடலாகவே இருந்தது. ஏபிவிபி பணிகளுக்காக இதற்கும் முன்னர் உபியில் பன்சால் இருந்திருக்கிறார்தான், எனினும் அம்மாநிலம் குறித்துப் பெரிதாய் எதையும் அவர் அறிந்திருக்கவில்லை. பாஜக தன் நிர்வாக அமைப்பை அடிப்படையாகக் கொண்டு உபி மாநிலத்தை ஆறு மண்டலங்களாகப் பிரித்திருந்தது - காசி, கோரக்பூர், ஆவாத், கான்பூர்-பந்தல்கந்த், பிராஜ் மற்றும் பாசின் உபி ஆகிய அந்த ஆறு மண்டலங்களிலும் பன்சாலை சுற்றுப்பயணம் மேற்கொள்ளச் சொல்லிப் பணித்த ஷா, மூன்று வாரங்கள் கழித்துத் தன்னை லக்னோவில் வந்து சந்திக்குமாறு கூறினார்.

பிப்ரவரி 5 அன்று லக்னோவிலிருந்த கட்சி அலுவலகத்தில் ஒரு சந்திப்பு ஏற்பாடாகியது, உபியின் பாஜக வாக்கு இயந்திரத்தின் இதயமாகச் செயல்பட்டுக்கொண்டிருந்த 250 முக்கியப் பிரமுகர்களும் அந்த சந்திப்பில் கலந்துகொள்ளுமாறு ஷா அழைப்பு விடுத்திருந்தார். மாநில அளவில் மிக முக்கியப் பிரமுகர்களாக இருந்தவர்களும், உபியின் 80 மக்களவைத் தொகுதிகளுக்கும் பொறுப்பேற்றிருந்த பாஜக மாநிலத்தலைவர்களும் இவர்களுள் அடங்குவர்.

இருபது கேள்விகளைக் கொண்டு தயாரிக்கப்பட்டிருந்த படிவங்களின் வாயிலாக, ஆட்சியாளர்களிடமிருந்து ஷா அறிக்கைகளைப் பெற்றார். ஒவ்வொரு தொகுதியிலும் அமைக்கப்பட்டிருந்த வாக்குச்சாவடிக் குழுக்களின் எண்ணிக்கைகள், பெண்கள், இளைஞர்கள், பிற்படுத்தப்பட்டோர் ஆகியோரைக் குறிவைத்து நடத்தப்பட்டிருந்த கூட்டங்களின் எண்ணிக்கைகள் மற்றும் சமூகத்தளங்களின் மூலமாகக் கட்சி அடைந்திருந்த இலக்கு ஆகியவைகூட அந்தக் கேள்விகளில் அடங்கியிருந்தன. ஒவ்வொரு மாநிலத்திலிருந்தும் பெறப்பட்டிருந்த தகவல்களை பன்னிரெண்டு மணிநேரங்களாக ஷா கவனமாகக் கேட்டுக்கொண்டார். அவற்றுக்கு எதிர்வினைகளும் புரிந்தார், தான் திருப்தியடையாத

விஷயங்களில் குறுக்கு விசாரணை செய்தார், கட்டளைகள் பிறப்பித்தார்.

அன்றைய நாளின் முடிவில், சுனில் பன்சாலை கட்சி உறுப்பினர்களுக்கு அறிமுகப்படுத்திய ஷா, "தேர்தல் நிர்வாகத்தை இனி இவர் மேற்பார்வை செய்வார். அவர் எந்த உத்தரவு பிறப்பித்தாலும், அதை நான் பிறப்பித்ததாகவே நீங்கள் கருதிக்கொள்ள வேண்டும்" எனக்கூறினார்.

இதன்மூலம், உபியின் அரசியல் களத்தினுள் பன்சால் அதிகாரப்பூர்வமாக நுழைந்தார். காலப்போக்கில், ஷாவின் நெருங்கிய உதவியாளர்களுள் ஒருவராகவும் அவர் உருவானார்.

~

உபியை தன் சொந்தக் குழந்தையாக அமித் ஷா பாவித்தார். ஷாவின் உதவியாளராகிய பன்சால் தேர்தல் களம் குறித்த தெளிவானதொரு பார்வையை வழங்கியபடியே இருந்தார். கட்சியின் எதிர்காலத் தலைவரின் பணியாற்றல் அனைவரையும் ஆச்சரியப்பட வைத்தது.

எவ்விதமான சமரசத்திற்கும் தன்னை ஒப்புக்கொடுக்காத, நாட்டின் திறமைமிக்க தேர்தல் நிர்வாகியொருவர் எவ்வாறு பணிபுரிகிறார்?

"அமித் ஜி அவர்கள் தேர்தலின் முன்னர் முதலில் ஆழமான ஆய்வொன்றை மேற்கொள்கிறார். 2013இல் தான் உபியின் கட்சி நிர்வாகம் அவரிடம் ஒப்படைக்கப்பட்டது. ஆனால், அதன் பின்னர் வந்த ஆறு மாதங்களுக்குள்ளாகவே அவர் மாநிலத்தின் அனைத்து மூலைகளுக்கும் பயணித்து விட்டார். ஒவ்வொரு பகுதியிலும் இருந்த பிரச்சினைகளையும் அவர் நன்கு அறிவார். எந்தத் தொகுதிக்கு எந்த தலைவர் பொருத்தமாக இருப்பார் என்பதையும் அவர் அறிந்திருந்தார்" என பன்சால் விளக்கினார்.

இந்த விரிவான பயணமும், ஆய்வும் தேர்தலை எதிர்கொள்வதற்கான சில அடிப்படைக் கருவிகளை ஷாவுக்கு அளித்திருந்தன. கட்சியின் நிர்வாக அமைப்பு அழுகிப்போயிருந்ததை அவர் அறிந்துகொண்டதும், வாக்குச்சாவடிக் குழுக்களை அமைப்பதில் அதிக

கவனம் செலுத்தினார். தேர்தல் களத்தில் பணியாற்றும் இக்குழுக்கள், கட்சியமைப்பின் சின்னஞ்சிறு பிரிவுகளாகும். தேர்தலுக்கு முன் மக்களைத் திரட்டுவதும், வாக்குப்பதிவு தினத்தன்று வாக்காளர்களை வாக்குச்சாவடிக்கு வரவழைப்பதும், கட்சிக்கு சாதகமானதொரு நிலையை உருவாக்குவதும்தான் இக்குழுக்களின் தலையாயப் பணியாகும். உபியின் 20 கோடி மக்களுக்காக மொத்தம் 1.2 லட்சம் வாக்குச்சாவடிகள் தயாராகியிருந்தன; எனவே இக்குழுக்களை வலிமைப்படுத்துவதென்பது அத்தனை எளிதான செயலல்ல. உட்கட்சிப் பூசல்களால் பலவீனப்பட்டு கிடந்த உள்ளூர் தலைமைகளினால்தான் கட்சி தொடர் தோல்வியை சந்தித்துவந்துள்ளது என்பதையும் ஷா அறிந்துகொண்டார். இத்தலைவர்களை ஓரம்கட்ட வேண்டும், அதேசமயம் அவர்கள் தரப்பிலிருந்து எவ்வித எதிர்ப்பும் எழாமலும் பார்த்துக்கொள்ளவேண்டும். நரேந்திர மோடிக்கு பெரும் மக்களாதரவு இருந்ததுதான், ஆனால் அவரைப் பற்றி மக்கள் எதையும் அறிந்திருக்கவில்லை. மோடியை தொடர்ச்சியாக உபயோகித்துக் கொள்வதன் மூலம் மட்டுமே உபி தேர்தலை வெல்ல முடியும். இச்சமயத்தில்தான், தேர்தல் வல்லுநரான பிரசாந்த் கிஷோர் மற்றும் அவருடைய காந்திநகர் குழுவிடமிருந்து ஷாவிற்கு உதவிகள் கிட்டின. பேரணிகள், ஹோலோகிராம்கள், ரத யாத்திரைகள், சாய்-பே-சர்ச்சா எனப்படும் தேநீர்கடைக் கூட்டங்கள், ஊடகங்கள், வாட்சப் தகவல் பரிமாற்றங்கள் மூலமாக மோடி ஒவ்வொரு வீட்டையும் சென்றடைந்தார்.

சமூகக் கூட்டமைப்பு குறித்த ஷாவின் கவனமான ஆய்வே, தேர்தலை நோக்கிய அவரது அணுகுமுறையில் இரண்டாம் அம்சமாக இருக்கிறது என பன்சால் குறிப்பிடுகிறார். "சாதி அடிப்படையிலான ஒவ்வொரு தொகுதியின் ஆற்றலையும் ஷா கணித்திருந்தார்" எனவும் கூறுகிறார்.

அதுநாள்வரை, கட்சி போட்டுவைத்திருந்த கணக்கு முற்றிலுமாகத் தவறாக இருந்ததை ஷா உணர்ந்தார். பாஜகவிற்கு இசுலாமியர்கள் வாக்களிக்க மாட்டர். யாதவர்களோ சமாஜ்வாடி கட்சிக்கு விசுவாசமாக உள்ளனர். தலித் இனமக்களைச் சேர்ந்த ஜாதவர்கள் மாயாவதியின் மீது மிகத்தீவிரமான விசுவாசத்துடன் இருக்கின்றனர். மொத்த மக்கள் தொகையில் இவர்கள்

அனைவரும் 40 சதவீதத்திற்கும் அதிகமாய் இருந்தனர். மீதமிருந்த 55-60 சதவீதத்தை நம்பியே பாஜக இருக்கிறது. ஆனால், 20 சதவீதத்திற்கும் குறைவாக இருந்த உயர்சாதி வகுப்பினரின் வாக்குகளைச் சார்ந்தே கடந்த பலவருடங்களாகவும் பாஜக இருந்துவிட்டது, மற்ற சாதிவகுப்பினரிடையே சென்றுசேர இதுவரை கட்சி தேவையான நடவடிக்கைகள் எதையும் எடுக்கவுமில்லை. எனவே உயர்சாதி வகுப்பினரை ஒருங்கிணைப்பதிலும், பிற்படுத்தப்பட்டவர்கள் மற்றும் தலித்களிடையே கட்சியின் செல்வாக்கை விரிவுபடுத்துவதிலும் ஷா அதீத கவனம் செலுத்தினார்.

"தனியார் தகவல் சேகரிப்பு இணையம் ஒன்றை அமைத்து, அதன்மூலம் ஒவ்வொரு மாவட்டத்தின் செய்திகளையும் அமித் அறிந்துகொண்டார். ஒவ்வொரு மணிநேரத்திற்கும் ஒருமுறை அவர் என்னிடம் பேசுவார், ஒரு குறிப்பிட்ட பகுதியில் என்ன நடக்கிறது என அடிக்கடி என்னிடம் கேட்டுக்கொண்டே இருந்தார். பின்னர் அப்பகுதியை நான் ஆராய்ந்துபார்த்து, சில முன்னேற்றங்களை அங்கு கண்டேன்" என பன்சால் கூறியபோது, அவர் குரலில் பெரும் வியப்பு பரவுவதை கண்கூடாக உணர முடிந்தது. இத்தகவல்கள் யாவும் கட்சியிடமிருந்தும், கட்சியுடன் இணைந்திருந்த கொள்கைசார்ந்த கூட்டாளிகளிடமிருந்தும், தனியார் திறனாய்வு செயற்திட்டங்களில் இருந்தும், கள நிலவரத்தை உடனுக்குடன் அறிவிக்கும் திறன் பெற்ற தொழில்முறை குழுக்களிடமிருந்தும் பெறப்பட்டன.

விவரங்களை தம் கட்டுப்பாட்டில் வைத்திருக்கக்கூடிய ஷாவின் இப்பண்பினாலேயே, நுண்ணியப் பார்வையுடன் கூடிய ஒரு விசாலமான வியூகத்தை அவரால் அமைக்க முடிந்தது. உபியின் ஒவ்வொரு மாவட்டம் தொடர்பான தகவல்களையும் நாள்முழுதும் அலசி ஆராய்ந்து, அவற்றை நடைமுறைபடுத்தி, துல்லியமான எதிர்வினைகள் புரிந்து, தனது தனியார் இணையம் மூலமாக அவற்றை அவ்வப்போது சரிபார்த்துக் கொள்ளும் ஷாவின் அத்தனை செயல்களுமே, தேர்தல் நிர்வாகத்திற்கு மிக இன்றியமையாதவையாகும்.

குஜராத்தில் ஷாவுடன் நீண்ட நாட்களாகப் பணியாற்றியவர்களிடமிருந்து அவருடைய தேர்தல் அணுகுமுறையின் நான்காவது உத்தியை அறிந்துகொண்டேன்,

எதிர்கட்சித் தலைவர்களில் இருந்து ஒரு பகுதியினரை கொள்ளையடித்துக் கொள்வதன்மூலம், அக்கட்சியின் அடித்தளத்தை தகர்த்தெறிவதில் அவர் கவனம் செலுத்தினார் என்பதை அறிந்துகொண்டேன். உண்மையில், தேர்தலுக்கு முன்னர் அனைத்துக் கட்சிகளும் இதே உத்தியை கையாளும்தான். ஆனால் பாஜகவை பொறுத்தவரை, அது வெளியாட்களை கருத்தியல்ரீதியாக தூய்மையற்றவர்களாகவும், சந்தேகத்துடனும் காணும் ஒரு பள்ளி போன்ற அமைப்பை கொண்டதாகும். ஆனால் ஷாவை பொறுத்தவரை தேர்தலுக்காக அவற்றையெல்லாம் அனுசரித்துப்போகவேண்டிய கட்டாயங்கள் இருந்தன. கட்சியின் கருத்தியல்ரீதியான பொதுப்பார்வையை இவ்வெளியாட்கள் ஒப்புக்கொள்வார்கள் எனவும், உள்வாங்கிக்கொள்வார்கள் எனவும் ஷா நம்பினார்.

கட்சியின் அலுவலகச் செயலாளராகவும், சட்டமன்ற உறுப்பினராகவும், குஜராத்தைச் சேர்ந்த திறன்மிக்கப் பேச்சாளராகவும் பரத் பாந்தியா இருந்தார். பல வருடங்களாக நரேந்திர மோடியுடனும் அமித் ஷாவுடனும் நெருக்கமாகப் பணியாற்றிய அனுபவம் இவருக்கு உண்டு. 2014இல், மோடி போட்டியிட்ட தொகுதியின் அருகிலிருந்த வதோதாரா உள்ளிட்ட மத்திய குஜராத்தைச் சேர்ந்த மாவட்டங்கள் அனைத்திற்கும் இவரே பொறுப்பாளராக இருந்தார்.

“எதிர்க்கட்சிகளின் வலிமையை தகர்க்க வேண்டுமென்பதில் ஷா நம்பிக்கை கொண்டிருந்தார். தொடர்ந்து பல வருடங்களாகக் கடுமையாக உழைத்தபோதும், அந்த உழைப்பிற்குரிய வெற்றியை ஏன் பாஜகவால் அடையமுடியவில்லை என அவர் வியந்தார். பின்னர், தங்களுக்குக் கிடைத்திருக்கவேண்டிய வாக்குவிகிதத்தில் 5 முதல் 10% வாக்குகள் காணாமல் போவதைக் கண்டுபிடித்தார். தவறிப்போன அந்த வாக்குகளை மீண்டும் கட்சிக்குக் கொண்டுவந்து சேர்க்க அவர் மற்ற கட்சியின் ஆட்களை உள்ளிழுத்தார். இதன்மூலம் அவர்கள் பலவீனமடைகிறார்கள், நாங்கள் பலம் பெறுகிறோம். இவ்வாறு நாங்கள் தவறவிட்ட வாக்குகள் மீண்டும் கிடைத்து கணக்குகள் சமன்செய்யப்படுகின்றன” என்றார் அவர்.

ஷாவின் தேர்தல் அணுகுமுறையில் மிகக் கடைசியாக வருவது, அவருடைய கடும் உழைப்பும், தீவிர முனைப்புமாகும்.

2014இல், மோடி பங்கேற்ற தேர்தலில், ஷாவுடன் மிக நெருக்கமாகப் பணியாற்றியவர், வட வாரணாசி தொகுதியின் சட்டமன்ற உறுப்பினரான ரவீந்தர் ஜஸ்வால், இவர் தன் அனுபவங்கள் சிவற்றை என்னுடன் பகிர்ந்துகொண்டார். மோடியின் பேரணிக்காக அனுமதிவழங்க வேண்டி மாவட்ட நிர்வாகத்திடம் கட்சி போராடிக்கொண்டிருந்தது, எனவே பேரணிக்குப் பதிலாக நகரம் முழுவதும் சாலைநிகழ்ச்சிகளை நடத்த கட்சி முடிவுசெய்தது. "நிகழ்ச்சியின் முன்தின இரவு, நிகழ்ச்சியில் இருக்கவேண்டிய அம்சங்கள் அனைத்தையும் அமித் ஷா திட்டமிட்டார். அந்தத் திட்டமிடலை முடிக்க இரவு வெகு தாமதமாகிவிட்டது. சாலைநிகழ்ச்சிகள் துவங்கும் இடத்தில் மறுநாள் காலை ஏழு மணிக்கு என்னை வரச்சொன்னார், இதன்மூலம் நிகழ்ச்சி நடக்கும் பாதையை ஒருமுறை சுற்றிப்பார்த்துவிட்டு, விளம்பரச்சாரங்களைப் பரிசோதித்துவிட்டு, மக்கள்கூட்டத்தின் அளவையும் பார்த்துவரலாம் என அவர் திட்டமிட்டிருந்தார். சம்மதம் தெரிவித்துவிட்டு நான் வீட்டிற்குக் கிளம்பினேன்." எனக் கூறி நிறுத்தினார் ஜஸ்வால்.

காலை ஏழு மணி என்றால், இந்திய வழக்கப்படி அது ஒன்பது மணியை குறிக்கும் என எண்ணிக்கொண்டு ஆழ்ந்த உறக்கத்தில் ஜஸ்வால் இருந்தார், சரியாக ஏழுமணிக்கு ஜஸ்வாலை அலைபேசியழைத்த ஷா, ஜஸ்பால் எங்கிருப்பதாக வினவியுள்ளார். அரண்டுபோன ஜஸ்வால், ஷாவை நோக்கியே தான் வந்துகொண்டிருப்பதாகக் கூறியுள்ளார். சரியாகப் பதினைந்து நிமிடங்கள் சென்றதும், மீண்டும் ஷா அழைத்துள்ளார். அப்போதுதான் தயாராகிக்கொண்டிருந்த ஜஸ்வால், தான் ஷாவின் அருகில் வந்துவிட்டதாக மீண்டும் பொய் கூறியுள்ளார். ஆனால் ஜஸ்வால் ஷாவை சென்று சேர்வதற்குள் மணி எட்டாகி விட்டிருந்தது. "அங்கு தன் காரில் அமித் ஷா தன்னந்தனியாக காத்துக்கொண்டிருந்திருந்தார். இப்படித்தான் அவர் எங்களுக்கு அனைத்திலும் முன்மாதிரியாக விளங்குகிறார்" என வாரணாசியில் இருந்த தன் விசாலமான வீட்டில் வைத்து என்னிடம் ஜஸ்வால் கூறினார்.

பன்சாலும் இதை ஒப்புக்கொள்கிறார், ஷாவிடமிருந்து அதிகாலை 2.30 மணிக்குத் தனக்கு அழைப்புகள் வருமென்றும், மீண்டும் காலை 7 மணிக்கே அவரிடமிருந்து அழைப்புகள்

வரத்துவங்கிவிடும் எனக் கூறினார். “எப்போதுதான் நீங்கள் உறங்குவீர்கள் என ஒருமுறை அவரிடம் கேட்டே விட்டேன். அதற்கு அவர், உடலோடு சேர்த்து மனதையும் அமைதியடையச் செய்து ஓய்வுகொள்ளச் செய்யும் யோக நித்ரா எனும் யோகாசனத்தை தான் கடைபிடிப்பதாகக் கூறினார். மூன்றில் இருந்து நான்கு மணிநேரம் இப்பயிற்சியை மேற்கொள்வதே உடலுக்குப் போதுமானது, இதன்மூலம் நாள்முழுதும் உடல் புத்துணர்வுடனும் சக்தியுடனும் இருக்கும். என்னையும் இப்பயிற்சியைக் கடைபிடிக்கச் சொன்னார்.” என்றார் பன்சால். அவ்வாறெனில், அவரும் அந்த யோகாசனத்தை கடைப்பிடிக்கிறாரா? “சகோ, எங்கள் சங் பயிற்சியின்போதே இவற்றையெல்லாம் நாங்கள் பயின்றுவிட்டோம். தொடர்ந்து அவற்றைக் கடைபிடிப்பதில்லை, அவ்வளவுதான்!” எனச் சிரித்துக்கொண்டே கூறினார்.

ஆனாலும் இவற்றையெல்லாம் கடந்து, தேர்தல் நிர்வாகம் என வரும்போது மேலும் கவனம் தேவைப்படுகிறது. அதனால்தான் 2014இல் பன்சாலின் உதவியை ஷா நாடினார்.

பல்வேறு மாநிலங்களில் இருந்தும், ‘ஏபிவிபி’யில் தன்னுடன் பணிபுரிந்த ஊழியர்களில் இருந்து அறுபது ஆட்களைத் தேர்வுசெய்து, அவர்களைத் தனக்குரிய முக்கியக்குழுவாக பன்சால் அமைத்துக்கொண்டார். மீண்டும் அவர்கள் பத்தொன்பது சிறு குழுக்களாகப் பிரிக்கப்பட்டனர். ஒரு குழு ஊடகத்தைக் கண்காணித்தது, இரண்டாம் குழு பாஜகவின் சார்பாக சமூகவலைத்தளங்கள் மூலமாக அதிரடித்தாக்குதல் நடத்தியது, மூன்றாவது குழு திட்டங்களை வகுத்தது, நான்காவது குழு தொகுதிகளிலிருந்து வந்த குறிப்பிட்ட சில தலைவர்களின் கோரிக்கைகளைப் பரிசீலித்து, அவர்களுடைய பிரச்சாரங்களை ஒருங்கிணைத்தது, அனைத்து முக்கியப் பிரச்சாரகர்களும் ஹெலிகாப்டர்களை உபயோகிப்பதற்கான அனுமதிகளை வழங்கும் பணியை மேற்கொண்டு மற்றொரு குழு வான்வழிப்பயணங்களை நிர்வகித்தது, ஒவ்வொரு பொதுக்கூட்டம் நடைபெறுவதற்கும் முன்னர் சம்பந்தப்பட்ட நிர்வாகத்தினருடன் சுமுகமான உறவைப் பேணி, நிகழ்வுகளுக்கான அனுமதியைப் பெற்றுத்தரும் பணியை மற்றுமொரு குழு செய்தது.

"கட்சியின் தேர்தல் பிரச்சாரங்கள் நடைபெறுவதற்கு, பின்னணியில் இருந்து நாங்கள் செயல்படுகிறோம்" என பன்சால் கூறினார். ஒரு குறிப்பேட்டைத் தன்னுடன் வைத்திருந்த பன்சால், ஒவ்வொரு நாளின் முடிவிலும் அன்று தான் கண்டவற்றை, கட்சியின் பலங்களை, பலவீனங்களை, அமித் ஷாவின் தேர்தல் நிர்வாகப்பள்ளியில் தான் கற்றுக்கொண்ட பாடங்களை என அனைத்தையும் சுருக்கமாகக் குறித்துக்கொண்டார்.

மோடி அலை, 24/7 பிரச்சாரம், கட்சியமைப்பின் உன்னிப்பான செயல்கள், பரந்துவிரிந்த சமூகக் கூட்டணி மற்றும் கட்சிக்காக சங் தன் ஊனையும் உடலையும் சமர்ப்பித்திருந்த தீவிரம் என அனைத்தும் சேர்ந்துகொண்டு, 2014 உபி தேர்தலில் ஒரு பாஜக சுனாமியையே உருவாக்கிவிட்டது. 71 தொகுதிகளை சுயமாக வென்று பாஜக உபியில் பெருவெற்றி கண்டது, கூட்டணிக்கட்சியின் மூலமாக மேலும் இரு தொகுதிகளும் பாஜகவிற்கு கிடைத்தன.

~

2014ஆம் ஆண்டு மே 16 அன்று வெளியான தேர்தல் முடிவுகளின் பின், தில்லியில் நிகழும் அதிகார மாற்றத்தை நிர்வகிப்பதிலும், நரேந்திர மோடியின் தலைமையிலான ஆட்சிக்கு அமைச்சர்களை நிர்ணயம் செய்வதிலும் அமித் ஷா மும்முரமானார்.

ஒரு சிறு இடைவேளை வேண்டி பன்சால் மீண்டும் ராஜஸ்தானுக்கே சென்றுவிட்டிருந்தார்.

ஜூன் மாதம் அவரை மீண்டும் டில்லிக்கு வரவழைத்த ஷா, உபியில் கட்சி சங்கத்தின் பொதுச்செயலாளராகப் பொறுப்பேற்றுக் கொள்ளுமாறு கூறினார். பாஜகவைப் பொறுத்தவரை, அதிமுக்கியமான இப்பதவியை வகிக்கும் எவரும், கட்சியின் செயற்பாடுகளைப் பின்னிருந்து தீர்மானிக்குமளவு மகத்தானதொரு அதிகாரம் பெற்றவராகவே இருப்பார். தேசிய அளவிலான கட்சியமைப்பின் செயல்பாட்டிற்கு, அதன் பொதுச்செயலாளரான ராம் லால் மையப்புள்ளியாக விளங்குகிறார். குஜராத்தின் பாஜக செயலாளராக நரேந்திர மோடி இருந்தார். 'சங்'கின் முன்னாள் பிரச்சாரகருக்காய் இப்பதவி முன்பதிவு செய்யப்பட்டிருக்கும். கட்சியின் தலைமையிடத்திலேயே செயலாளர்

வசித்துக்கொள்வார், கட்சியின் மாநிலச் செயலாளரை விடவும் அதிகாரம் படைத்தவராகவும் விளங்குவார்.

பன்சால் தயங்கினார். உபி பெரிய மாநிலம்; இத்தனை இளையவரொருவர் பொறுப்பேற்றுக்கொள்வது அம்மாநிலத்தின் மூத்த தலைவர்களை அதிருப்திக்கு உள்ளாக்கக்கூடும்; இதனால், கட்சிசார்ந்த முடிவுகளை எட்டுவதும், அவற்றைச் செயல்படுத்துவதும் சிக்கலாகிவிடக்கூடும். எனவே சிறிய மாநிலமொன்றை தனக்குத் தருமாறு ஷாவிடம் அவர் கேட்டுக்கொண்டார். ஆனால் ஷா பன்சாலை வற்புறுத்தினார். ஷாவிடம், "அப்படியானால் எனக்கு ஒரே ஒரு நிபந்தனை உண்டு. உபியின் பொதுச்செயலாளரான தாங்களே என் பொறுப்பாளராக நீடிக்க வேண்டும்" என பன்சால் கேட்டுக்கொண்டார். அதற்கு, "பன்சால், கவலைப்படாமல் செல், உன்னை நான் கவனித்துக்கொள்கிறேன்" என ஷா பதிலளித்தார்.

சில வாரங்களுக்குள்ளாகவே, உபியின் பொதுச்செயலாளர் பதவியை விடுத்து, கட்சியின் தேசியத் தலைவராக ஷா பொறுப்பேற்றுக்கொண்டார். 2014இன் ஜூன் மாதத்தில், லக்னோவிற்கு மீண்டும் பயணமானார், 2017ஆம் ஆண்டின் தேர்தல்களில் வெற்றிகாண வேண்டும் என்ற தெளிவானதொரு அரசாணை அவருக்காக அங்கு காத்திருந்தது.

~

2014ஆம் ஆண்டின் ஜூலையில் கட்சித்தலைவராகப் பொறுப்பேற்றுக்கொண்டதுமே, அமித்ஷா பெரும் உத்வேகத்துடன் பணியாற்றத் துவங்கினார். இரு முக்கிய மாநிலங்களாகிய மஹாராஷ்திராவும் அரியானாவும் அடுத்த மூன்று மாதங்களுக்குள் தேர்தலைச் சந்திக்கவிருந்தன. கட்சிக்காக நீண்டகாலத் திட்டங்கள் பலவற்றை ஷா தீட்டியிருந்தாரெனும்போதும், இம்மாநிலங்களை உடனடியாக வெல்வது இப்போது கட்டாயமாகிறது. மக்களவையில் பாஜகவிற்கு வெற்றியை ஈட்டித்தந்த அதே அம்சங்களுடனேயே அவர் மீண்டும் களமிறங்க வேண்டியிருந்தது.

மஹாராஷ்திராவில் கட்சி சந்திக்க வேண்டிய சவால் மிகப்பிரமாண்டமாய் இருந்தது. கோபிநாத் முண்டே எனும்

மிக முக்கியமான பாஜக தலைவர் ஜூன் மாதத் துவக்கத்தில் ஒரு விபத்தில் காலமாகிவிட்டார், இது கட்சிக்கு மிகப்பெரிய இழப்பாகும். மஹாராஷ்திராவில் வெகு சக்திவாய்ந்த பாஜக தலைவராக இருந்த முண்டே மிக சமீபத்தில்தாம் மத்திய கிராமப்புற மேம்பாட்டு அமைச்சராகப் பொறுப்பேற்றிருந்தார். சிவசேனா கட்சியுடன் பாஜக ஆட்சிப்பங்கீட்டில் இருந்தபோது, பிற பிற்படுத்தப்பட்ட வகுப்பைச் சேர்ந்த முண்டே துணை முதலமைச்சராகப் பொறுப்பு வகித்திருந்தார்.

தொகுதிப் பங்கீட்டில் தம் பழைய கூட்டாளியான சிவசேனையுடன் ஏற்பட்ட அதிருப்தியின் காரணமாக, அக்கட்சியுடன் இருந்த கூட்டணியை முறித்துக்கொள்ள மோடியும் ஷாவும் முடிவெடுத்தனர். ஆனால் அரசியல் முறையிலான இப்பிரச்சினை சட்டரீதியாக பலமற்றதாகவே இருந்தது. 2014 மக்களவைத் தேர்தலில் பாஜக வெற்றியடைந்து, மோடியும் ஷாவும் பொறுப்பேற்றுக்கொண்டதும், கூட்டணிக்கட்சிகளுக்கு இசைந்துதரும் இளம் கூட்டாளியாக தான் இருப்பதை பாஜக நிறுத்திக்கொண்டது - கூட்டணிக்கட்சிகள் பாஜகவிற்கு அடிபணிந்து போகுமாறு இதன்மூலம் தெரிவிக்கப்பட்டது. அதேநேரம், இம்மாநிலத்தின் அனைத்துத் தொகுதிகளிலும் போட்டியிடுமளவுக்கு, அமைப்புரீதியாக பாஜக தயாராகி இருக்கவுமில்லை. உண்மையைச் சொல்வதானால், கடந்த தேர்தல்களில், மஹாராஷ்திராவின் ஒட்டுமொத்தத் தொகுதிகளான 288 தொகுதிகளுள், பாதிக்கும் மேற்பட்ட தொகுதிகளில் தன் வேட்பாளர்களை அக்கட்சி நிறுத்தவேயில்லை.

பாஜக தனித்துப் போட்டியிடுவதாக முடிவு செய்ததுமே, பாஜகவின் மும்பை அலுவலகத்தில் ஷா முகாமிட்டார், மஹாராஷ்திராவின் முப்பத்தாறு மாவட்டங்களிலும் பொறுப்பாளர்களை நியமித்தார், மாநிலக் கட்சித்தலைவர்களுக்கானப் பயிலரங்குகளை ஏற்பாடு செய்தார், ஜிபிஎஸ் கருவி பொருத்தப்பட்ட கார்களை ஏற்பாடு செய்து, ஒரு வாகனத்திற்கு ஒரு ஆள் எனப் பொறுப்பேற்கவைத்து, 288 தொகுதிகளிலும் ஒரு தொகுதிக்கு ஒரு கார் வீதம் நிறுத்தினார், வாக்குப்பதிவு முடியும்வரை அவ்வாகனங்கள் தத்தம் தொகுதிகளிலேயே இருக்கவேண்டுமெனவும் கட்டளையிட்டிருந்தார் என பாஜகவின்

நடவடிக்கைகளைத் தொடர்ந்து கண்காணித்து விரிவான செய்திகளைப் பதிவுசெய்துகொண்டிருந்த பத்திரிகையாளர்களுள் ஒருவரான ஷீலா பட் தெரிவித்தார். மோடியின் அலை மூலமாகத்தான் பாஜகவை பிரமலமடைய வைக்க இயலும் என அறிந்திருந்த ஷா, மஹாராஷ்டிராவில் நரேந்திர மோடி பங்குகொள்ளும் பொது நிகழ்ச்சிகளை மிகக் கவனத்துடன் ஏற்பாடு செய்யத் துவங்கினார். விளைவாக, மொத்தம் இருபத்தாறு நிகழ்ச்சிகளில் பிரதமர் பங்குகொண்டார். பிற கட்சிகளில் இருந்து வெளியேறியவர்களைத் தன் கட்சியில் இணைத்துக்கொள்ளும் நடவடிக்கையின் மூலமும் தன் பலத்தை பாஜக அதிகரித்துக்கொண்டது.

விளைவாக, மாநிலத்தின் தனிப்பெரும் கட்சியாக பாஜக உருவாகி, ஆட்சியமைத்தது. தேர்தலில் மோடி அலையோடு, கட்சி மதிநுட்பத்துடன் சமூகக் கூட்டணிகள் அமைத்ததும், அரசியல்ரீதியான செய்திகளைக் கொண்டு சேர்த்ததும், ஆட்சியில் இருந்தோரின் மீதிருந்த அதிருப்திகளை வெளிக்கொணர்ந்ததும் பாஜகவின் முக்கியச் செயற்பாடுகளாக இருந்தன. சிவசேனாவுடனான பாஜகவின் உறவுமுறிவு மிகப்பெரிய எதிர்மறை வினையை உண்டாக்கியிருக்கக்கூடும், பாஜக பலமுடன் இல்லாத மாநிலங்களிலும் கூடக் கட்சிக்கென ஒரு தேர்தல் அமைப்பை உண்டாக்க வழி செய்ததன் மூலம் உருவாகவிருந்த பெரும் அபாயங்களையும் சந்திக்கத் தயங்காதவர் ஷா என்பது இதன்மூலம் நிரூபணமாகிறது. அரியானாவிலும் இதே கதைதான். அரியானாவின் நகர்ப்புறங்களில் மட்டுமே பாஜகவின் செல்வாக்கு இருந்தது, மாநிலம் முழுதும் பரந்துவிரிந்த கட்சியமைப்பும் அதற்கில்லை, எனினும் பாஜகவால் அங்கும் பெருவெற்றியடைய முடிந்தது.

2014 வெற்றிக்குப் பிறகும் கூட மோடியின் வெகுஜன ஈர்ப்பு உயிர்ப்புடன் இருந்தது என்பதும், அதுதான் இத்தொடர் வெற்றிகளின் முக்கியக் காரணம் என்பதிலும் சந்தேகமேதுமில்லை. இருப்பினும் இவ்வெற்றிக்கென தனித்துவமான மற்றுமொரு அம்சமும் உள்ளது. பாஜக வழக்கமாக இம்முறையில் பணியாற்றுவதோ, ஜெயிப்பதோ இல்லை. பாஜகவின் ராஜ்ய சபை உறுப்பினரும், மிதவாத கருத்தியலாளருமான சுவபன் தாஸ்குப்தா, "அமைப்புரீதியான, நீடித்த களப்பணியைத் தொடர்ந்துதான் தேர்தல் வெற்றி

சாத்தியமாகியது எனக்கூறுவதைவிடவும்... கட்சிக்கென அமைப்புரீதியானதொரு அடித்தளத்தை உருவாக்கியதுதான் தேர்தலின் வெற்றி எனக் கூறலாம்." என்கிறார். ஷா குறித்து வைத்திருந்த அட்டவணைகளினாலேயே இருமாநிலங்களிலும் பாஜகவின் வெற்றி சாத்தியமாகியிருந்தது. இதன்மூலம், மோடி அலையினையும், சாமர்த்தியமான தேர்தல் நிர்வாகத்தையும் உபயோகித்து நல்ல முடிவுகளை எட்டமுடியும் என ஷா நிரூபித்தார். ஆனால் இவ்வெற்றிகளைக் கடந்து, பாஜகவின் அமைப்பை விரிவாக்கவும், கட்சியை மறு உருவாக்கம் செய்யவும் வேண்டுமென அவர் மேலும் பெரியதொரு இலட்சியத்தைக் கொண்டிருந்தார்.

~

2014ஆம் ஆண்டு நவம்பர் மாதத்தில், உலகின் வேறெந்த அரசியல் கட்சியும் செய்திராத அளவு, பெரும் இலக்கைக் கொண்டிருந்த பாஜகவின் உறுப்பினர் சேர்க்கைப் பிரச்சாரங்களை ஷா துவக்கி வைத்தார், அனைத்து மாநிலங்களில் இருந்தும் தம் அமைப்பின் தலைவர்களை வரவழைத்து, உறுப்பினர் சேர்க்கைக்கான அவர்களின் இலக்குகளை நிர்ணயித்தார். பாஜகவை வலிமைப்படுத்துவோம், இந்தியாவை வலிமைப்படுத்துவோம் (சஷாக்தா பாஜபா, சஷாக்தா பாரத்) பிரச்சாரத்தின் உறுதுணையோடு, நாட்டின் குடிமக்களை பாஜகவின் கீழே கொண்டுவரவேண்டும் எனும் ஒரே இலக்குடன் பிரதமர் முதல் வாக்குச்சாவடி உறுப்பினர் வரை செயல்பட்டனர்.

பாஜகவின் உறுப்பினர் சேர்க்கை திட்டத்தைக் கண்டு சந்தேகம்கொண்டிருந்த பலரும், பொதுமக்கள் தொடர்புக்கான கட்சியின் வழக்கமான திட்டம் அதுவெனவே கருதியிருந்தனர். கட்சியால் கொடுக்கப்பட்டிருந்த ஒரு குறிப்பிட்ட அலைபேசி எண்ணிற்கு மிஸ்ட் கால் விடுப்பதன் மூலமாக மட்டுமே கூட ஒருவரால் அக்கட்சியின் உறுப்பினராகச் சேர முடியும் என்பதாலேயே, பாஜகவை "மிஸ்ட் கால்" கட்சி என எதிர்க்கட்சியினர் கேலி செய்தனர். ஆனால் பாஜகவை விரிவடையச் செய்வதற்கான ஒரு திருப்புனையே இத்திட்டம். உதாரணத்திற்கு உத்திரப் பிரதேசத்தைக் காணலாம்.

கட்சி சந்திப்பொன்றிற்காக லக்னோவில் இருந்து தில்லி வந்திருந்த பன்சாலிடம், "இத்திட்டத்தின் கீழ் எத்தனை உறுப்பினர்களை உங்களால் உபியில் சேர்க்க முடியும்?" என ஷா கேட்டார். உறுப்பினர் சேர்க்கைப் படிவங்களை நிரப்பிக்கொடுத்த உறுப்பினர்களுக்கு, அதற்குரிய ரசீதுகளைக் கொடுத்து கட்சியினுள் சேர்த்துக்கொள்ளும் பழைய உறுப்பினர் சேர்க்கை முறையின் மூலம் 14 லட்சம் உறுப்பினர்களை உபியில் கட்சி சேர்த்திருந்தது. பன்சால் சிறிது தயங்கினார், பின்னர் நம்பிக்கையுடன், "ஐம்பது லட்சம்" என்றார். "இல்லை, ஒரு கோடி உறுப்பினர்களை இலக்காக்கிக் கொள்ளுங்கள்" என ஷா கூறினார். அது கடினமான காரியம் எனப் பணிவுடன் பன்சால் கூறினார். ஆனால் ஷாவோ, "கண்டிப்பாக அது நடந்தேறவேண்டும்" என உறுதியாகப் பதிலளித்தார்.

உடனே உபியில், கட்சி நான்முனைத் திட்டத்தை மேற்கொண்டது.

இத்திட்டத்தின் முதல் பகுதி வாக்குச்சாவடியில் இருந்து துவங்குகிறது. 2014 தேர்தலின் போது, மாநிலத்தின் 1,41,000 மொத்த வாக்குச்சாவடிகளில் 13,000 வாக்குச்சாவடிகளில் இருந்து பாஜகவிற்கு ஒரு வாக்கு கூடக் கிடைத்திருக்கவில்லை. இவற்றுள் பெரும்பாலானவை, தனது தேர்தல் கணக்கிலிருந்து சுயவிருப்பத்துடனேயே கட்சி விலக்கிவைத்திருந்த இசுலாமிய ஆதிக்கம் நிறைந்த பகுதிகளைச் சேர்ந்த வாக்குச்சாவடிகளாகத்தான் இருக்கவேண்டும் என கட்சி அனுமானித்தது. இவற்றில் தம் நேரத்தை செலவழிப்பதைவிடவும், மற்ற வாக்குச்சாவடிகளில் தம் சக்தியை மேலும் மூலதனமாக்கிட கட்சி முடிவுசெய்தது. மொத்தம் 1,20,000 வாக்குச்சாவடிகள் கணக்கிடப்பட்டன, ஒவ்வொரு வாக்குச்சாவடியும் குறைந்தது 100 உறுப்பினர்களையேனும் சேர்க்க வேண்டுமென அனைத்து வாக்குச்சாவடித் தலைவர்களுக்கும் தகவல் தெரிவிக்கப்பட்டது. இந்நடவடிக்கை எளிதானது போலவே தோற்றமளித்தது. வீட்டிற்கு வீடு செல்லவேண்டும், விருப்பமுள்ளவர்கள் அனைவரையும் குறிப்பிட்ட எண்ணிற்கு மிஸ்ட் கால் தரச்செய்ய வேண்டும், உடனே அவர்களின் உறுப்பினர் எண்ணைத் தாங்கிய குறுஞ் செய்தியொன்று அவர்களை வந்தடையும், இதன்மூலம்

அவர்கள் கட்சியின் உறுப்பினர்களாகி விட்டனர் என்பது உறுதிசெய்யப்படும்.

ஒரே மாதத்தில் உபியின் ஒரு லட்சம் வாக்குச்சாவடிகளில் இத்திட்டம் வெற்றியடைந்ததாக பன்சால் கூறினார். 80 லட்சம் உறுப்பினர்களை மாநிலம் முழுதும் சேர்த்ததன்மூலம், ஷாவின் இலக்கை அவர்கள் நெருங்கிவிட்டிருந்தனர்.

ஆனால், இந்த எண்ணிக்கையை நாம் எப்படி நம்புவது? அபய் மோகன் ஜா எனும் மூத்த பத்திரிகையாளர், உபியின் மாநில எல்லையை ஒட்டியிருந்த பீகாரின் வடக்கு சம்பாரன் மாவட்டத்தைச் சேர்ந்தவர். கட்சியின் உறுப்பினராவதற்கான அழைப்பும், குறுஞ்செய்தியும் தனக்கும் வந்ததென அவர் எழுதியிருந்தார். உறுப்பினவராவதற்கு தனக்கு விருப்பமில்லையென அவர் பதிலளித்தபோது, அவருடைய குடும்பத்தினரையும் கட்சியின் உறுப்பினர்களாக்கக் கூறி இரண்டாம் குறுஞ்செய்தி வந்துள்ளது. பத்திரிகையாளராக இருந்ததால் அவருக்குப் பல அரசியல் தொடர்புகள் இருந்தன, எனவே பீகாரின் பாஜக தலைவர்களுள் ஒருவரான சுஷில் மோடியை அழைத்து விஷயத்தைக் கூறியுள்ளார். தொழில்நுட்பத் தவறுகள் நிகழ்ந்திருக்கக் கூடுமென சங்கடத்துடன் பதிலளித்த அவர், தான் சம்பந்தபட்டவர்களைக் கண்டிப்பதாகவும் உறுதியளித்துள்ளார். பின்னரே ஜாவின் பெயர் உறுப்பினர் பட்டியலில் இருந்து நீக்கப்பட்டது.

ஆனால் இந்த நிகழ்வுகளெல்லாம் சிறுபிழைகள் மட்டுமே என பாஜக வலியுறுத்திக் கூறியது..

இந்நடவடிக்கையின் மூலம் கட்சிக்கு கிடைத்திருந்த உண்மையான ஆதாயமே வேறு. "இந்நடவடிக்கையின் மூலம் என்ன நிகழ்ந்தது எனக் காணலாம். தேர்தல் நேரத்தைத் தவிர மற்ற நேரங்களிலெல்லாம் செயல்படாமல் கிடந்த வாக்குச்சாவடிக் குழுக்களுக்கு ஊக்கமளித்து செயல்பட வைத்துள்ளது. எங்கள் ஆட்களை வெளியே செல்லவைத்து, அவரவர் பகுதியில் இருந்த மக்களுடன் பரிச்சயம் ஏற்படுத்திக் கொள்ளவைத்து, கட்சிக்கும் மக்களுக்குமிடையே உறவை உருவாக்கியுள்ளது. இதன்மூலம் பாஜக தன்னை வெளிப்படுத்திக்கொண்டது" என பன்சால் கூறினார்.

இத்தனைக்குப் பிறகும் கட்சியின் இலக்கு எட்டப்படாமலேயே இருந்தது.

தனித்தனி ஆட்களாகச் சந்தித்து, அவர்களைக் கட்சி உறுப்பினராக்குவதே இலக்கின் அடுத்த அம்சமாக இருந்தது. வாக்குச்சாவடிப் பிரச்சாரங்களின் மூலம் கட்சிக்குழுவின் நடவடிக்கைகள் அவரவருக்கென குறிப்பிடப்பட்டப் பகுதிகளோடு வரையறுக்கப்பட்டிருந்தது. இப்போதோ, தம் குடும்ப உறுப்பினர்கள், அக்கம்பக்கத்தினர், நண்பர்கள் என எவரை வேண்டுமாயினும் கட்சி உறுப்பினர்களாக்க பாஜகவினருக்கு அறிவுறுத்தப்பட்டிருந்தது. இப்போது கட்சிப் பணியாட்கள் ஒவ்வொருவரும் தனித்தனியாக 100 உறுப்பினர்களைச் சேர்க்க வேண்டியிருந்தது.

தொகுதியளவில் முகாம்களை அமைப்பது இத்திட்டத்தின் மூன்றாவது அம்சமாக இருந்தது. மாநிலங்களிடையே இடம்பெயர்ந்து வாழ்வோரின் எண்ணிக்கை உபியில் அதிகளவில் இருந்தது. தம் கிராமத்தின் வெளியே திருமணமாகிச் செல்லும் பெண்கள் அங்கேயே தங்கிவிடுகின்றனர்; வேலைவாய்ப்புகளுக்காக ஆண்கள் இடம்பெயர்கின்றனர்; கல்லூரிப் படிப்பிற்காக பெரிய நகரங்களுக்கு மாணவர்கள் இடம்மாறிச் செல்கின்றனர். இத்தகைய தொகுதிகளைக் கவர்வதற்கெனவே, பாஜகவின் பதாகையுடன் முகாம்கள் அங்கு அமைக்கப்பட்டன.

வாக்குச்சாவடிகள், தனிநபர்கள் மற்றும் முகாம்கள் மூலமாக நடந்த உறுப்பினர்ச்சேர்க்கையைத் தவிர, இந்துமதச் சமூகத்தின் அனைத்துப் பிரிவினரையும் சென்றுசேரும் வகையில் சுவஸ்பர்ஷி பிரச்சாரத்தை கட்சி களமிறக்கியது. பிற பிற்படுத்தப்பட்டவர்கள் மற்றும் தலித் சமூகங்களில் இருந்து எழுநூற்று எண்பதிற்கும் அதிகமான கட்சிப் பணியாளர்கள் தேர்ந்தெடுக்கப்பட்டனர், மாநிலத்தில் அவர்தம் சாதிகளைச் சேர்ந்த மக்கள் அதிகளவில் வசிக்கும் இடங்களில் கட்சி உறுப்பினர்ச்சேர்க்கையை நடத்த அவர்கள் அனுப்பப்பட்டனர். தொன்றுதொட்டே பாஜகவின் தொகுதியாக இல்லாத இடங்களில் வசிக்கும் மக்களையும் கூடக் கவர்ந்து, தன் அடித்தளத்தை விரிவடையச்செய்வதே கட்சியின் நோக்கமாக இருந்தது. 2015ஆம் ஆண்டு மார்ச் 31இல், மாநிலத்தில் ஷா முன்னர் நிர்ணயித்திருந்த அளவின்

இருமடங்காக 1.8 கோடி புதிய உறுப்பினர்கள் பாஜகவில் சேர்ந்திருந்தனர். இதை உபி மாடல் எனக் கட்சியினர் குறிப்பிட்டனர். தன் சொந்த முயல்வில் ஒரு அமைப்பாளராக பன்சால் உருவாகிவிட்டார் என்பதையும் இந்நடவடிக்கை மூலம் அறியமுடிந்தது. இக்காலக்கட்டத்திற்குள்ளாக மாநிலத்தின் அனைத்து மாவட்டங்களுக்கும் அவர் பயணம் மேற்கொண்டிருந்தார்; நான்கு பிரச்சாரங்களையும் தானே திட்டமிட்டு செயல்படுத்தியுமிருந்தார்.

உறுப்பினர் சேர்க்கைக்கானப் பிரச்சாரத்தை எப்படி செயல்படுத்துவது என்பதை உபி அனுபவம் கட்சியினருக்குக் கற்றுத்தந்திருந்தது. புது உறுப்பினர்களின் வரவு உபியில் தான் பெருமளவில் நடந்தது எனும்போதும், இந்நடவடிக்கை உபியை மட்டுமே குறிவைத்து செயல்படுத்தப்பட்டதல்ல. வெவ்வேறு மாநிலங்களிலும் இந்நடவடிக்கை வெவ்வேறு விதமான வெற்றியை அடைந்தது.

உதாரணத்திற்கு, 2014ஆம் ஆண்டின் இறுதியில் ஜார்கண்டில் தேர்தல்கள் நடைபெறவிருந்தன, அங்கு உறுப்பினச்சேர்க்கை பிரச்சாரம் துவங்கியதுமே தாம் பங்கேற்ற பேரணிகளிலெல்லாம் இலவச அலைபேசி எண்ணைக்கூறி கட்சியில் சேரச்சொல்லி அமித் ஷா மக்களை ஊக்கப்படுத்தினார். பீகாரில் 50 லட்சம் உறுப்பினர்களைச் சேர்ப்பதற்கான இலக்கு நிர்ணயிக்கப்பட்டது. மஹாராஷ்திராவில், 2015இன் மத்திமத்திற்குள் ஒரு கோடிக்கும் அதிகமான உறுப்பினர்கள் கட்சியில் சேர்ந்திருந்ததாக கட்சித்தலைவர்கள் கூறினர்.

மார்ச் 30 அன்று, நாடு முழுவதிலும் இருந்து ஒன்பது கோடி உறுப்பினர்கள் பாஜகவில் சேர்ந்துவிட்டதாகவும், பத்து கோடியாக அந்த இலக்கை உயர்த்துவதற்காக மேலும் ஒரு மாதத்திற்கு கட்சிப் பிரச்சாரத்தை நீட்டித்திருப்பதாகவும் செய்தி அறிக்கை வெளியானது. சஞ்சய் சிங் என்னும் பத்திரிகையாளர் ஒருவர், "பிற வழிகளிலும் கூட இந்நடவடிக்கை பாஜகவிற்கு நன்மையையே அளித்தன. மிஸ்ட் கால் கொடுத்து உறுப்பினர்களைச் சேர்க்க பாஜக பயன்படுத்திய தொழில்நுட்பத்தின் மூலம் கட்சிக்கு மிகப்பெரிய தகவல் களஞ்சியமே கிடைத்திருந்தது, நரேந்திர மோடியின் செல்வாக்கின் எல்லையை விரிவுபடுத்தும் எதிர்காலத்

திட்டங்களில் இத்தகவல்கள் பெரும் உதவிபுரியக்கூடும். ஒரு அமைப்பாக பாஜக பலமிழந்து காணப்படும் மாநிலங்களிலும் கூட அது தன் எல்லைகளை விரிவுபடுத்திக்கொள்ளவும் அத்தகவல்கள் உபயோகப்படும்" என்றார்.

பிரச்சாரம் முடிவடைவதற்குள்ளாகவே பாஜக தன் இலக்கை அடைந்துவிட்டிருந்தது. கட்சியின் கூற்றுகள் மிகைப்படுத்தப்பட்டவை எனச் சில அறிக்கைகள் குற்றஞ் சாட்டின. உலகிலேயே தான்தாம் மிகப்பெரிய அரசியல்கட்சி எனக் கட்சி வெளியிட்ட கருத்தின் உண்மைத்தன்மையை சுயாதீனமாக நிறுவுவதென்பது கடினமான காரியம், எனினும் கட்சி குறிப்பிட்டதை விடவும் ஒரு சில லட்ச உறுப்பினர்களின் எண்ணிக்கை குறைவாக இருந்தாலுமே கூடக் கட்சியமைப்பு மிகப் பிரமாண்டமாய் பரவியிருந்தது என்பதும் உண்மைதான்.

இந்நடவடிக்கையின் உண்மையான கதாநாயகர் அமித் ஷா தான். நாடகத்தனமான யுக்தி எனப் பலரால் புறந்தள்ளப்பட்டிருந்த நடவடிக்கையான உறுப்பினர் சேர்க்கையை அமல்படுத்தியதன் மூலம் எழுத்துப்பூர்வமாகவேனும் பத்து கோடி உறுப்பினர்களை அவர் கட்சிக்குள் கொண்டுவந்துள்ளார். மக்களவைத் தேர்தல்களில் கட்சிக்கு 17 கோடி வாக்குகள் கிடைத்திருக்கும் பட்சத்தில், உறுப்பினர்களின் இந்த எண்ணிக்கை அசரடிக்கக்கூடிய ஒன்றுதான். மேல்மட்டத்தில் இருந்து கீழ்மட்டம் வரை கட்சியை பலப்படுத்தியதோடு, அனைவருக்கும் பொதுவானதொரு பணியையும் அவர் ஏற்படுத்திக்கொடுத்திருந்தார். கட்சியின் பிரமாண்டமான வெற்றி, கட்சியை மிக எளிதாக தன்னிறைவையும் தேக்கநிலையையும் நோக்கித் தள்ளியிருக்கக்கூடும். ஆனால், உறுப்பினர்ச்சேர்க்கை நடவடிக்கை அவ்வாறு நிகழாமல் தடுத்து நிறுத்திவிட்டது.

இத்துடன் அனைத்தும் முடிந்துவிடவில்லை.

2015ஆம் ஆண்டு மே மாதம், உறுப்பினர் சேர்க்கை நடவடிக்கையைத் தொடர்ந்து மக்கள் தொடர்பு இயக்கம் (மகா சம்பர்க் அபியான்) ஒன்றை துவங்க பாஜக முடிவுசெய்தது. இப்போது கட்சிப்பணியாளர்கள் தாங்கள் உறுப்பினர்களாகச் சேர்த்தவர்களைத் தேடி மீண்டும் செல்ல வேண்டும், அவர்களின் வயது, பொருளாதார நிலை, தொழில், குடும்ப உறுப்பினர்கள்,

பாலினம் உள்ளிட்ட பல்வேறு தகவல்கள் அடங்கிய ஒரு விரிவான படிவத்தை உறுப்பினர்கள் நிரப்ப வேண்டும். இது ஒருவகையில், கட்சியின் உறுப்பினர்சேர்க்கை நடவடிக்கையில் பெரிய அளவில் சீர்கேடுகள் ஏதேனும் நிகழ்ந்துள்ளனவா எனச் சரிபார்க்கும் நடவடிக்கையாகும்.

உபியின் லக்னோவிலிருந்த சேரியொன்றின் வாக்குச்சாவடியைத் தேர்வுசெய்த பன்சால், அங்கிருந்து நூறு உறுப்பினர்களைக் கட்சியில் சேர்த்திருந்தார். இப்போது உறுப்பினர்கள் படிவங்களை நிரப்புவதற்காக அவர் மீண்டும் வாக்குச்சாவடிக்குச் சென்றார். ஒவ்வொரு படிவத்தையும் பூர்த்திசெய்ய 40 நிமிடங்களுக்கும் மேலானதால், அதுவொரு நீண்ட, கடினமான செயல் என பன்சால் அறிந்துகொண்டார். உறுப்பினர்களை சேர்த்துக்கொண்டதைப் போல, அவர்களைத் தேடிச் சென்று, தொடர்பு கொண்டு விபரங்களை சரிபார்ப்பதென்பதொன்றும் அத்தனை வெற்றிகரமான காரியமாக இராது என்பதுமட்டும் தெளிவாகத் தெரிந்தது.

எனினும், உறுப்பினர்களிடமிருந்து பெறப்பட்ட விரிவான தகவல்கள் அடங்கிய 40 லட்சம் பூர்த்திசெய்யப்பட்டப் படிவங்களை உபியில் இருந்து பாஜகவால் திரட்ட முடிந்தது. தேர்தல்களின் புது ஆயுதமாக தகவல்கள் மாறியிருந்தன, எனவே இந்நடவடிக்கை வெகு மதிப்புமிக்கதாகும்.

உறுப்பினர் சேர்க்கையும், மக்கள்தொடர்பு இயக்கமும் சேர்ந்து, மாநிலம்முழுதும் பாஜக அமைப்பை புத்துயிர் கொள்ளச் செய்திருந்தது. பாஜக நீண்டகாலமாக ஆட்சிசெய்து வந்திருந்த குஜராத், மத்தியப் பிரதேசம், சத்தீஸ்கர் போன்ற மாநிலங்களைத் தவிர மற்ற இடங்களில் கட்சியின் கட்டமைப்பு சிதைந்திருந்தது. 2004ஆம் ஆண்டின் மக்களவைத் தோல்வியின் பின்னும், 2009ஆம் ஆண்டின் படுதோல்வியின் பின்னும் வேறெவருமே கட்சியமைப்பை சீர்செய்வதில் இத்தனைக் கவனம் செலுத்தியதில்லை. கட்சியால் புது உறுப்பினர்களைச் சேர்க்க முடிந்திருக்கவில்லை. கட்சிக்கூட்டங்களில் மக்களைக் காணமுடியவில்லை. பல மாநிலங்களில் கட்சியின் வாக்குப்பங்கு வெகுவாய் குறைந்திருந்தது. ஒவ்வொரு மாவட்டத்திலும், கட்சியினுள்ளேயே இருந்த பல்வேறு கோஷ்டித் தலைவர்களுக்கும் விசுவாசமாக இருந்த பல்வேறு

மக்கள்குழுவையும் கொண்ட ஒரு கட்சியாகத்தான் பாஜக இருந்தது. நரேந்திர மோடியின் தனிப்பட்ட ஈர்ப்பும், அவருடைய பிரத்யேக பாணி பிரச்சாரமும், 'சங்'கின் பக்கபலமும் சேர்ந்துதான் 2014இன் வெற்றியை வழங்கியிருந்ததே தவிர அது கட்சியின் அமைப்பால் உருவான வெற்றியல்ல. கட்சியின் கட்டமைப்பை விரிவாக்கம் செய்ததன் மூலம் அமித் ஷாவும் அவருடைய குழுவினரும் பாஜகவின் தளங்களை விரிவு செய்தனர், கட்சியமைப்பிற்குப் புத்துயிர் அளித்தனர், பழமைவாதிகளை ஒதுக்கினர், அசாதாரணமான அளவில் தகவல்களை சேகரித்தனர், அனைத்திற்கும் மேலாய் 2014ஆம் ஆண்டின் வெற்றி தற்செயலானதல்ல என நிரூபிக்குமாறு கட்சியின் கட்டமைப்பை வலுவாக உருவாக்கினர்.

~

கட்சியின் உள்ளே மாற்றங்களைக் கொண்டுவர 2015ஆம் ஆண்டில் மீதமிருந்த காலத்தை செலவிடக் கட்சி தீர்மானித்தது. உறுப்பினர்சேர்க்கையையும், மக்கள்தொடர்பையும் பெருக்கி முடித்ததும், இப்போது பயிற்சிகளில் தன் கவனத்தைச் செலுத்தத் துவங்கினார் ஷா.

மாநிலம் முழுவதும் பாஜக தன் இருப்பை பதிவு செய்யவும், அதிகாரத்தைக் கைப்பற்றுவதில் தானொரு மிகத்தீவிரமான போட்டியாளர் என நிரூபிக்கவும் உறுப்பினர்ச்சேர்க்கை நடவடிக்கை கட்சிக்குப் பெரும் பங்காற்றியது, அது போலவே, கட்சியின் உள்ளியக்கத்தை மெருகேற்றவும், புது உறுப்பினர்களின் திறமைகளை வளர்த்து கட்சியின் கொள்கைகளை அவர்களுக்குப் போதிக்கவும் செய்வது கட்சியின் அடுத்தகட்ட நடவடிக்கையாக இருந்தது.

களப்பணியாளர்களுக்கும் புது உறுப்பினர்களுக்கும் கட்சிக்கொள்கைகளை அறிமுகப்படுத்த பயிற்சி முகாம்கள் ஏற்பாடு செய்யப்பட்டன. வாக்குச்சாவடியில் இருந்து தொகுதி வரை, மாவட்ட அளவிலும், பின்னர் மாநில அளவிலும் அமைப்புரீதியான தேர்தல்கள் நடந்தன.

உபியின் கட்சியமைப்பைச் சீராக்க, தொகுதிக்கும் வாக்குச்சாவடிக்கும் இடையேயிருந்த ஒரு அடுக்கை பலப்படுத்துவதிலும் பாஜக முனைப்பைக் காட்டியது. இவை

பகுதிரீதிக் குழுக்களாக பிரிக்கப்பட்டிருந்தன. ஒவ்வொரு பகுதியின் கண்காணிப்பிற்குள்ளும் ஒரு டஜன் வாக்குச்சாவடிகள் வந்தன. இந்த நடவடிக்கையின்மூலம், 13,500 பகுதிப்பிரிவுகள் உருவாகியிருந்தன.

இவ்வாறு, எதிர்காலப் பிரச்சாரங்களை மேற்கொள்ள தலைவர்கள் குழுவொன்று உருவாகிவிட்டிருந்தது. பாஜக ஆட்சியாளர்களின் இடையே சாதிரீதியான ஒரு கூட்டமைவை உருவாக்கியதே, இத்தேர்தல்கள் செய்திருந்த மிக முக்கியமானதொரு மாற்றமாகும். உபியின் இக்குழுக்கள் மூலம், உயர்சாதிக்காரர்களுக்கான கட்சியாக இருந்து அனைத்து சாதிகளையும் உள்ளடக்கிய பிரிவுகளைக் கொண்ட கட்சியாக பாஜக உருமாறியிருந்தது.

ஆனால், கட்சியின் அனைத்து முக்கியமான முடிவுகளும் அமித் ஷாவால் மட்டுமே எடுக்கப்படும் பட்சத்தில், மையப்படுத்தப்பட்ட அதிகாரத்தைக்கொண்ட கட்சியாகவே பாஜக நீடிக்கிறதெனில், அமைப்புரீதியான இத்தேர்தல்கள் யாவும் வெறும் அலங்காரத்திற்காக மட்டும்தானா? இக்கருத்தை சுனில் பன்சால் கடுமையாக மறுத்தார், அதிகாரப்பகிர்வின் மூலம் முடிவுகள் எட்டப்பட வேண்டுமென்பதை அடிப்படையாகக் கொண்டே இக்கட்டமைப்பு உருவாகியுள்ளதாக அவர் வலியுறுத்திக் கூறினார்.

"24 கோடி மக்களைக் கொண்ட உபி போன்றதொரு பெரிய மாநிலத்தில், எவராலும் தனித்து கட்சியை நிர்வகிக்க இயலாது. நான் படித்த ஒரு புத்தகத்தில் குறிப்பிட்டிருந்ததைப் போல, உங்களை விடவும் ஒரு படிநிலை கீழுள்ள பிரிவின் முடிவுகளை ஆராய்வதில் பங்குகொள்ளுங்கள், உங்களை விடவும் ஒரு படிநிலை மேலுள்ள அதிகாரிகளிடம் உங்கள் முடிவுகளை சமர்ப்பியுங்கள் எனும் கொள்கையையே நான் பின்பற்றுகிறேன். பாஜகவிலும் இதே விரிவான அமைப்பிலேயே முடிவுகள் எட்டப்படுகின்றன" எனவும் அவர் கூறினார்.

வெறும் ஒரு மணி நேரத்திற்குள்ளாகவே, உபியில் உள்ள கிராமங்களில் வசிக்கும் பல லட்சம் மக்களையும் சென்று சேருமாறு தன்னால் ஒரு செய்தியைக் கொண்டு சேர்த்துவிடமுடியுமென ஒருமுறை ஷா கூறியிருந்தார்.

இதை பன்சால் மேலும் விவரித்தார்: "ஒரு செய்தியைச் சேர்க்கவேண்டுமெனில், அமித் ஷா எங்களிடம் அதைக் கூறுவார். நான் அதை ஆறு மண்டலத் தலைவர்களிடம் கூறுவேன், அவர்கள் அதைத் தங்களின் கீழேயுள்ள மாவட்டத் தலைவர்களிடம் கூறுவர், அவர்கள் அதைத் தொகுதித் தலைவர்களிடம் கூறுவர், அவர்கள் அதை பிரிவுக்குழுக்களிடம் கூறுவர், அவர்கள் இறுதியாக வாக்குச்சாவடித் தலைவர்களிடம் அத்தகவலை கொண்டு சேர்ப்பர். மண்டலத்தலைவருடன் அமித் நேரடியாகப் பேச வேண்டியதில்லை; மாவட்டத் தலைவர்களுடனோ அல்லது வாக்குச்சாவடி ஆட்களிடமோ நானும் பேச வேண்டியதில்லை." கேட்பதற்கு இது எளிமையானதொரு விஷயம்போல் தோன்றினாலும், கட்சிக்குள் இணக்கத்தை இச்செயல்பாடு உருவாக்குகிறது. கட்சியமைப்பின் கீழ்நிலையில் உள்ளோருக்கும் இதன்மூலம் சுய அதிகாரம் வழங்கப்படுகிறது, அமைப்பின் ஒவ்வொரு அடுக்கில் இருப்போருக்கும் பொறுப்புணர்வு கூட்டப்படுகிறது.

ஷாவிற்கும் பன்சாலுக்கும் இடையே உள்ள சுமுகமான உறவால் உபியில் இத்திட்டம் வெற்றியடைந்திருக்கலாம். ஆனால் கட்சியின் அனைத்து விஷயங்களுக்கும் முடிவெடுப்பது என்பது வெகு சிக்கலான நடைமுறையாகும். உண்மையில், கட்சியமைப்பிற்கு இது மிகப் புதிதானதொரு செயல்முறையாகும், எனவே இது மேலும் பல சிக்கல்களை உருவாக்கியிருந்தது.

ஷாதான் தலைவர்; தத்தம் மாநிலங்களின் பிரதிநிதியாக இருக்கும் மத்திய ஆட்சியாளர்கள் அனைவரும், தங்களின் துறைசார்ந்த விவகாரங்களை நிர்வகிப்பதில் முக்கியப் பணியாற்றுகின்றனர்; தேசிய அளவில் கட்சியமைப்பின் பொதுச் செயலாளராகப் பதவிவகிக்கும் ராம் லால், கட்சியமைப்பின் அனைத்து அம்சங்களையும் செயல்படுத்தும் ஆணையை அனைத்து மாநிலங்களுக்கும் அனுப்பிவைப்பார்; அம்மாநிலத்தில் பாஜக ஆட்சியில் இருந்ததானால், கட்சியின் தேசியத் தலைவர்கள் மாநிலத்தின் முதலமைச்சருடனும், கட்சியின் மாநிலத் தலைவருடனும், கட்சியமைப்பின் பொதுச்செயலாளருடனும் தொடர்பில் இருப்பர். மாநிலத்தின் உச்சபட்ச செயலாளர்களான இவர்கள் பின்னர் தங்களின் கீழுள்ள பிராந்தியங்கள்,

மாவட்டங்கள் மற்றும் வாக்குச்சாவடிகளுடன் தொடர்பு கொள்வர்.

ஆனால் நடைமுறையில், இக்கட்டமைப்பு சீரற்ற முறைகளிலேயே இயங்கியது. மத்திய செயலாளர்களுக்கும் மாநிலச் செயலாளர்களுக்கும் இருந்த தனிப்பட்ட செயலாற்றலே இங்கு மிக முக்கியமானதாகும். ஒரு மாநிலத்தலைவர் சுய உத்வேகத்துடன் செயல்களை நிறைவேற்றுவார் என அமித் ஷாவால் நம்பமுடியுமா? பன்சாலிடம் இருந்த அதே திறமைகள் அம்மாநில அமைப்பின் தலைவரிடமும் இருக்குமென எதிர்பார்க்க இயலுமா? மோடி மற்றும் ஷாவிடமிருந்துப் பெறப்பட்ட ஆதரவினாலேயே ஒருவர் அப்பதவியில் அமரவைக்கப்பட்டாரா அல்லது தன் சொந்த உழைப்பின் மூலம் சக்திவாய்ந்தவராக உருவாகியிருந்தாரா? இவையனைத்தும்தான், மாநில அரசின் மீது மத்திய அரசின் கட்டுப்பாட்டையும், மாநில அரசின் சுய அதிகாரத்தையும் முடிவு செய்கிறது. மோடியின் ஆதரவினாலும், ஷாவின் சாதனைகளாலும், கட்சியில் ஷாவின் பலம் மிகப் பெரும் அளவில் அதிகரித்திருந்தது; அதிகாரம் பல்வேறு இடங்களில் குவிந்திருந்த காலமும், பொறுப்புகள் துண்டாடப்பட்டுக் கிடந்த காலமும் ஒருசேர முடிவுக்கு வந்தன.

சந்தேகத்திற்கு இடமில்லாமல், இது பலரது தன்முனைப்புகளைக் காயப்படுத்தியது, நடைமுறையில் இருந்த படிநிலைகளை தகர்த்தது, இதன் மூலம் அதிருப்திகள் உண்டானது. தங்களை விடவும் பல வருடங்கள் இளையவரான ஷாவை விடவும், அதிகாரத்தில் சில படிநிலைகள் கீழே தாங்கள் இருந்ததால், பல பாஜக தலைவர்கள் வருத்தத்தில் இருந்தனர். கட்சியின் தலைவரிடமிருந்தும், அவரின் நம்பிக்கைக்கு உரியவர்களிடமிருந்தும் பெறும் ஆணைகளை அமைச்சரவையின் மூத்த அமைச்சர்கள் நிறைவேற்றவேண்டியிருப்பதாக கிசுகிசுக்கள் உலாவின. பெரும்பாலும் ஷாவின் போக்கு நேரடியாகவும், கறாராகவும் இருக்குமென்பது மேலும் அதிருப்தியை உண்டாக்கியது. அவருடைய பெரும்பான்மையான உதவியாளர்களுக்கு சுயமாக எந்தப் பெரிய அடித்தளமும் இருக்காது, இது அரசியல்ரீதியாக அனுபவம் வாய்ந்தவர்களாகத் தம்மை கருதியிருந்தோரிடையே அதிருப்தியை உண்டாக்கியிருந்தது.

பல வருடங்களாக கட்சியின் பரிணாம வளர்ச்சியைப் பார்த்த பாஜக நிருபர் ஒருவர், "மூத்த தலைவர்களான எல்.கே.அத்வானி மற்றும் முரளி மனோகர் ஜோஷி முதல் முன்னாள் கட்சித் தலைவர்களான ராஜ்நாத் சிங் வரை, கட்சியில் மூத்தவர்களான சுஷ்மா சுவராஜ் முதல் வசுந்தரா ராஜே சிந்தியா போன்ற முதலமைச்சர்கள் வரை, பல தலைவர்களும் அமித் ஷாவின் மீது அதிருப்தியில் இருந்தனர் என்பதில் சந்தேகமேதுமில்லை. ஆனால் அவர்களால் எதுவும் செய்யமுடியவில்லை. ஷாவிற்கு மோடியின் ஆதரவு இருந்ததோடல்லாமல், அவர் தன் உழைப்பின் மூலமாகக் கட்சிக்குப் பல வெற்றிகளை வழங்கியவர். அவர் வெற்றிகளை அளித்துக்கொண்டே இருக்கும்வரை அவர்களால் அவரை எதுவும் செய்ய இயலாது" எனக் கூறினார்.

கட்சியின் புதிய அமைப்பை ஷா நிர்வகித்து வந்தபோதும், அவரால் கட்சிக்கு வெற்றியை அளிக்கமுடியாத ஒரு காலகட்டமும் வந்தது. 2015ஆம் ஆண்டு, கட்சியின் தேசியத் தலைவரான ஷாவிற்கு பெரும் பின்னடைவை உண்டாக்கிய ஆண்டாகும்.

~

உறுப்பினர் சேர்க்கை நடவடிக்கை தொடர்ந்து நடந்து கொண்டிருந்த போதே, 2015ஆம் ஆண்டின் துவக்கத்தில் தில்லி தேர்தல்களில் பாஜக போட்டியிட்டது. உறுப்பினர் சேர்க்கை, மக்கள்தொடர்பு மற்றும் பயிற்சி முகாம்கள் ஆகிய பாஜகவின் அமைப்புரீதியான அட்டவணைத் திட்டங்கள் முடிவுக்கு எட்டியிருந்த தருவாயில், 2015இன் பிற்பகுதியில் பீகாரில் பாஜக போட்டியிட்டது.

இத்தகைய நடவடிக்கைகளை மேற்கொண்டு மஹாராஷ்திரா மற்றும் அரியானாவில் கட்சி வெற்றியடைந்ததோடு மட்டுமல்லாமல், இத்தனைப் பிரமாண்டமான திட்டங்கள் ஏதுமின்றியே கூட ஜார்கண்டில் பாஜக வெற்றியடைந்திருந்ததுதான், இருப்பினும் தில்லி மற்றும் பீகாரில் ஏன் அது தோல்வியைத் தழுவியது?

இதற்கான பதில் நேரடியானது. கட்சியமைப்பு என்பது தேர்தல் கூறுகளில் ஒரு அம்சம் மட்டுமே. அதுவே ஆதார

மையமல்ல, அதுவொரு பிற்சேர்க்கை மட்டுமே. மற்ற கூறுகளுள், தலைமையின் ஈர்ப்பு, சமூகக் கூட்டணிகள் மற்றும் எதிர்க்கட்சியின் நிலை ஆகியவை முக்கியமானக் கூறுகளாகும். உதாரணத்திற்கு, கிரண் பேடியை தில்லி முதலமைச்சருக்கான வேட்பாளராகக் கட்சி தேர்வு செய்தது கட்சியமைப்பில் எதிர்மறை தாக்கத்தை உண்டாக்கியிருந்தது - விளைவாகக் கட்சித் தொண்டர்களால் தம் விசுவாசத்தைத் திரட்டி கிரண்பேடிக்காக பணியாற்ற இயலவில்லை, பலர் செயல்படாமலே கூட இருந்தனர். பீகாரில், கட்சியமைப்பின் மீது பெரும் கவனமும், பிரமாண்டமான அளவில் பல்வேறு வளங்களின் பயன்பாடும் இருந்தபோதும், மற்ற முக்கியக் கூறுகளான, அனைத்து சாதிகளையும் உள்ளடக்கிய பரந்துவிரிந்த சமூகக் கூட்டணிகளை உருவாக்குவதிலும், ஒரு வலிமையான மாநிலத் தலைமையை உருவாக்குவதிலும் கட்சி கோட்டை விட்டுவிட்டதால், அம்மாநிலத்தில் தோல்வியைத் தழுவியது.

முந்தைய வருடங்களில் தான் மேற்கொண்டிருந்த அமைப்புரீதியான முயற்சிகள் யாவும் இப்போது வீணாகிவிட்டதாகவும், தான் எங்கோ தவறு செய்துவிட்டதாகவும், அதிகாரத்தை அடைய இனி இது வழியல்ல எனவும் ஷா இதன்மூலம் எண்ணியிருக்கக்கூடும். கட்சியமைப்பு என்பது தன்னிறைவான ஒரு கருவி இல்லை எனும்போதும், அதுவொரு அத்தியாவசியமான கருவியே என அவர் உணர்ந்திருந்தார். எனவே, தில்லி மற்றும் பீகார் தேர்தல் முடிவுகள் தன்னை பலவீனப்படுத்தாமல் பார்த்துக்கொண்டார். தனது புகழ் சரிந்துபோகாமல் காப்பாற்றிக்கொள்ளவும், 2014ஆம் ஆண்டின் வெற்றி தற்செயலானதல்ல என நிரூபிக்கவும், மீண்டும் உபியில் கால்பதிக்க ஷா முடிவுசெய்தார்.

~

2016ஆம் ஆண்டின் துவக்கத்தில், கட்சி கவனம் செலுத்தவேண்டியிருந்த 40 கூறுகளுடன் ஷா லக்னோவிற்கு பயணமானார். புது வாக்காளர்களை இலக்காக்குதல், வாக்குச்சாவடிக் குழுக்களின் செயல்பாடுகளை உறுதிசெய்தல், தலித்கள் மற்றும் பிற பிற்படுத்தப்பட்டவர்களின் மீது கவனம் செலுத்துதல், மத்திய அரசின் செயற்பாடுகளை விளம்பரப்படுத்த வழிகள் காணுதல், தம் தொகுதிகளில்

இருந்த சட்டசபைப்பகுதிகளில் பணியாற்ற பாராளுமன்ற உறுப்பினர்களைக் கொணர்தல், கட்சியின் முக்கியத் தளமாக அமையக்கூடிய மக்களின் பிரதானப் பிரச்சினைகளைக் கண்டறிதல் போன்றவை அக்கூறுகளில் அடங்கும்.

மாநிலக்கட்சிக்குழுவிடம் தேர்தல் செயற்பாடுகள் ஒப்படைக்கப்பட்டிருந்தன, ஷா அவற்றைத் தொடர்ந்து கண்காணித்து வந்தார். ஒவ்வொரு வேலையாக அவர்கள் இறங்கி செய்யத்துவங்கினர்.

தேர்தல் அரசியலுக்கென தற்போதைய பல கட்சிகளும் செய்வதுபோலவே, வாக்காளர்களின் பிரச்சினைகளைக் கண்டறியவும், அவர்களுடைய முக்கியமானத் தேவைகளைக் கண்டறியவும் வேண்டி தனியார் கருத்தாய்வு நிறுவனங்களை பாஜகவும் நியமித்திருந்தது. சட்டம் ஒழுங்கு, பெண்கள் பாதுகாப்பு, ஊழல், வேலைவாய்ப்புகள், இடப்பெயர்வு மற்றும் "திருப்திப்படுத்துதல்" ஆகிய ஆறு பிரபலமான மக்கள் பிரச்சினைகளை அவர்கள் கண்டறிந்து வந்தனர்.

இதிலொன்றும் பெரிய ஆச்சரியமில்லை, ஒவ்வொருமுறை சமாஜ்வாடி கட்சியின் ஆட்சி முடிவுக்கு வரும்போதும், மக்கள் இதே பிரச்சினைகளைத்தான் சந்திக்கின்றனர். அலகாபாத்தின் உள்ளூர் பத்திரிகையான 'பிரயாக்ராஜ் எக்ஸ்பிரஸ்'இன் ஆசிரியரும், மாநில அரசியலில் தேர்ந்த உள்ளார்ந்த பார்வையும் கொண்டிருந்த ஆய்வாளருமான அனுபம் மிஸ்ரா, "சமாஜ்வாடி கட்சியின் ஆட்சியில், ஒவ்வொரு மாவட்டத் தலைவரும் தன்னை முதலமைச்சராகவே எண்ணிக்கொண்டார். தனது அதிகாரத்தைப் பயன்படுத்தி, மாவட்ட நிர்வாகத்தின்மீது ஆதிக்கம் செலுத்தினார். லக்னோ மூலமாக நிர்வாகத்தின் மீது அழுத்தம் கொடுத்து, உள்ளூர் தொழிலதிபர்களிடமிருந்து வாடகையும் பொருட்களும் பெற்றுக்கொள்வார். இவ்வாறு சமாஜ்வாடி கட்சியின் கீழ் பரவலான முறையில் ஊழலின் ஆட்சியும் குண்டர்களின் ராஜ்ஜியமும் அரங்கேறியதெனில், பகுஜன் சமாஜ் கட்சியின் ஆட்சியிலோ அதிகாரமும் ஊழலும் மையப்படுத்தப்பட்டு இருந்தது" என விளக்கினார்.

சமாஜ்வாடி கட்சியின் மோசமான ஆட்சியால் உபியின் அனைத்து மக்களும் ஏதோவொரு வகையில் பாதிக்கப்பட்டிருந்தனர்

என்பதை இது உணர்த்துகிறது. உண்மையில் உபி முழுவதும் 2016இல் பயணம் மேற்கொண்டிருந்த எங்களைப் போன்ற கருத்தியலாளர்களைப் பொறுத்தவரை, அகிலேஷ் யாதவ் உருவாக்கியிருந்த ஆட்சியாளர்களின் மீதான அதிருப்தியுணர்வை குறைக்கும்வகையில் முலாயம் சிங் யாதவ்வின் ஆட்சிக்காலங்களின் செயல்பாடுகள் இருந்தன. எனினும், கட்சி முழுவதும் சட்டத்திற்குப் புறம்பான நடவடிக்கைகளில் ஈடுபட்டிருப்பதாகக் காட்சியளிக்கும்போது, ஆட்சியிலிருக்கும் ஒரு தனிநபரின் நேர்மறையான செயற்பாடுகள் மட்டும் கருதப்படுவதற்கில்லை. இதை மையமாக வைத்தே பாஜக தன் பிரச்சாரங்களை மேற்கொண்டது.

ஊழல் மற்றும் குண்டர்களின் ஆட்சி எனும் இரு பரவலான கருத்துக்களை அடிப்படையாகக் கொண்டு பாஜக தன் பிரச்சாரத்தை மேற்கொண்டது. "இதனாலேதாம், 'குண்டர்களின் ஆட்சி வேண்டாம், ஊழலின் ஆட்சி வேண்டாம், இம்முறை பாஜகவின் ஆட்சியே வேண்டும்!' எனும் கோஷத்தை நாங்கள் உருவாக்கினோம்" என பன்சால் கூறினார்.

முதன்முறை வாக்களிப்போரில் பெரும்பாலானோர் மோடியைத் தான் தேர்ந்தெடுப்பர் எனும் நம்பிக்கையில், வாக்காளர்களின் பெயர்களைப் பதிவுசெய்யும் பிரச்சாரத்தையும் பாஜக மேற்கொண்டது. ஆனால் கட்சிக்கொடியின் கீழ் இப்பிரச்சாரத்தை மேற்கொள்வதற்குப் பதில், எவ்விதச் சார்புமற்ற ஒரு நடுநிலையானப் பிரச்சாரமாக அதைச் செய்ய பாஜக முனைந்தது. "ஆம், எனக்கு 18 வயதாகிவிட்டது!" என அப்பிரச்சாரத்திற்குப் பெயர் சூட்டப்பட்டது. இத்திட்டத்தின் கீழ் கொண்டுவரப்பட்டப் புது வாக்காளர்கள் அனைவரும், வாக்காளர் பட்டியலில் சேர்வதற்காக படிவம் எண் ஆறினைப் பூர்த்தி செய்தனர், இப்பணியை மேற்கொள்ள கட்சிசார்பாக 600 பணியாளர்கள் நியமிக்கப்பட்டிருந்தனர்.

இச்சோதனைமுயற்சியின் மூலம், பன்சாலும் அவர் குழுவினரும் தங்கள் செயற்பாடுகளிலேயே சிறந்த நடைமுறையுடையவைகளைத் தேர்வு செய்துகொண்டனர், பட்டியலில் சேர இளம் வாக்காளர்களை எது உத்வேகப்படுத்தியது என்பதையும் அறிந்துகொண்டனர், பின்னர் கட்சி சார்பாக வாக்காளர்களைப் பதிவு செய்யும்

பணியைத் துவங்கினர். "ஒவ்வொரு தொகுதியிலும் முகாம்கள் அமைப்பட்டன; கிட்டத்தட்ட 10 லட்சம் புது வாக்காளர்களை நாங்கள் பதிவுசெய்தோம்" என்றார் பன்சால். உபியைப் போன்றதொரு பெரிய மாநிலத்தில் பத்து லட்சம் வாக்குகள் என்பது சொற்ப தொகைதான் எனும்போதும், புது வாக்காளர்களை தங்கள் பக்கம் ஈர்த்ததிலும், அதைச் செய்வதில் தம் அமைப்புரீதியான ஆற்றலை உபயோகித்ததும் கட்சியின் குறிப்பிடத்தக்கச் செயல்களாகும்.

வாக்குச்சாவடிக்குழுக்கள் செயலாற்றலும் உத்வேகமும் கொண்டிருப்பதை உறுதிப்படுத்திக் கொள்வதே அமித் ஷா தேர்தல் நிர்வாகப் பள்ளியின் மையக் கொள்கையாகும், இதுதான் மிகச் சவாலானப் பணியுமாகும். உறுப்பினர்ச்சேர்க்கைப் பிரச்சாரத்தின் போதும், உள்ளமைப்பில் நடந்த தேர்தல்களின் போதும் கூட கட்சியமைப்பின் அடிப்படைப்பிரிவாகிய வாக்குச்சாவடிகள் செயல்பட்டபடியே இருந்தன என்பதை நாம் நினைவில் வைத்துக்கொள்ளவேண்டும்.

லக்னோவில் இருந்த கட்சி அலுவலகத்தின் முதல் மாடியில், பதினெட்டு உறுப்பினர்களைக் கொண்ட தகவல் மையமொன்றை தேர்தல் நேரத்தில் கட்சி நடத்தியது. இங்கு பணியில் அமர்த்தப்பட்டிருந்த இளைஞர்களும் இளம்பெண்களும், கட்சியின் 1,28,000 வாக்குச்சாவடித் தலைவர்களையும் தொடர்புகொண்டு, அவர்களுடைய அடையாளம், தொடர்பு எண் மற்றும் கட்சியுடனான அவர்களின் இணைப்பையும் சரிபார்ப்பர். இவ்விசாரிப்பின் முதற்சுற்றிலேயே 76,000 வாக்குச்சாவடித் தலைவர்களின் விபரங்கள் மட்டுமே சரியாக இருந்தன என்பதை அவர்கள் கண்டுபிடித்தனர். மீதமிருந்தவர்களின் பெயர்களோ அல்லது தொடர்பு எண்களோ தவறாக இருந்தன.

அதாவது, 50,000க்கும் அதிகமான பெயர்கள் தவறாக இருந்தன எனும் இச்செய்தி கட்சியமைப்பின் தலைமைக்கு பெரும் அதிர்ச்சியை அளித்தது. அப்படியெனில், கடந்த ஆண்டில் கட்சி மேற்கொண்டிருந்த நடவடிக்கைகள் அனைத்தும் வீணாகிவிட்டனவா? இந்த 50,000 வாக்குச்சாவடிப் பிரிவுகளும் வெறும் தாளில் மட்டுமே உள்ளவைதானா?

இது உடனடித் திருத்தத்தைக் கோரும் விஷயமாகும்.

இப்பெயர்களில் இருந்த தவறுகளை திருத்திச் சரியான விபரங்களைத் தருமாறு, கட்சியின் மாவட்டப் பிரிவுகளுக்கும் தொகுதிப் பிரிவுகளுக்கும் நேரடியான செய்தி அனுப்பப்பட்டிருந்தது. அவ்வாறு திருத்தப்பட்ட விபரங்கள் மீண்டும் லக்னோவிற்கு அனுப்பப்பட்டது, விளைவாக, வாக்குச்சாவடித் தலைவர்களின் விபரங்கள் அடங்கிய ஒரு முழு கையேடு கட்சியால் தயாரிக்கப்பட்டு வெளியிடப்பட்டது.

இந்நடவடிக்கையை கட்சி முடிக்கும் தறுவாயில் இருந்தபோது, வாக்குச்சாவடிகளின் எண்ணிக்கையை 1,41,000இல் இருந்து 1,47,000ஆகத் தேர்தல் ஆணையம் அதிகரித்தது. எனவே கட்சி மீண்டும் முதலில் இருந்து தன் திட்டமிடலைத் துவக்கி, புது வாக்குச்சாவடிகளை உருவாக்கி, இந்தக் கூடுதல் வாக்குச்சாவடிகளின் பெயர்களையும் சேர்த்து ஒரு புது கையேட்டை வெளியிட வேண்டியிருந்தது. இது மிகுந்த கடினமான செயலாக இருந்தபோதும், இதன்மூலம் ஒரு அலைபேசி அழைப்பிலேயே கட்சிப்பணியாளர்களின் அனைத்து விபரங்களையும் அறிந்துவிடுமளவு, அவர்களைப் பற்றிய மிக நுணுக்கமான தகவல்களையும் 2016இன் இடைக்காலத்திற்குள் பாஜக பெற்றுவிட்டிருந்தது.

இந்த வாக்குச்சாவடிப் பிரிவுகளுடன் நேரடியான தொடர்பு கொள்வதே கட்சியின் அடுத்த நடவடிக்கையாக இருந்தது. ஷாவே மீண்டும் இந்நடவடிக்கையையும் மேற்கொண்டார். உபியில் பாஜக உருவாக்கியிருந்த ஆறு மண்டலங்களான - காசியாபாத்தை தலைமையிடமாகக் கொண்ட வடக்கு உபி, ஆக்ராவை தலைமையாகக் கொண்ட ப்ராஜ், கான்பூரை மையமாகக் கொண்ட கான்பூர்-பந்தல்கந்த், லக்னோவை மையமாகக் கொண்ட ஆவாத், கோரக்பூர் மற்றும் காசிக்கு அவர் பயணம் மேற்கொண்டார்.

ஒவ்வொரு மண்டலத்திலும், 20,000க்கும் அதிகமான வாக்குச்சாவடிக்குழுத் தலைவர்களை கட்சியின் தேசியத்தலைவர் சந்தித்தார். “வாக்குச்சாவடிக்குழுத் தலைவர்களுக்கு இது மிகப்பெரிய அதிகாரத்தை அளித்தது. கட்சியின் தேசியத் தலைவரை தாம் சந்திப்போம் என அவர்கள் நினைத்துக்கூடப் பார்த்திருக்க மாட்டார்கள். அடையாள வில்லைகள் தரப்பட்டு

அவர்களின் நிலை அங்கீகரிக்கப்பட்டது, இவையெல்லாம் அவர்களை மேலும் ஊக்கப்படுத்தியது" என பன்சால் கூறினார்.

இதுபோன்றதொரு சந்திப்பில்தான், யோகி ஆதித்யநாத், மாநிலத்தின் முதலமைச்சர் பதவிக்கான தகுதியான வேட்பாளராக தேர்வு செய்யப்பட்டார். மாநிலம் முழுவதிலும் இருந்த தொண்டர்களிடையே யோகி மிகப் பிரபலமாக இருந்ததை ஷாவும் அவருடைய குழுவினரும் கண்டுகொண்டனர். கோரக்பூரில் நடந்த வாக்குச்சாவடிக்குழுக்களின் கூட்டத்தில், தற்போது உபி இருக்கும் பரிதாபகரமான நிலையில் இருந்து அம்மாநிலத்தை மீட்டெடுக்கக்கூடிய பாத்திரத்தை வகிக்க யோகி தயாராகிக்கொள்ளுமாறு ஷா குறிப்பால் உணர்த்தினார்.

ஆயிரக்கணக்கானோர் பங்குகொள்ளுமொரு பெருங்கூட்டத்தில், அத்தியாவசியமும் முக்கியத்துவமும் நிறைந்த விஷயங்களுக்கே முன்னுரிமை தரப்படும். தேர்தலின் முன்னர் இதேபோன்ற சந்திப்புகள் பல, முதலில் தொகுதி அளவிலும் பின்னர் அதன் உட்கிளைகளிலும், இறுதியாக வாக்குச்சாவடிகளிலும் நடந்தேறின. இவ்வாறாக, தனக்கான விபரங்களை கேட்டறியவும், தன் பகுதியில் நிகழ்பவை குறித்த விரிவான விளக்கங்களைச் சமர்ப்பிக்கவுமென ஒரு வாக்குச்சாவடிக் குழுத் தலைவர் கட்சித்தலைவர்களை நான்குமுறையேனும் சந்திக்கவேண்டியிருந்தது.

தத்தம் பகுதிகளில் இருந்த சாதிப்பிரிவுகளின் விகிதத்தைக் கண்டறிவதுடன், A, B, C என மூன்று வகைகளாக இல்லங்களைப் பிரிக்கும் பணியிலும் வாக்குச்சாவடிக் குழுக்கள் ஈடுபடுத்தப்பட்டிருந்தன. பாஜகவிற்கு வாக்களிப்பவர்கள் 'A' வகையின் கீழும், எவருக்கு வேண்டுமாயினும் வாக்களிக்கக்கூடிய நிலையற்ற மனநிலையுடன் இருப்போரை 'B' வகையிலும், எந்நிலையிலும் பாஜகவிற்கு வாக்களிக்காதவர்களை 'C' வகைமையின் கீழும் பிரித்திருந்தனர். இதன்மூலம், ஒட்டுமொத்த மாநிலத்தைப் பற்றிய நுண்விபரங்களையும் பாஜக அறிந்துகொண்டது. 2014ஆம் ஆண்டிலும் இதேபோன்றதொரு யுக்தியை திறனாளர் பிரசாந்த் கிஷோரின் குழு மேற்கொண்டது, வாக்குச்சாவடியளவில் கண்டறியப்பட்ட பலமான பகுதிகளும் பலவீனமான பகுதிகளும் பட்டியலிடப்பட்டிருந்த ஒரு

கையேட்டை அனைத்து வேட்பாளர்களுக்கும் அக்குழு விநியோகித்தது.

இப்போது, பாஜகவுக்கென ஒரு கோஷம் இருந்தது, களத்தில் இறங்கிப் பணியாற்றும் தொண்டர்களை கட்சி கொண்டிருந்தது, வாக்காளர்கள் குறித்த நுண்தகவல்களை அது சேகரித்திருந்தது, வாக்குச்சாவடிப்பிரிவுகள் இருந்தன, இவ்வாக்குச்சாவடிப்பிரிவுகள் குறித்த விபரங்களையும் கூட கட்சி சேமித்து வைத்திருந்தது.

பிரச்சாரத்தைத் துவங்குவதற்கான சரியான தருணம் இதுவே.

~

நவம்பர் ஐந்தாம்தேதி, பாஜக மாற்றத்திற்கான யாத்திரையை துவங்கியது. (பரிவர்த்தன் யாத்ரா)

வடக்கு உபியில் இருந்த சஹாரன்பூர், பந்தல்கந்தில் இருந்த ஜான்சி, பாலியா மற்றும் பூர்வாஞ்சலில் இருந்த சோன்பத்ரா ஆகிய மாநிலத்தின் நான்கு மூலைகளில் இருந்தும் துவங்கிய இந்த யாத்திரையின் இலக்கு வெகு எளிமையானதுதான். ஒரு நிலப்பரப்பை பாஜக ஆள்கிறதென்றால், அங்கு பாஜகவின் ஆதிக்கம் மட்டுமே மேலோங்கியிருக்க வேண்டும் என்பதே அந்த இலக்காகும்.

அதே நேரத்தில், பிற பிற்படுத்தப்பட்டவர்களையும் இளைஞர்களையும் பெண்களையும் மையப்படுத்தி கூட்டங்கள் நடைபெறவேண்டுமெனவும் கட்சியில் தீர்மானிக்கப்பட்டது - தேர்தலின் மூன்று முக்கிய சுயாதீன இருப்புகளாக இவற்றை பாஜக குறிவைத்திருந்தது.

"ஒவ்வொரு மாவட்டத்திலும், இரு வாரங்களுக்கு ஒருமுறை ஒரு பெரிய நிகழ்வு கட்டாயமாக ஏற்பாடு செய்யப்பட வேண்டும். ஒன்று, அம்மாவட்டத்தின் வழியே எங்களின் யாத்திரை செல்லவேண்டும் அல்லது பெண்கள், பிற்படுத்தப்பட்டோர் மற்றும் இளைஞர்களுக்கான ஒரு கூட்டம் அங்கு நடைபெற வேண்டும். அந்த நிகழ்வுகளின் முந்தைய தினங்களிலும், அந்நிகழ்வுகள் அரங்கேறும் தினத்திலும், அவை நிகழ்ந்து முடிந்த சில நாட்கள்வரையிலும் கூட அம்மாவட்டத்தின் மக்கள்

எங்கள் கட்சியைப் பற்றி மட்டுமே பேசிக்கொண்டிருக்குமாறு அந்நிகழ்வுகள் அத்தனை பிரமாண்டமாக இருக்கவேண்டும்" என பன்சால் விளக்கிக்கூறினார்.

பாஜகவின் வரலாற்றில் ரத யாத்திரைகளுக்கென ஒரு பிரத்யேக இடமுண்டு, இந்த ரதயாத்திரைகளின் பிரபல சாரதியாக எல்.கே.அத்வானி இருந்துள்ளார். கன்னியாகுமரியில் இருந்து காஷ்மீர் வரை நீண்ட யாத்திரையில், கட்சியின் அப்போதைய தேசியத் தலைவரான முரளிமனோகர் ஜோஷியுடன் நரேந்தர மோடியே கூடப் பயணித்துள்ளார். ஆனால் ஒரு குறிப்பிட்டத் தலைவரை மையப்படுத்தி பரிவர்த்தன யாத்திரை செல்வதில்லை என்பது இதன் தனிச்சிறப்பாகும். "இதுவொரு சங்கத்தின் யாத்திரை, மாநிலத்தின் 403 தொகுதிகளையும் இந்த யாத்திரை சென்றடைந்துள்ளது" எனப் பெருமிதத்துடன் பன்சால் கூறினார்.

சரியான நேரத்தில் செயலாற்றுவது என்பது அரசியலில் மிக முக்கியமான விஷயமாகும்.

யாத்திரை நவம்பர் 5ஆம் தேதி துவங்கியது, நவம்பர் 8ஆம் தேதியன்று 500 ரூபாய் பணத்தாளையும் 1000 ரூபாய் பணத்தாளையும் தடைசெய்யும் கடுமையான முடிவை நரேந்திர மோடி அறிவித்தார்.

அதாவது, நாட்டின் ஒவ்வொரு குடிமகனும் பெரிய அளவில் அதிருப்தியில் உழன்றுகொண்டிருந்தபோது, சமூகரீதியாகவும் பொருளாதார ரீதியாகவும் ஆகப்பெரிய பாதிப்பை நாடு சந்தித்துக்கொண்டிருந்தபோது, பிரதமருக்கு எதிராக அரசியல் சூழல்கள் திரும்பிக்கொண்டிருந்தபோது, ஒட்டுமொத்த பாஜகவும் தேர்தல்களத்தில் பணியாற்றிக்கொண்டிருந்தது. ரதயாத்திரை சென்ற அனைத்து மாவட்டங்களிலும் அரங்கேறிய அனைத்து சிறு கூட்டங்களிலும் கூட, மோடி கறுப்புப்பணத்தை அழிக்க முற்பட்டிருக்கிறார் எனவும், தனது உறுதிமொழியை நிறைவேற்றியிருக்கிறார் எனவும், பணமதிப்பிழப்பு நடவடிக்கையானது நாட்டிற்கும், பொருளாதாரத்திற்கும், சமூகத்திற்கும் நன்மை பயக்கும் எனவும் பாஜகவின் சிறு பெரு தலைவர்கள் விளக்கியபடியே இருந்தனர். யாத்திரையில் பங்கேற்றிருந்த பல்வேறு மாநிலத்தலைவர்களும், அமைச்சரவையைச் சேர்ந்த மந்திரிகளாலுமேகூட அவற்றை

நம்பமுடியவில்லை, உண்மையில் பலருக்குத் தம் பீதிகளை மறைத்துக்கொள்ளக்கூடத் தெரியவில்லை, எனினும் அவர்கள் விளக்கங்கள் கொடுத்தபடிதான் இருந்தனர்.

பரிவர்த்தன யாத்திரையின் ஒரு பகுதியாக, மோடி ஆறு பொதுக்கூட்டங்களில் பங்கேற்றார். யாத்திரையின் ஒவ்வொரு நிறுத்தத்திலும், பணமதிப்பிழப்பின் விளைவாக உருவான தியாகங்களையும், அந்நடவடிக்கைமூலம் நாடு அடையப்போகும் நன்மைகளையும் காத்திரமானதொரு தொனியுடன் அவர் எடுத்துக்கூறினார். பணமதிப்பிழப்பு நடவடிக்கை ஏற்படுத்திய தாக்கங்களை முன்னரே பார்த்தாகிவிட்டது, ஆனால், யாத்திரைகளை ஏற்பாடு செய்ததன் மூலம் பெரும்பகுதி மக்கள்திரளை பிரதமர் நேரடியாகச் சென்றுசேருமாறு ஒரு தளத்தை அமைத்துக்கொடுத்திருந்த பாஜக கட்சியமைப்பின் செயல்பாட்டைத்தான் நாம் இங்கு காணவேண்டும். மோடியின் அரசியல் செய்திகளை அது மக்களிடம் கொண்டு சேர்த்தது. இதன்மூலம், உலகின் எந்தவொரு சர்வாதிகாரிக்கோ அல்லது ஜனநாயக அரசின் அரசியல் தலைவருக்கோ, இதுவொரு அபாயகரமான முயற்சியாக அமைந்திருக்கக்கூடும், ஆனால் இதை ஒரு மோடியால் கடந்துவர முடிந்தது.

ஜனவரி 2ஆம் தேதியன்று லக்னோவில் நடைபெற்ற ஒரு மாபெரும் பேரணியில் லட்சக்கணக்கான மக்களின் முன் மோடி உரை நிகழ்த்தினார், அத்துடன் உபி தேர்தலுக்காகத் துவங்கப்பட்ட யாத்திரை முடிவுக்கு வந்தது. பாஜகவின் அமைப்புரீதியான பலத்தைக் காட்டுவதாகவே அப்பேரணி இருந்தது. இறுதிச்சுற்றை நோக்கி நகர்வதற்கான நேரமும் நெருங்கியிருந்தது.

~

திட்டங்களை வகுப்பது, தூரத்தே இருக்கும் தலைநகரின் தலைமையக அறையில் உள்கட்டமைப்பை விளக்கும் நேர்த்தியான வரைபடங்களை உருவாக்குவது, தொலைபேசியில் அழைத்து எண்களை சரிபார்ப்பது ஆகியவையெல்லாம் கட்சியமைப்பின் செயல்பாடுகள்தான் எனும்போதும், தேர்தல்களின் நெருக்கத்தில் களத்தில் இறங்கிப் பணியாற்றுவதே

கட்சி நிர்வாகத்திற்கான சவாலான வேலை. முப்பது ஆண்டுகளுக்கும் மேலாக கட்சியின் தேர்தல்களை நிர்வகித்து வந்த அமித் ஷா இதை நன்றாகவே அறிந்திருந்தார்.

பாஜக அமைப்பு தேர்தல் களத்தில் எவ்வாறு பணியாற்றுகிறது என்பதை அறிவதற்காகவே வடக்கு உபியில் இருந்த அம்ரோகாவை நோக்கி நான் பயணித்தேன்.

லக்னோவை சேர்ந்த பாஜக பிரதிநிதியான சந்திரமோகன், அம்மாவட்டத்தின் பொறுப்பாளராக நியமிக்கப்பட்டிருந்தார். வடக்கு உபியைச் சேர்ந்த புலந்த்சாகரைச் சேர்ந்த இவர் துவக்கத்தில் பாலகருக்கான ஆர்எஸ்எஸ் பிரிவில் இருந்தார், பின்னர் பாபர் மசூதி இடிப்பு நிகழ்ந்த காலகட்டமான **1993**ஆம் ஆண்டுவாக்கில் ஏபிவிபியில் சேர்ந்தார். அடுத்த நான்கு வருடங்களுக்காகவே முழுநேரப் பணியாளராக மாறியிருந்த சந்திரமோகன், ஈதா-கஸ்கஞ் பகுதியிலிருந்த சங் மாணவர் பிரிவின் அமைப்புச் செயலாளராகப் பதவியேற்றார். இறுதியாக, நாட்டின் தற்சார்புடைமையை வலியுறுத்தும் 'சுதேசி ஜாக்ரன் மஞ்ச்'இன் தேசியப் பணிக்குழு உறுப்பினராக உயர்ந்தார்.

2013இல், பாஜகவின் ஊடகப் பொறுப்பாளராகப் பணியாற்றுமாறு இவரை சங் அனுப்பிவைத்தது.

ஒவ்வொரு மாவட்டத்திலும் இடைநிலைப் பணியாளர் ஒருவரை அம்மாவட்டத்தின் பொறுப்பாளராகக் கட்சி நியமனம் செய்திருந்தது. நவம்பர் மாதம் முதல், பிரமாண்டமான கூட்டங்களைக் கூட்டவும், வெகுஜனத் தொடர்பை அதிகரிக்கவும் கட்சித்தலைமை முடிவு செய்திருந்தது.

"இரு சட்டசபைத் தொகுதிகளைச் சேர்ந்த பிற்படுத்தப்பட்டவர்களையும் இணைத்து, அவர்களுக்கான ஒரு கூட்டத்தை ஏற்பாடு செய்திருந்தோம். தற்போதைய அரசு அவர்களுக்கு அநீதி இழைத்துவிட்டது, ஆனால் நாங்கள் நேர்மையானவர்கள், அனைவரையும் ஒன்றிணைத்து முன்னேறுவதையே மோடி விரும்புகிறார் என்பதே அன்றைய கூட்டத்தின் எங்கள் செய்தியாக இருந்தது" என சந்திரமோகன் கூறினார். பெண்களை மையப்படுத்தியும் ஒவ்வொரு மாவட்டத்திலும் கூட்டங்கள் நடந்தன, அவற்றில் சட்டம் ஒழுங்கு, ஆட்கடத்தல் மற்றும் பெண்களைத் துன்புறுத்துதல்

ஆகிய பிரச்சினைகளுக்கு முக்கியத்துவம் அளிக்கப்பட்டன. ஒவ்வொரு வாக்குச்சாவடியிலும் இளைஞர்களுக்கான கூட்டங்களும் நடைபெற்றன.

பரிவர்த்தன யாத்திரைகள் நடைபெறும்போது, தன் தொகுதியில் மோடி பங்கேற்கும் பேரணிகளில் கலந்துகொள்ள பெருவாரியான மக்கள்கூட்டம் சேர்த்திடவும் அத்தொகுதியின் பொறுப்பாளரே பொறுப்பேற்கவேண்டும். "அம்ரோகாவிற்கு அடுத்திருந்த மொராதாபாத்தில் நடந்த ஒரு பேரணியில் மோடி கலந்துகொண்டார். அக்கூட்டத்திற்காக எங்கள் பணியாளர்களுக்கு இலக்குகள் நிர்ணயிக்கப்பட்டன." பணமதிப்பிழப்பு நடவடிக்கையின்போது தங்கள் செல்வங்களைப் காப்பாற்றிக்கொள்ள ஏழைகளின் ஜன் தன் கணக்குகளில் பணத்தைச் செலுத்தியிருந்த செல்வந்தர்களிடம் அப்பணத்தை ஏழைகள் திருப்பித்தரவேண்டாம் என மோடி முழங்கியது இக்கூட்டத்தில்தான்.

பாஜகவின் பேரணிகளில் கலந்து கொள்ளப் பணம் கொடுத்து ஆள் சேர்க்கப்படுவதாக கூறப்படுகிறது. ஆனால் இக்கூற்றை முற்றிலுமாக மறுக்கிறார் சந்திரமோகன். "இல்லவே இல்லை. கூட்டம் நடக்கும் இடத்திற்கு மக்கள் வந்து சேர்வதற்கான பேருந்துகளைத்தான் நாங்கள் ஏற்பாடு செய்கிறோம், கட்சியின் மாவட்டத் தலைவர்களை அவர்தம் கார்களிலேயே கூட்டத்திற்கு வந்து சேர்ந்துவிடச் சொல்கிறோம். கூட்டத்தில் பங்கேற்க வருவோர், பேரணி நடக்கும் இடத்தை வந்தடைய எவ்வளவு நேரமாகிறது என்பதைப் பொறுத்து அனைவருக்கும் உணவும், தேநீரும் ஏற்பாடு செய்கிறோம். மோடிஜியின் பேரணியில் பங்கேற்க மக்கள் தாங்களாகவே முன்வருகிறார்கள். அம்ரோகாவில் நடைபெற்றப் பேரணியில் பங்கேற்க 30,000 ஆட்கள் வரை வருவர் என நாங்கள் திட்டமிட்டிருந்தோம், ஆனால் 80-90,000 வரையிலான ஆட்கள் தங்கள் சொந்த விருப்பத்தின்பேரிலேயே கூட்டத்திற்கு கிளம்பி வந்திருந்தனர்" என்றார்.

கட்சியின் உள்ளூர் ஆர்வலர்களையும், மாவட்டத் தலைவர்களையும் கலந்தாலோசித்து, ஒவ்வொரு தொகுதிக்குமான தகுதியான வேட்பாளர்களின் பட்டியலை தயார்செய்வதும், தேர்தல் சமயத்தில் பொறுப்பாளரின் முக்கியப்

பணியாகிறது. "வேட்பாளரின் வெற்றிவாய்ப்பு, சமூகச் சமன்பாடுகள் மற்றும் சாதிகள், தொகுதி மக்களிடையே உள்ள வேட்பாளருக்கான செல்வாக்கு, அவருடைய பொருளாதார பலம் ஆகியவை வேட்பாளர் தேர்வின் அடிப்படைத் தகுதிகளாக உள்ளன." உதாரணத்திற்கு, அம்ரோகாவின் ஒரு சட்டசபைப் பிரிவிற்கான வேட்பாளராக முன்னாள் கிரிக்கெட்வீரரும், முன்னாள் பாஜக பாராளுமன்ற உறுப்பினருமான சேத்தன் சவுகான் பரிந்துரைக்கப்பட்டிருந்தார். அவர் புகழ்பெற்றவராய் இருந்ததும், சுயாதீனப் பொருளாதாரப் பலத்துடன் இருந்ததும், தொகுதியின் சமூக வடிவத்தினுள் சரியாகப் பொருந்திப்போனதும்தான் அவர் பரிந்துரைக்கப்பட்டதற்கான காரணங்களாகச் சொல்லப்படுகின்றன.

"தகுதியான வேட்பாளருக்கு நெருக்கமாக இருந்த தலைவர்களையும் நாங்கள் பட்டியலிட்டிருந்தோம், இதன்மூலம், வேட்பாளருக்குப் போட்டியிட வாய்ப்பு தரப்படாத பட்சத்தில் அவரைச் சமாதானம் செய்ய எவரை பயன்படுத்த வேண்டும் என்பதையும் நாங்கள் அறிந்திருந்தோம்" என சந்திரமோகன் விளக்கிக் கூறினார். அதிருப்தியாளரை சமாதானப்படுத்தும் கலையே தேர்தல் கலைகளில் மிக முக்கியமானதும் ஆனால் குறைத்துமதிப்படப்படவும் செய்யும் கலையுமாகும்.

தகுதியான வேட்பாளர்களின் பெயர்கள் அடங்கிய இப்பட்டியல் முதலில் கட்சியின் மாநிலத் தலைமையிடமும் பன்சாலிடமும் எடுத்துச் செல்லப்படுகிறது, பின்னர் அவர்கள் மூலமாக அப்பட்டியல் ஷாவை போய்ச் சேருகிறது. மாநிலப்பிரிவுகளின் இப்பட்டியலை மட்டுமே பன்சால் நம்பியிராமல், உள்ளூர் பாராளுமன்ற உறுப்பினர், பிராந்தியத் தலைவர்கள், சங் இயந்திரம், தனியார் ஆய்வுகள், மாவட்ட அளவில் நியமிக்கப்பட்டிருந்த தன்னார்வலர்களின் கருத்துக்கள் ஆகியவற்றையும் கருத்தில் கொண்டே வேட்பாளர்களின் பெயர்களை அவர் பரிந்துரைக்கிறார்.

தேர்தலையொட்டி நிகழ்ந்த மிகச் சர்ச்சைக்குரிய பிரச்சினைகளில் ஒன்றாக வேட்பாளர் தேர்வு இருந்தது, ஒருகட்டத்தில் பாஜகவின் ஒட்டுமொத்த வெற்றிவாய்ப்பையே இத்தேர்வு குலைத்துவிடுமோ என எண்ணுமளவும் அது மாறியிருந்தது.

லக்னோவிலும் வாரணாசியிலும் பிரச்சாரத்தை மேற்கொண்டிருந்த பன்சாலுடனான என் சந்திப்பின்போது, அவர் இச்சச்சரவுகளை மறுத்துப் பேசினார். "ஒவ்வொரு தொகுதிக்கும் பதினைந்து ஆட்கள் வேட்பாளர் சீட் கேட்டு நிற்கின்றனர், இது கட்சியின்பால் அவர்கள் கொண்ட ஈர்ப்பினையே காட்டுகிறது. எனவே, சீட் கிடைக்காதவர்கள் கோபமும் வருத்தமும் அடைவது வழக்கம்தானே" என்றார்.

ஆனால், வேட்பாளர் மனுக்கள் கிடைக்காததால் பல்வேறு மாவட்டங்களின் கட்சியினரிடையேயும் நிலவிய ஆத்திரத்தைக் கண்டபோது, பன்சாலின் இந்த விளக்கம் போதுமானதாயில்லை. தேவையானபோது எதிர்க்கட்சிகளின் பலத்தைத் தகர்த்து, தாங்கள் தவறவிட்ட வாக்குகளைப் பெறும் அமித் ஷாவின் உத்தியை அடியொற்றி, பிற கட்சிகளில் இருந்து பல தலைவர்களையும் பாஜக கண்மூடித்தனமாக வேட்டையாடியது, அவர்களுள் காங்கிரசை சேர்ந்த ரீத்தா பகுனா ஜோஷி, பகுஜன் சமாஜ் கட்சியைச் சேர்ந்த சுவாமி பிரசாத் மவுரியா மற்றும் பிரஜேஷ் பதக் போன்ற பிரபலமானவர்களும் அடங்குவர்.

"அதுநாள்வரை நாங்கள் வென்றிராத 60 சீட்களும், நாங்கள் பலவீனமாக இருந்த 20 சீட்களும் இருந்தன. அப்பகுதிகளில், தங்களுக்கென சுயமாக பலமான அடித்தளம் கொண்டிருந்த சமாஜ்வாடி கட்சித்தலைவர்களையும், பகுஜன் சமாஜ் கட்சித்தலைவர்களையும் அந்த சீட்களுக்காகத் தேர்வுசெய்தோம். எங்கள் அமைப்புரீதியான செயற்பாட்டை அவர்களுக்கு வழங்குவோம், அவர்கள் எங்களுக்காக வாக்குகளை ஈட்டித்தரவேண்டும் என்பதே எங்கள் எதிர்பார்ப்பாக இருந்தது. அந்தத் தொகுதிகளில் நீண்ட நாட்களாகப் பணியாற்றி வந்த பாஜகவினர் இச்செயலால் வருத்தமுற்றனர். தமக்கு சீட்கள் கிடைக்கும் என எதிர்பார்த்திருந்த சங் பரிவார் ஆட்களோ, புதிதாகத் தேர்வாகியிருக்கும் வேட்பாளர்கள் வெற்றியடைந்துவிட்டால் தமக்கான வாய்ப்புகள் எதிர்காலத்தில் குறையக்கூடும் என எண்ணினார்கள். அதனால்தான் இத்தனை மகிழ்வற்ற நிலை இங்கு உலவுகிறது" என பன்சால் விளக்கினார். விளைவாக, ஒட்டுமொத்த 67 சீட்களில், 43 சீட்களை பாஜக வென்றுவிடும். மற்ற கட்சிகளில் இருந்து பாஜகவிற்குள் இறக்குமதி செய்யப்பட்ட தலைவர்கள் மூலம் மீதமிருக்கும்

13 மாவட்டங்களிலும் கூட பாஜக தன் தேர்தல் வெற்றியை பெற்றுக்கொண்டது.

தான் புனிதமாக பாவித்து வந்த கொள்கைகளை விட்டுக்கொடுத்துத்தான் இந்த வெற்றிகளை கட்சி அடையப்போகிறதா? என்ற கேள்விக்கு, பாஜகவின் பிரமாண்டத்தன்மையின் காரணமாக, புதியவர்கள் அனைவரும் கட்சியின் கலாச்சாரத்துடனும், கோட்பாட்டுச் சட்டகத்துள்ளும் எளிதாகப் பொருந்திப்போக முடிந்தது என பன்சால் வாதாடினார். "புதிதாய் சேர்ந்த தலைவர்களில் பலரும் எங்களை 'பாய் சாகப்' என அழைப்பதை நான் கவனித்தேன், நாங்கள் மற்றவர்களை வரவேற்கும் இம்முறையை அவர்கள் தாமாகவே பின்பற்றத்துவங்கியிருந்தனர். இவ்வாறு அவர்கள் எங்கள் கலாச்சாரத்துடன் இரண்டறக் கலந்துவிடுகின்றனர்" எனவும் அவர் கூறினார்.

உபி தேர்தலைப் பயன்படுத்தி, பாஜக புதிய தலைமுறைத் தலைவர்களை உருவாக்க முனைந்தது. கட்சியைச் சேர்ந்த மூத்த தலைவர்கள் ஓய்வுபெறும் தருவாயில் இருந்தனர். ஒவ்வொரு மாவட்டத்திலும், நாற்பது வயதுகளிலோ அல்லது ஐம்பதுகளின் துவக்கத்திலோ இருந்த தலைவர்கள் சிலருக்கு சீட்களை அளிக்கக் கட்சி முடிவு செய்திருந்தது. "ஒரு குறிப்பிட்டச் சமூகத்தில் இருந்து கட்சிக்காகப் பணியாற்ற வந்திருக்கும் இளம் வயதுடைய ஆட்களுக்கு நாம் சீட் தரவில்லையெனில், அவர்கள் மிகவும் ஏமாற்றமடைவர் அல்லவா!" என பன்சால் விளக்கினார்.

அனைவராலும் மிக உன்னிப்பாகக் கவனிக்கப்பட்டுவந்த தொகுதியான தென் வாரணாசியில் ஒரு சம்பவம் நிகழ்ந்தது. தனிச்சிறப்புமிக்க பிரபல்யத்துடன் விளங்கிய ஷ்யாம் தியோ ராய் சவுத்ரி எனும் வங்காள பிராமணரே இப்பகுதியில் போட்டியிடுவதாக இருந்தது, இவர் டாடா எனும் பெயராலும் அழைக்கப்பட்டார். அவர் அத்தொகுதியின் மக்கள் அனைவரையும் அறிந்திருந்தார், ஒவ்வொருநாளும் மக்களைச் சந்தித்து அவர்தம் பிரச்சினைகளைக் கேட்டறிந்தார், அத்தொகுதிப்பணிகளிலேயே மூழ்கிக் கிடந்தார்.

ஆனால் இம்முறை டாடாவிற்குப் பதிலாய் நீல் காந்த திவாரி எனும் இளைய வேட்பாளருக்கு வாய்ப்பு வழங்கப்பட்டிருந்தது.

எதனால் இம்மாற்றம் நிகழ்ந்தது? வயதுதான் இதற்கு காரணமா? “வயதும் ஒரு காரணம்தான் எனும்போதும் இது ஒருவகையில் எதிர்காலத்திற்கான ஒரு முதலீடுமாகும். தன் சமூகத்திற்கான ஒரு தலைவராக உருவாகக்கூடிய ஒரு உள்ளூர் பிராமணர் எங்களுக்குத் தேவையாக இருந்தார், மேலும் உபியிலுள்ள அனைத்து பண்டிதர்களும் தங்களுடன் அவரை தொடர்புபடுத்திப் பார்க்குமாறும் அவர் இருக்க வேண்டும். முரளி மனோகர் ஜோஷி இப்போது தேவையில்லை; கல்ராஜ் மிஷ்ராவிற்கு எழுபத்தைந்து வயதிற்கும் மேலாகிறது. டாடா குறித்து நாங்களும் வருத்தப்படுகிறோம்தான், ஆனால் எதிர்காலத்தையும் எண்ணிப்பார்க்க வேண்டிய தேவையும் எங்களுக்கு இருக்கிறதே!” என ஒரு பாஜக தலைவர் கூறினார்.

இங்கிருந்து, கண்டிப்புகளும் இடர்களும் நிறைந்த கதையொன்று மீண்டும் துவங்குகிறது.

வேட்பாளர்களைத் தேர்வு செய்வதில் பல நடவடிக்கைகளை மேற்கொள்வதிலும், அவற்றிலிருந்து கிடைத்த கருத்துக்களை ஆராய்வதிலும் கட்சி கண்டிப்புடனேயே நடந்துகொண்டது. மாவட்டப் பிரிவாலோ, தொகுதியைச் சேர்ந்தத் தலைவர்களாலோ, ’சங்’காலோ, உள்ளூர் பாராளுமன்ற உறுப்பினராலோ, கருத்தாய்வு நிறுவனங்களாலோ, தன்னார்வலர்களாலோ ஒரு வேட்பாளர் பரிந்துரைக்கப்படுகிறாரெனில், அதுவொரு இயல்பான தேர்வுதான். இவற்றுள் பலவற்றாலும் அவர் முன்னிறுத்தப்படும்போது அவர் தேர்ந்தெடுக்கப்படுகிறார். எனினும், தனிநபர் விருப்பத்தேர்வும் இதில் உள்ளது - அமித்ஷா, பொதுச்செயலாளர் ஓம் மாத்தூர், மாநிலத்தலைவர் கேசவ் பிரசாத் மவுரியா மற்றும் பன்சால் ஆகியோரிடமே ஒரு வேட்பாளரைத் தேர்வு செய்யும் முழு அதிகாரமும் உள்ளது, எந்தவொரு பரிந்துரையையும் அவர்களால் ஏற்கவோ புறக்கணிக்கவோ முடியும்.

எனினும், கட்சியின் விசுவாசிகளைப் பகைத்துக்கொள்ளும் அபாயத்துடனேயே, வெளியாட்கள் கட்சியின் கட்டமைப்பிற்குள் கொண்டுவரப்பட்டனர்; பல்வேறு சமூகங்களிலும் இருந்து வந்திருந்த இளையதலைமுறை தலைவர்களுக்கு வழிவிடுவதற்காய், முதிய, வெற்றிகரமான வேட்பாளர்கள் பலர் ஒதுக்கப்பட்டனர்; என்றேனும் தாங்கள் வேட்பாளராய்

தேர்ந்தெடுக்கப்படுவோம் என்ற ஆசையில் பல வருடங்களாகக் கட்சிக்காகத் தம் ஆற்றலையும் பணத்தையும் செலவழித்திருந்த பலரும் கைவிடப்பட்டனர். இவையாவும் பாஜகவிற்கு பின்னடைவை ஏற்படுத்தக் கூடியவையாக இருந்தன.

அச்சமயத்தில் கட்சி மிகுந்த பதட்டத்துடன் இருந்தது. எனினும், அனைத்து இடர்களையும் மீறி தீர்க்கமாக செயல்படவே கட்சி முடிவு செய்திருந்தது.

~

அம்ரோகாவில், தேர்தல் இறுதிச்சுற்றுக்காக கட்சியின் அமைப்பு தயாராகிக் கொண்டிருந்தது. அங்கு, துவக்கநிலை கூட்டங்கள் நடைபெற்றிருந்தன, வெகுஜன சந்திப்பு நிகழ்ந்திருந்தன, அண்டைப்பகுதிகளில் நிகழ்ந்த பேரணிகளில் மோடி பங்கேற்றிருந்தார், வேட்பாளர்கள் தேர்வு செய்யப்பட்டிருந்தனர்.

ஒவ்வொரு வேட்பாளருக்கும் ஒரு கையேட்டையும், பென் ட்ரைவையும் கட்சி விநியோகித்திருந்தது. முந்தைய இரு வருடங்களிலும் வாக்குச்சாவடிகள் சேகரித்திருந்த தகவல்கள் யாவும் அதில் கவனத்துடன் பதியப்பட்டிருந்தன. ஒவ்வொரு வாக்குச்சாவடியிலும் கட்சி உறுப்பினர்களாகத் தங்களைப் பதிவு செய்துகொண்டோர் பெயர்களும், வாக்குச்சாவடிக்குழு உறுப்பினர்களின் பட்டியல்களும், ஒவ்வொரு வாக்குச்சாவடிக்குமான பலங்களும் பலவீனங்களும் கூட அதில் பதியப்பட்டிருந்தன. அம்ரோகாவின் நெடுஞ்சாலையோரம், கஜ்ராவுலாவில் இருந்த உடுப்பி உணவுவிடுதியில் தோசை சாப்பிட்டுக்கொண்டே இவற்றையெல்லாம் சந்திரமோகன் என்னிடம் கூறினார்.

தேர்தல் நெருங்க நெருங்க, தொகுதியளவில் மற்றுமொரு உள்கட்டமைப்பையும் கட்சி உருவாக்கியது என சந்திரமோகன் கூறினார். பனிரெண்டில் இருந்து பதினைந்து உறுப்பினர்களைக் கொண்ட 'சுனாவ் சஞ்சாலன் சமிதி' எனப்படும் தேர்தல் செயலாக்கக் குழுவொன்று உருவாக்கப்பட்டது, அவர்களுக்கெனப் பல்வேறு பொறுப்புகள் நிர்ணயிக்கப்பட்டிருந்தன.

குழுவிலிருக்கும் ஒருவர், வேட்பாளரின் தினசரிப் பணிக்கான அட்டவணையையும், தொகுத்திப்பயணத்தையும் கவனித்துக்கொள்ளப் பொறுப்பேற்றுக்கொள்வார்; பொதுக்கூட்டங்களை ஏற்பாடு செய்வதை மற்றவர் பொறுப்பேற்றுக்கொள்வார்; மற்றொருவர், தேசிய மற்றும் மாநில அளவிலான பிரச்சாரகர்களை தொகுதிக்கு அனுப்புமாறு மண்டலத் தலைமையலுவகத்திடம் வேண்டுகோள் வைத்து, அந்தப் பிரச்சாரகர்களின் அட்டவணையை ஏற்பாடு செய்யும் பொறுப்பை ஏற்றுக்கொள்வார்; இன்னொருவர், வேட்பாளரின் பேஸ்புக் மற்றும் வாட்சப் குழுக்கள் போன்ற சமூகவலைத்தளங்கள் மூலமான அவர்தம் பிரச்சாரத்தைப் பொறுப்பேற்றுக்கொண்டு, வேட்பாளருக்கு அதற்கான உதவிகளை வழங்குவார்; ஒருவர், நிதிகள் திரட்ட பொறுப்பேற்றுக்கொள்வார்; மாவட்ட நிர்வாகம் அளிக்கவேண்டிய அனுமதிகளைப் பெற்றுத்தர மற்றொருவர் பொறுப்பேற்றுக்கொள்வார்; விளம்பரப்பொருட்களுக்காக இன்னொருவர் பொறுப்பேற்றுக்கொள்வார்.

ஒவ்வொருநாளின் மாலையிலும், இக்குழு ஒன்றுகூடி, அன்றைய நிகழ்வுகள் குறித்து ஆராய்வர்.

வாக்குச்சாவடிக் குழுக்களைக் கண்காணிக்கவென தேர்தல் உதவியாளர்களும் பணியமர்த்தப்பட்டிருந்தனர். ஒவ்வொரு தொகுதியிலும் குறைந்தது 350 வாக்குச்சாவடிகள் இருந்தன. பதினைந்து அல்லது இருபது வாக்குச்சாவடிக்குழுக்களாகப் பிரிக்கப்பட்டு சந்திப்புகள் ஏற்பாடு செய்யப்பட்டன, எவருக்கு வாக்களிப்பது என்பதில் உறுதியான நிலைப்பாடற்ற வாக்காளர்களைக் கண்டுபிடித்து அவர்கள் மேல் தம் கவனத்தை செலுத்துமாறு குழுவினருக்கு அச்சந்திப்புகளில் அறிவுறுத்தப்பட்டன. “எதிர்க்கட்சி ஆட்களைக் கவர்ந்து, இயன்றால் அவர்களுக்கு ஏதேனும் அங்கீகாரமுமளித்து எங்கள் பக்கம் கொண்டுவரவென மாவட்டத்தின் மூத்த தலைவர்களை ஈடுபடுத்துவோம். சமாஜ்வாடி கட்சியிலும், பகுஜன் சமாஜ் கட்சியிலும் தேர்தல்களில் தலைவர்கள் போட்டியிட்டார்கள், ஆனால் தொகுதியில் வேட்பாளர்கள் தம் சொந்த முயற்சியிலேயே போட்டியிட வேண்டியிருந்தது. தனிநபருக்கென தொகுதிகள் ஒதுக்கீடு செய்யப்பட்டிருந்தன. பாஜகவிலோ கட்சியின் அமைப்பு முழுவதுமே தேர்தல்களில்

போட்டியிட்டது. மாவட்டத்தில் நாங்கள் கொண்டுவந்த மாற்றம் இதுவே. வேட்பாளரும் கடுமையாக உழைக்க வேண்டும்தான். ஆனால் அவருக்கு உதவிசெய்ய எங்களின் முழுஅமைப்பும் இப்போது அவருக்குப் பக்கபலமாக இருக்கும்." என சந்திரமோகன் குறிப்பிட்டார்.

உண்மையை கூறுவதானால், பாஜகவின் அமைப்புதான் தேர்தல்களில் போட்டியிட்டு வென்றது.

கட்சி உறுப்பினர் எண்ணிக்கையை அதிகரிப்பது, உறுப்பினர்களுடனான தொடர்புகளை புதுப்பித்துக்கொள்வது, பயிற்சிமுகாம்களை ஏற்பாடு செய்தல், அமைப்பிற்கானத் தேர்தல்களை நடத்துவது, பிரச்சினைகளை ஆராய்ந்தறிய தனியார் ஆய்வு நிறுவனங்களை ஏற்பாடு செய்வது, வாக்குச்சாவடிப் பணியாளர்களுடன் பலகட்ட சந்திப்புகளை மேற்கொள்வது, தகவல் தொடர்பு மையமொன்றை நிறுவி, அதன்மூலம் தொகுதிசார்ந்த மிக நுண்மையான தகவல்களையும் திரட்டிச் சேகரிப்பது, மாநிலம் முழுதும் யாத்திரைகள் மேற்கொண்டு, பேரணிகளை ஏற்பாடு செய்வது, வேட்பாளர்களுக்கும் தொகுதி அளவிலான தேர்தல் குழுக்களுக்கும் ஆதரவளிப்பது, எதிர்க்கட்சியினரை சமாதானம் செய்து கவர்ந்துவந்து கட்சியின் உறுப்பினராக்கிக்கொள்வது, பிரதமர் பங்கேற்கும் கூட்டங்கள் துவங்கி செல்வாக்குமிக்க உள்ளூர் தலைவர்களின் கூட்டங்கள் வரை அனைத்தையும் நிர்வகிப்பது, நட்சத்திரப் பிரச்சாரகர்களின் வருகைக்காக ஹெலிகாப்டர்களையும், தேர்தல் களத்தில் பணிபுரியும் கட்சியினரின் கார்களுக்கும் இருசக்கர வாகனங்களுக்குமான எரிபொருளையும், பொதுக்கூட்டங்களில் பங்கேற்க வரும் வாக்காளர்களுக்கு பேருந்துகளையும் கார்களையும் ஏற்பாடு செய்வது, கிராமங்களிலும் சிறுநகரங்களிலும் நகரங்களிலும் ஏற்பாடாகும் பிரச்சாரக் கூட்டங்களுக்குத் தேவையான விளம்பரப்பலகைகளையும் சுவரொட்டிகளையும் அச்சடித்து விநியோகிப்பது, செய்தித்தாள்களிலும் தொலைக்காட்சிகளிலும் விளம்பரங்கள் செய்வது - எனக் கட்சியின் அனைத்துச் செயல்களுக்கும் பணம் தேவைப்படுகிறது

அரசியலுக்கு நிதி வந்து சேரும் வழிகளை ஆராய்வதென்பது மிகக் கடினமான காரியமாகும். அரசியல் சார்ந்த தமது

ரகசிய யுக்திகளையும் கூட வெளிப்படையாகப் பேசிவிடும் கட்சிகளும் தலைவர்களும், உறவுகளைப் பேணிக்காக்கவும், தகாத, சட்டத்திற்குப் புறம்பான காரியங்களை மறைத்திடவும் வேண்டி, நிதி திரட்டும் செயற்பாடுகள் குறித்து மட்டும் பேச மறுத்துவிடுகின்றனர்.

இந்தியாவிற்கு இதுவொன்றும் வினோதமான விஷயமல்ல. அரசியல் நிதி குறித்து வெளியாகப்போகும் தம் புத்தகத்தின் முன்னுரையில் தேவேஷ் கப்ரூ மற்றும் மிலன் வைஷ்ணவ் ஆகியோர் பின்வருமாறு எழுதியுள்ளனர்: "வளர்ச்சி குறைந்த நாடுகளில் இருக்கும் பொறுப்பற்றத்தன்மை, பலவீனமும் முழுமையின்மையும் கொண்ட அரைகுறை வெளிப்படைத்தன்மை, ஆவணங்களை வெளிப்படுத்துவதற்கான கண்டிப்பான விதிமுறைகள் மற்றும் சட்டதிட்டங்களின் பற்றாக்குறை ஆகிய காரணிகளால், கணக்கில் வராத பணப்புழக்கத்தைச் சாத்தியமாக்கும் தெளிவற்றதொரு சூழல் உருவாகியுள்ளது ... இந்த "கறுப்புப் பணத்தின்" புழக்கத்தை விளக்கத் தெளிவான விளக்கங்கள் இல்லாததால், ஒப்பீட்டளவில் அதன் பரிமாணத்தையும், இயக்கவியலையும் நம்மால் அறியமுடிவதில்லை." இந்தியாவிலும் கூட, 1991ஆம் ஆண்டு துவங்கி நாட்டின் பொருளாதாரத்தின் அளவும், வாக்காளர்களின் எண்ணிக்கையும் அதிகரித்துள்ளன என்பதையும் அவர்கள் குறிப்பிடுகிறார்கள்; தேர்தல்களில் வெற்றிக்கான சாத்தியங்கள் குறைந்துவிட்டன, கட்சிகளுக்கு இடையேயான போட்டிகள் அதிகரித்துவிட்டன; உள்ளூராட்சி அளவிலேயே 30 லட்சத்திற்கும் அதிகமான பதவிகள் உருவாகிவிட்டபடியால், தேர்தல்களின் எண்ணிக்கையும் அதிகரித்துவிட்டன; இந்தக் காரணங்களாலேயே, பெரும் வீச்சுடன் தேர்தல் களத்தில் பணம் பாய்கிறது.

தேசிய அளவில் பதவி வகிப்போரில் துவங்கி மாநிலப் பதவியாளர்கள் வரையும், மாநிலங்களவை உறுப்பினர் பதவிக்கான வேட்பாளர்கள் துவங்கி களப்பணியாளர்கள் வரை பல பாஜக தலைவர்களிடமும், பணச்செலவு குறித்து விசாரித்தேன். பலர் விபரங்களைத் தர தயங்கினார்கள், பலருக்கு மிகக் குறைந்த விபரங்களே தெரிந்திருந்தன, இதுகுறித்த பொதுவான கருத்துகளைச் சுற்றியே அவர்களின் உரையாடல்கள் இருந்தன, அவை பெரும்பாலும் அவர்களுடைய

யூகங்களாகவே இருந்தன. இந்திய அரசியலின் மிக இருண்ட பக்கத்தை, மிக ரகசியமாகப் பூட்டி வைக்கப்பட்டுள்ள அதன் ஒரு பகுதியைப் பற்றிய அரைகுறை விபரங்கள் மட்டுமே எனக்குக் கிடைத்திருந்தன.

குறைந்தபட்சம் 16 கோடி ரூபாய்களில் துவங்கி அதிகபட்சம் 1200-1500 கோடி ரூபாய்கள் வரை பாஜக உபி தேர்தல்களுக்காய் செலவழித்திருந்ததாக எனக்குத் தகவல்கள் கிடைத்தன. இந்த விபரங்களை சுயாதீனமாக ஊர்ஜிதப்படுத்த என்னிடம் எந்த வழியுமில்லை.

இந்த நிதிகளை கட்சி எப்படி திரட்டுகிறது?

உறுதியாகக் கூறுவதானால், அனைத்துப் பக்கங்களில் இருந்தும் நிதி திரட்டப்படுகிறது. தொகுதியளவில், தேர்தல் செலவுகளுக்காய் தனது சொந்த வளங்களை உபயோகிக்குமளவு பொருளாதார ரீதியாக வசதி படைத்தவராக வேட்பாளர் இருத்தல் வேண்டும். அவை அவருடைய சொந்த சொத்துக்களாக இருக்கலாம் அல்லது அவருக்குப் பொருளாதாரரீதியாக உதவ முன்வரும் உள்ளூர் தொழிலதிபர்களின் நிதியுதவிகளின் உருவில் இருக்கலாம் அல்லது தேர்தலுக்கான கடைசி நொடி பணப்பட்டுவாடா செய்தல், போக்குவரத்து மற்றும் எரிபொருள் செலவுகளை ஏற்றுக்கொள்ளுதல் அல்லது உணவுத்தேவைகளைப் பூர்த்திசெய்தல் போன்ற உதவிகளைச் செய்யவிரும்பும் உள்ளூர் வியாபாரிகளிடம் வேட்பாளருக்கு உள்ள வலிமையான தொடர்புகளாகவும் இருக்கலாம்.

மாநில பாஜக தலைவரொருவர், 'தான் போட்டியிடும் தேர்தலுக்கான பணத்தேவைகளை பூர்த்திசெய்யுமளவிற்கு ஒரு வேட்பாளரிடம் பொருளாதார வசதி இல்லையென்றால், அவரைத் தேர்ந்தெடுப்பதில் எந்தப் பிரயோஜனமும் இல்லை. ஆனால், சமாஜ்வாடி கட்சியிலும், பகுஜன் சமாஜ் கட்சியிலும் வேட்பாளர் முழுக்க முழுக்கத் தன் சொந்த செலவுகளை செய்தே பிரச்சாரங்கள் மேற்கொள்ள வேண்டியிருப்பதுபோன்ற நிலை பாஜகவில் இல்லை ஏனெனில், கட்சியமைப்பு பல்வேறுவகையான செலவினங்களையும் ஏற்றுக்கொள்வதால் வேட்பாளரின் பளு குறைவாகவே இருக்கும். எங்களுடைய தொண்டர்களுக்கு வேட்பாளர் பணம் தரத் தேவையில்லை; சங்

பரிவாரைச் சேர்ந்த பிரச்சாரகர்களுக்கும் ஆதரவாளர்களுக்கும் அவர் பணமளிக்கத் தேவையில்லை; நட்சத்திரப் பிரச்சாரகர்களின் வான்வழிப் பயணங்களுக்கு அவர் செலவு செய்யத் தேவையில்லை; பிரச்சாரத்திற்கும் விளம்பரங்களுக்கும் தேவையானப் பெரும்பான்மையானப் பொருட்கள் கட்சியில் இருந்தே அவருக்குக் கிடைத்துவிடும். எனினும், அவரது சொந்தப் பணத்தையும் தேர்தலுக்காய் அவர் செலவழிக்கத்தான் வேண்டியிருக்கும்'' என்றார்.

தேர்தல் நிதியுதவி கிடைக்கும் ஆதாரங்களில் மாநில அளவிலான முக்கியமான தொழிலதிபர்கள் இரண்டாம் இடத்தில் உள்ளனர். அவர்கள் பலவகைகளிலும் நிதி வழங்குவர். எதிர்காலத்தில் அரசின் ஈகைத்தன்மையையும் உரிமங்களையும் பெறவிரும்பும் ஒப்பந்ததாரர்களும் கட்டுமான முதலாளிகளும் ரொக்கமாகவே நிதியை தந்துவிடுவர். அதேபோல், எதிர்காலத்தில் கட்சியில் இருந்து கிடைக்கப்போகும் அனுகூலங்களுக்குப் பதிலாக இப்போது தம் சேவைகளையும் தந்து உதவுவர். லக்னோ கட்சியலுவலகத்தில் இருந்த பாஜக தலைவரொருவர், ''கட்சிக்காக உதவும் இவர்கள் பல சமயங்களில் அதற்கானப் பணத்தை அளித்தாலும் பெற்றுக்கொள்வதில்லை. தில்லியில் நாங்கள்தான் ஆட்சியில் இருக்கிறோம், எங்களுக்கென பாராளுமன்ற உறுப்பினர்கள் இருக்கிறார்கள், மாநிலத்தேர்தல்களிலும் நாங்களே வெல்வோம் எனவும் கிசுகிசுக்கள் உலவுகின்றன, எனவே அவர்களின் சேவைகளுக்கு நாங்கள் பணமளிக்க மாட்டோம் எனக்கூறினாலும் கூட எப்படியேனும் கட்சியுடன் தொடர்பு ஏற்படுத்திக்கொள்ளவேண்டும் என்பதற்காகவே பலர் உதவ முன்வருகின்றனர். எங்கள் வாகனங்களுக்கு எரிபொருளை நிரப்பித்தரும் பெட்ரோல்பங்க் உரிமையாளர்களாக அவர்கள் இருக்கலாம்; எங்கள் பயணங்களுக்கான வாகனங்களை ஏற்பாடு செய்துதருபவர்களாக இருக்கலாம்; எங்களுக்காக ஹெலிகாப்டர்களைக்கூட ஏற்பாடு செய்துதரத் தயாராக இருப்பதாகக் கூறும் தொழிலதிபர்கள் கூட இங்கு உண்டு.'' எனக் கூறினார். பாஜகவுடன் நீண்டநாள் தொடர்பில் இருக்கும் லக்னோவைச் சேர்ந்த தொழிலதிபர் ஒருவரும் இதை ஆமோதித்து, "அவர்கள் என்னிடம் கேட்கக்கூடத் தேவையில்லை. தேர்தல் சமயத்தில் அவர்களுக்காக நான்

ஐந்து கார்களை அனுப்பிவைப்பேன், கட்சியில் மாநில அளவில் உயர்பதவிகளில் இருப்போரிடம் கணிசமான அளவு பணத்தையும் கொடுத்துவிடுவேன். இதுபோன்ற உதவிகளை செய்வோர் மட்டும் இங்கு நூற்றுக்கணக்கில் உள்ளனர்'' எனக் கூறினார்.

தொகுதியளவிலும், மாநில அளவிலும் கட்சிக்காக நிதி திரட்டப்பட்டபோதும், உபி தேர்தலுக்குத் தேவையானப் பெருமளவு நிதித்திரட்டு மத்தியிலேயே நிகழ்ந்தது. மோடியும் ஷாவும் தேர்தல்போர் குறித்து ஏற்படுத்தியிருந்த முக்கியத்துவத்தினாலே, கட்சிக்கென இருந்த பரந்துவிரிந்த தொடர்புகள் மூலம் நிதி திரட்டப்பட்டது. மத்திய அரசில் பாஜகவுக்கென அமைச்சர்கள் இருந்தனர், முக்கியமான மாநிலங்களில் கட்சி ஆட்சியில் இருந்தது, கட்சிக்கென பாராளுமன்ற உறுப்பினர்களும், சட்டசபை உறுப்பினர்களும் இருந்தனர். இந்தியத் தேர்தலின் பொருளாதாரம் குறித்து முழுதாக அறிந்திராதவர்கள், நாட்டின் அனைத்து நிலைகளிலும் கட்சிக்கென இருந்த அதிகாரத்தைப் பிரயோகித்து அது நிதி திரட்டியிருக்கக்கூடுமென எண்ணக்கூடும். ஆனால், கட்சி இதில் மிகுந்த கவனத்துடன் செயல்பட்டதுடன், காங்கிரசின் பொதுவான நிதித்திரட்டும் செயல்பாடுகளில் இருந்து வேறுபட்டும் நின்றது.

பாஜகவுடன் நெருக்கமாக இருந்த கருத்தியலாளர் ஒருவர், ''ஒரு உதாரணத்திற்கு, காங்கிரசிற்கு 50 கோடி ரூபாய்கள் தேவைப்படுகிறதென்றால், அத்தேவையை தன் முக்கியமான உதவியாளரிடம் கட்சி தெரிவிக்கும்; உடனே அந்த உதவியாளர், ஆளுக்கு 100 கோடி கொடுக்குமாறு அமைச்சர்களிடமோ அல்லது மூன்று நான்கு மாநிலங்களின் முதலமைச்சர்களிடமோ கேட்பார்; அந்த முதலமைச்சர்களோ உள்ளூர் தொழிலதிபர்களிடமும், ஒப்பந்ததாரர்களிடமும், அதிகாரம் மிக்கப் பிரமுகர்களிடமும் அமைச்சர்களிடமும் இக்கோரிக்கையை முன்வைப்பர், எதிர்காலத்தில் தமக்கு அரசிடமிருந்து கிடைக்கும் பிரதிபலன்களை நினைவில்கொண்டு அவர்களும் நிதிகளை வாரிவழங்குவர். எனவே 50 கோடிகளை வசூலிக்கும் முடிவோடு களத்தில் இறங்கிய கட்சி, இறுதியாக 300 கோடிகளை பெற்றுவிடுகிறது; இந்த சங்கிலித்தொடரில் இடையில் இருக்கும் பலரும் பணம் பெறுவர்; ஊழல் மிக வெளிப்படையாகவே

அரங்கேறும், பணப் பங்குமுறைகள் அனைத்தும் பட்டவர்த்தனமாகவே நிகழும்" எனக் கூறினார். பாஜகவிலோ நிதித்திரட்டு செயல்முறைகள் அனைத்தும் உச்சப்பதவிகளில் இருப்பவர்களாலேயே நிர்வகிக்கப்படுகிறது. "தனக்குப் பணம் அளிக்கப்போகிறவரை கட்சி அறிந்துவைத்திருக்கிறது. அவரைச் சென்றடைய எதற்காய் இத்தனை நீண்ட சங்கிலித்தொடரைப் பின்தொடர்ந்து செல்லவேண்டும்? எனவே எந்த மாநிலம், எந்த அமைச்சரின் துறை வாய்ப்புகளை உருவாக்கவல்லது எனக் கட்சி முதலில் அறிந்துகொள்கிறது, பின்னர் சம்பந்தப்பட்ட தொழிலதிபருடனோ அல்லது தனிநபருடனோ கட்சி நேரடியாகவே பேச்சில் இறங்கிவிடுகிறது. இதன்மூலம், கட்சிக்குத் தேவையான நிதியை மட்டும் பெற்றுக்கொள்கிறார்கள்; இடைத்தரகர்களை புறந்தள்ளிவிடுகிறார்கள்; ஒப்பந்தங்கள் வெளிப்படையாக இருப்பதில்லை; பணத்தின் மீது தமக்கான அதிகாரத்தை தக்கவைத்துக்கொள்கிறார்கள்; பின்னர் அதை வெகு கவனமாக விநியோகிக்கிறார்கள்" எனவும் அவர் கூறினார். உபியிலும் இதே முறைதான் பின்பற்றப்பட்டது.

உபி தேர்தல் சமயத்தில், தேர்தல் செலவுகளை முற்றிலும் முடக்கிவிடக்கூடும் என எதிர்பார்க்கப்பட்ட ஒரு கூடுதல் பிரச்சினையாக பணமதிப்பிழப்பு நடவடிக்கை எழுந்தது, ஆனால் அவ்வாறு நிகழவில்லை. "தேர்தல் சமயங்களில் ரொக்கம் மற்றும் பொருட்களை விநியோகிப்பதன் மூலம் கிடைக்கும் நம்பிக்கையை இந்நடவடிக்கை பெரிதாகவொன்றும் குலைத்துவிடவில்லை" எனத் தம் புத்தகமான அரசியல் நிதியின் இறுதி அத்தியாயத்தில் கபூர், வைஷ்ணவ் மற்றும் ஷ்ரிதரன் குறிப்பிடுகின்றனர். உபியில் மட்டும், முந்தைய 2012 மாநிலங்களைவைத் தேர்தல் சமயத்தில் கைப்பற்றப்பட்ட தொகையை விடவும் மும்மடங்கு தொகையாகிய 115 கோடி ரூபாய்கள் ரொக்கத்தொகை, தேர்தல் நடத்தைமுறைகள் அமலுக்கு வந்த நாள்முதலாய் கைப்பற்றப்பட்டிருந்தன - இந்தச் சம்பவமானது, பலராலும் எதிர்பார்க்கப்பட்டதுபோல் பணமதிப்பிழப்பு நடவடிக்கை மூலம் ரொக்கச் செலாவணி நெருக்கடியெதையும் நிகழ்த்தவில்லை என்பதையே நிரூபிக்கிறது. நாம் முன்னரே கண்டதுபோல், ஆளும்கட்சிகளான பாஜக மற்றும் சமாஜ்வாடி கட்சிகளுக்கும்,

தொழிலதிபர்களுக்கும் இடையே வெளிப்படையான ரொக்கப் பரிவர்த்தனைகள் ஏதும் இல்லையாதலால் இந்நடவடிக்கையால் அவர்களுக்கும் பெரிதாய் இழப்புகளேதுமில்லை.

இந்தியாவில் நடக்கும் தேர்தல்களில் ரொக்கப்பணமே முக்கியப் பங்கு வகிக்கிறது. அதோடு, பொருளாதார பலமில்லாது எந்தக் கட்சியாலும் வெற்றிபெறவும் இயலாது. அதேசமயம், ரொக்கம் மட்டுமே ஒரு கட்சியின் வெற்றியை நிர்ணயிக்கக்கூடிய ஒரே முக்கியமான காரணியுமல்ல என்பதையும் நாம் நினைவில் கொள்ளவேண்டும். இது வெறும் செல்வவளங்களுக்கு இடையேயான போராக மட்டுமே இருந்திருக்குமானால், 2004 தேர்தல்களில் காங்கிரசிடமும், சமீபத்திய தில்லி மற்றும் பீகார் தேர்தல்களிலும் பாஜக தோல்வியடைந்திருக்காது. தேர்தலின் போது ஒரு தீவிரமானப் போட்டியாளராகத் தன்னைத்தானே நிலைநிறுத்திக்கொள்ள குறைந்தபட்ச செல்வவளங்களேனும் தேவைப்படுகிறதுதான். அமைப்பைப் போலவே பணமும் அத்தியாவசியமான ஒன்றுதான், ஆனால் அது மட்டுமே போதாது. வளங்களைத் திரட்டி, அதைக் கட்சியின் பல்வேறு நிலைகளிலும் தன்னால் பயன்படுத்த இயலும் என்பதை இப்போதைக்கு பாஜக உபியில் நிரூபித்துவிட்டது.

~

அமித் ஷாவினால் தான் கட்சியின் அமைப்பு உருவாகியது.

உறுப்பினர் சேர்க்கைத் திட்டத்தை அவர்தான் கருத்துருவாக்கம் செய்தார், பலரின் ஏளன நகைப்புகளுக்கு இடையே அத்திட்டத்தை உறுதிமிக்க முடிவைநோக்கிப் பயணிக்கவும் வைத்தார். உறுப்பினர்களாகச் சேர்ந்தவர்களுடன் கட்சிப்பணியாளர்கள் உறவைப்பேணும் வகையில், உறுப்பினர் சேர்க்கையைத் தொடர்ந்து மக்கள்தொடர்பையும் ஏற்படுத்தினார். கட்சிப்பணியாளர்களுக்கான பயிற்சி முகாம்களை திட்டமிடுதல், அமைப்பினுள் தேர்தல்கள் நடத்துதல், அமைப்பினுள் சமூகப் பன்முகத்தன்மையை உறுதிப்படுத்துதல் போன்றவையாவும் ஷாவின் முயற்சியாலேயே நடந்தன.

ஷா, வாக்குசாவடிக் குழுக்களை உருவாக்கிச் செயல்படவைத்தார், அதன் உறுப்பினர் சேர்க்கையை கவனத்துடன் ஆராய்ந்தார், கட்சி இயந்திரத்தின் மிக முக்கியப்

பகுதியாக அக்குழுக்களை மாற்றினார். வாக்காளர்களின் பிரச்சினைகள் குறித்து தனிப்பட்ட ஆய்வுகள் மேற்கொண்டார், பின்னர் அவற்றை மையப்படுத்தி பிரச்சாரங்களை அமைத்து வெகுஜன ஈர்ப்பை சாத்தியமாக்கினார். வேட்பாளர்களைத் தேர்வு செய்வதில் மிகக் கவனமான முறைகளை கையாண்டார், பின்னர் தேர்தல்களில் அவர்களை வெற்றியடைய வைக்கவென கட்சியமைப்பின் காத்திரமான பக்கபலத்தையும், தகவல்களையும் அளித்தார், இவையனைத்தையும் செய்வதற்குத் தேவையான பணத்தையும் அவரே திரட்டினார்.

தொலைவே தில்லியில், அசோகா சாலையில் அமைந்திருந்த குளிரூட்டப்பட்ட அறையில் அமர்ந்துகொண்டு இவை எதையும் அவர் செய்துமுடிக்கவில்லை.

2019 தேர்தல் போரையும், சட்டசபைத் தேர்தல்களையும் மனதில் கொண்டு, கட்சியின் பிரிவுகளை அறிய, மேற்பார்வையிட, இயக்கவென ஆகஸ்ட் 2014 துவங்கி மார்ச் 2017க்குள் ஒவ்வொரு இந்திய மாநிலத்திற்கும் ஷா இருமுறை பயணம் மேற்கொண்டார், இதன்மூலம் அவர் 5 லட்சம் கிலோமீட்டர்களுக்கும் அதிகமாக பயணித்திருந்தார். இக்காலகட்டத்திற்குள், 286 நாட்கள் அவர் தில்லியில் இருந்து வெளியிலே இருந்துள்ளார், தனிப்பட்ட முறையில் தனது பெருமளவு உழைப்பையும் ஆற்றலையும் உபியில் முதலீடு செய்யவேண்டி, இவற்றுள் 64 நாட்களை அவர் உபியிலேயே செலவழித்துள்ளார். உபி வெற்றியின் பின்னர், நாடுமுழுவதும் 95 நாட்கள் பயணம் மேற்கொண்டார்.

கட்சி மேற்கொண்டிருந்த சமூகத்தை ஆட்டுவிக்கும் இலட்சியநோக்கிலான இப்பரிசோதனையின் இடையே, நரேந்திர மோடியின் வெகுஜன ஈர்ப்பும், அமித் ஷாவின் பிரமாண்டமான அமைப்புத்திறனும் இணைந்து புதிய பாஜகவிற்கான அடித்தளங்களை நிறுவின.

4

சமூகமாற்ற மேலாண்மை

பிப்ரவரி மாதம் 11ஆம் தேதியன்று உபி தேர்தல்கள் நடைபெறவிருந்தன, சரியாக அதற்கு மூன்று நாட்கள் முன்னர் உபி மாநிலத்தின் பாஜக தலைவர் சகரான்பூரைச் சேர்ந்த காங்கோக் தொகுதியிலிருந்த ஒரு சிறு வயலில் ஹெலிகாப்டரில் வந்திறங்கினார்.

அவர்தான் 'கேசவ் பிரசாத் மவுரியா', பிற்படுத்தப்பட்ட வகுப்பைச் சேர்ந்தவர். 2012இல் நடந்த உபி சட்டசபை தேர்தலில் போட்டியிடுவதற்கும் முன்னர், அவர் விஷ்வ இந்து பரிஷத்தின் செயலாளராகப் பணியாற்றினார், 'சங்'கை சேர்ந்தவர். மோடி அலையை உபயோகித்துக்கொண்டு, ஒருகாலத்தில் ஜவகர்லால் நேருவின் தொகுதியாக இருந்த புல்பூரின் பாராளுமன்ற உறுப்பினராகத் தேர்ந்தெடுக்கப்பட்டார். 2016இன் தொடக்க காலத்தில், பிற்படுத்தப்பட்ட சமூகத்தினரைக் கவர்வதற்காகவே மாநிலத்தலைவராக இவரை பாஜக நியமித்தது.

ஹெலிகாப்டரில் இருந்து வயல்வெளியில் அவர் இறங்கியதுமே, அவரை வரவேற்பதற்காக பெருங்கூட்டமொன்று விரைந்தது. கூட்டம் நடக்கும் இடத்தைச் சென்றடைய வடநாட்டு அரசியல்வாதிகள் பொதுவாக உபயோகிக்கும் ஆற்றல்மிக்க எஸ்யூவி ரக வாகனத்தில் அவர் பயணமானார்.

அடுத்த வாகனத்தில் ஒரு டஜன் ஆட்கள் திணிக்கப்பட்டனர்.

அகில இந்திய சைனி சேவா சங்கத்தின் தலைவராக ஓம்பால் சிங் சைனி தன்னை அறிமுகப்படுத்திக்கொண்டார். அப்பகுதி சைனி சமூகத்தினர் நிறைந்தது என ஒருவிதப் பெருமிதத்துடன்

கூறினார். உபியில் சைனிக்கள் பிற பிற்படுத்தப்பட்டவர்களாக வகைப்படுத்தப்பட்டுள்ளனர், பாஜக தலைவரின் சமூக இனமான சைனி-காஷ்யாப்-குஸ்வாகா-மவுரியாக்கள் என நீளும் பெரும் சமூகக் கூட்டத்தைச் சேர்ந்தவர்களாக தங்களை அவர்கள் கருதிக்கொண்டனர்.

"இந்தமுறை பாஜக எங்களுக்கு கௌரவம் அளித்துள்ளது. மவுரியாஜி முதலமைச்சராகப் போகிறாரெனில், எங்களின் ஒட்டுமொத்தச் சமூகமும் கட்சிக்கு ஆதரவளிக்கும்" என அவர் கூறினார். கடந்த காலத்தில், பல்வேறு கட்சிகளிலும் தங்கள் சமூகம் மாறி மாறி இணைந்திருந்ததாகவும் அவர் கூறினார். ஆனால், 2014 தேர்தல்களின் போது, பெரும் உணர்ச்சிப்பெருக்கோடு அந்த சமூகம் நரேந்திர மோடியுடன் இணைந்துகொண்டது. 2016இல் மாநிலத்தின் தலைவராக மவுரியாவிற்கு பதவியளிக்கப்பட்டதில் இருந்தே, அச்சமூகம் தாமரையுடன் தன்னை பின்னிப்பிணைத்துக் கொண்டது.

"இப்போது பாஜக எங்கள் கட்சியாகும். பிரதமர் எங்களுடையவர். மாநிலத் தலைவரும் எங்களுக்குரியவரே. மாவட்டத் தலைவரும் எங்கள் ஆள்தாம். இறுதியாக, அரசியலில் எங்கள் குரல் ஒலிக்கப்போகிறது" எனக் கூறினார் சைனி. இதன்மூலம், பிரதமர் 'பிச்டா' எனும் பிற்படுத்தப்பட்ட வகுப்பைச் சேர்ந்தவர் என்பதும், இச்சமூகத்தின் பெரும் சாதிப்பரப்பைச் சேர்ந்தவர் மவுரியா என்பதும், மாவட்டத் தலைவர் ஒரு காஷ்யாப் என்பதும் அவர் சொல்லாமலேயே புரிந்துகொள்ளமுடிகிறது.

மாநிலக் கட்சித்தலைவரின் பேரணியில் கலந்துகொள்ளவென மூன்று சிறு விவசாயிகள் அன்று வந்திருந்தனர்.

அவர்களுள் ஒருவர் குஜ்ஜார் இனத்தைச் சேர்ந்த ராம் சிங். விவசாயிகள் எனும் அடையாளத்தின்கீழ் பிற்படுத்தப்பட்ட சமூகத்தோரையும் இசுலாமியர்களையும் இணைத்து, வட இந்தியாவில் பெரும் மதிப்பைப் பெற்றிருந்த விவசாயத்தலைவரும் முன்னாள் பிரதமருமான சரண் சிங் அவர்களுக்குத்தான் ராம் சிங்கின் குடும்பத்தார் அதுநாள்வரை தம் அரசியல் ஆதரவை வழங்கி வந்துள்ளனர். "என் தகப்பனார் சரண்சிங்கை ஆதரித்தார். ராமஜென்மபூமி இயக்கத்தால்

ஈர்க்கப்பட்டு நான் பாஜகவில் சேர்ந்தேன். கல்யாண்குமார் பாஜகவில் இருந்து வெளியேறியதும், நான் மற்ற கட்சிகளுக்கு வாக்களிக்கத் துவங்கினேன். ஆனால், 2014இல் நான் மீண்டும் பாஜகவிற்கே திரும்பினேன்" என ராம்சிங் கூறினார். 1990களில் பாஜகவின் முக்கிய மந்திரியாக கல்யாண் சிங் இருந்தார். லோத் சமூகத்தைச் சேர்ந்த அவர், பிற பிற்படுத்தப்பட்ட சமூகத்தினரையெல்லாம் கட்சியில் இணைய வைத்தார். ஆனால், தொடர்ந்து கட்சியில் புறக்கணிக்கப்பட்டு வந்ததும், 2009இல் அவர் கட்சியை விட்டு விலகினார். மீண்டும் 2014இல் அவர் பாஜகவில் இணைந்து கொண்டார், மோடிக்காக பிரச்சாரங்களை மேற்கொண்டார்.

"ஒரே ஒரு சமூகத்திற்கான அரசியலை மட்டுமே காங்கிரசும் சமாஜ்வாடி கட்சியும் செய்து வந்தன. அவை இனவாதக் கட்சிகளாக இருந்தன. காங்கிரசால் ஒரே சமூகத்திற்காக மட்டுமே அரசியல் செய்யமுடியும், சமாஜ்வாடி கட்சியாலும் ஒரே ஒரு சமூகத்திற்காக மட்டுமே அரசியல் செய்ய முடியும் - பாருங்கள், 97 சீட்களை தான் கொடுத்திருப்பதாக மாயாவதி தொடர்ந்து கூறிக்கொண்டே இருக்கிறார், எங்களுக்கு சமாஜ்வாடியைப் பற்றி நன்றாகவே தெரியும். அக்கட்சி, அக்லாக்கின் குடும்பத்திற்கு (மாட்டிறைச்சி உண்டது தொடர்பான குற்றச்சாட்டையடுத்து தாத்ரியில் படுகொலை செய்யப்பட்டவர்) ஒரு கோடி ரூபாய்கள் கொடுத்துள்ளது" என ராம்சிங் கூறினார்.

இசுலாமியர் எனும் வார்த்தையை உபயோகிக்காமலேயே, அவர் தான் கூறவந்ததை தெள்ளத்தெளிவாக உணர்த்திவிட்டார்.

பாஜக ஒரு தேசியவாதக் கட்சி எனவும் ராம்சிங் கூறினார். அப்படியானால் காங்கிரஸ் தேசியவாதக் கட்சி இல்லையா? இந்தியாவிற்கான விடுதலையை வாங்கிக்கொடுத்த கட்சியாயிற்றே அது. "காங்கிரஸ் ஒரு தேசியக் கட்சிதான், எனினும் அதனிடம் தேசியவாத மனநிலை இல்லை" என அவர் கூறினார்.

தனது சமூகத்திற்காக பாஜக அளித்த பிரதிநிதித்துவத்துவமும் மரியாதையும் கண்டும் ஓம் பிரகாஷ் சைனி புளகாங்கிதம் அடைந்திருந்ததார். 'இனவாதம்' என்பதையும் கடந்து 'தேசியவாதம்' எனத் தனக்குத் தோன்றியதை முன்னிறுத்தியே

ராம்சிங் பாஜகவின்பால் ஈர்க்கப்பட்டிருந்தார். இந்த மனோபாவங்கள் எல்லாம் ஒன்றுகூடி, உபி தேர்தல்களின் போக்கையே மாற்றியமைக்கக்கூடும்.

அனைத்து சமூகங்களையும் உள்ளடக்கியதாக கட்சியமைப்பை மாற்றியமைத்தல், பிற்படுத்தப்பட்டோரை பாதிக்கப்பட்டவர்களாக உணரச்செய்து, அதே சமயத்தில் விடுதலையை எதிர்நோக்குபவர்களாகவும் அவர்களை உணரச் செய்யுமாறு தம் செய்திகளை மறு உருவாக்கம் செய்து வெளியிடுவது, பாஜகவின் மேலதிக ஆதிக்கத்தையும் கடந்து இச்சமூகங்களை அடித்தளமாகக் கொண்டு கூட்டணிகளை உருவாக்குவது ஆகிய இம்மூன்று முக்கிய அம்சங்களையும் அடிப்படையாகக் கொண்டு, கட்சியின் உயர்மட்டக்குழுவால் உருவாக்கப்பட்ட இத்திட்டம், தேர்தல் களத்தில் இருந்து ஒலித்த மக்களின் தேவைகளுடன் மிகச்சரியாகப் பொருந்திப் போயிற்று.

பணம் படைத்தவர்களின் ஆதரவைப் பெற்றிருந்தபோதும், நரேந்திர மோடியால் ஏழைகளின் தலைவராகவும் தன்னைத்தானே உருவாக்கிக்கொள்ளவும் முடிந்தது. இவற்றின் பின்னணியில், உயர்சாதியினரை கட்சிக்குள் தக்கவைத்தபடியே, தாழ்ந்த சாதி மக்களுக்குமான கட்சியாக பாஜகவை அமித் ஷா மாற்றிக்கொண்டிருந்தார். இந்த உருவாக்கத்தில், குறிப்பிட்ட சமூகத்தினரை மட்டும் கொண்டிருந்த இந்து கட்சியாக இருந்த பாஜக, அனைத்து சாதியினரையும் உள்ளடக்கிய ஒரு இந்துமதக் கட்சியாக மாறத்துவங்கியது. குறிப்பிட்ட அமைப்பில் அரசியல்ரீதியாக ஆதிக்கம் செலுத்தும் சாதியை அடையாளம் கண்டு (இது சமூகரீதியாக ஆதிக்கம் செலுத்தும் சாதியாக இருக்க வேண்டிய அவசியமில்லை) அவர்களுக்கு எதிராக பலவீனமான சாதியினரை அணிதிரட்டியதன் மூலம், யாருமே எதிர்பார்த்திராத சமூகக் கூட்டமைப்புகளை ஷா உருவாக்கினார். சமூகமாற்ற மேலாண்மை தொடர்பான இக்குறிப்பிடத்தக்கப் பரிசோதனை பாஜகவின் அரசியல் வெற்றிக்குப் பெரும் பக்கபலமாய் அமைந்தது. இதுபோன்ற பரந்ததொரு சமூகக் கூட்டமைப்பை உருவாக்காமல், உயர்சாதியினருக்கான கட்சியாக மட்டுமே தன்னை நிலைநிறுத்திக் கொண்டபோதெல்லாம், கட்சி தோல்வியடைந்தது.

கட்சியின் தலைவராகப் பொறுப்பேற்றுக் கொண்டதும் மகாராஷ்திரா மற்றும் அரியானாவில் நடைபெறவிருந்த சட்டசபைத் தேர்தல்களை அமித் ஷா எதிர்கொள்ள வேண்டியிருந்தது. வலுவான அமைப்பென ஒன்று அங்கு இல்லாத நிலையிலேயே, அவர் தன் அரசியல் கணிப்புகளை மேற்கொள்ள வேண்டியிருந்தது.

"உயர்சாதி"களுக்கு எதிரான அரசியல் கருத்துகளை வைக்கும் யுக்தியின் மீது கவனம் செலுத்த அவர் முடிவெடுத்தார். சமூக அமைப்பை அடிப்படையாக வைத்து அனுகூலங்களைப் பெற்று, அதன்மூலம் சமூகத்தின் உச்சியில் வீற்றிருக்கும் இச்சாதிகளுடனேயே கட்சி தன்னை இணைத்துக்கொண்டிருந்ததால், ஷாவின் முடிவு எதிர்மறையானதாக தோன்றக்கூடும். ஆனால், சமூகப் படிநிலையில் பாரம்பரியமாக ஆதிக்க சாதிகளாக கருதப்பட்டவைக்கும், அரசியல்ரீதியாக உயர்சாதிகளாக கருதப்பட்டவைக்கும் இடையே இருந்த வேறுபாட்டை கட்சி சாதுர்யமாக அறிந்துவைத்திருந்தது.

இந்தக் கணக்கு மிக எளிமையானதுதான். இந்தியாவில் இருந்த அனைத்து மாநிலங்களிலும் உள்ள சமூகக் கூட்டமைவுகள் பன்மையிலேயே உள்ளன. மண்டல் அரசியல் உருவானதின்பேரில் பிற பிற்படுத்தப்பட்ட வகுப்பினர்கள் ஒன்றுதிரட்டப்பட்டனர், விளைவாக, இப்பிரிவுகளில் எண்ணிக்கையில் அதிகமாகவும் சமூகத்தில் ஆதிக்கசாதிகளாகவும் விளங்கிய விவசாயப் பின்னணி கொண்டிருந்த சாதிகள் யாவும் அரசியல் ரீதியாகவும் ஆதிக்கமுடையவையாக மாறிவிட்டிருந்தன. ஆனால், இந்த நடைமுறைகளால், பாரம்பரியமாக பலம் பொருந்தியவையாகக் கருதப்பட்ட மற்ற சாதிகள் ஒதுக்கப்பட்டு, அந்நியப்படுத்தப்பட்டன. எனவே, மண்டல் காலத்தின் பின், ஒரு குறிப்பிட்டப் பின்னணியில், எண்ணிக்கையளவில் மிகப்பெரிதாக உருவாகியிருந்த இடைநிலை சாதிகளான ஆதிக்க சாதிகளுக்கு எதிராக, மேற்கூறப்பட்ட சாதிகள் அனைத்தையும் ஒன்றுதிரட்டி, எதிர்க்கவைப்பதே கட்சியின் திட்டமாக இருந்தது.

மஹாராஷ்திராவில் அரசியல் ரீதியான ஆதிக்கசாதியாக மராத்தியர்களே இருந்தனர், 1990களில் துவங்கியே பிற

பிற்படுத்தப்பட்ட வகுப்பினருக்கான நலவிரும்பியாக பாஜக தன்னை அங்கு நிலைநிறுத்திக்கொண்டிருந்தது. பிற்படுத்தப்பட்ட வகுப்புகளைச் சேர்ந்த தலைவர்களை கட்சி முன்னிலைப்படுத்தியது. இதனோடே, சிவசேனை கட்சியுடன் தான் கொண்டிருந்த கூட்டணியாலும், துல்லியமான இன பிளவுபடுத்தலினாலும், 1995இல் பாஜக ஆட்சியைப் பிடித்தது. ஆனால் அடுத்துவந்த பதினைந்து வருடங்களாக அங்கு பாஜக எதிர்க்கட்சியாகவே இருந்துவந்தது. மோடியின் ஈர்ப்பால் 2014 மக்களவைத் தேர்தலில் 48 தொகுதிகளில் 42 தொகுதிகளில் கட்சி வென்றது, இதன்மூலம் மீண்டும் மிகுந்த பலத்துடன் பாஜக மஹாராஷ்திராவில் ஆட்சியைக் கைப்பற்றியது.

சட்டசபைத் தேர்தலைப் பொறுத்தவரை மிகக் கவனமான சமூகமாற்ற மேலாண்மை நடவடிக்கையை கட்சி மேற்கொள்ள வேண்டியிருந்தது. உயர்சாதிகள், பிற பிற்படுத்தப்பட்டவர்கள் மற்றும் குறைந்தளவு தலித்களையும் ஒன்றுகூட்டி பாஜக கூட்டணிகளை உருவாக்கியது. மராத்தியர் வாக்குகளில் ஒரு பங்கு பாஜகவிற்கு கிடைத்ததுதான் என்றாலும், மாநிலத்தின் மொத்த மக்கட்தொகையில் 30 சதவீதத்திற்கும் அதிகமாக இருக்கும் மராத்தியர்களை மனம் மாறச்செய்வதென்பது அத்தனை எளிதான காரியமல்ல. ஆனால் கட்சிக்கான அடிப்படை பலம் முழுதும் மராத்தியர்கள் அல்லாத சாதியினரிடமிருந்தே கிடைத்தது. அங்கு 200க்கும் அதிகமான பிற பிற்படுத்தப்பட்ட சாதிகள் இருந்ததாலும், அவைகளுள் மிகப்பெரிய சாதி மொத்த மக்கட்தொகையில் 5 சதவீதத்தினராக இருந்ததாலும், தன் மேலாண்மைப் பணியை கட்சி அடிப்படையிலிருந்து துவங்க வேண்டியிருந்தது. முதலமைச்சர் பதவிக்காக கட்சி அறிவித்திருந்த வேட்பாளரைக் கொண்டு, கட்சியின் பகிரங்க ஆணையை நம்மால் அறிந்துகொள்ளமுடிகிறது. தேவேந்திர பத்வாவிஸ் எனும் பிராமணரைத்தான் கட்சி அறிவித்திருந்தது.

நகர்ப்புறம் சார்ந்த ஒட்டுமொத்தத் தொகுதிகளான 100 சீட்களில் 53 சீட்களை பாஜக வென்றிருந்தது, அதாவது வாக்குப்பங்கில் 35 சதவீதத்தைக் கட்சி பெற்றிருந்தது என பூனாவை சேர்ந்த அரசியலறிஞரான சுகாஸ் பக்ஷிகார் உரைக்கிறார்; வாக்குப்பதிவின் பின் கிடைத்த கருத்துக்கணிப்பின்படி, உயர்சாதியினரின் 52 சதவீத வாக்குகளையும், பிற பிற்படுத்தப்பட்டவர்களின் 38 சதவீத வாக்குகளையும் பாஜக பெற்றிருந்ததாக தெரியவந்தது. "மாநிலத்தின் அதிகாரத்தில்

இருந்து மராத்திய உயர்வர்க்கத்தினர் முற்றிலுமாக அகற்றப்பட்டுவிட்டனர் என்பதை 2014 தேர்தல் முடிவுகள் தெரிவித்தன" என்றார் அவர்.

அரியானாவில் நடந்த சட்டசபைத் தேர்தலிலும் கூட, நினைத்துக்கூடப்பார்க்க முடியாதவொன்றை பாஜக செய்திருந்தது. ஜாட் சமூகத்தின் அரசியல் ஆதிக்கமே நிறைந்து காணப்படும் அம்மாநிலத்தில், ஜாட் அல்லாதவர்களையெல்லாம் ஒன்றுதிரட்டி பாஜக கூட்டணி அமைத்தது. உயர்சாதியினர், பிற பிற்படுத்தப்பட்ட வகுப்புகளைச் சேர்ந்த யாதவர்கள், குஜ்ஜார்கள் மற்றும் சைனிக்கள், தலித்கள் ஆகியோரை உள்ளடக்கிய கூட்டணியாக அது அமைந்திருந்தது. அதற்காக ஜாட் சமூகத்தினரையும் கட்சி முழுவதுமாகக் கைவிட்டுவிடவில்லை, ஜாட் சமூகத்தைச் சேர்ந்த சவ்தாரி பிரேந்திரா சிங் எனும் மூத்த தலைவரை மாநில அமைச்சரவையில் பாஜக அமர்த்தியது. எனினும், கீழ்நிலை சாதியினரை நோக்கியே கட்சி தன் கவனத்தைக் குவித்திருந்தது.

அரியானாவின் வடக்கு, கிழக்கு மற்றும் தெற்கு பகுதிகளில் பாஜகவின் செயற்பாடுகள் நன்றாகவே இருந்தன, ஆனால் ஜாட் சமூகத்தினரின் ஆதிக்கம் நிறைந்த மேற்குப்பகுதியில் மட்டும் கட்சி பின்னடைவை சந்தித்தது. தேர்தலுக்குப் பின்னர் 'வளர்ந்துவரும் சமூகங்களுக்கான ஆய்வுமையம்' (CSDS) நடத்திய கருத்துக்கணிப்பின்படி, பாஜக 47 சதவீதம் பிராமணர்களின் வாக்குகளையும், 55 சதவீதம் பிற உயர்சாதியின் வாக்குகளை, பிற பிற்படுத்தப்பட்டவர்களின் வாக்குகளை 40 சதவீதமும் பெறும் எனத் தெரிவிக்கப்பட்டது. 2009ஆம் ஆண்டு தேர்தலின்போது வெறும் 4 தொகுதிகளில் மட்டுமே வென்றிருந்த பாஜக, 90 சீட்களைக் கொண்டிருந்த சட்டசபையில் 47 சீட்களை வென்று, முதன்முறையாக அங்கு சுயமாக தன் ஆட்சியை அமைத்தது. இங்கும், ஜாட் சமூகத்தைச் சேராத ஒருவரான மனோகர் லால் கத்தாரை முதலமைச்சராக கட்சி நியமித்தது.

அமித்ஷாவின் சமூகக்கணக்கு மிகச் சரியாக இருந்தது. ஆனால், சிக்கலான சமூக நில அமைப்பைக் கொண்ட பீகாரில் அவர் மிகப்பெரிய சவாலையும் தோல்வியையும் அடுத்துவந்த வருடத்தில் சந்திக்க வேண்டியிருந்தது.

~

பெருவாரியான மக்கட்தொகை பலம் இல்லாததாலேயே அரசியல் ரீதியாக பலவீனமாகக் காணப்படும் ஆதிக்க சாதியினரையும் (உயர்சாதியினர்), சமூக ரீதியாக பலவீனமாகவும், அரசியல் ரீதியாக புறக்கணிக்கப்பட்டும் இருந்தாலும் கணிசமான மக்கட்தொகையைக் கொண்டிருப்போரையும் (பிற்படுத்தப்பட்டோர் மற்றும் தலித்கள்) இணைத்து அரசியல் கூட்டணிகளை உருவாக்குவதன் மூலம், அரசியல்ரீதியாக உயர்சாதிகளாக இருப்பவர்களை எதிர்த்துநிற்கும் யுக்தியை கட்சி கையாண்டது. ஆனால் பீகாரில் இந்தக் கலவையை சரியான விகிதத்தில் வகுக்கக் கட்சி தவறிவிட்டது.

அற்புதமான அரசியல் தெளிவுகொண்ட ஒரு தலைவராகவே லாலு பிரசாத் திகழ்ந்தார். பிற்படுத்தப்பட்டோருக்கு அதிகாரமளித்து, அரசியலில் அவர்களின் குரலையும் உரத்து ஒலிக்கச் செய்து, நீண்டநெடுங்காலமாக மாநிலத்தின் அதிகாரத்தின்மீது ஏகபோக உரிமை கொண்டிருந்த உயர்சாதியினருக்கு எதிராக அரசியல் சூழல்களை உருவாக்கி வைத்தார் லாலு, இதன்மூலம் 1990கள் முதலே சாதியெனும் துருப்புச்சீட்டை தன்னிகரில்லா ஆற்றலுடன் அவர் பயன்படுத்தி வந்திருந்தார். அவர் உருவாக்கி வைத்திருந்த பிற்படுத்தப்பட்டோர் இடையேயான கூட்டமைப்புகள் உடைந்தபோது, அவர் ஆட்டம் நின்றுபோனது. பீகாரில் யாதவர்களின் ஆதிக்கத்தால் எரிச்சலுற்றிருந்த மிகவும் பிற்படுத்தப்பட்ட சமூகங்களையெல்லாம் ஒன்றுதிரட்டிய நிதிஷ்குமார், உயர்சாதி அடித்தளத்தைக் கொண்டிருந்த பாஜகவுடன் தம் கூட்டணியை ஏற்படுத்திக் கொண்டார்.

2015இல், நிதிஷும் லாலுவும் மீண்டும் இணைந்தனர். 1990களில் தன்னை ஆட்சியதிகாரத்துக்குக் கொண்டுவந்த பழைய யுக்தியான பிற்படுத்தப்பட்டோரை ஒன்றுதிரட்டி கூட்டணியை உண்டாக்கிய முறையே மீண்டும் ஆட்சியமைக்க தனக்கு உதவக்கூடும் என்பதை லாலு புரிந்துகொண்டார். "முற்படுத்தப்பட்டவர் - பிற்படுத்தப்பட்டவர்" தேர்தலாக இது அமைந்துவிட்டால், உயர்சாதியினர்களுக்கான கட்சியாக தன்னை நிலைநிறுத்திக்கொண்டிருக்கும் பாஜகவால் வெல்லமுடியாது. இந்த யோசனை தோன்றிய உடனேயே, பீகார் தேர்தலை உயர்ச்சாதியினருக்கும் பிற பிற்படுத்தப்பட்டோருக்குமான தேர்தலாக தனியொருவராக லாலு மாற்றியமைத்தார்.

ஆர் எஸ் எஸ்ஸின் தலைவரான மோகன் பகவத் இவ்விஷயத்தில் லாலுவுக்குப் பெரிதும் உதவினார் என்றே சொல்லவேண்டும். "ஆர்கனைசர்" இதழின் ஆசிரியரான பிரபுல்லா கேத்கருக்கு (அடுத்த அத்தியாயத்தில் இதுகுறித்து விரிவாக விவரிக்கப்பட்டுள்ளது) அளித்த பேட்டியொன்றில் இடஒதுக்கீடுகள் அரசியல்படுத்தப்பட்டிருப்பதாக விமர்சித்த பகவத், அதனை மறுபரிசீலனை செய்ய ஒரு குழுவை அமைக்கவேண்டுமென்றும், அக்குழுவின் பரிந்துரைகளை அமல்படுத்த ஒரு சுயாதீனக்குழுவை ஏற்படுத்தவேண்டுமென்றும் வேண்டுகோள் விடுத்திருந்தார்.

இந்த அரிய வாய்ப்பை தவறவிடக்கூடாது எனவெண்ணிய லாலு, பாஜக ஆட்சிக்கு வந்தால் இட ஒதுக்கீடுகளை இல்லாமலாக்கிவிடும் என உடனடியாக அறிவித்தார். தன் உடல்நலக்கேட்டையும் பொருட்படுத்தாது, தினமும் ஏழு முதல் எட்டு பேரணிகளில் கலந்துகொண்டார், ஆர் எஸ் எஸ்ஸின் மற்றுமொரு முக்கியத் தலைவராகிய எம்.எஸ். கோல்வால்கரின் "சிந்தனைக் கொத்து" (Bunch of Thoughts) புத்தகத்தைக் கையில் ஏந்தியபடி காலை 9 மணிக்கு பாட்னாவில் இருந்த தன் இல்லத்தில் இருந்து துள்ளல் நடையோடு லாலு வெளியேறுவார், பிரச்சாரத்தை முடித்துக்கொண்டு மீண்டும் மாலைதான் வீடு திரும்புவார். ஆர் எஸ் எஸ் எப்போதுமே இட ஒதுக்கீடுகளுக்கு எதிர்ப்புதெரிவித்தே வந்திருக்கிறது என்பதை அப்புத்தகத்தில் இருந்த வரிகளின் மூலம் மக்களுக்கு சுட்டிக்காட்டினார்.

லாலுவின் வாரிசும், இரண்டாம் மகனுமான தேஜஸ்வி யாதவ், ரகோப்பூரில் இருந்த தபாவியில் தான் முதன்முதலாக சந்திக்கப்போகும் தேர்தலுக்கானப் பிரச்சாரத்தை மேற்கொண்டிருந்தார். சுறுசுறுப்பாக நடைபோட்டுச் சென்றார், பெண்களிடமிருந்து ஆசிகளைப் பெற்றார், ஆண்களிடம் கைகுலுக்கினார். தேர்தல்கள் அவர்களுக்கு அனுகூலம் தருவதாகவே இருக்கப்போகிறது என மிகுந்த நம்பிக்கையுடன் அவர்களிடம் உரைத்தார். அத்தனை நம்பிக்கையளிக்கும் அளவு அப்படியென்னதான் மாறுதல் ஏற்பட்டிருந்தது?

"ஆர் எஸ் எஸ் தலைவரின் உரை உண்மையிலேயே ஆட்டத்தின் போக்கையே மாற்றிவிட்டிருந்தது. அந்த உரையால் பிற பிற்படுத்தப்பட்டோர் அனைவரும்

ஒன்றுதிரண்டுவிட்டனர். நகர்ப்புறங்களில் தன் இறுதி முயற்சியை பாஜக மேற்கொண்டுள்ளது, ஆனால் அங்கும் நாங்களே வெல்வோம் என நினைக்கிறேன். 2014 தேர்தலைப் போல், பல்வேறு சாதியைச் சேர்ந்தவர்களும் மோடிக்கே வாக்களிப்பர் என பாஜக எண்ணிக் கொண்டிருக்கிறது. ஆனால் இம்முறை அவ்வாறு நடக்கப்போவதில்லை.'' என்றார் அவர். நவீன கல்வியைப் பயின்றவரும், இளம் வயதுடைய தலைவருமாகிய இவர், அனைத்து விதங்களிலும் அரசியலில் சாதி உபயோகப்படுத்தப்படுவதால் என்ன மாதிரியான பயன் விளையுமென எண்ணுகிறார்? ''இது எங்கும் நிறைந்துள்ளது. வெள்ளையர் கருப்பரென அமெரிக்காவில் பாகுபாடு இல்லையா? பல நூற்றாண்டுகளாக நம் சமுதாயம் சாதியின் அடிப்படையிலேயே உருவாகி வந்துள்ளது, இன்னும் பலகாலத்திற்கும் இங்கு சாதியே முக்கியப்பங்களிக்கும்'' என்றார் அவர்.

சமூகப் பொருளாதார அடிப்படையிலான சாதிக் கணக்கெடுப்பு (SECC) மூலம் கிடைத்த சாதி தொடர்பான தகவல்கள் அனைத்தையும் வெளியிடுமாறு கோரிக்கை விடுத்த ராஷ்திரிய ஜனதா தளம் கட்சி, அந்த கோரிக்கை மூலமே சாதியை அடிப்படையாகக் கொண்ட தன் பிரச்சாரத்தை துவக்கியிருந்தது. இக்கணக்கெடுப்புப்பணி காங்கிரசின் ஆட்சிக்காலத்தில் துவக்கப்பட்டது. அதன் முடிவுகள் பாஜக அரசின் கீழ் வெளியிடப்பட்டபோதும், அக்கணக்கெடுப்பின் சாதி ரீதியான நுண்தகவல்களை அரசு வெளியிட மறுத்துவிட்டது. பிற்படுத்தப்பட்டோர் மற்றும் தலித்களின் நிலை, அவர்களின் சொத்துக்கள், வருமானம், கல்வித்தகுதிகள் மற்றும் அவர்களின் வேலைவாய்ப்புகள் குறித்த துல்லியமான தகவல்களாகத்தான் அவை இருக்க வேண்டும் என லாலு வாதிட்டார். ''இட ஒதுக்கீடுகளை நிறுத்தவேண்டும் என ஆர்எஸ்எஸ் வலியுறுத்துகிறது, ஆனால் நாங்களோ மக்கட்தொகையின் அடிப்படையில் இட ஒதுக்கீட்டை அதிகரிக்கப்போகிறோம்'' என அவர் முழக்கமிட்டார்.

இச்செய்தி மாநிலம் முழுவதும் பரவியது.

கட்சியில் உயர்சாதியனரே பெருமளவில் இருக்கும்பட்சத்தில் பிற்படுத்தப்பட்ட சமூகங்களை நோக்கிச் செல்ல பாஜக

விரும்பியது. ஆனால் இட ஒதுக்கீடுகளை இழந்துவிடக்கூடிய அச்சம் மக்களிடையே வெகுவாய்ப் பரவிவிட்டிருந்தது. இப்போது பாஜக கடும் இக்கட்டில் சிக்கிக்கொண்டிருந்தது. கட்சியால் பகவத்தை கண்டிக்க இயலவில்லை, ஆனால் சங் தலைவரின் கருத்துக்களில் இருந்து கட்சி தன்னைத்தானே விலக்கிக்கொண்டது; கட்சியமைப்பின் மூலமாக விளக்கவுரைகளை கட்சி வெளியிட்டது; இட ஒதுக்கீடுகளை வலியுறுத்தி பிரதமரே உறுதியளிக்கவும் செய்தார். ஆனால் இவை எதுவுமே மக்களின் அச்சத்தைப் போக்கவில்லை.

இவை நிகழ்ந்து ஒன்றரை வருடங்கள் கழித்து, பகவத்தின் அறிக்கை தாங்கள் எண்ணியிருந்ததை விடவும் மிகப்பெரிய சேதாரத்தை ஏற்படுத்திவிட்டதென அப்போதைய பீகார் பிரச்சாரத்தில் ஈடுபட்டிருந்த பாஜக உயர்மட்டத்தலைவர் ஒருவர் என்னிடம் கூறினார். அவரே தொடர்ந்து, "லாலுவைத் தவிர, பிரசாந்த் கிஷோரின் குழுவினரும் செய்திகளைப் பரப்பினர். அவர்கள் துண்டுப் பிரசுரங்களை விநியோகிக்கத் துவங்கினர், அவற்றில் இருந்து எங்களை நாங்களே தற்காத்துக்கொள்ள வேண்டியிருந்தது. பிற்படுத்தப்பட்டோரிடையே எங்கள் கட்சி சென்றடைய வேண்டும் என நாங்கள் செய்த அனைத்து முயற்சிகளும் வீணாகிவிட்டன" என்றார். நிதிஷ்-லாலு கூட்டணியின் மிக முக்கிய தேர்தல் ஆலோசகராக கிஷோர் இருந்தார். குஜராத்தில் மோடி மேற்கொண்ட 2012ஆம் ஆண்டின் பிரச்சாரத்திலும், 2014ஆம் ஆண்டின் மக்களவைத் தேர்தல் பிரச்சாரத்திலும் கிஷோர் பணியாற்றியிருந்தார். வாக்குகளின் பங்கில் கணிசமான அளவு பிற்படுத்தப்பட்டோரிடம் இருந்து கிடைத்திருக்கிறது எனவும், எதிர்முகாமின் மகா கூட்டணி (மகாகத்பந்தன்) இந்தக்கணக்கை அடிப்படையாகக் கொண்டே உருவாக்கப்பட்டிருந்தது எனவும் பாஜகவின் கருத்தாளர்கள் நம்பினர், ஆனால் இதற்கெல்லாம் கட்சியமைப்பு மற்றுமே காரணம் எனவும் கூறமுடியாது. சீட்களை விநியோகிக்கும் செயற்பாடுகளில் சாதி இயக்கவியலை பாஜக சரியாகக் கையாண்டிருக்கவில்லை என அதே பாஜக தலைவர் ஒப்புக்கொண்டார்.

"முதல்வரைவுப் பட்டியலில் பல சீட்களை உயர் சாதியினருக்கே நாங்கள் கொடுத்துவிட்டிருந்தோம். நாங்கள் உயர்சாதியினருக்கான கட்சி மட்டுமே என இதை

அடிப்படையாக வைத்து லாலு குற்றஞ்சாட்டினார். பின்னர் யாதவர்களுக்கென முப்பது சீட்களைக் கொடுத்தோம், இதன்மூலம் யாதவர்களின் வாக்குகளைப் பிரித்துவிடலாம் என எண்ணினோம், ஆனால் அது முட்டாள்தனமான எண்ணம் எனப் பின்னரே அறிந்தோம். இதன்மூலம் அவர்களின் வாக்குகள் பிரியவில்லை, மாறாக அந்த சீட்கள் வீணாகிப்போனதுடன் அங்கிருந்த மற்ற சமூகத்தினரின் பகையுணர்வையும் நாங்கள் பெறவேண்டியதாயிற்று. அங்கு எழுபது சீட்களுக்கும் மேலான இடங்களில் பாஜகவிற்கு எதிரானப் புரட்சியாளர்கள் இருந்தனர்." எனக் கூறினார்.

பிற்படுத்தப்பட்டோரிடமிருந்தும் தலித்களிடமிருந்தும் ஆதரவைப் பெறுவதற்காக கூட்டணிகளில் மிகக்கவனமாக இறங்க பாஜக முடிவுசெய்தது. எனவே, ராம் விலாஸ் பஸ்வான் (பஸ்வான் சமூகத்தினரையின் வாக்குகளைப் பெறவேண்டி) மற்றும் உபேந்திரா குஷ்வாகா (கோய்ரி சமூக வாக்குகளின் கணிசமான அளவை இவர் பெறுவார் எனும் நம்பிக்கையிலும், நிதிஷிற்கு ஆட்சியதிகாரத்தை வழங்கியிருந்த குர்மி-கோய்ரி கூட்டணியை உடைக்க வேண்டியும்) ஆகிய இருவரையும் தேசிய ஜனநாயகக்கூட்டணியில் கட்சி இணைத்துக்கொண்டது. முதலமைச்சர் பதவியில் இருந்து நீக்கப்பட்டதால் கடுங்கோபத்தில் இருந்த ஜிதன் ராம் மஞ்சியுடனும் பாஜக கூட்டணி அமைத்துக்கொண்டது, இதன்மூலம் நிதிஷ்குமார் அடையும் மகாதலித்களின் வாக்குகளையும் குறைத்துவிடலாம் எனக் கட்சி எண்ணியது. திட்டமாக வகுக்கக்கப்பட்டபோது இவையனைத்துமே கச்சிதமாகத்தான் இருந்தன. ஆனால் இக்கூட்டணிகளை அமைக்கப் பெருமளவில் பணம் செலவாயிற்று. பஸ்வான், குஷ்வாகா மற்றும் மஞ்சியுடனான கூட்டணிகள் தற்போதும் தொடர்வதால், தன் பெயரை வெளியிட விரும்பாத ஒரு பாஜக பிரமுகர் பின்வருமாறு கூறினார், "எங்கள் கூட்டணிகள் மொத்தமாக தோல்வியடைந்தன. எண்பது சீட்களை இக்கூட்டணிக் கட்சிகளுக்காக நாங்கள் விட்டுக்கொடுத்தோம். ஆனால் அவர்களுக்கோ மக்களிடையே மிகக் குறைந்த செல்வாக்கே இருந்தது. அனைத்தும் வீணாகிவிட்டது. சீட்களைப் பலரும் ஏலத்தில் எடுத்தனரே தவிர, தம் சாதியினர் குறித்து அவர்கள் துளியும் அக்கறை கொண்டதாகவே தெரியவில்லை."

நிதிஷ்-லாலு-காங்கிரசு சேர்ந்து உருவாக்கியிருந்த மகா கூட்டணியின் செயற்பாடுகளோ முற்றிலும் வேறுவிதமாக இருந்தன. எதிர்பார்த்ததிற்கும் மாறாக, அவர்களுக்குள் தொகுதிப்பங்கீடு மிக அமைதியாக நடந்தேறியது. நிதிஷிற்கும் லாலுவுக்கும் இடையே சுமுகமான உறவு நீடிப்பதற்கான ஒரு இடைவழியாகவும் தூதராகவும் பிரசாந்த் கிஷோர் செயல்பட்டார், எந்தத் தொகுதியில் எந்த வேட்பாளரை நிறுத்தினால் அனுகூலங்களை முழுமையாகப் பெறமுடியும் என்பதையறிய களத்தில் பல ஆய்வுகளையும் அவர் மேற்கொண்டார், இவற்றின்மூலம் மீண்டும் தேர்தல்களத்தில் முக்கியப் பணியாற்றுபவராக பிரசாந்த் விளங்கினார்.

“யாதவர்களின் செல்வாக்கு மிகுந்த தொகுதிகளை லாலு எடுத்துக்கொண்டார், உயர்சாதியினர் தொகுதிகளை காங்கிரசு எடுத்துக்கொண்டது, மிகவும் பிற்படுத்தப்பட்டோர் தொகுதிகளை நிதீஷ் எடுத்துக்கொண்டார். அவர்களுடைய வாக்குகள் அவர்களிடையேயே இடம்மாறிக்கொண்டன” எனப் பாஜக தலைவர் கூறினார். 55 சதவீத சீட்களை பிற பிற்படுத்தப்பட்டோருக்கும் 15 சதவீத சீட்களை தலித்களுக்கும் மகா கூட்டணி கொடுத்திருந்தது.

2014ஆம் தேர்தலின்போது, பிற பிற்படுத்தப்பட்ட வகுப்பைச் சேர்ந்த மோடியின் பின்னணி, பிற்படுத்தப்பட்ட வகுப்பினரை பாஜகவை நோக்கி ஈர்ப்பதற்கான ஒரு முக்கியக்காரணியாக இருந்தது. ஆனால் அடுத்து வந்த ஒரு வருடத்திற்குள்ளாகவே, மோடி பிற்படுத்தப்பட்டவர் எனும் பிம்பமும், ஷாவின் கட்சியமைப்பும், கூட்டணிகளும் கூடத் தோல்விடைந்திருந்தன. இட ஒதுக்கீடுகளின் மூலம் வாழ்வில் மேன்மைடைய வேண்டும் எனும் கீழ்நிலை மக்களின் விருப்பங்களோடு, அவர்களின் கோரிக்கைகளையும் திருப்திசெய்யக்கூடிய கட்சியாக பாஜக இல்லை, மாறாக சமூகத்தில் வசதிபடைத்தவர்களையும், உயர்சாதியினரையும் மட்டுமே கொண்டிருக்கும் கட்சியாகவே மீண்டும் பாஜக கருதப்பட்டது. பீகாரின் பன்முகத்தன்மையுடன் ஒத்துப்போக முடியாததால், தனிப்பெரும்பான்மையுடன் பீகாரில் ஆட்சியமைக்க வேண்டும் எனும் பாஜகவின் எண்ணம் ஈடேறவேயில்லை. இங்கு கட்சியின் சமூகமாற்ற மேலாண்மை தோல்வியடைந்துவிட்டது.

~

பீகாரிடம் இருந்து கற்றுகொண்ட பாடத்துடன், உபியில் பாஜக களமிறங்கியது. சமூகக் கூட்டணிகள் அமைக்கவெனவே கட்சி ஒரு மாதிரியை முன்னரே தயாரித்து வைத்துக் கொண்டது.

2014ஆம் ஆண்டில், "60 சதவீதம்" எனும் சூத்திரத்தை அமித் ஷா வகுத்திருந்தார்.

இது என்ன சூத்திரம்?

அமித் ஷாவின் நெருங்கிய தோழரும், ராஜ்ய சபா பாராளுமன்ற உறுப்பினரும், கட்சியின் பொதுச்செயலாளருமான பூபேந்திர யாதவ், ராஜஸ்தானைச் சேர்ந்தவராவார். இவர் வட இந்திய சாதிய அணிகள் குறித்து நன்கு அறிந்திருந்ததுடன் பீகாரின் கட்சி நிர்வாகியாகயும் செயலாற்றினார்.

உபியில் பரிவர்த்தன் யாத்திரையை நடத்தவும், பிரச்சாரங்கள் மூலம் மக்களைச் சென்றடையவும் கட்சியமைப்பு மேற்கொள்ளவிருந்த பணிகளில் உதவுவதற்கென சிறந்த வழக்கறிஞராகிய யாதவை உபிக்கு கட்சி அனுப்பிவைத்தது. வாக்குப்பதிவிற்கு பிறகு, பிற்படுத்தப்பட்ட வகுப்பினருக்கான புது திட்டத்தை வகுப்பதற்காக, பாராளுமன்ற உறுப்பினர்களைக் கொண்ட குழுவொன்றை உருவாக்கி, அதைத் தலைமையேற்று வழிநடத்த யாதவ் தேர்வாகியிருந்தார். மோடியும் ஷாவும் அவர்மீது கொண்டிருந்த நம்பிக்கையைக் குறிக்கும் விதமாக, 2017ஆம் ஆண்டின் இறுதியில் தேர்தல்களை சந்திக்கவிருந்த குஜராத் மாநிலத்தை நிர்வகிக்கும் பொறுப்பிற்கும் அவரே தேர்வாகியிருந்தார்.

மார்ச் மாத மத்திமத்தின் ஒரு மாலைவேளையில், பிரச்சாரத்தை முடித்துவிட்டு விமானநிலையத்திற்குத் திரும்பியிருந்த ஷாவை அழைத்துவருவதற்காக லக்னோ கட்சி அலுவலகத்திலிருந்து யாதவ் கிளம்பிச் சென்றார். 45 நிமிடம் நீண்ட அந்தப் பயணம் முழுவதும், 'அமித் ஷா தேர்தல் நிர்வாகப் பள்ளியின்' முத்திரையாகிய 60 சதவீத சூத்திரத்தின் வரையறைகளைப் பற்றியே யாதவ் மீண்டும் மீண்டும் ஷாவிடம் கூறியபடி வந்தார்.

"பாருங்கள், 20 சதவீதத்தினராகிய இசுலாமியர்கள் நமக்கு வாக்களிக்க மாட்டார்கள். 10 சதவீதத்தினராகிய யாதவர்களில் பெரும்பான்மையானோர் சமாஜ்வாடி கட்சிக்கே இத்தேர்தலில்

வாக்களிப்பர். 10 சதவீதத்திற்கும் அதிகமாக இருக்கும் ஜாதவர்கள் பகுஜன் சமாஜ்வாடி கட்சிக்கே வாக்களிக்கக்கூடும். மீதமிருக்கும் 55 - 60 சதவீத மக்களைக்கொண்டே நாம் இந்த தேர்தலை எதிர்கொள்ளவேண்டியிருக்கும். அவர்களைத்தாம் நாம் குறிவைக்க வேண்டும்." என்றார்.

இதன்மூலம், பாரம்பரியமான உயர்சாதியினரை அவர் குறிக்கிறார். பிற பிற்படுத்தப்பட்டவர் சமூகத்தைச் சேர்ந்தவர்களாக இருந்தபோதும், யாதவர்கள் கைப்பற்றியதைபோல் இதுவரை அதிகாரத்தைக் கைப்பற்ற இயலாத, பிற்படுத்தப்பட்ட சமூகத்தினரின் நூற்றுக்கணக்கான சிறிய, பெரிய சாதிக்குழுக்களை அவர் குறிக்கிறார். உபியில் இருந்த 60 தலித் சாதிப்பிரிவுகளுள் 50 சாதிப்பிரிவுகள் இன்னமும் ஜாதவர்களைப் போன்று மேன்மையடையாமலேயே உள்ளன, அத்தகைய தலித்பிரிவுகளை அவர் குறிப்பிட்டுள்ளார்..

தொகுதிகளைக் கண்டடைவது எளிமையாக இருந்தபோதும், ஒரே அணியின் கீழ் அவற்றைக் கொண்டுவருவது என்பதுதான் சவாலான காரியமாக இருந்தது.

2014 ஒரு திறப்பைக் கொடுத்திருந்தது. பிற பிற்படுத்தப்பட்ட வகுப்பினர்கள் பெருமளவில் பாஜகவிற்கு திரும்பினர். ஆனால் இந்த வெற்றியைத் தக்கவைத்துக்கொள்ள, உள்கட்டமைப்பில் மிக ஆழமான மாற்றங்களைச் செய்யவேண்டும் என்பதைக் கட்சி மேலிடம் அறிந்தேயிருந்தது.

இந்தச் சூழலில்தான் அமித் ஷாவும் அவருடைய குழுவினரும் உருவாக்கியிருந்த கட்டமைப்புப் பணிகள் உதவிக்கு வந்தன. உபி கட்சியமைப்பின் பொதுச் செயலாளராக சுனில் பன்சால் நியமிக்கப்பட்டதுமே, உபியில் கட்சியின் உள்கட்டமைப்பையும், கூட்டமைவையும் குறித்து ஒரு துரிதக் கணக்கெடுப்பை அவர் மேற்கொண்டார். 2014இல், கட்சியின் லக்னோ தலைமை அலுவலகத்தில் துவங்கி மாவட்ட அளவு வரையிலும் மாநிலம் முழுதும் இருந்த கட்சிப் பதவிகளில் வீற்றிருந்தோர்களுள் 7 சதவீதத்தினர் மட்டுமே பிற பிற்படுத்தப்பட்ட வகுப்பினராகவும், 3 சதவீதத்தினர் மட்டுமே தலித்களாகவும் இருந்தனர் எனும் அதிர்ச்சியளிக்கும் விஷயத்தை பன்சால் இக்கணக்கெடுப்பின் மூலம் கண்டுபிடித்தார்.

அதாவது, மாநிலம் முழுவதும் 70 சதவீதத்திற்கும் அதிகமான மக்கட்தொகையினரைக் கொண்டிருந்த சமூகக்குழுக்களைச் சேர்ந்தவர்களுக்கென வெறும் 10 சதவீத இடம் மட்டுமே பாஜகவின் அமைப்பில் வழங்கப்பட்டிருந்தது. கட்சியமைப்பில் பிராமணர்கள், தாக்கூர்கள் மற்றும் பனியாக்களின் ஆதிக்கமே மேலோங்கியிருந்தது. லக்னோவிலிருந்த பாஜகவில் ஆதிக்கம் செலுத்தியோரையே இது பிரதிபலிக்கிறது. முந்தைய வருடங்களில் கட்சியை வழிநடத்திய கல்ராஜ் மிஷ்ராக்களின், ராஜ்னாத் சிங்குகளின், லட்சுமிகாந்த் மிஸ்ராக்களின், சூர்யா பிரதாப் ஷாஹிக்களின் ஆதிக்கத்தை இது குறிக்கிறது. தத்தம் சாதி சார்ந்த தளங்களுக்குள்ளேயே தங்கிவிட்ட இவர்கள், கட்சியமைப்பின் பல்வேறு நிலைகளிலும் தம்மைச் சார்ந்தவர்களையே உயர்த்தினர்.

மாநிலத்தின் சமூக வேற்றுமைகளைப் பிரதிபலிக்கும் ஆற்றலற்ற, கட்சிக்கு அனுகூலங்களை வழங்கவியலாது தொடர்ந்து தோல்வியடைந்து கொண்டிருந்த இந்தக்குழுவிடமே பாஜகவின் புது தலைமை சிக்கித் தவித்துக்கொண்டிருந்தது. தோல்விக்கான காரணம் இதுவே எனத் தலைமை உணர்ந்து கொண்டதது. எனினும், நீண்டகாலமாக கட்சிக்கு விசுவாசமாக இருந்தவர்களை புறந்தள்ளாமலேயே, மாற்றங்களைக் கொண்டுவரவே கட்சி விரும்பியது.

2014இன் இறுதியிலும், 2015இன் துவக்கத்திலும் கட்சி மேற்கொண்டிருந்த உறுப்பினர்ச்சேர்க்கை நடவடிக்கை நிகழ்ந்த காலகட்டம்தான் இம்மாற்றத்தை உருவாக்குவதற்கானச் சரியான நேரமாக இருந்தது. கிராமங்களில் இருந்தும், சிறுநகரங்களில் இருந்தும் தத்தம் சாதிக்குழுக்களைச் சேர்ந்த மக்களைக் கட்சியின் உறுப்பினர்களாகச் சேர்க்க, பிற பிற்படுத்தப்பட்ட வகுப்பையும் தலித் சமூகத்தையும் சேர்ந்த எழுநூற்று ஐம்பது ஆர்வலர்கள் கட்சி சார்பாக அனுப்பப்பட்டனர். இதன் விளைவாக, 15 லட்சம் புது உறுப்பினர்கள் இச்சாதிப்பிரிவுகளில் இருந்து கட்சிக்குள் சேர்க்கப்பட்டனர்.

ஆனால் கட்சியமைப்பில் 2015இல் நிகழ்ந்த மறுசீரமைப்பின் மூலமாகவே உண்மையான மாற்றம் நடந்தேறியது எனலாம். கட்சியில் பிற்படுத்தப்பட்டோர் மற்றும் தலித்களின் பிரதிநிதித்துவத்தை அதிகரிக்க இயலுமா என ஷாவிடம் பன்சால்

வினவினார். “நீங்கள் சொல்வது சரிதான். ஆனால் நம்மவர்கள் அதனால் கோபமடைந்து விடுவார்களே” என ஷா பதில் கூறினார்.

இருவரும் சேர்ந்து இதற்கு ஒரு வழி கண்டுபிடித்தார்கள். ஏற்கனவே இருக்கும் பதவிகளைப் பங்கீடு செய்வதற்குப் பதில், மேலும் பதவிகளை உண்டாக்க கட்சி முடிவுசெய்தது. ஷாவும் அந்த முயற்சிக்கு அனுமதி அளித்தார். இதன்மூலம் கட்சியின் அனைத்து நிலைகளிலும் பிற்படுத்தப்பட்டவர்களுக்கும் தலித்களுக்குமான இருப்பை உறுதிசெய்யக்கூடிய பல பணிப்பொறுப்புகள் உருவாகின. ஒவ்வொரு மாவட்டத்திலும் பனிரெண்டு அலுவலகப் பொறுப்பாளர் பதவிகள் புதிதாக உருவாக்கப்பட்டன. மாநில செயற்குழுவில் நூற்றுக்கும் அதிகமான புது உறுப்பினர்கள் சேர்க்கப்பட்டனர். இந்நடவடிக்கையால் கட்சியினரிடையே உண்டாகப்போகும் அதிருப்திகளை குறைக்கும்பொருட்டு, முன்னரே அலுவலகப் பொறுப்பாளர்களாக நீடித்திருந்தவர்கள் எவரும் அவர்களின் பணிகளிலிருந்து நீக்கப்படவில்லை.

2015இன் இறுதிக்குள்ளாகவே, கட்சிக்குள் பிற பிற்படுத்தப்பட்ட மற்றும் தலித் சமூகத்தைச் சேர்ந்த ஆயிரம் புதுத் தலைவர்கள் சேர்க்கப்பட்டிருந்தனர், இதன்மூலம் கட்சியின் உள்கட்டமைப்பில் தாங்களும் ஒரு அங்கமெனவும், தங்களுக்கென ஒரு இடம் கட்சியில் உள்ளதெனவும், மேல்மட்டத்தில் தங்களுக்கென ஒரு அங்கீகாரம் உள்ளதெனவும் அவர்கள் உணர்ந்தனர். இந்நடவடிக்கையைத் தொடர்ந்து, கட்சியின் கட்டமைப்பிலும் இதே முறை பிரதிபலிக்க வேண்டியிருந்தது.

கட்சித் தேர்தல்களின்போது, பாஜக அவர்களுக்கும் தலைமைப்பதவிகளைக் கொடுக்கத் துவங்கியது, அவர்களுக்கென பிரதிநிதித்துவம் தரப்பட்டது, கட்சியமைப்பில் தங்களையும் உள்ளடக்கவேண்டுமென்ற அவர்களின் ஏக்கமும் இதன்மூலம் தீர்த்துவைக்கப்பட்டது. 75 மாவட்டத்தலைவர்களுள், தற்போது 34 பேர்கள் பிற பிற்படுத்தப்பட்ட வகுப்பினராகவும், 3 பேர்கள் தாழ்த்தப்பட்ட வகுப்பினராகவும் இருந்தனர்.

இக்குழுக்கள் கட்சியமைப்பினுள் 10 சதவீத பிரதிநிதித்துவத்தை 2014இல் அடைந்திருந்தனர், இரண்டே வருடங்களுக்குள் அவர்களின் பங்கு 30 சதவீதமாக உயர்ந்திருந்தது. இதன்மூலம் அமைதியாகவும், ரகசியமாகவும் பாஜக அங்கு குலைவினை ஏற்படுத்தியிருந்தது. நடப்புத் தலைமையின் வெளிப்படையான கலகங்கள் எதையும் சந்திக்காமலேயே இந்நடவடிக்கைகளை மேற்கொண்டதுதான் இதில் மிகத்திறமையான அம்சமெனலாம்.

இதனால் உயர்சாதியினர் அதிருப்தியடைந்தார்களா?

“பாருங்கள், பிற பிற்படுத்தப்பட்ட மற்றும் தாழ்த்தப்பட்ட வகுப்புகளைச் சேர்ந்த தலைவர்கள் அனைவரும் திடீரென எங்கிருந்தோ கட்சிக்குள் குதித்திருந்து, அவர்களை மாவட்டத்தலைவர்களாக ஏற்றுக்கொள்ளும்படி கட்சியினரை நாங்கள் வற்புறுத்தியிருந்தால், கண்டிப்பாக அச்செயலுக்கு எதிர்ப்புகள் எழுந்திருக்கக்கூடும். ஆனால், 2015ஆம் ஆண்டிலேயே அவர்கள் அனைவரையும் கட்சியமைப்பிற்குள் நாங்கள் உறுப்பினராக்கி விட்டோம் என்பதை நீங்கள் மறந்துவிடக்கூடாது. அதன்பிறகு, ஓராண்டிற்கும் மேலாக அப்போதைய மாவட்டத் தலைவர்களுடன் அவர்கள் பணியாற்றியிருந்தனர். மேலும், அனைவருடனுமான ஆலோசனைகளுக்குப் பிறகு, அவர்களின் ஒப்புதல்களோடே மாவட்டத்தலைவர்கள் தேர்வு செய்யப்பட்டுள்ளார்கள். எனவே எந்தப் பிரச்சினையும் இல்லை.” என பன்சால் விளக்கினார்.

இந்நடவடிக்கையின் முடிவாக மாநிலத்தலைவராக கேசவ் பிரசாத் மவுரியா நியமிக்கப்பட்டார். பிற பிற்படுத்தப்பட்ட சமூகத்தினரைச் சேர்ந்தவரான மவுரியா இந்துத்துவாவின் நற்சான்றைப் பெற்றவராகவும் இருந்தார்.

அடையாளப்பூர்வமான ஒரு தேர்வாகவும் மவுரியா விளங்கினார். உபியில் ஒவ்வொரு முடிவும் சாதியை அடிப்படையாகக் கொண்டே எடுக்கப்பட்டன. ஆனால் இந்தமுறையோ, அடையாளப்பூர்வத்தேர்வு என்பதையும் கடந்து, கட்சிக்கட்டமைப்புக்குள் நிலையாக அரங்கேறவிருக்கும் மாற்றங்களைக்குறிக்கும் விதமாகவும் மவுரியாவின் நியமனம் இருந்தது.

கேசவ் பிரசாத் மவுரியா சகரான்பூரில் தன் பொதுக்கூட்டத்தை முடித்துக்கொண்டதும் அடுத்து அம்ரோகாவில் ஏற்பாடாகியிருந்த பொதுக்கூட்டத்தில் பங்கேற்க நானும் அவரும் ஹெலிகாப்டரில் பயணமானோம்.

சிறிது குறும்புடன் கேசவ் மவுரியாவைப் பார்த்து நான் சிறிது குறும்புடன், "உங்களை முதலமைச்சராகக் காண வேண்டும் என்னும் ஆர்வத்தினாலேயேதான் இத்தனை மக்களும் கூட்டத்திற்கு வந்துள்ளனர். நீங்கள்தான் முதலமைச்சர் வேட்பாளரெனக் கட்சி அறிவிக்கக்கூடாதா?" எனக் கேட்டேன். நான் விரித்த இந்த வலையில் வீழ்ந்திடாமல், "பாஜகவில் இருக்கும் ஒவ்வொரு கட்சிப்பணியாளருமே முதலமைச்சராகும் தகுதி பெற்றவர்கள்தான்" எனத் தோள்களைக் குலுக்கிப் புன்னகைத்தபடியே அவர் கூறினார்.

மூன்று முக்கியக்காரணங்களுக்காக, முதலமைச்சர் வேட்பாளரை அறிவிக்கப்போவதில்லை என 2016ஆம் ஆண்டிலேயே பாஜக முடிவுசெய்துவிட்டது. மாநிலத்தின் பிரபல கட்சித்தலைவர்களாகிய மாயாவதியையோ அகிலேஷ் யாதவையோ எதிர்கொள்ளுமளவு மாநிலம் முழுவதும் புகழ்பெற்றிருந்த எவரும் பாஜகவில் இல்லை. மேலும், உபியை போன்ற சமூக நிலவமைப்பில், குறிப்பிட்ட ஒரு சாதியைச் சேர்ந்த ஒருவரை முதலமைச்சராக அறிவிக்க நேர்ந்தால், மற்ற சாதிக்குழுக்களிடமிருந்து கட்சி அந்நியப்பட்டுவிடக்கூடும், பல்வேறு சாதிக்குழுக்களையும் கொண்டு கூட்டணிகளை உருவாக்கும் முயற்சியும் இதனால் பாதிப்படையக்கூடும். இறுதியாக, முதலமைச்சரை அறிவிக்காமலேயே தேர்தலைச் சந்திப்பதன் பாதிப்புகளை மோடியின் புகழும் ஈர்ப்பும் சரிகட்டிவிடும் எனக் கட்சி நம்பியது. இதுதொடர்பாக கட்சிக்கு எந்தவொரு திட்டமும் இருக்கவில்லை எனவும் கட்சித்தலைவர்கள் உரைத்தனர். முதலமைச்சர் முகம் இல்லாமலேயே போட்டியிட்டது பீகாரில் பாஜகவிற்கு பலனைத் தரவில்லை, எனினும் அதே முயற்சி மகாராஷ்திராவில் வெற்றியடைந்தது. அஸ்ஸாமில் கட்சிக்கென ஒரு முதலமைச்சர் முகம் இருந்தது, எனவே அது வெற்றியடைந்தது ஆனால் தில்லியிலோ ஒரு முகத்தை முதலமைச்சராகக் கட்சி அறிமுகப்படுத்தியபோதும்கூட அங்கே அது தோல்விதான் அடைந்தது.

மவுரியாவிற்கு முதலமைச்சராகும் எண்ணம் இருந்தபோதும், அதுதொடர்பான எந்தவொரு வாக்குறுதியையும் அவர் வெளிப்படையாக அளிக்கவில்லை. எனினும் பிற்படுத்தப்பட்டோர் சமூகத்தைச் சேர்ந்த ஒருவரால் உயர்நிலைக்குச் செல்லமுடியுமெனும் நுட்பமான செய்தியை அச்சமூகத்திடையே அவர் பகிர்ந்துகொண்டார். பலபொருள் தொனிக்கும் இச்செய்தி உண்மையில் நன்றாகவே வேலை செய்தது.

அன்றைய மதியம், வீட்டில் தயாரிக்கப்பட்டிருந்த உணவாகிய காய்கறிகள் அடைத்த ரொட்டியை எடுத்து மவுரியாவிடம் அவருடைய உதவியாளர் விவேக் சிங் கொடுத்தார். வடக்கு உபியில் இருந்த வயல்வெளிகளை பார்த்தபடியிருந்தோம். பிற பிற்படுத்தப்பட்டச் சமூகத்தினர் கட்சிக்கு வாக்களிப்பர் என அவர் எப்படி எதிர்பார்த்தார் என ஹெலிகாப்டரின் பேரிரைச்சலையும் மீறி அவரிடம் கேட்டேன்.

"இம்முறை தொகுதிப்பங்கீட்டில் நாங்கள் சரியாக நடந்துகொண்டோம். பாஜக, உபியின் தேர்தல் வரலாற்றிலேயே பிற பிற்படுத்தப்பட்டோருக்கு மிக அதிக எண்ணிக்கையில் சீட்களை அளித்திருக்கிறது. இதன்மூலம் அந்த சமூகத்தை எங்களை நோக்கி ஈர்க்க முடியும்" என மவுரியா பதிலளித்தார். உயர்சாதியினரை வருத்தமடையச் செய்தது குறித்து அவர் வருத்தம் கொண்டதாகவே தெரியவில்லை. "அப்படியில்லை, 150 சீட்களுக்கும் மேலே அவர்களுக்கும் வழங்கப்பட்டுள்ளது. முன்னேற்றம் நோக்கி அனைவரையும் ஒற்றுமையுடன் அணைத்துச்செல்வதுதான் எங்களின் நோக்கமாகும்" என்றவர் தான் கூறியதில் இருந்த முரண்பாடினை உணரவேயில்லை. புன்னகைத்தபடியே, "பிற கட்சிகள் இசுலாமியர்களுக்கு நிறைய சீட்களை கொடுத்துள்ளனர். இதன்மூலம் அவர்கள் மற்றவர்களுக்கு அநீதி இழைத்துவிட்டனர்" எனவும் கூறினார்.

இச்சமூகக் குழுக்களுக்காக கட்சியளித்திருந்த பிரதிநிதித்துவத்துடன், அது தெரிவித்த செய்திதான் அவர்களை கட்சியை நோக்கி ஈர்த்தது. சமாஜ்வாடி கட்சியும், பகுஜன் சமாஜ் கட்சியும் அச்சமூகத்தினருக்கு எவ்வாறு தவறிழைத்தனர் என்பதை மையப்படுத்தியே அச்செய்தி இருந்தது. "ஏதோ ஒரு சூழ்நிலையில் இச்சமூகத்தினர் அனைவரும் சமாஜ்வாடி கட்சிக்கு

வாக்களித்திருந்தனர், ஆனால் குறிப்பிட்ட ஒரு சமூகம் மட்டுமே அந்த வெற்றியால் பயனடைந்தது. அதேபோல் அவர்கள் பகுஜன் சமாஜ் கட்சிக்கும் வாக்களித்தனர், ஆனால் அப்போதும் குறிப்பிட்ட ஒரு சாதியினர் மட்டுமே பயனடைந்தனர். இப்போது அம்மக்களுக்கு ஒரு மாற்றுக்கட்சி தேவைப்படுகிறது. பாஜக அவர்களை பாகுபடுத்திப் பார்க்காது என அவர்கள் அறிந்திருந்தனர். ஏனெனில், இது அனைவருக்குமான கட்சியாகும்.'' என்றார். இந்துக்களாக உள்ள அனைவருக்குமான கட்சி என்பதையும் அவர் இத்துடன் சேர்த்திருக்கலாம்.

பல்வேறுவகைப்பட்ட பிற பிற்படுத்தப்பட்ட வகுப்பினரிடையே நிலவிய முரண்பாடுகளை கண்டுகொண்ட மவுரியா, அவற்றை மேலும் கூர்படுத்தினார். இதற்கு ஒரு நீண்ட வரலாறு உண்டு.

~

உயர்சாதியினர், தலித்கள் மற்றும் இசுலாமியர்களைக் கொண்டு உருவாக்கியிருந்த கூட்டணிமூலமாகவே உபியில் பாரம்பரிய காங்கிரசு வெற்றியடைந்து வந்தது. ஆனால் அதிகாரம் மிக்க இந்த அணியில் இருந்து தாம் அந்நியப்படுத்தப்பட்டுள்ளதாக மத்தியத்தர குடியானவர்களும், பிற்படுத்தப்பட்டோரும் உணர்ந்தனர், எனவே அவர்கள் 1960களில் இடதுசாரி அணிக்கு மாறினர். அரசியலறிஞர் கிறிஸ்தோப் ஜாபர்லாத்தின் கூற்றுபடி, சாதியின் அடிப்படையில் பிரதிநிதித்துவத்தையும் உடன்பாட்டு நடவடிக்கையையும் வேண்டிநின்ற ராம் மனோகர் லோகியாவின் அரசியலும், குடியானவர்களுக்கான அங்கீகாரத்தை வலியுறுத்தியும், விவசாயிகளுக்கான அங்கீகாரம் வேண்டி கோரிக்கைகளையும் முன்வைத்த சரண்சிங்கின் அரசியலும் உண்டாக்கியிருந்த வரையறைக்குள்ளேயே இம்மாறுதல் நிகழ்ந்திருந்தது.

ஆனால் இறுதியில் லோகியாவின் அரசியல் பாடங்களே முக்கியத்துவம் பெற்றன. வி.பி.சிங்கின் தலைமையின் கீழிருந்த ஜனதா தள அரசு, மண்டல் கமிசன் அறிக்கையை செயற்படுத்தியது, இதன்மூலம் மத்திய அரசுப்பணிகளில் 27 சதவீத இடஒதுக்கீட்டை பிற பிற்படுத்தப்பட்ட வகுப்பினர் பெற்றனர். இதுவொரு முக்கியமானத் திருப்புமுனையாகும். இதன்மூலம் பிற பிற்படுத்தப்பட்ட வகுப்பினரிடையே

அரசியல் ரீதியான விழிப்புணர்வு உண்டானது, விளைவாக இசுலாமியர்களுடன் கூட்டணி ஏற்படுத்திக் கொண்டு பீகாரில் லாலு பிரசாத் யாதவையும், உபியில் முலாயம் சிங் யாதவையும் அவர்கள் வெற்றியடைய வைத்தனர்.

ஆனால் இம்மாநில அரசுகளோ பரந்துவிரிந்த பிற பிற்படுத்தப்பட்ட வகுப்பினருக்கு நன்மைகளை செய்வதற்குப் பதிலாக, சாதியாதிக்கம் நிறைந்த ஆட்சிகளாக உருவெடுத்தன. அரசுப்பணிகளில் இருந்து அரசியல் பதவிகள் வரையிலும் யாதவர்களே கோலோச்சினர், லாலு மற்றும் முலாயம் ஆகிய இருவரின் ராஜ்ஜியங்களும் யாதவர்களின் ராஜ்ஜியங்களாக மாறியிருந்தன. "ஆரம்பத்தில் இருந்தே பிற பிற்படுத்தப்பட்டவர்கள் எனும் கருத்துவாக்கம் இவர்களின் சொந்த சாதிகளின் நலனுக்காகவே உபயோகிக்கப்பட்டு வந்தன" எனும் ஜாபர்லாத்தின் கூற்று இதன்மூலம் உண்மையாகிறது.

பிற்படுத்தப்பட்டோருக்கு இடையே இணக்கமின்மை தோன்றுவதற்கு இது வழிவகுத்தது.

உதாரணத்திற்கு, மிகப்பெரிய ஜனதா குடும்பத்தில் லாலு பிரசாத்தும் நிதிஷ் குமாரும் தோழர்களாக இருந்தனர், பிற்படுத்தப்பட்டோருக்கான மேம்பாட்டிற்காக ஒன்றாகப் பாடுபடுபவர்களாகவும் இருந்தனர். ஆனால் நிதிஷ் குர்மி சமூகத்தைச் சேர்ந்தவர். முக்கியமான பிற்படுத்தப்பட்ட வகுப்பினராக குர்மிக்கள் இருந்தபோதும், யாதவர்களுடன் ஒப்பிடும்போது எண்ணிக்கையில் குறைவானவர்களாகவும், அதிகாரமற்றவர்களாகவும் இருந்தனர், எனவே கட்சியில் தாங்கள் தனிமைபடுத்தப் பட்டுள்ளதாக அவர்கள் வருந்தினர். லாலுவிடமிருந்து பிரிந்து வந்த நிதிஷ் தம் தொகுதியை வளர்த்தெடுத்தார். விளைவாக, மிகவும் பிற்படுத்தப்பட்ட சாதியினரை மட்டுமே கொண்டிருந்த ஒரு முழு தொகுதியினையே அவர் உருவாக்கிவிட்டிருந்தார், இது பிற பிற்படுத்தப்பட்ட வகுப்பினரிடையே ஒரு விரிசலை உண்டாக்கியது. முன்னரே இங்கே குறிப்பிடப்பட்டிருந்ததுபோல், இருபது ஆண்டுகளுக்குப் பிறகு அதாவது 2015இல் லாலுவும் நிதிஷும் இணைந்த பிறகுதான் பிற்படுத்தப்பட்டோர் அனைவரும் ஒன்றுகூடி அவர்களுக்கு வாக்களித்தனர்.

உபியிலும் இந்த முரண்பாடுகள் கூர்மையடைந்தன. காங்கிரசின் மேலாதிக்கத்தை முறியடிக்கும் குறிக்கோளுடன், இடஒதுக்கீடுகளைப் பெறவேண்டியும் பிற பிற்படுத்தப்பட்டவர்கள் ஒன்றுகூடினர். ஆனால் யாதவர்கள், யாதவர்கள் அல்லாதோர் எனும் பிரிவினை எழுந்தது. சமாஜ்வாடி கட்சியில் இருந்து குர்மிக்கள், குஸ்வாகாக்கள், லோத்கள் மற்றும் பல பிற்படுத்தப்பட்ட வகுப்புகள் வெளியேறிவிட்டன. பகுஜன் சமாஜ் கட்சியின் மீது சிலர் நம்பிக்கை கொண்டிருந்தனர், ஆனால் அங்கும் அவர்களுக்கு ஏமாற்றமே மிஞ்சியது.

பிற கட்சிகள் இசுலாமியர்களுக்கு அளவிற்கதிகமான சலுகைகள் அளித்துவிட்டதாகவும், அதனால் அவை மற்றவர்களுக்கு அநீதி இழைத்துவிட்டதாகவும் கேசவ் மவுரியா கேலி பேசினார், இது கொள்கைரீதியாகவே பாஜகவில் இருந்துவந்த ஒரு தவறான அபிப்ராயமாகும். ஆனால், யாதவர்களாக அல்லாத பிற பிற்படுத்தப்பட்டோரை தங்களின்பால் ஈர்க்க சமாஜ்வாடி கட்சியும் பகுஜன் சமாஜ் கட்சியும் பெருமுயற்சிகள் எதையும் மேற்கொள்ளாததால், அக்கட்சிகளால் விடுபட்டிருந்த வெளியை பாஜக முற்றிலுமாய் உபயோகித்துக்கொண்டது. பீகாரில், இச்சமூக மக்களின் கோரிக்கைகளுக்காக குரலெழுப்பிய நிதிஷ் குமார், அவர்களின் விருப்பங்களை நிறைவேற்றினார். உபியிலோ அத்தகைய தலைவரொருவர் இல்லை. 30 சதவீதத்திற்கும் அதிகமான வாக்காளர்களைக் கொண்டிருந்த இச்சமூகத்தினரை ஒதுக்கிவிட்டு, உபியின் பிராந்தியக் கட்சிகள், தேர்தலை நோக்கிப் பயணிப்பதென்பது, ஒருவகையில் தற்கொலை முயற்சிக்கு ஒப்பானதாகும்.

சமாஜ்வாடி கட்சி யாதவர்களுக்கான கட்சி எனும் பிம்பத்தை உடைப்பதற்காக, அனைத்து சாதி மக்களுக்குமான முன்னேற்றம் எனும் எழுச்சி உரைகளை அகிலேஷ் யாதவ் ஆற்றினார். அவருடைய இம்முயற்சி செயல்படாது என பாஜக எண்ணியிருந்தது. ஏனெனில், தமக்கு மட்டும் நன்மைகளை செய்துகொண்டு ஏனையோர் அனைவரையும் புறந்தள்ளிவிட்ட ஆதிக்க சாதியினரை எதிர்த்து நிற்கும் ஒரேயொரு சக்தியாக பாஜக அங்கு தன்னை நிறுவிக்கொண்டிருந்தது.

அதனாலேதான் அம்ரோகாவை நாங்கள் அடைந்த உடனேயே, "சில கட்சிகள் ஆதிக்க சாதிகளாக உருமாறிவிட்டன. இந்தத் தேர்தல் அவர்களுக்கு எதிரானது" என மவுரியா கூறினார்.

~

பாஜக வெற்றி பெற்றது. மாநிலத்தின் ஒவ்வொரு மூலையிலும் பிற்படுத்தப்பட்டோரின் ஒருங்கிணைப்பு நிகழ்ந்தது.

உதாரணத்திற்கு பந்தல்கந்தை கூறலாம்.

திட்ட ஆய்வு மையத்தின் (Centre for Policy Research - CPR) அறிவியல் விஞ்ஞானிகளாக நீலஞ்சன் சர்க்கார், பானு ஜோஷி மற்றும் ஆசிஷ் ரஞ்சன் ஆகியோர் இருந்தனர். உபியிலிருந்து "தி இந்து" பத்திரிகைக்காக அவர்கள் கட்டுரைகள் எழுதினர்.

ஜான்சியை சேர்ந்த பாபினா தொகுதியில், ராஜ்பார் சமூகத்தை சேர்ந்த ஒரு குடும்பத்தினரை அவர்கள் சந்தித்துள்ளனர், இக்குடும்பத்தினர் அனைவரும் 2012 தேர்தலில் சமாஜ்வாடி கட்சிக்கு வாக்களித்திருந்தனர். இந்த முறை அவர்கள் பாஜகவிற்கு வாக்களிக்கவிருந்தனர். வறட்சியால் பாதிக்கப்பட்டோருக்கு வழங்கப்படுவதாக அரசு அறிவித்திருந்த முழு நிவாரணத் தொகை தங்களுக்கு கிடைக்கவில்லையெனவும், ஆனால் யாதவர்களுக்கு அவர்களுக்குரிய பங்கையும் விட அதிகமாகத் தரப்பட்டதாகவும் குற்றஞ்சாட்டினர். நடுத்தர வயது மனிதரொருவர், "எங்களுக்காக பணியாற்றுவது மட்டும் போதாது, மற்றவர்களுடன் எங்களை சரிசமமாகவும் நடத்துபவர்கள்தான் எங்களுக்குத் தேவை" எனக் கூறியுள்ளார்.

முடிவாக, "சரியோ தவறோ, உபி முழுவதுமான உள்ளூர் நிர்வாகம், காவல்துறை மற்றும் சமூக அமைப்பில் அவருடைய (அகிலேஷ் யாதவ்) கட்சியமைப்பு யாதவர்களுக்கே பெருமளவில் வாய்ப்புகளை அளித்துள்ளது, அச்சத்தையும் வன்முறையையும் பயன்படுத்தி ஆட்சி நடத்தியதோடல்லாமல், மாநிலத்தின் வளங்கள் அனைத்தையும் தன் சொந்த சாதிநலனுக்காகவே உபயோகித்துக்கொண்டுள்ளனர்," என சர்க்கார், ஜோஷி மற்றும் ரஞ்சன் ஆகிய மூவரும் கூறினர்.

உபியின் மத்திய-வடக்குப் பகுதியின் நிலையைக் காணலாம்.

1974இல் இருந்தே, உபியில் எந்தக் கட்சி வெற்றிபெறும் என்பதை கட்டியம் கூறும் ஒரு தொகுதியாகவே அறியப்பட்டிருந்தது காஸ்கஞ். நிருபர் சிவம் விஜ் தன் ஆய்வுக்காக ஒரு வாரகாலத்தை அங்கு செலவிட்டார்.

இது, பாஜகவின் முன்னாள் அமைச்சரான கல்யாண் சிங்கின் சொந்த தொகுதியாகும். லோத் மக்களின் உன்னதத் தலைவரான இவர், 2012இல் சமாஜ்வாடி கட்சியுடன் உறவாடிவிட்டு மீண்டும் தன் தாயகத்திற்கே திரும்பினார். அவருக்கென ஒரு பிரத்யேக வெளியையும் மதிப்பையும் பாஜக அளித்திருந்தது, மற்றுமொரு தொகுதியின் வேட்பாளராக அவருடைய பேரன் கட்சியால் அறிவிக்கப்பட்டிருந்தார், பாஜகவின் தலைவர்களோ கல்யாண் சிங்கின் ஆட்சிக்காலம்தான் உபியில் சட்டமும் ஒழுங்கும் நிலைபெற்றிருந்த பொற்காலமெனத் தம் அனைத்துக் கூட்டங்களிலும் பேசினர் - தற்போது அவர் ராஜஸ்தானின் ஆளுநராக பதவிவகித்தபோதும், மேற்கூறிய வகைகளிலெல்லாம் அவர்சார்ந்த சமூகத்தினருக்கு தன் செய்தியை கட்சி மிகத்துல்லியமாக அனுப்பிவைத்தது. (சிங்கின் மேற்பார்வையில்தான் பாபர் மசூதி இடிக்கப்பட்டது எனும் முரண்பாட்டையும் நாம் இங்கு மறுந்துவிடக்கூடாது.)

அந்தத் தொகுதியில் இருந்த 3 லட்சத்திற்கும் அதிகமான வாக்காளர்களுள் 60.000 வாக்காளர்கள் லோத் சமூகத்தைச் சேர்ந்தவர்களாக இருந்தனர், மேலும் அங்கு லோத் சமூகத்தைச் சேர்ந்த வேட்பாளரொருவரை அறிவித்திருந்த ஒரே கட்சியும் பாஜகதான். கட்சியுடன் இருந்த உயர்சாதியினரின் வாக்குகள், லோத்களின் வாக்குகள் மற்றும் பிற பிற்படுத்தப்பட்டோரின் வாக்குகளும் சேர்ந்து கிடைக்கும்பட்சத்தில், எவராலும் வெல்லமுடியாத ஒரு சக்தியாக பாஜக அங்கு உருவாகக்கூடியதற்கான வாய்ப்பிருந்தது.

கல்யாண்சிங் மீதான மக்களின் விசுவாசத்தையும், வேட்பாளரின் சாதியையும் கடந்து, யாதவர்களுக்கு எதிரான உணர்வு அப்பகுதியில் உறுதியாக இருந்தது என விஜ் நினைவுகூர்கிறார். "ஒரு கிராமத்தில், யாதவர்கள் அல்லாத பிற பிற்படுத்தப்பட்ட சமூகத்தைச் சேர்ந்த லோத்கள், காஷ்யாப்கள் மற்றும் சில சமூகக்குழுக்களுடன் நான் உரையாடிக் கொண்டிருந்தேன். அப்போது அங்கு வந்த யாதவர் ஒருவர்,

வெகு ஆக்ரோஷத்துடன், ‘அகிலேஷ், அகிலேஷ்’ எனக் கோஷமிட்டுவிட்டுச் சென்றார், அவருடைய இச்செய்கையால் எங்கள் உரையாடல் தடைபட்டுவிட்டது. அங்கிருந்த லோத் ஒருவர் எங்களிடம் திரும்பி, இதுபோன்ற நடத்தைகளால்தான் இவர்கள் தோல்வியடைகின்றனர் எனக் கூறினார்.” என விஜ் கூறினார்.

‘டெலிகிராப்’ பத்திரிகையின் ஆசிரியரும், புகழ்பெற்ற நிருபருமான சங்கர்சன் தாக்கூர், மார்ச் மாதத்தின் துவக்கத்தில் பூர்வாஞ்சலில் சுற்றித்திரிந்து செய்திகளைச் சேகரித்தார், அது பற்றி இப்போது காண்போம்.

பிரதமர் தத்தெடுத்துக்கொண்ட வாரணாசியின் ஜெயாபூரில், நாராயண் பட்டேல் எனும் குர்மி இனத்தலைவரை சங்கர்சன் சந்தித்தார். தற்போதைய கூட்டரசில் அமைச்சராகவும், மிர்சாபூர் பாராளுமன்ற உறுப்பினராகவும் பதவிவகிக்கும் அனுப்ரியா படேலின் தலைமையிலான ‘அப்னா தள்’ எனும் கட்சியின் ஆதரவாளராக பட்டேல் இருந்தார், இக்கட்சி பாஜவின் கூட்டணியில் இருக்கும் சிறுகட்சியாகும்.

குர்மிக்களின் வாக்குகளைப் பெறுவதற்காக அமைக்கப்பட்டிருந்த இக்கூட்டணி அமித்ஷாவின் யுக்திகளுள் ஒன்றாகும். 2017 வரையிலும் ஷா இக்கூட்டணியை நீட்டித்தார். வாக்குகளை அதிகளவில் பெறவேண்டும், பாஜக வெற்றிபெற அதிகப்படியாகத் தேவைப்பட்ட 5 - 10 சதவீத வாக்குகளைப் பெறுவதற்காக பிற கட்சித்தலைவர்களை பாஜவிற்குக் கவர்ந்து வரவேண்டும், சிறு கட்சிகளாக இருப்பினும் அவைசார்ந்த சமூகத்தின் மீது அக்கட்சிகளுக்கு செல்வாக்கு இருக்கும்பட்சத்தில் அவற்றையும் தன் கூட்டணியில் சேர்த்துக்கொள்ள வேண்டும் எனத் தேர்தல் தொடர்பான தன் உத்திகளையெல்லாம் ஷா கடைபிடித்தார். உபியில், சுயாதீன பிற பிற்படுத்தப்பட்டக்குழுக்களிடம் பாஜக உணர்வுபூர்வமாக ஒன்றியிருப்பது போன்றதொரு தோற்றத்தை உண்டாக்கவும்கூட இந்தக் கூட்டணி உதவும் என்பதும் அவருடைய நம்பிக்கையாக இருந்தது. இதேபோன்றதொரு கூட்டணியை, ராஜ்பர் சமூகத்தினரின் ‘சுஹல்தேவ் பாரதீய சமாஜ் கட்சி’யுடனும் பாஜக அமைத்தது.

மோட்டார் சைக்கிளில் பயணித்தபடி இடைவிடாது பிரச்சாரத்தை மேற்கொண்டிருந்த நாராயண் பட்டேல், "எனக்கு மோடி மட்டுமே முக்கியம். இத்தகையதொரு தலைவரை இதுவரை இந்நாடு கண்டதில்லை, உபிக்கும் மோடியே தேவைப்படுகிறார்" என தாக்கூரிடம் கூறியுள்ளார்.

மாநிலத்தின் மறுமுனையான வடக்கு உபியில் ஜாட்களின் இதயமாகத் திகழும் பிராந்தியத்தை இப்போது நாம் காணலாம், இந்நிலப்பரப்பு தில்லியை ஒட்டியுள்ளது. மற்ற பகுதிகளைப் போலவே இங்கும் மக்களுக்கான செய்தியை கட்சி கொண்டு சேர்த்தது, ஆனால் அந்தப் பகுதிக்கான சிலப் பிரத்யேகக் குறிப்புகளுடன் அச்செய்திகள் பகிரப்பட்டன.

2014இன் தேர்தல்களின் போது, ஜாட் சமூகத்தின் வாக்குகளைப் பெற்றதாலேயே வடக்கு உபியில் பாஜக பெரும் வெற்றி அடைந்திருந்தது. இம்முறையோ, ஜாட்கள் நிறைந்த இந்தத் தொகுதியின் மூலம் முன்னாள் அமைச்சராகிய அஜித் சிங்கின் கட்சியாகிய ராஷ்திரிய லோக் தள் கட்சியே வெற்றிபெறும் என எதிர்பார்க்கப்பட்டது. தமது மதிப்பிற்குரிய தலைவராகிய சவ்தாரி சரண் சிங்கிடம் பாஜக மரியாதைக்குறைவாக நடந்துகொண்டதாலும், மத்திய அரசிலிருந்த பிற பிற்படுத்தப்பட்டச் சமூகத்தினரின் பட்டியலில் தம் சமூகத்தினரை சேர்க்காததாலும், அரியானாவின் முதலமைச்சராக ஜாட் அல்லாத தலைவரை நியமித்ததாலும், பாஜகவின் மீது ஜாட் சமூகத்தினர் அதிருப்தியில் இருந்தனர்.

எனினும் அப்பகுதியில் பாஜக மிகப்பெரும் வெற்றியடைந்தது. பின்னர் ஒருநாள், "நம்புங்கள், ஜாட்கள் மீண்டும் எங்களிடமே திரும்பிவந்துவிட்டனர். 2014இல் எங்களுக்கு 7 லட்சம் வாக்குகளே கிடைத்தன, இது வெறும் 0.8 சதவீதம்தான். இந்தமுறையோ 15 லட்சத்திற்கும் அதிகமான வாக்குகளை நாங்கள் பெற்றிருந்தோம், அதாவது 1.8 சதவீத வாக்குகளைப் பெற்றிருந்தோம். இதில் சிக்கல் என்னவென்றால், மற்ற தொகுதிகளில் இருந்த பிற்படுத்தப்பட்டோர்கள் அனைவரும்கூட பாஜகவிற்காக ஒன்றுகூடினர். அவர்களின் பின்னிருந்த பிற்படுத்தப்பட்டோரின் ஒருங்கிணைவு அசரடிக்கும் அளவில் இருந்தது" என ராஷ்திரிய லோக் தள் பிரமுகரொருவர் கூறினார்.

ஆதிக்கசாதியினரை எதிர்கொள்ளும் திறன் பாஜகவிற்கு உண்டென மக்களால் கருதப்பட்டதுதான் இதற்குக் காரணம். “பாஜகவால் ஜாட்களை தன் கட்டுப்பாட்டிற்குள் வைத்துக்கொள்ள முடியும் என எங்கள் பகுதியைச் சேர்ந்த சைனிக்கள், பால்கள் மற்றும் குஜ்ஜார்கள் எண்ணினர். இம்முறை ராஷ்திரிய லோக் தளத்திற்குத்தான் வாக்களிக்கப்போவதாக எத்தனை அதிகமாக ஜாட்கள் கூறினரோ, அத்தனை அதிகளவில் பிற வகுப்புகளைச் சேர்ந்தவர்கள் பாஜகவிற்கே தாம் வாக்களிக்க வேண்டும் என உறுதிகொண்டனர். விளைவாக, பிற்படுத்தட்டோரின் அனைத்து வாக்குகளும், ஜாட் சமூகத்தினரின் ஒரு பகுதி வாக்குகளும் பாஜகவிற்கு கிடைத்தது” எனவும் அவர் கூறினார்.

உபியின் முக்கிய இடங்கள் அனைத்திலும், பிற்படுத்தப்பட்டோருக்கானப் பாதுகாவலானாகவும், ஆதிக்கசாதிகளை எதிர்த்து நிற்கக்கூடிய கட்சியாகவும், அனைத்து சமூகத்தினரையும் உள்ளடக்கிய கட்சியாகவும் பாஜக உருவாகியிருந்தது. மேலும், பல்வேறு வகையினரையும் உள்ளடக்கியிருந்ததோடு, தனிப்பெரும் மக்கட்தொகையையும் கொண்டிருந்த யாதவரல்லாதப் பிற்படுத்தப்பட்டோரின் ஆதரவையும் கட்சி வென்றிருந்தது.

~

சதீஷ் பிரகாஷ், மீரட்டில் வசிக்கும் ஒரு தலித் பேராசிரியராவார். பிரகாஷ் பாஜகவின் ஆதரவாளராக இருந்தபோதும் சுயாதீனமான முடிவுகள் எடுக்கக்கூடியவர், கட்சியின் அரசியல் குறித்த தன் விமர்சனங்களை முன்வைப்பவர். வடக்கு உபியை சேர்ந்த தலித் சமூகத்திலிருந்து வளர்ந்து வரும் முக்கிய அறிஞரான பிரகாஷ், தலித்கள் சார்ந்த பிணையங்களுக்குள் ஒன்றிணைந்து செயல்பட்டுக்கொண்டிருந்தார்.

தேர்தல் பிரச்சாரத்தின் போது, மாவட்டத்தில் தலித்களுக்கென ஒதுக்கப்பட்டிருந்த தொகுதியான அஸ்தினாபூருக்கு நாங்கள் இருவரும் சேர்ந்தே பயணித்தோம், அங்கு பகுஜன் சமாஜ் கட்சியின் வேட்பாளரான யோகேஷ் வர்மாவின் பிரச்சாரத்தைத் தொடர்ந்து கவனித்தோம். முதலமைச்சராக மீண்டும் மாயாவதிதான் லக்னோவில் ஆட்சியில் அமர்வார் என பிரகாஷ்

திட்டவட்டமாக நம்பினார், அதேபோல் யோகேஷ்தான் அத்தொகுதியில் வெற்றிபெறுவார் எனவும் அவர் நம்பிக்கை கொண்டிருந்தார்.

தேர்தல்களுக்குப் பிறகு, பகுஜன் சமாஜ் கட்சியில் எங்கு தவறு நிகழ்ந்தது என நாங்கள் விவாதித்தோம்.

“தலித் சமூகத்தின் ஒரு பிரிவினராகிய ஜாதவர்கள் பிராமணீயத்திற்கு எதிராகத் தொடர்ந்து போராடி வந்தனர், அத்தோடு தமக்கென ஒரு இடத்தையும் கோரினர். பொருளாதார ரீதியாகவும், கல்வி ரீதியாகவும் அவர்கள் பலமுடையவர்களாக ஆனதும், அந்த இடத்திற்கு ஏகபோக உரிமை கொண்டாடினர். தம் இனத்திற்குள்ளேயே இருக்கும் பலவீனமானவர்கள் குறித்தும் அவர்கள் பொறுப்பேற்றுக்கொண்டிருக்க வேண்டும்தானே? ஆனால் பகுஜன் சமாஜ் கட்சி அதைச் செய்யவில்லை. பாஜக அதைச் செய்தது.” எனக் கூறினார் பிரகாஷ்.

உபியில் உள்ள சமூகத்தினரிலேயே மிகவும் வறுமையானவர்கள் தலித்களே ஆவர். இவர்களுக்குள்ளாகவே, எண்ணிக்கையில் குறைந்தவர்களாகவும், கல்வியறிவற்றவர்களாகவும், மத்தியத்தர குடும்பங்களே இல்லாதவர்களாகவும், தம் குறைகளை வெளிப்படுத்த தமக்கென அரசியல் தலைவர்கள் கூட இல்லாதவர்களாகவும் இருந்த சிறு சிறுக்குழுக்கள் பல அங்கு சிதறிக்கிடந்தன.

கடந்த நாற்பது வருடங்களாக இச்சிறு குழுக்கள்தான் காங்கிரசிற்கு மிக விசுவாசமாக வாக்களித்து வந்திருந்தனர், ஆனால் அதனால் அவர்களுக்கு துளிகூட முன்னேற்றம் ஏற்பட்டிருக்கவில்லை. மாயாவதிக்கு வாக்களித்தவர்களும் இவர்களே, ஆனால் கட்சி இயந்திரத்தில் ஜாதவர்கள் கொண்டாடிய ஏகபோக உரிமையால் இவர்கள் மறக்கடிக்கப்பட்டிருந்தனர். சமாஜ்வாடி கட்சியைச் சேர்ந்த யாதவர்கள் தம்மைச் சுரண்டிப் பிழைத்ததாகக் கருதியவர்களும் இவர்களே. இந்த தலித்களுக்குத்தான் அரசியலில் மிகுந்த சக்திவாய்ந்திருந்த தலித்கள் பொறுப்பேற்றுக் கொள்ளவேண்டியிருந்தது. பிற கட்சியில் இருந்து விலக்கிவைக்கப்பட்டிருந்த இந்த தலித்களைத்தான், பிரகாஷ் தன் பேச்சிலும் குறிப்பிட்டிருந்தார்.

இந்த முறை பாஜகவிற்கு இடம்பெயர்ந்தவர்களும் இந்த தலித்கள்தான்.

பத்ரி நாராயண், "உடைந்த கதைகள்: இந்திய ஜனநாயகத்தில் மறைக்கப்பட்டவர்கள்" (Fractured Tales: Invisibles in Indian Democracy) எனும் நூலின் ஆசிரியரும், உபியின் தலித் அரசியல்சார்ந்த சிந்தனைவாத அறிஞர்களுள் முக்கியமானவரும் ஆவார். பீகாரைச் சேர்ந்த பிரபல அறிவுசார் அறிஞரான சைபால் குப்தா, ஏப்ரல் மாதத் துவக்கத்தில் பாட்னாவில் ஏற்பாடு செய்திருந்த மாநாடொன்றில் நாராயண் உரையாற்றினார். உபி வெற்றியின் விளைவாக, நகரமே ஸ்தம்பித்துப் போயிருந்தது. அண்டை மாநிலத்தில் நிகழ்ந்தவற்றைச் சுற்றியே அன்றைய அனைத்து உரையாடல்களும் அமைந்திருந்தன.

இத்தனைப் பெரிய வெற்றியால் திகைத்துப் போயிருந்த நாராயண், பிரகாஷ் கூறியிருந்தவற்றை அடிப்படையாகக் கொண்டே தன் உரையையும் நிகழ்த்தினார். உபியில் அறுபதுக்கும் மேற்பட்ட தலித் சமூக உட்பிரிவுகள் இருப்பதாக அவர் கூறினார். அவர்களுள் ஒருசிலரே குறிப்பிட்ட அளவு அதிகாரத்தைப் பெற்றுள்ளனர், அவர்களிலும் குறிப்பாக ஜாதவர்கள் மட்டுமே அரசியல் அதிகாரத்தில் பெருமளவு நன்மைகளை அடைந்துள்ளனர், அரசு வேலைவாய்ப்புகளைப் பெற்றுள்ளனர், அரசுத் திட்டங்களால் பயனடைந்துள்ளனர்.

"ஜாதவர்களின் முன்னேற்றத்திற்குப் பல காரணிகள் இருந்தன, குறிப்பிட்டுச் சொல்வதானால் தம் கல்வியறிவாலும், ஆக்கப்பூர்வமான அறிவாளிகளையும் இனக்குழுத் தலைவர்களையும் உருவாக்கியதன் மூலமாகவும், தம் சாதிசார்ந்த வரலாற்றையும் நாயகர்களையும் சின்னங்களையும் அறிமுகப்படுத்தியதன் மூலமும், தம் அடையாளங்களை கலாச்சார ரீதியாக வலியுறுத்தியதன் மூலமாகவும், அவர்களால் முன்னேற முடிந்திருந்தது" என்றார் நாராயண். பலவீனமான சாதியினர் பலரும் கல்வியறிவற்றவர்களாகவே இருந்தனர்; அவர்களை ஒன்றுதிரட்டவும், அவர்களின் அடையாளங்களை வலியுறுத்தவும் அவர்களுக்கென இனக்குழுத்தலைவர்களும் இல்லை.

“உங்களுக்குத் தெரியுமா, அவர்களுக்கென சுயாதீன அடையாள உணர்வு எழுவதற்காகவே இந்த அறுபத்தைந்து தலித் இனக்குழுக்களையும் தனித்தனிப் பெயர்களிட்டு கன்ஷிராம் குறிப்பிடுவார். மாயாவதியோ இவர்கள் அனைவரையும் ஒரே கூட்டாகத் திரட்டி அவர்களுக்கென சிறு இடத்தை மட்டுமே அளித்திருந்தார். மக்கட்தொகைக்குத் தக்கவாறு பிரதிநிதித்துவம் இருக்கவேண்டும் எனவும் கன்ஷிராம் கூறியிருந்தார். ஆனால் தலித்களிடையே கூட இந்த விதி செயல்படுத்தப்பட்டதா என்ன? தலித் சீட்களில் பெரும்பான்மையானவை ஜாதவர்களையே சென்றடைந்தது” எனக் கூறினார்.

மீரட்டிலும் பிரகாஷ் இதை ஆமோதித்திருந்தார்.

“இரண்டாம் பெரிய தலித் சாதிக்குழுவான வால்மீகிக்களை எடுத்துக்கொள்ளுங்கள். அவர்களுள் எத்தனைப் பேர் மாவட்ட அளவில் கட்சிச் செயலாளர்களாக உள்ளனர் என எண்ணுகிறீர்கள்? ஒருவர் கூட இல்லை.” என்றார் பிரகாஷ்.

பகுஜன் சமாஜ் கட்சியில் வால்மீகிக்களின் நிலைகுறித்து விளக்க, அக்கட்சியின் ஆட்சியில் நிகழ்ந்த சம்பவமொன்றை அவர் விவரித்தார். “மாயாவதி முதலமைச்சராக இருந்தபோது, பூர்வாஞ்சலில் இருந்த ஏதோ ஒரு பள்ளியில் மதிய உணவு சமைப்பவராக ரேகா வால்மீகி எனும் தலித் பெண் பணியாற்றி வந்தார். இதனைச் சில மாணவர்கள் எதிர்த்தனர். அதற்காக மாயாவதி என்ன செய்தார் தெரியுமா? ரேகா வால்மீகியை பணியைவிட்டு நீக்கிவிட்டார். இதன் தொடர் விளைவுகள் மற்ற பள்ளிகளுக்கும் பரவியது. இச்சம்பவம் மூலமாக அந்த சாதிக்குழு முழுமைக்கும் கட்சி சார்பாக என்ன விதமான செய்தி சென்றுசேர்ந்திருக்கும் என்பதை நீங்களே எண்ணிப்பாருங்கள்” என்றார்.

பீகாரில், தலித்களிலேயே பஸ்வான் இனக்குழுதான் ஆதிக்கம் மிக்கவர்களாகக் கருதப்பட்டனர், மேலும் போட்டியாளராகிய ராம்விலாஸ் பஸ்வானிடம் விசுவாசம் மிக்கவர்களாகவும் அக்குழுவினர் கருதப்பட்டனர், இவ்வாறாக தலித்களுக்குள்ளேயே நிலவிய முரண்பாடுகளை நிதீஷ் குமார் முன்வைத்தார். எனவே சமூகத்தின் விளிம்புநிலையிலிருந்த தலித்களையெல்லாம் ஒருங்கிணைத்து மகாதலித்கள் எனும் வர்க்கத்தை நிதீஷ் குமார் உருவாக்கினார், இவர்கள்தாம் 2010

மற்றும் 2015ஆம் ஆண்டு தேர்தல்களின்போது பெருமளவில் அவருடைய பேரணிகளில் கலந்துகொண்டனர்.

உபியிலும் இதே முரண்பாடுதான் நிலவுகிறது என்பதை பாஜக கண்டுகொண்டது. இனக்குழுவினுள் இருந்த முரண்பாட்டை கண்டடைந்து, அதைக் கூர்ப்படுத்தி, பின்னர் மிகுந்த ஆதிக்கம் நிறைந்த சாதிக்குழுக்களுக்கு எதிராக ஏனையோர் அனைவரையும் ஷா ஒன்றுதிரட்டினார். இதன் மூலமாக, அம்மாநிலத்திலேயே வேரோடியிருந்த அனைத்துத் தலைவர்களைக் காட்டிலும், வட இந்தியாவின் மிகச்சிறந்த சமூகவியலாளர் தான் மட்டுமே என்பதை மீண்டுமொருமுறை அவர் நிரூபித்தார்.

"ஜாதவர்களுக்கென கன்ஷிராம் என்ன செய்தாரோ அதையேதான் ஏனைய தலித்களுக்கென ஆர்எஸ்எஸ்ஸும் பாஜகவும் செய்கின்றன. அக்குழுக்கள் தங்களுக்கென ஒரு தலைவரைத் தேர்வு செய்துகொள்ள இவர்கள் உதவுகின்றனர். தம் சாதிய வரலாற்றை ஆவணப்படுத்த அவர்களுக்கு உதவுகின்றனர். அவர்தம் குழுக்களின் நாயகர்களைக் கண்டடைய உதவுகின்றனர். அந்தக் குழுகளுக்கெனப் பண்டிகைகளை உருவாக்கி, அவற்றைக் கொண்டாடவும் செய்கின்றனர். தலித் சேரிகளுக்கு அருகிலேயே கட்சிக்கிளைகளையும் அமைத்துக் கொண்டனர்" என நாராயண் கூறினார்.

யாதவர்கள் அல்லாத பிற பிற்படுத்தப்பட்டோர்கள் அனைவரும் பாதிக்கப்பட்டவர்கள் எனக் கட்சியின் செய்தியில் சித்தரிக்கப்பட்டிருந்தனர். "ஒப்பீட்டளவில் பார்த்தால் அவர்கள் பல இழப்புகளுக்கும் ஆளாகியுள்ளனர் என்ற உணர்வை அவர்களுக்குள் கட்சி ஆழமாக உருவாக்கியது. 'ஜாதவர்களுக்கு என்னவெல்லாம் கிடைத்துள்ளது பாருங்கள், ஆனால் உங்களுக்கு எவ்வளவு குறைவாகக் கொடுக்கப்பட்டுள்ளது பாருங்கள்', போன்றதான ஒப்பீடுகள் செய்யப்பட்டன. இதற்கு மேலும் பகுஜன் சமாஜ் கட்சிக்கு உங்கள் ஆதரவை அளிக்கப்போகிறீர்களா?" எனக் கேட்பதாக அச்செய்திகள் இருந்தன. இது தொடக்கம்தான் என நம்பும் நாராயண், தலித்சமூகத்தின் மேற்பரப்பை மட்டுமே லேசாகக் கீறியுள்ள பாஜகவால் ஏறத்தாழ பத்து தலித் குழுக்களைச் சென்று அடைய முடிந்திருக்கிறது என்பதையும் சுட்டிக்காட்டினார். "இதே அணுகுமுறையை ஏனையோரிடமும் அவர்கள்

படிப்படியாகப் பயன்படுத்த துவங்கினால் என்னவாகும் என எண்ணிப்பாருங்கள்; அங்கு ஒரு பெரிய வெற்றிடம் உருவாக்கப்பட்டுவிடும்" என்றார்.

வாக்குச்சாவடியிலேயே வாக்காளர்களை வகைப்படுத்துவதற்கு உதவும் தேர்தல் ஆணையத்தின் பாரம் - 20 இல்லாததால், வாக்காளர்களுள் எந்தச் சாதியினர், எந்த வகுப்பினர் எவரெவருக்கு வாக்களித்துள்ளனர் என்பதை அறிந்துகொள்வதற்கான வாய்ப்பு இல்லை. 'யாதவர்கள் அல்லாத பிற பிற்படுத்தப்பட்டோர்' போல வெளிப்படையானவர்களாக 'ஜாதவர்கள் அல்லாத தலித்கள்' இருக்கவில்லை, உபியில் இருந்த வகுப்புகளிலேயே அவர்கள்தான் மிகுந்த அமைதியானவர்களாக இருந்தனர், அவர்களிடமிருந்து சிறு துண்டு தகவலைக் கூடப் பெற முடியவில்லை. தலித்களுக்கென ஒதுக்கப்பட்டிருந்த பெரும்பான்மை தொகுதிகளில் பாஜகவே வென்றது, ஆனால் இதை ஒரு அளவுகோலாக நம்மால் கருத முடியாது, ஏனெனில் அந்தத் தொகுதிகளின் வேட்பாளர்கள் அனைவரும் தலித்களாகவே இருந்ததால், தலித் அல்லாதோரின் வாக்குகள் குறித்தும் அறியவேண்டியிருந்தது.

இதன்மூலம் நாம் பின்வருவனவற்றை அறியலாம்.

தில்லியில் தீட்டப்படும் திட்டங்களின் அடிப்படையில் பார்த்தாலும், தேர்தல் களத்தில் கட்சியின் செயற்பாடுகளின்படி பார்த்தாலும், தலித்களின் மீதான பாஜகவின் கவனம் அதிகரித்திருப்பதை காண முடிகிறது.

பாபாசாகேப் அம்பேத்கரின் மரபை பிரதமர் மோடி வலியுறுத்துகிறார், அம்பேத்கரின் வாழ்வோடு தொடர்புடைய முக்கிய தினங்களை மத்திய அரசு கொண்டாடுகிறது, அவருடைய வாழ்வை விவரிக்கும் ஐந்து சமூக தளங்களை அரசு உருவாக்கியது, அரசாங்கம் உருவாக்கியிருந்த எண்ணியல் கட்டணம் செலுத்தும் முறைக்கு "பீம்" எனப் பெயரிட்டதன் மூலம் அம்பேத்கரின் நினைவுகளைத் தற்காலத்திலும் தக்கவைத்துக்கொள்ள பிரதமர் எடுத்துக்கொண்ட முயற்சி, தலித் தொழில்முனைவோர்களை ஊக்கப்படுத்தும் அரசின் முயற்சி ஆகியவையெல்லாம் கட்சியின் அரசியல் திட்டத்தின் ஒரு பகுதியேயாகும்.

ரோகித் வெமுலாவின் தற்கொலையும், உனா சம்பவமும் பாஜகவிற்கு பின்னடைவை உருவாக்கும் என எதிர்க்கட்சியினர் எண்ணினர், பல அம்பேத்கரிய ஆர்வலர்களிடையே, முக்கியமாக மாணவர்களிடையே இச்சம்பவங்கள் கோபத்தை உண்டாக்கியிருந்ததுதான், எனினும் இவர்கள் அனைவருமே பகுஜன் சமாஜ் கட்சிக்கு வாக்களிக்கும் தொகுதி மக்களாகவே இருந்து வந்துள்ளனர். உபியில் இருந்த “மிகவும் பின்தங்கிய” தலித்களை இவை எதுவுமே தடுக்கவில்லை, அவர்கள் பாஜகவிற்கு பெரும் வெற்றியை அளித்தனர்.

இதன்மூலம் அவர்கள் முற்றிலுமாக பாஜகவிற்கு இடம்பெயர்ந்து விட்டார்கள் என அர்த்தப்படுத்திவிட முடியாது, அதேசமயத்தில் பாஜகவிற்கு எதிரான அவர்களின் எதிர்ப்புகள் மறைந்துவிடும் எனவும் கருதிவிடமுடியாது. பாஜவினர் அங்கு பதவி ஏற்றுக்கொண்டதும், சஹரான்பூரில் மேற்சாதியினரான தாக்கூர்களுக்கும் தலித்களுக்கும் இடையே ஏற்பட்ட மோதலால் உண்டான பதட்டம் அங்கு பல வாரங்கள் வரை நீடித்தது, கட்சிக்கு எதிராகத் தலித்களால், முக்கியமாக ஜாதவர்களால், திரள முடியும் என்பதையும், தலித்களின் வலிமையையும் காட்டும் சம்பவமாகவே அது அமைந்திருந்தது.

ஆனால், ஆதிக்க சாதிகளுடனேயே தொடர்ந்து தன்னைத் தொடர்புபடுத்தியும், இணைத்தும் வாழ்ந்து கொண்டிருந்த ஒரு கட்சிக்கு, இந்தியாவிலேயே மிகவும் ஏழ்மை நிலையிலிருக்கும் மாநிலங்களைச் சேர்ந்த, இந்தியாவிலேயே மிகுந்த ஒடுக்குமுறைக்கு ஆளாகி, மிக பின்தங்கியுமிருந்த சாதிக்குழுக்களின் ஒரு பகுதி மக்கள் பெருமளவில் வாக்களித்துள்ளனர் என்பதை இவ்வெற்றி குறிக்கிறது. இந்த வாக்காளர்களினிடையே மேலும் பெரிய அளவில் ஒருங்கிணைவை கட்சியால் உருவாக்கமுடியும் எனும் நம்பிக்கையுடனும், அவர்களின் ஆதரவு கொடுத்திருந்த ஒப்புதலாலும், உபியைச் சேர்ந்த யாதவரல்லாத தலித்தாகிய ராம்நாத் கோவிந்தை இந்தியாவின் அடுத்த ஜனாதிபதியாகப் பரிந்துரைக்க பாஜக முடிவு செய்தது.

~

பல்வேறு சாதிகளையும் உள்ளடக்கி ஆட்சியமைக்கும் பாஜகவின் இந்த சோதனை முயற்சியையும், புதிய பாஜக ஒற்றுமையுடனேயே நீடிக்குமா என்பதையும் அறிந்துகொள்ள நாம் சிறிது பின்னோக்கி பயணிக்க வேண்டியுள்ளது.

சமூகத்தால் மறைக்கப்பட்ட சாதியினரை முதன்முறையாக பாஜக கவரமுயன்றது 2017இலோ அல்லது 2014இலோ அல்ல.

வாந்தர்பில்த் பல்கலைக்கழகத்தைச் சேர்ந்த அரசியல் அறிஞரான தாரிக் தாச்சில், "உயர்தட்டு கட்சிகளும் ஏழை வாக்காளர்களும்: இந்தியாவில் சமூக சேவைகள் மூலம் வாக்குகளைப் பெறுவது எப்படி?" *(Elite Parties, Poor Voters: How Social Services Wins Votes in India.)* எனும் ஒரு நுட்பமான நூலை எழுதியுள்ளார். உயர்தட்டினரால் ஆதரவளிக்கப்படும் ஒரு கட்சியைக் கண்டறிய உதவும் மூன்று அம்சங்களாக, கட்சியின் உட்தொகுப்பு, தேர்தலில் கட்சி பெறும் ஆதரவுகளின் வகைகள் மற்றும் திட்ட விவரங்கள் ஆகியவற்றை அவர் கோடிட்டுக் காட்டுகிறார்.

இம்மூன்றையும் ஆராய்ந்தறிந்த தாச்சில், "உயர்தட்டு அரசியலின் குறிப்பான்களாகிய இம்மூன்றையுமே பாஜக தொடர்ந்து வெளிப்படுத்தியபடியே இருந்தது," என வாதிடுகிறார்.

ஆனால், மற்ற சமூகத்தினரையும் கவர வேண்டுமெனில் கட்சி பல்வேறு செயல்களாற்ற வேண்டுமென 1980களின் பிற்பகுதியிலும், 1990களின் முற்பகுதியிலும் பாஜக மெல்ல மெல்ல உணரத்துவங்கியது. கட்சியின் சர்வவல்லமை படைத்த பொதுச்செயலாளராகத் திகழ்ந்த கோவிந்தாச்சார்யாதான் இம்முயற்சியை முன்னெடுத்தவர். பின்னர் அடல்பிகாரி வாஜ்பாயியுடன் ஏற்பட்ட கருத்துவேறுபாட்டின் காரணமாக 2000ஆம் ஆண்டு செப்டம்பரில் அவர் தீவிர அரசியல் செயற்பாடுகளில் இருந்து விலகிக்கொண்டார். அவருடனான உரையாடலில், கட்சியில் ஏற்பட்டுள்ள மாற்றங்கள் குறித்துப் பின்வருமாறு நினைவுகூர்ந்தார்: "1980களின் மத்தியில் எங்களுக்கான ஒரு திறப்பு ஏற்பட்டதாக நாங்கள் உணர்ந்தோம். இதற்குக் காரணமான இரண்டு விஷயங்கள் அப்போது அரங்கேறியிருந்தன. ஒன்று, மீனாட்சிபுரம் மதமாற்றம். (நூற்றுக்கணக்கான தலித்கள் இசுலாமிற்கு மதம் மாறியிருந்தனர்) மற்றொன்று, ஷா பனோ தீர்ப்பு. இவையிரண்டுமே இந்துக்களின்

உணர்வுகளைப் புண்படுத்தியிருந்தன.'' 'சிறுபான்மையினவாதம்' என்பது அப்போதைய அரசியற்சூழலின் மையமாக ஆகியிருந்தது என அவர் வாதிட்டார். "பாபர் மசூதி செயற்குழு இயங்கத் துவங்கியது. தொல்பொருள் ஆராய்ச்சிக்கு உட்பட்ட பகுதிகளில் தொழுகை நடத்த அவர்கள் அனுமதிகோரினர். இவையனைத்துமே இந்துக்களின் உணர்வுகளைப் புண்படுத்தின'' என்றார். இந்துக்களின் உணர்வுகள் புண்பட்டதென்பது தன்னிச்சையாக எழுந்த ஒரு விஷயமல்ல என்பதையும் நாம் இங்கு குறிப்பிட்டாக வேண்டும், பாஜகவின் தொடச்சியாக பிரச்சாரங்கள் மூலமாகவும், கட்சியமைப்பின் செயற்பாடுகளின் மூலமாகவும் இது உருவாகியிருந்தது, மேலும் பல நூற்றாண்டுகளாக இந்துக்களுக்கு இழைக்கப்பட்டு வந்த 'அநீதி' குறித்து விஷ்வ இந்து பரிஷத் மிகத் தெளிவாக விளக்கியது, ராமர் கோவிலை கட்டுவதன் மூலம் வரலாற்று ரீதியான நீதியை இந்துக்கள் நிலைநாட்டமுடியும் என்பதையும் அது வலியுறுத்தியது.

அதன் பிறகு வந்த சில வருடங்களுக்குள்ளாகவே, ராமர் ஜென்மபூமி இயக்கம் தீவிரமடைந்தது. "அப்போது பரந்துவிரிந்த ஒரு இந்து குடையின் கீழ் நாங்கள் இருந்தோம். தங்களை ஈர்க்கக்கூடிய ஒரு தளத்தை எதிர்பார்த்திருந்த பிற்படுத்தப்பட்ட வகுப்பினர்களும் மீண்டும் எங்களை வந்து சேரத் துவங்கினர்,'' என்றார். பாஜகவின் பழைய அவதாரமாகிய பாரதீய ஜன சங்கத்தை நோக்கி 1960களில் குர்மிக்களும் கோய்ரிக்களும் வரத்துவங்கினர், ஆனால் அவர்களுடைய ஆதரவை கட்சியால் தொடர்ந்து தக்கவைத்துக்கொள்ள முடியவில்லை. சாதிவேறுபாடுகளையும் கடந்து இந்துத்துவம்தான் இந்துக்களின் ஒற்றுமைக்கு வித்திட்டது என கோவிந்தாச்சார்யா வாதிட்டார். இதிலிருந்து முப்பது வருடங்கள் கழித்து மோடியும் ஷாவும் மேற்கொண்ட முயற்சிக்கும் இதற்கும் உள்ள ஒற்றுமைகளை கவனியுங்கள்.

வி.பி, சிங்கின் ஆட்சியில் இடதுசாரிகளுடனும் மார்க்சியர்களுடனும் பாஜக ஏற்படுத்திக்கொண்ட கூட்டணி பெரிதும் உதவியது. "இக்கூட்டணி மூலம், பிற்படுத்தப்பட்ட வகுப்பினருக்கு எங்கள் மீதிருந்த நம்பகத்தன்மை உயர்ந்தது'' என கோவிந்தாச்சார்யா ஒப்புக்கொண்டார்.

இது கட்சியின் முக்கியமான உத்தியாகும். 1967இல் இடதுசாரிகளுடன் கட்சி ஏற்படுத்திக்கொண்ட கூட்டணியால், முதன்முறையாக பாஜக ஆட்சியமைத்தது; 1970களின் மத்திமத்தில் ஜெயப்பிரகாஷ் நாராயண் இயக்கத்தில் கலந்துகொண்டதாலும், ஜனதா கட்சியுடன் இணைந்ததாலும், முதன்முறையாக மக்களிடயே மிகப்பெரிய நம்பகத்தன்மையை பாஜக பெற்றது; 1980களின் பிற்பகுதியில் தேசிய முன்னணியில் இணைந்த பாஜக, மத்தியவர்க்கமான குடியானவர்களுடனும், பிற்படுத்தப்பட்ட வகுப்பினருடனும் தொடர்புகளை ஏற்படுத்திக்கொண்டது, இதனால் அச்சமூகத்தினருடன் கட்சி உறவாடுவதற்கான ஒரு திறப்பு உண்டானது.

ஆனால் அதில் ஒரு சிக்கல் இருந்தது. மண்டல் கமிஷன் அறிக்கையை அடிப்படையாகக் கொண்டு பிற பிற்படுத்தப்பட்டவர்களுக்கு இட ஒதுக்கீடுகளை வழங்கிட வி.பி.சிங் முடிவெடுத்தபோது, பாஜக சங்கடத்தில் சிக்கிக்கொண்டது. கட்சியால் இந்நடவடிக்கைய எதிர்க்கவும் முடியவில்லை, ஆதரவளிக்கவும் முடியவில்லை, கமிஷனுக்கு ஆதரவளித்தால் கட்சி தன் உயர்சாதி ஆதரவாளர்களை இழக்கக்கூடும். எனவே, மண்டல் நடவடிக்கையை செயலிழக்கச்செய்ய, கோவில் கட்டவேண்டும் எனும் இந்துமதத் துருப்புச்சீட்டை கட்சி மீண்டும் கையில் எடுத்துக்கொண்டது, இதைச் செய்ய பிற்படுத்தப்பட்டோரையே அது உபயோகித்து கொண்டது.

எல்.கே.அத்வானியின் ரத யாத்திரைகள் முழுவீச்சுடன் நடந்தன, ஆனால் பிராந்திய அளவில் முக்கியஸ்தர்களாக களமாடியவர்கள் கல்யாண் சிங், உமாபாரதி மற்றும் வினட் கதியார் ஆகிய மூவரும் ஆவர். சிங்கும் பாரதியும் லோத் சமூகத்தைச் சேர்ந்தவர்களாகவும், கதியார் குர்மி இனத்தவராகவும் இருந்தார், இவர்கள் மூவருமே பிற்படுத்தப்பட்ட வகுப்பைச் சேர்ந்தவர்களாக இருந்தது தற்செயலானது அல்ல. பாஜகவின் விரிவாக்கத்திற்கு இதுவொரு பொற்காலமாகும். 2014ஆம் ஆண்டின் தேர்தல்களுக்குக் கட்சி தயாராகிக்கொண்டிருந்தபோது, பீகாரைச் சேர்ந்த ஒரு மூத்த தலைவரும், தற்போது அமைச்சரவையில் பங்குவகிப்பவருமான செல்வாக்குமிக்க தலைவரொருவர், “பிற பிற்படுத்தப்பட்டோரின் முகத்துடன் இந்துத்துவம் காட்சிதரும்போது, அது மிகப்பெரும்

வெற்றியடைந்துவிடுகிறது. வேண்டுமானால் நீங்கள் தொண்ணூறுகளைத் திரும்பிப்பாருங்கள்" எனக் கூறினார்.

"சமூகமாற்ற மேலாண்மை" என அழைக்கப்பட்ட இம்முக்கிய மாறுதல் நிகழ கோவிந்தாச்சார்யா மிக முக்கியப் பங்காற்றினார். ஆனால் சமூகங்களை செயற்கையாக மாற்றமுடியும் என்பது போன்றதொரு தொனியை இது உருவாக்குவதால், இது சரியான சொற்பதம் அல்ல என்றே அவர் கருதினார். சொல்லியலைக் கடந்து பார்த்தோமானால், கட்சியின் அடித்தளத்தை விரிவாக்கம் செய்வதற்கான முயல்வாகவே இது கருதப்படுகிறது. மேலும் இதை நடைமுறைப்படுத்துகையில், கட்சி தனது பாணியை, இயல்பை, முகத்தை மாற்றிக்கொள்ளவேண்டும் எனப் புகழ்மிக்கப் பரிந்துரையொன்றை பாஜகவிற்கு கோவிந்தாச்சார்யா அளித்தார்.

இதற்கு என்ன பொருள்? "எங்களுடைய பாணியை மாற்றிக்கொள்ள வேண்டும் என நான் கூறினேன். முன்னர், எங்களுடைய அனைத்துப் பொது சந்திப்புகளும் மாலைவேளைகளிலேயே நிகழும். உள்ளூர் சந்தையில் வேலைசெய்து முடிக்கும் பனியா வகுப்பைச் சேர்ந்த உறுப்பினர்கள் அவ்வேளையில்தான் ஓய்வாக இருப்பர். கிராமப்புறங்களில் இருந்தும் மக்கள் நம் சந்திப்புகளுக்கு வரவேண்டுமென்றால், இப்பொதுக்கூட்டங்களை நாம் பகலில் நிகழ்த்தவேண்டும் என நான் வலியுறுத்தினேன்," என்றார்.

கிராமப்புறப் பகுதிகளில் இருந்து பல்வேறு சாதிகளையும் சேர்ந்த மக்கள் இக்கூட்டங்களில் பங்குகொள்ள வரும்பொழுது, அவர்கள் தங்களைத் தொடர்புபடுத்திப் பார்த்துக்கொள்ளும் ஒரு முகம் தேவைப்படுகிறது, அதாவது அவர்களின் சொந்த சாதிவகுப்பில் இருந்து வந்த முகமொன்று அவர்களுக்குத் தேவைப்படுகிறது. "கூட்டத்திற்கு வருகைதரும் பல்வேறு சாதிகளைச் சேர்ந்த மக்களும் தம்மைச் சேர்ந்தவர்களின் முகங்களை மேடையில் காணும்படியும், அவர்கள் மேடையில் உரையாற்றுவதை காணும்படியும், அவர்களுக்கென மரியாதைக்குரிய ஒரு இடம் அளிக்கப்படுவதை காணும்படியும் அமைக்கவேண்டும் இத்தகைய முறையில்தாம் அவர்களும் எங்களுடன் சேர்ந்தவர்கள் எனும் உணர்வை உண்டாக்க இயலும்" என அவர் கூறினார்.

முகங்களின் முக்கியத்துவத்தை யாதவர்களின் விஷயத்தில் நாம் காணலாம். இந்துத்துவத் திட்டத்தின் கூறுகளுடன் தொடர்புபடுத்தியே இவர்கள் தங்களை அடையாளப்படுத்திக்கொண்டனர். உண்மையில், பீகாரின் பகல்பூரில் நடந்த கலவரங்களையும் சேர்த்து, இசுலாமியர்களுக்கு எதிராக எழுந்த மோதல்களிலெல்லாம் யாதவர்களே முன்னிலை வகுத்தனர். அச்சமூகத்தைச் சேர்ந்தவர்கள் வந்து தன்னை சந்தித்ததை கோவிந்தாச்சார்யா நினைவுகூர்ந்தார். "தாங்கள் அனைவரும் பசு பாதுகாப்பினை உறுதியுடன் பின்பற்றுவதாக அவர்கள் கூறினர்; கோவில் கிளர்ச்சிகளில் மதுராவையும் நாங்கள் சேர்த்துக்கொண்டதும், தங்கள் வம்சாவளியைச் சேர்ந்த கடவுளாகிய கிருஷ்ணருக்கும் எங்களுடைய செயற்திட்டத்தில் இடமளித்துவிட்டதாக அவர்கள் கருதினர்; அவர்கள் ஒழுக்கசீலர்கள். ஆனால், முலாயம் சிங் யாதவ் மற்றும் லாலுபிரசாத் போன்ற தலைவர்கள் ஏற்கனவே பீகாரில் இருந்தனர், எனவே குறிப்பிட்ட இந்த காரணத்திற்காக அவர்களுக்கு எங்களின் மீது ஏற்பட்ட உணர்வுபூர்வமான பிடிமானம், அரசியல் ரீதியான ஆதரவாக மாறவில்லை" என்றார். "அச்சமூகத்திற்கு ஏற்றார்போன்ற அந்தஸ்துமிக்க முகங்களை பாஜகவால் உருவாக்க முடியவில்லை, எனவே கட்சியால் அச்சமூகத்துள் புகுந்திடவும் முடியவில்லை" என்றார்.

இந்துமதத்தின் சாதிய அமைப்பினால் வெகுவாய் பாதிக்கப்பட்டவர்கள் பிற்படுத்தப்பட்டச் சமூகங்கள்தான், ஆனால் அதே இந்துமதத்தின் அரசியல் அடுக்குகளுக்குள் வர எது இவர்களை ஈர்த்தது?

இதனைச் சாத்தியமாக்கியது, இந்துமதத்தினரின் ஒருங்கிணைப்பிற்கு வழிகோலிய "சிறுபான்மையினவாதம்", முகங்களின் தேவையைக் குறிக்கும் "பிரதிநிதித்துவம்" ஆகிய இரண்டு விஷயங்களும்தான் என கோவிந்தாச்சார்யா சுட்டிக்காட்டுகிறார். "அவர்கள் எப்போதுமே எச்சரிக்கையானவர்கள். அவர்களின் கூட்டமைப்பு பெரும்பாலும் பிரதிநிதித்துவத்தை அடிப்படையாகக் கொண்டே இருக்கும்" எனவும் கூறினார்.

கட்சியின் இயல்பை மாற்றுவதென்பது அத்தனை எளிய காரியமில்லை, அதேபோல் பல சாதியினரையும் கொண்டதொரு கூட்டணியை உருவாக்குவதும் எளிதல்ல.

சமூகத்தையும் அமைப்புகளையும் சாதிய எல்லைகளை வைத்து மண்டல் துல்லியமாக வேறுபடுத்தியிருந்தார்.

இதன்மூலம், தங்களுக்கான வாய்ப்புகளை இழந்துவிட்டதால் உயர்சாதியினர் அதிருப்தியில் இருந்தனர். பிற்படுத்தப்பட்டோருக்கு அதிகாரமளிக்கப்பட்டதும், தமக்கென உரிமைப்பட்ட இடத்தைத் தம்மிடமிருந்து பறித்துக்கொள்ள உயர்சாதியினர் செய்யும் சூழ்ச்சியே இந்த எதிர்ப்பு எனப் பிற்படுத்தப்பட்டோர் எண்ணத் துவங்கினர். ஆர்எஸ்எஸ்ஸிலும் பாஜகவிலும் கூட இதே முரண்பாடுதான் நிலவியது. மிகுந்த குழப்பத்தின் பின், தேர்தல் காரணங்களுக்காக மட்டும் பிற பிற்படுத்தப்பட்டோருக்கான இட ஒதுக்கீடுகளை பாஜக தயக்கத்துடன் ஏற்றுக்கொண்டது. "சாதிய அடிப்படையிலான இட ஒதுக்கீடுகள் குறித்த கட்சியின் இந்த மனத்தடுமாற்றம் மற்றக் கட்சிகளிடமிருந்து பாஜகவை வேறுபடுத்திக் காட்டியது, கட்சியின் அடித்தளத்தனமான உயர்தட்டு மக்களின் விருப்பங்களையே எப்போதும் முன்னிலைப்படுத்துகின்ற ஒரு இந்து தேசியவாத கட்சிதான் பாஜக என்பதற்கு இத்தடுமாற்றம் மற்றுமொரு உதாரணமாகும் எனக் கட்சியின் எதிரிகளால் வர்ணிக்கப்பட்டது. இறுதியாக, பிற பிற்படுத்தப்பட்டோருக்கான இட ஒதுக்கீடுகளுக்காக தனது வரையறுக்கப்பட்ட ஆதரவைத் தெரிவித்து கட்சிக்கென இருந்த பிராமண - பனியா புகழை உதறித்தள்ள பாஜக முடிவு செய்தது, ஆனால் அவ்வாறும் செய்ய இயலாதவாறு, கமிஷனுக்கான கட்சியின் ஆதரவு மிகவும் குறுகியதாகவும், மிகவும் காலம் தாழ்ந்து எடுக்கப்பட்ட முடிவாகவும் இருந்தது" என தாச்சில் தம் நூலில் எழுதியுள்ளார்.

இந்துமதம் எனும் துருப்புச்சீட்டும் கூட இங்கு உதவவில்லை. பாபர் மசூதி இடிப்பிற்குப் பிறகு நடந்த 1993ஆம் ஆண்டின் உபி தேர்தல்களில், பாஜகவால் தனிப்பெரும்பான்மையை பெற முடியவில்லை. ஆனால், பிற்படுத்தப்பட்டோர்களையும் தலித்களையும் முன்னிறுத்தி, சமாஜ்வாடி கட்சியும், பகுஜன் சமாஜ் கட்சியும் இணைந்து ஒரு கூட்டணியை உருவாக்கியிருந்தன. பாஜகவின் ஆதரவாளர்களாகிய

உயர்சாதியினரின் ஆதரவைக் கூட அக்கூட்டணியால் பெற முடிந்திருந்தது, ஆனால் தமது சொந்த தலைவர்களுக்கும் கட்சிகளுக்கும் அதிகாரம்வேண்டி நின்ற தாழ்த்தப்பட்ட மக்களை அதனால் கவர முடியவில்லை.

பல்வேறு சர்ச்சைகளால் 1993ஆம் ஆண்டில் கோவிந்தாச்சார்யா தமிழ்நாட்டிற்கு மாற்றப்பட்டார். தில்லியை விட்டு அவர் கிளம்பியபோது, கட்சியைச் சேர்ந்த பல்வேறு பிற பிற்படுத்தப்பட்ட வகுப்பு உறுப்பினர்களும், தலித் உறுப்பினர்களும் அவரை அணுகி, "நீங்கள் போகிறீர்களே, இனி எங்கள் நிலை என்னவாகும்?" என வருத்தத்துடன் கூறியுள்ளனர். இது நிகழ்ந்து இருபத்தைந்து ஆண்டுகள் கழித்து என்னிடம் இச்சம்பவத்தை நினைவுகூர்ந்தார் கோவிந்தாச்சார்யா, அவர் கருவண்ணச் சருமம் உடையவராக இருந்தார், எனவே, "ஒருவேளை என்னுடைய இந்தத் தோற்றத்தைக் கண்டு நானும் அவர்களைச் சேர்ந்தவன் என அவர்கள் எண்ணியிருக்கக்கூடும்" எனக் கூறினார்.

ஆனால், சமூகரீதியாக பாஜக தன்னைத்தானே விரிவாக்கம் செய்துகொள்ளாவிட்டால் தன்னால் வளர்ச்சியடையவே முடியாது என்பதையும் கட்சி அறிந்திருந்ததுதான்.

தயக்கத்துடனும், மறைமுகமாகவும் மண்டல் அறிக்கையை பாஜக செயற்படுத்திய காலம் இதுதான் என கிறிஸ்தோப் ஜாபர்லாட் கூறுகிறார். கட்சி கூட்டணிகளை விரும்பியது, உதாரணமாக பீகாரின் சமதா கட்சியுடன் பாஜக கூட்டணி அமைத்தது. 1989க்கும் 1998க்கும் இடைப்பட்ட காலத்தில், பெருமளவில் இந்திமொழி பேசப்படும் இதயப்பகுதியான உபியில், கட்சியின் பிற பிற்படுத்தப்பட்ட வகுப்பைச் சேர்ந்த பாராளுமன்ற உறுப்பினர்களின் விகிதாச்சாரம் 16 சதவீதத்தில் இருந்து 20 சதவீதமாக உயர்ந்திருந்தது. ஆனால் உயர்சாதியைச் சேர்ந்த பாராளுமன்ற உறுப்பினர்களின் பங்கோ 52.3 சதவீதத்தில் இருந்து 43.4 சதவீதமாக வீழ்ச்சியடைந்தது. 1991 முதல் 1996ஆம் ஆண்டுக்குள்ளாக, உபியில் மட்டுமே, கட்சியில் பிற பிற்படுத்தப்பட்டோர் வகுப்பைச் சேர்ந்த சட்டசபை உறுப்பினர்களின் எண்ணிக்கை 18 சதவீதத்தில் இருந்து 22 சதவீதமாக உயர்ந்திருந்தது

கட்சியின் அடிப்படை ஆதரவாளர்களின் உணர்வுகளைக் காயப்படுத்தாமலேயே, தேர்தல் வெற்றியை குறிவைத்துத் தனது சமூக அடித்தளத்தை விரிவுபடுத்த மற்றுமொரு கருவியையும் பாஜக கையாண்டதாக தாச்சில் குறிப்பிடுகிறார். "அரசியல்ரீதியான ஆதாயம்பெற, பொதுமக்களுக்குத் தேவையானப் பொருட்களைத் தனியார் மூலமாக பாஜக வழங்கியது, ஏழைகளிடையே அக்கட்சிக்கு எதிர்பாராத வெற்றி கிடைக்க இதுவே உதவியது என்பதே என் முக்கியமான வாதமாகும்," என்கிறார் தாச்சில். மேலும் தெளிவாகக் கூறுவதானால், கல்வி மற்றும் உடல்நலம் தொடர்பான சேவைகளை சங் அமைப்புகள் மக்களுக்கு வழங்கின, அந்த சேவைகளின் மூலம் தேர்தலுக்கான அனுகூலங்களை பாஜக பெற்றது. தலித்களையும் பழங்குடியினரையும் மையப்படுத்தியே தாச்சிலின் ஆய்வுகள் இருந்தன எனும்போதும், சமூக விரிவாக்கத்திற்காகக் கட்சி பயன்படுத்திய பல்வேறு வகையான யுக்திகளையும் கூட அந்த ஆய்வுகள் விளக்கின.

அரசியல் முரண்பாடுகளும் இருந்தனதாம்.

உபியில், பரந்துவிரிந்த உயர்சாதிச்சமூகத்தினுள்ளே உருவாகியிருந்த பிளவுகளும், யாதவர்களல்லாத பிற்படுத்தப்பட்டோரிடையே உருவாகியிருந்த கூட்டணியும் 1990களில் மேலும் பலப்பட்டன. பாஜகவின் மூத்த தலைவர்களுள் ஒருவரான முரளிமனோகர் ஜோஷி, நேரடியாகவே கோவிந்தாச்சார்யாவை ஏளனம் செய்யும் தொனியில், "தன்னுடைய இயல்பு, சிந்தனை மற்றும் இன்ன பலவற்றையும் ஒரு கட்சி மாற்றியமைத்துக்கொள்ள வேண்டுமானால், அம்மாற்றங்களுக்கெல்லாம் அக்கட்சி தகுதியற்றதாகிறது," எனக் கூறினார். மேலும், "சமூகமாற்ற மேலாண்மையின் வாயிலாக என்ன சமூக நீதி உருவாகியுள்ளது?" எனவும் ஜோஷி வினவினார். இவ்வாறு வினவிய அவர் ஒரு பிராமணர் என்பதும் தற்செயலானது அல்ல.

அடல்பிகாரி வாஜ்பாயியும்கூட கல்யாண் சிங்குடன் இணக்கத்துடன் இல்லை. சமூகக்குழுக்களையும், பிராந்தியங்களையும் கடந்த, இந்தியா முழுமைக்குமான ஒரு தலைவராகவே வாஜ்பாய் இருந்தார் என்பதில் எள்ளளவும் சந்தேகமில்லை. எனினும், அவர் ஒரு பிராமணர் என்பதையும்,

உபியின் உள்ளூர் அரசியலில் முக்கியமானவர் என்பதையும் நாம் நினைவில் கொள்ளவேண்டும். கல்யாண் சிங்கிற்கு எதிரான அரசியல் சூழலொன்றை உருவாக்கிட, உபி பாஜகவை சேர்ந்த வாஜ்பாயியின் தீவிர ஆதரவாளர்களான ராஜ்நாத் சிங், கல்ராஜ் மிஸ்ரா மற்றும் லால்ஜி தாண்டன் ஆகியோர் முக்கியப் பங்காற்றினர்.

ஆனால் இது ஆளுமைகளுக்கு இடையேயான அதிருப்தி மட்டுமே அல்ல.

உண்மையில், கட்சியின் தலைமை ஒரு பிற்படுத்தப்பட்டோர் கைவசம் செல்வதை, பாஜகவின் உயர்சாதி அடிப்படைவாதிகளால் முற்றிலுமாக ஏற்றுக்கொள்ள முடியவில்லை. அவர்கள் ஒன்றிணையத் துவங்கினர். "கூடிய விரைவில் கல்யாண் சிங்கை பதவியிலிருந்து நீக்கிட வேண்டுமென்பதில் எவருக்குமே தயக்கமிருக்கவில்லை" என கோவிந்தாச்சார்யா கூறினார். தனக்குப் பிறகு பதவிவகிப்பவரைத் தேர்வுசெய்யும் உரிமையை சிங்கிற்கே அளித்தனர்; அரசியல் முக்கியத்துவம் அல்லாதவரான ராம் பிரகாஷ் குப்தாவை அவர் தேர்வு செய்தார். ஆனால் வெகு விரைவிலேயே அப்பதவியில் இருந்து அவர் நீக்கப்பட்டு, முதலமைச்சராக ராஜ்நாத் சிங் பதவியேற்றுக்கொண்டார்.

இப்போது மீண்டும் பாஜகவில், ஒரு பிராமணரான கல்ராஜ் மிஸ்ரா தேசிய கட்சித்தலைவராகவும், ஒரு தாக்கூரான ராஜ்நாத் சிங் முதலமைச்சராகவும் வீற்றிருந்தனர். கட்சியிலிருந்து தாம் புறக்கணிப்பட்டதாக உணர்ந்த பிற பிற்படுத்தப்பட்டவர்கள், கட்சியில் இருந்து விலகத் துவங்கினர். கட்சிகள் தமக்களித்த பிரதிநிதித்துவத்தை அடிப்படையாகக் கொண்டு, அவர்கள் பகுஜன் சமாஜ் கட்சிக்கும், சமாஜ்வாடி கட்சிக்கும் மாறி மாறி இடம்பெயர்ந்தனர்.

2002இல் பாஜக மாநிலத்தை இழந்தது, 2004 மக்களவைத் தேர்தல்களிலும் மிக மோசமாகத் தோல்வியடைந்தது. பாஜகவிற்கு இனி வெற்றிவாய்ப்புகள் சாத்தியமில்லை என உணரத்துவங்கிய உயர்சாதியினரும் தமக்கான மாற்றுகட்சிகளைத் தேடத் துவங்கினர். 2007, 2009 மற்றும் 2012இலும் கட்சிக்குத்

சமூகமாற்ற மேலாண்மை | 155

தொடர்தோல்விகளே கிட்டின. பாஜகவின் சமூகக் கூட்டணி சிதைந்து போனது.

~

பிறகுதான் நரேந்திர மோடியும், அமித் ஷாவும் உத்திரப் பிரதேசத்தை பொறுப்பேற்றுக்கொண்டனர்.

சமூக விரிவாக்கத்திற்காக அவர்கள் பெருமுயற்சி எடுத்தனர்; உயர்சாதிக் கட்சித்தலைவர்களை பதவி நீக்கினர், ஆனால் அவர்கள் கிளர்ந்தெழாதவாறு அக்காரியத்தைச் செய்தனர்; கட்சியின் கட்டமைப்பை மாற்றியமைத்தனர்; ஒடுக்கப்பட்ட மக்களுக்கு பிரதிநிதித்துவமும் மதிப்புமளித்தனர்; ஆதிக்கம் செய்த பிற பிற்படுத்தப்பட்டோர் மற்றும் தலித்களுக்கு எதிராக அவர்களால் புறக்கணிக்கப்பட்ட அதே சாதிப்பிரிவுகளைச் சேர்ந்த மற்றவர்களின் அதிருப்திகளை பயன்படுத்திக்கொண்டனர்; பிற பிற்படுத்தப்பட்டோருக்கு அதிகளவில் தொகுதி சீட்களை அளித்தனர்; சாதிகளின் இடையே 'இந்துமத ஒற்றுமை'யை ஓங்கச்செய்வதில் முன்னெப்போதையும் விட மிகப்பெரிய அளவில் பாஜக வெற்றியடைய அவர்கள் உதவினர்.

கட்சியின் பழைய ஆதரவாளர்களையும், புதிய ஆதரவாளர்களையும் அவர்களால் ஒன்றாக இயங்கவைக்க முடியுமா?

உண்மையில் இந்தச் சமனை உருவாக்குவதென்பது அவர்களுக்கு மிகக் கடினமான காரியமாகவே இருந்திருக்கக்கூடும். கட்சியின் நிஜ அதிகாரத்தையும், பதவிகளையும் பங்கீடு செய்யும்போது, பழைய ஆதரவாளர்கள் ஆத்திரமடைந்துவிடக்கூடாது என்பதில் பாஜக மிகக் கவனமாய் இருந்தது. உபியின் அமைச்சரவையில் உயர்சாதியினர் பெருமளவில் பங்கு வகித்ததன் மூலம், கட்சி தன் அடித்தளத்தை மறந்திடவில்லை என்பது நிரூபணமாகிறது. யோகி ஆதித்யநாத் ஒரு தாக்கூராவார்; துணை முதலமைச்சராகப் பதவிவகித்த தினேஷ் சர்மா ஒரு பிராமணர்; தான் முதலமைச்சராவோம் என நம்பியிருந்த மவுரியாவை துணை முதலமைச்சர் ஆக்கியதன் மூலம், பிற்படுத்தப்பட்டோருக்கான அங்கீகாரமும் கட்சியால் கொடுக்கப்பட்டிருந்தது. யோகி முதலமைச்சராகப் பொறுப்பேற்றுக்கொண்ட சில மாதங்களுக்குள்ளாகவே, "தாக்கூர் ஆட்சி"யுடன் பாஜகவின்

வெற்றியும் இணைந்து சாத்தியமானது எப்படியென லக்னோ கிசுகிசுக்கத் துவங்கியது. ஆட்சி மற்றும் நிர்வாகத்தின் வரம்புக்குள்ளாக இம்முரண்பாடுகள் மேலும் வளரக்கூடும். அவற்றை பாஜக எவ்வாறு சமாளிக்கப்போகிறது என்பதைக் கொண்டே கட்சியின் எதிர்காலமும் தீர்மானிக்கப்படும்.

ஆனால் தற்போதைக்கு, ஒரு சமூகத்தை அறிந்துகொள்வதிலும், அதிலுள்ள முரண்பாடுகளை கண்டுகொள்வதிலும், அவற்றை தமக்கேற்றார்போல் பயன்படுத்திக்கொள்வதிலும் அமித் ஷாவிற்கு இருந்த அசாத்தியத் திறனையே உபி எடுத்துக்காட்டுகிறது. ஆதிக்கசாதிக்குழுக்களால் நிரம்பிய கட்சி என்பதிலிருந்து ஒடுக்கப்பட்டவர்களுக்கானக் கட்சியாகத் தன்னை தகவமைத்துக்கொள்ளவும், அதீத ஆதிக்கம் செலுத்திவந்த அரசியல் சாதிகளுக்கு எதிராகப் போராடவும், தன் சொந்த மாநிலத்தில் இருந்தே பாஜக மேற்கொண்ட மெய்யான முயல்வுகளையும் இவ்வெற்றி எடுத்துக்காட்டுகிறது. புதிய பாஜகவாக உருமாறியதாலும், அனைத்து சாதியினரையும் உள்ளடக்கிய ஒரு இந்துமதக் கட்சியாக மாறியதாலும்தான் பாஜகவினால் இத்தேர்தல்களை வெல்ல முடிந்தது. ஆனால், இப்புதிய பாஜகவால் எத்தனைக் காலம் நீடிக்க முடியுமென்பது, அக்கட்சி தனது தாய்க்கழகமான ராஷ்திரிய சுவயம்சேவக் சங் எனும் ‘சங்’குடன் கொண்டிருக்கப்போகும் சுமுகமான உறவைப் பொறுத்தே உள்ளது.

5
ராஷ்திரிய ஸ்வயம்சேவக் சங்: கட்சியின் மூலாதாரம், துணை, நிழல்

பாஜக, தேர்தல்களில் தனிச்சிறப்புமிக்க வெற்றியை அடைவதற்கான மூலாதாரமாக, துணையாக, நிழலாக ராஷ்திரிய ஸ்வயம்சேவக் சங் (ஆர்எஸ்எஸ்) செயல்பட்டது, கட்சிக்கு உதவியது, அந்த நடைமுறையில் அது தன்னையும் உருவாக்கிக் கொண்டது.

பாஜகவிற்கு அதன் கருத்தியலை போதித்த தாய்க்கழகமாக சங் இருந்தது. கட்சியின் ஒட்டுமொத்தத் தலைமையும், தொண்டர்கள் படையும் சங் எனும் பல்கலைகழகத்தில் பயின்றவர்கள்தாம், மேலும் எப்போது வேண்டுமாயினும் அவர்கள் திரும்பிவந்து வாழக்கூடிய ஒரு இல்லமாகவும் சங் இருந்தது.

எனினும் இது ஒருவழிப்பாதையாக மட்டுமே இருந்திடவில்லை. நரேந்திர மோடியின் தனிப்பட்ட புகழ், அனைத்து சாதிகளையும் உள்ளடக்கிய ஒரு இந்துமதக் கட்சியாக தன்னைத்தானே பாஜக புனரமைத்துக்கொண்டவிதம் மற்றும் கட்சியின் தேசிய அளவிலான வெற்றி ஆகியவையெல்லாம் சேர்ந்து தந்தையான 'சங்'கிற்கும் பிள்ளையாகிய பாஜகவுக்கும் இடையே இருந்த சமன்பாடுகளை மாற்றியமைத்ததுதான்.

தனது அமைப்பியலை தன் உறுப்பினர்களிடம் தீவிரமாக வற்புறுத்திவந்த 'சங்'கிற்கு "தனிநபர் வழிபாடு" என்பது அறவே பிடிக்காத விசயம், எனவே பலம்பொருந்திய தனித் தலைவராக உருவாகியிருந்த மோடியிடமும் அதற்கு வெறுப்பு இருந்தது. கட்சியை நோக்கிய தன் அணுகுமுறையில் சங் காட்டிய கவனத்தைவிடவும், சாதியை வெகு கவனத்துடன் அது அணுகியது. சில காலத்திற்கு முன்புவரை, தேசிய

அளவில் சங் தன் கால்சுவடுகளைப் பதித்திருந்தது, ஆனால் அப்போது பாஜக சில குறிப்பிட்டப் பகுதிகளில் மட்டுமே பரவியிருந்தது. இன்றோ, ஒட்டுமொத்த இந்தியாவிற்குமான ஒரு கட்சியாக உருவெடுக்கும் முயற்சியில் ஈடுபட்டுள்ள பாஜக, சங் அடைந்திருந்த எல்லைகளையும் விஞ்சி நிற்கிறது. எனவே தேர்தல் போர்க்களங்களில் பாஜகவிற்கு துணை நிற்கும் பணியையைத்தான் சங் மேற்கொண்டது என்பது இதன்மூலம் நிரூபணமாகிறது.

பாஜகவிற்கும் 'சங்'கிற்கும் இடையே, தலைமையிலும் தேர்தல் மேலாண்மையிலும், கட்சிப் பிரச்சினைகளிலும் முரண்பாடுகள் நிலவின. மோகன் பகவத்துடன் நரேந்திர மோடி கொண்டிருந்த ஆற்றல்மிகுந்த தனிப்பட்ட செயல்பாடுகள், கருத்தியல் சார்ந்த அவர்களின் கூட்டிணைவு, சீரான ஒருங்கிணைப்பு ஆகியவற்றினால்தான், முரண்களையும் கடந்து 'சங்'கும் பாஜகவும் ஒற்றுமையுடன் இருந்தன.

~

நரேந்திர மோடி 'சங்'கை சேர்ந்தவர். வர்ணனையாளர் அசோக் மாலிக் கூறியுள்ளதுபோல், 'சங்'கின் புகழ்பெற்ற முன்னாள் மாணவர்தான் மோடி. 1980களின் இறுதியில், குஜராத்தில் இருந்த ஆர்எஸ்எஸ் அமைப்பின் செயலாளராக மோடி நியமிக்கப்பட்டார். உலக அறிவு, தொடர்புகள், அரசியல் வாழ்க்கை, பண்பாடு என அனைத்தையும் அவர் 'சங்'கிடமிருந்தே பெற்றிருந்தார். மோடியையும் 'சங்'கையும் பிரித்துப்பார்ப்பவர்கள், இரண்டையுமே நன்கு அறிந்திராதவர்கள் என்றுதான் பொருள்படும்.

எனினும், மோடி 'சங்'கை சேர்ந்தவர் மட்டுமே அல்ல. அவர் 'சங்'கை கடந்து சென்றார். சில முக்கியமானத் தருணங்களில் அவர் தன் தாய்க்கழகத்தை எதிர்த்திருக்கிறார், ஆட்சேபித்திருக்கிறார், வற்புறுத்தியுமிருக்கிறார்.

குஜராத்தின் முதல்வராக மோடி பதவிவகித்தபோது இவற்றையெல்லாம் நேரடியாகவே காண முடிந்தது. 2002இன் கலவரங்களின் போது, சிறுபான்மையினரைத் தாக்கிய ஆர்எஸ்எஸ் இயக்கத்தாரை அடக்கிட, தயக்கத்தினாலோ அல்லது திறமையின்மையாலோ மோடி தயங்கினார், இக்குறிப்பிட்ட

காலகட்டத்தில்தான் ‘சங்’கிற்கும் மோடிக்குமான உறவில் விரிசல் ஏற்பட்டது. சங் தலைமையின் ஒரு பகுதியினர், தம்மிடையே இருந்த சில குழுக்களையும் தலைவர்களையும் மோடிக்கு எதிராகத் தூண்டிவிட்டனர்; இந்துத்துவ தலைவர்களிலேயே மிகத் தீவிரப் பற்றாளரான விஷ்வ இந்து பரிஷத்தின் (விஎச்பி) தலைவர் பிரவீன் தொகாதியா, மோடியை நேரடியாகவே எதிர்த்தார். ஆளுமைகளையும், தன்முனைப்புகளையும் அடிப்படையாகக் கொண்டும், மறைமுக நிர்வாகத்தில் ‘சங்’கின் பங்கு மற்றும் அதன் அதிகாரம் குறித்தும் சச்சரவுகள் எழுந்தன.

புகழிலும் ஆளுமையிலும் மோடி ஓங்கி வளர்ந்ததும், 2014 தேர்தல்களில் பாஜகவின் தலைவராக மோடி போட்டியிட சங் சம்மதிக்குமா சம்மதிக்காதா எனப் பலவிதமான ஊகங்கள் ஊடகங்களில் பரவின. மோடியை எதிர்த்துக் குரல்கள் ஒலித்தன இருந்தபோதும், கட்சித் தொண்டர்களாகிய பிரச்சாரகர்களிடையேயும், தன்னார்வல உறுப்பினர்களிடையேயும், முழுநேரக் கட்சிப்பணியாளர்களிடையேயும், ஆதரவாளர்களிடையேயும் ‘சங்’கின் பரந்துவிரிந்த சூழலுக்குள்ளும் கூட அவருக்கு அபரிமிதமான செல்வாக்கு இருந்தது, எனவே கீழ்மட்டத்தில் இருந்து ஒலிக்கும் இவர்களின் குரல்களுக்கும் நாக்பூர் செவிமடுக்க வேண்டியிருந்தது. மோகன் பகவத்தும், ‘சங்’கின் இரண்டாம்நிலை தலைவரான பைய்யாஜி ஜோஷியும் மோடிக்கு ஆதரவு தெரிவித்ததோடு, அவருக்கு ஆதரவு அளித்திட தயக்கத்தில் இருந்த எல்.கே.அத்வானியையும் தம்மோடு இணங்க வைத்தனர்.

அறுதிப்பெரும்பான்மையோடு மோடி வெற்றி பெற்ற பின்னர், சங் - மோடி உறவு செயல்படப்போகும் முறை குறித்த யூகங்களும் நிலவவே செய்தன

“தனிமனித வழிபாடு” குறித்து சங் எப்போதுமே அதிருப்தி கொண்டிருந்தது. தனது பெரும் அமைப்புகளை தன்னிச்சையாக இயங்க அனுமதித்ததால், அவற்றின் மேல் தான் கொண்டிருந்த கட்டுப்பாடுகளை சங் இழக்கத் துவங்கியிருந்ததாலும் அது அதிருப்தியில் இருந்தது. இக்காரணங்களால் உருவாகியிருந்த பல்வேறு பிரச்சினைகளை முன்னிட்டு சங் தலைமைக்கும்

வாஜ்பாயி அரசுக்கும் இடையே இறுக்கமானதொரு சூழல் நிலவியது.

ஆனால், ஒரு பிரதமராக இருந்துகொண்டே மோடியால் 'சங்'குடன் மிக சுமுகமான ஒரு உறவைப் பேண முடிந்தது. மோகன் பகவத்துடன் அவர் கொண்டிருந்த தனிப்பட்ட சமன்பாடுகளின் மூலமாகவே இது சாத்தியமாயிற்று.

"அடல்ஜியின் சமகாலத்தவராக ராஜு பைய்யா (ராஜேந்திர சிங், முன்னாள் ஆர்எஸ்எஸ் தலைவர்) இருந்தார். ஆனால் அடல்ஜி பிரதமராகப் பதவியேற்றபோது, அவரையும் விட இளையவரான சுதர்சன்ஜி தலைவராகப் பொறுப்பேற்றுக்கொண்டார். அவரிடமிருந்து தனக்கான ஆணைகளைப் பெற்றுக்கொள்வதில் பிரதமருக்கு சங்கடமாக இருந்தது, இதனால் பல பிரச்சினைகள் அவர்களிடையே உருவாகின. பிரதமருக்குரிய வெளியை விட்டுக் கொடுப்பதில் சங் தலைவரும் சிறிது கடுமையாகவே நடந்துகொண்டார் என்பதும் உண்மைதான்" என ஆர்எஸ்எஸ் செயலாளர் ஒருவர் கூறினார்.

இப்போது இந்நிலை மாறிவிட்டது. மோடியும் மோகன் பகவத்தும் சமகாலத்தவர்கள், ஒரே மாதிரியான படிநிலைகளில் ஒரே மாதிரியான உயரங்களை இருவருமே அடைந்திருந்தனர். எனவே இருவருடைய வாழ்வும் சமமாகவே முன்னேறியிருந்தது. இருவருமே 1950ஆம் ஆண்டு பிறந்தவர்கள்; 1970களில் இருவருமே முழுநேரப் பிரச்சாரகர்களாக உருவாகியிருந்தனர்; 1999இல் 'சங்'கின் பொதுச் செயலாளராக பகவத் பதவியேற்றுக்கொண்டார், 2001இல் குஜராத்தின் முதல்வராக மோடி பதவியேற்றுக்கொண்டார். 2009இல் 'சங்'கின் தலைவராக பகவத் உயர்ந்தார், அதே காலகட்டத்தில் மோடியும் தேசிய அளவில் புகழ்பெறத் துவங்கியிருந்தார், விளைவாக 2014இல் பெருவெற்றியையும் அடைந்தார். இவையனைத்துக்கும் மேலாக, 'சங்'கில் மோடியின் வழிகாட்டியாக விளங்கியவர், பகவத்தின் தந்தையார்தாம். இவையனைத்து காரணங்களாலும், 2013இல் வேட்பாளராகப் போட்டியிட்ட மோடியால் 'சங்'கின் பெரும் ஆதரவைப் பெறமுடிந்தது.

"அவர்கள் இருவரும் நண்பர்களாக இருந்தனர். 'சங்'கின் தலைவரும் கூட நடைமுறைக்கேற்றவாறு செயல்படுபவராகவும்,

பரந்த மனப்பான்மையுடையவராகவும் இருந்தார். சமூக சீர்தருத்தங்களிலும், ஒரு கோவில், ஒரு சுடுகாடு, ஒரு நீராதாரம் எனும் பிரச்சாரத்திலும் அவர் கொண்டிருந்த ஈடுபாட்டினை நாம் இங்கு கவனிக்க வேண்டியுள்ளது" என்றார். சாதி அடிப்படையிலான வேற்றுமைகளைக் களையவும், தலித் உள்ளிட்ட அனைத்து மக்களும் எளிதில் தொடர்புகொள்ளக்கூடிய ஒரு அமைப்பை உருவாக்கவும் இந்தப் பிரச்சாரத்தை சங் மேற்கொண்டிருந்தது. "கட்சியின் அடித்தளத்தை விரிவாக்கம் செய்ய மோடி முனைப்புடன் முயன்றார். அதற்காய் அவர்கள் இருவரும் ஒற்றுமையுடன் செயல்பட்டனர். இதன்மூலம், சங் கூறும் அனைத்திற்கும் கட்சி தலையாட்டுகிறது எனவோ கட்சியின் ஒவ்வொரு செயற்பாட்டிலும் சங் தலையிடுகிறது எனவோ அர்த்தமாகாது. ஆனால் அடல்ஜியின் காலத்தை விடவும் இப்போது அவர்களிடையேயான உறவு மேலும் வலுப்பட்டுள்ளது" என அந்தச் செயலாளர் கூறினார்.

அவர்களிடையே கருத்தியல் ரீதியாக ஆழமானதொரு ஒருங்கிணைவு இருந்தது என்பது மற்றுமொரு காரணமாகும்.

விஷ்வ இந்து பரிஷத்தின் தலைவரும், ஆர்எஸ்எஸ்ஸைச் சேர்ந்த முதுபெரும் தலைவருமான அசோக் சிங்கால், வாஜ்பாயியின் தலைமையின் கீழிருந்த தேசிய ஜனநாயகக் கூட்டணியை மிகக் கடுமையாக விமர்சித்து வந்தார். ஜூன் 2013இல் பாஜகவின் முகமாக அதிகாரப்பூர்வமாக மோடி அறிவிக்கப்பட்டதும், குஜராத் முதல்வர் கட்சியின் எதிர்கால தேசியத்தலைவராக பதவியேற்பதை அறிந்த பன்சால் பெரும் மகிழ்வு கொண்டார்.

"இந்துமத நீக்கம்" நடைபெறுவதைத் தடுக்க மோடி உரிய நடவடிக்கைகளை எடுக்கவேண்டுமென்பதே 'சங்'கின் முக்கிய எதிர்பார்ப்பாக இருந்ததாக பன்சால் கூறினார். அயோத்தியாவில் கோவில் கட்ட அனுமதித்து பாராளுமன்றத்தில் தீர்மானம் நிறைவேற்றப்பட வேண்டுமென அவர் விரும்பினார். "கங்கையைத் தூய்மைபடுத்தும்" செயலிலும் அரசாங்கம் கவனம் செலுத்த வேண்டும் எனவும் சங் பரிவார் விரும்பியது. "இந்துக்களாகிய எங்களை ராமர் இணைத்தார், அதேபோல்தான் கங்கையும் எங்களை ஒருங்கிணைக்கிறது. ஆனால், அந்த நதியைச் சீரழிக்க திட்டமிக்க சதி நடக்கிறது" என்றார் பன்சால். பசுவதையைத் தடுப்பது அவருடைய அடுத்த கோரிக்கையாக

இருந்தது. "இது மதரீதியான வேண்டுகோள் மட்டுமல்ல, முன்னேற்றத்திற்கும் ஊட்டச்சத்திற்குமான காரணங்களையும் இவ்வேண்டுகோள் கொண்டுள்ளது" என்றார்.

2017ஐ அடிப்படையாக வைத்து 'சங்'கின் இந்த எதிர்பார்ப்புகளை நாம் ஒப்பிட்டுப் பார்ப்போம்.

அயோத்தியா பிரச்சினையில் கட்சியால் ஒருதலைபட்சமான நடவடிக்கையை மேற்கொள்ள முடியாது, ஆனால் மற்ற இரு கோரிக்கைகளையும் நிறைவேற்ற அரசாங்கம் தீவிர நடவடிக்கைகளை எடுத்தது. கங்கை இன்னமும் சுத்தப்படுத்தப்படவில்லை, எனினும் வேறெந்த அரசாங்கத்தையும் விட அதிக முன்னுரிமையும், நிதியுதவியும் இத்தூய்மைப் பணிக்காக மோடியின் அரசு அளித்திருந்தது. அதேபோல், பசுபாதுகாப்பு போல் வேறெந்த விஷயமும் நாடுமுழுவதும் பரபரப்பாகப் பேசப்படவில்லை. இவற்றின் மூலம் மக்களுக்குத் தெளிவான அரசியல் சமிக்ஞைகள் தரப்பட்டன. பசுவதை தொடர்பான புது அறிவிப்பு வெளியிடப்பட்டது. உபியில் இருந்த 'சட்டத்திற்குப் புறம்பான இறைச்சிக்கூடங்கள்' இழுத்து மூடப்பட்டன; மாட்டிறைச்சியை உண்டதாகவோ அல்லது மாட்டிறைச்சியை வைத்திருப்பதாகவோ எவர்மீதேனும் சந்தேகம் எழுந்தாலும்கூட பசுப் பாதுகாவலர்கள் அவர்கள் மீது கொலைவெறித் தாக்குதல் நடத்தினர். உபியின் தாத்ரியில் வசித்துவந்த மொகம்மத் அக்லக்கின் படுகொலையோடு 2015இல் இவ்வன்முறை தொடங்கியது. ஆனால் 2017இன் கோடைகாலத்திற்குள் மாட்டிறைச்சி தொடர்பான படுகொலைகள் என்பது பாஜக ஆளும் மாநிலங்களில் நிகழும் வழக்கமானதொரு சம்பவமாகவே மாறிவிட்டிருந்தது. இத்தகைய கும்பல் வன்முறைகளுக்கான வெளிப்படையான ஆதரவுகள் எதனையும் கட்சி மேலிடம் அளிக்கவில்லை, எனினும் அவ்வன்முறைகளை அடக்கும்பொருட்டு வலிமையான கண்டனங்கள் ஏதும் மேலிடத்தில் இருந்து பிறப்பிக்கப்படவுமில்லை. அத்துடன், குற்றம்புரிந்தவர்களுக்கு அளிக்கப்பட்டிருந்த சலுகைகளையும் சேர்த்துப் பார்த்தோமானால் இத்தகைய குழு வன்முறைகள் கட்சியால் ஊக்குவிக்கப்பட்டன என்பது தெளிவாகிறது. இச்சம்பவங்களின் மூலம் பெரிதும் பாதிக்கப்பட்டவர்கள் இசுலாமியர்களே. அவர்களின்

சமூகத்திடையே இவ்வன்முறைகள் பெரும் பாதுகாப்பின்மையை உருவாக்கியிருந்தது. இவ்வன்முறைகள் அளவுகடந்து நிகழத்துவங்கியதும், ‘பசு பக்தி’ எனும் பெயரால் நிகழும் படுகொலைகளை நிறுத்துமாறு மோடியே 2017ஆம் ஆண்டின் ஜூன் மாத இறுதியில் நேரடியாக அறிவிக்க வேண்டிவந்தது, ஆனால் இது மிகத் தாமதமான எதிர்வினையெனவும், இந்த அறிக்கையுடன் வன்முறைக்கு எதிராகக் கடுமையான நடவடிக்கைகளும் மேற்கொள்ளப்படவேண்டுமெனவும் பலரும் எண்ணினர். சில வாரங்கள் கழித்து, ஜூலை மாதத்தின் மத்திமத்தில், இத்தகைய வன்முறைகள் நிகழாமல் மாநில அரசுகள் தீவிர நடவடிக்கை எடுக்கவேண்டுமென மீண்டுமொருமுறை மோடி வலியுறுத்தினார்.

தன் மதம் சார்ந்த அடையாளங்களை வெகு வெளிப்படையாகவே மோடி வெளிப்படுத்தினார், இதன் வாயிலாக அவர்களுக்குள் இருந்த கருத்தியல்ரீதியான ஒருங்கிணைவையும் நம்மால் உணரமுடிகிறது. ஆர்எஸ்எஸ்ஸில் இருந்து பாஜகவிற்கு இடம்பெயர்ந்திருந்த தலைவரொவருவர், முக்கியமான சில சமயங்களில் ஆர்எஸ்எஸ் அடைந்த பெருமிதம் குறித்துப் பின்வருமாறு கூறுகிறார், “காத்மாண்டுவில் அமைந்துள்ள பசுபதிநாதர் கோவிலுக்கோ அல்லது கேதார்நாத்திலோ அல்லது பனாரசிலோ அமைந்துள்ள கோவிலுக்கோ மோடி சென்றுவிட்டு, நெற்றித்திலகத்துடன் கோவிலைவிட்டு வெளியேறும்போதேல்லாம், அவர் தான் இந்துமதத்தைச் சேர்ந்தவர் என்பதைப் பறைசாற்றுகிறார், அதனால் அவர் பெருமையும் கொள்கிறார். இதுபோல் பகிரங்கமாக கோவில்களுக்குச் சென்ற மற்றொரு பிரதமர் இந்திராகாந்தி ஆவார். தனது கடைசி ஆட்சிக்காலத்தின் கடைசியில் அவர் அவ்வாறு கோவில்களுக்குச் சென்றார். தனது மத உணர்வை மோடி வெளிப்படையாகவே காட்டிக்கொண்டார்; கலாசாரத்தை காட்சிப்படுத்துவதற்காக அவர் வருந்தியதேயில்லை. இதுகுறித்து ஆர்எஸ்எஸ் மிகவும் மகிழ்ச்சியுற்றது. பல பிரச்சாரங்களிலும் நாங்கள் பயன்படுத்திய கோஷமாகிய ‘நாம் இந்துக்கள் என்பதை பெருமையுடன் கூறுங்கள்’ என்பதுதான் அவர்களுடைய துல்லியமான செயல்திட்டமாக இருந்தது.”

இவையாவும் களத்தில் இறங்கிப் பணியாற்றும் சங் பணியாளர்களுக்கு உத்வேகத்தையளித்தது. மோடியின்

மீது அவர்களை நம்பிக்கை கொள்ளச் செய்தது. "முழு ஆட்சிக்காலத்தையும் பூர்த்தி செய்த காங்கிரசல்லாத முதல் அரசாங்கம் அடல்ஜியின் அரசாங்கம்தான், ஆனால் அது உண்மையிலேயே பாஜகவின் ஆட்சிதானா எனப் பல சங் உறுப்பினர்களுக்கும் சந்தேகம் இருந்தது. முன்னர் காங்கிரசை அடித்தளமாகக் கொண்டிருந்த பிரஜேஷ் மிஸ்ராதான் கட்சியை அப்போது நடத்தினார். கட்சி கூட்டணியிலும் இருந்தது. ஆனால் தற்போது இருப்பதோ ஒரு முழுமையான பாஜக அரசு. சிற்சில வேற்றுமைகள் இருந்தபோதும், அதன் கொள்கைப்பிடிப்புகள் குறித்தோ, மோடிஜியின் நோக்கங்கள் குறித்தோ எங்களுக்கு எந்தச் சந்தேகமும் இல்லை" என தில்லியைச் சேர்ந்த ஒரு இளம் சங் பணியாளர் கூறினார்.

இறுதியாக, சங் மற்றும் பாஜக தலைமையின் இடையே தொடர் கருத்துப்பரிமாற்றங்கள் நிகழ்ந்தன, இவை பல சமயங்களில் அந்தரங்கமாகவும் சில சமயம் வெளிப்படையாகவும் நிகழ்ந்தன. 'சங்'கில் இருந்து பாஜகவிற்குச் சென்ற தலைவர் ஒருவர், "கட்சியின் எந்தவொரு விஷயம் குறித்தும் சங் என்ன உணர்கிறது என்பதை அறிந்துகொள்ள பிரதமர் எப்போதும் முனைப்புடனேயே இருப்பார். சங் செயற்பாட்டாளர்களுடன் நாங்கள் நிகழ்த்திய சந்திப்புகள் குறித்த அறிக்கைகளைப் பெற்றுக்கொள்வார். அவருடைய பிரச்சாரங்களை ஆதரிக்கச் சொல்லி 'சங்'கை உற்சாகப்படுத்துவார்; அவர்களின் மீது அவர் அக்கறை கொண்டிருந்தார்" என்றார். அமித் ஷாவுடனும், அமைப்பின் தகவல் தொடர்பாளர் ராம் லாலுடனும் நெருக்கமாகப் பணியாற்றிய ஆர் எஸ் எஸ் இணை பொதுச்செயலாளராகிய கிருஷ்ண கோபாலுடன் அமைப்பியல்ரீதியான ஒருங்கிணைவை கட்சி பராமரித்து வந்தது. ஒவ்வொரு அமைச்சரின் கதவும் அவரவர் அமைச்சகத்தின் அதிகார வரம்புக்குள் பணியாற்றும் சங் உறுப்பினர்களுக்காக எப்போதும் திறந்தே இருந்தது, சில சமயங்களில் அவர்களின் கருத்துகள் அமைச்சகத்தால் செயல்வடிமாக்க முடியாத நிலை ஏற்பட்டபோதும் அவை தவறாமல் கேட்டறியப்பட்டன. 2015இல், மோடியும் சட்டசபையின் முக்கிய மந்திரிகளும் இணைந்து ஆர் எஸ் எஸ்ஸுடன் தில்லியில் ஒரு சந்திப்பை நிகழ்த்தினர். அரசாட்சியில் முன்னுரிமையளிக்க வேண்டிய விஷயங்கள் குறித்து ஆலோசித்து, அவர்களிடமிருந்து

கருத்துக்களும் பெறப்பட்டன. 'சங்'கிற்கு கட்சி நன்றிக்கடன் பட்டிருந்ததையும், பாஜக ஆட்சியில் 'சங்' வகித்த முக்கிய கதாபாத்திரத்தையும் இச்சந்திப்பு மிக வெளிப்படையாகவும், பகிரங்கமாகவும் அறிவித்தது.

சங் பின்னணி கொண்டவர்களுக்கு அரசாங்கத்தின் முக்கிய அமைப்புகளில் பாஜக இடமளித்ததோடு அவ்வப்போது உருவான சிறுசிறு பிரச்சினைகளையும் உடனடியாக தீர்த்துவைத்தது, அதேசமயம் அரசாட்சியின் மற்றப் பிரச்சினைகளை கையாள்வதில் தான் தலையிடாமல் பாஜகவிற்கு சங் சுதந்திரம் அளித்திருந்தது - இவ்வாறு ஒன்றையொன்று புரிந்துகொண்டு விட்டுக்கொடுக்கும் தன்மை, தலைமையுடன் சுமுகமான உறவைப் பேணுதல், இருவருக்கும் இடையே இருந்த கோட்பாட்டு ரீதியான சங்கமம், இணக்கமான ஒருங்கிணைவு வழிமுறைகள் ஆகியவற்றின் மூலம் பாஜகவும் 'சங்'கும் ஒற்றுமையாகப் பணியாற்றின.

இவற்றின் விளைவாக, சங் தன்னைத்தானே சமாதானம் செய்துகொண்டு, பாஜகவிற்கு கீழ்படியவும் கற்றுக்கொண்டது.

~

2015 செப்டம்பர் மாதம், பிரபுல்லா கேத்கருக்கு தொலைபேசி அழைப்பு வந்தபோது அவர் சென்னையில் இருந்தார். "உங்களுடைய பேட்டி தொடர்பாக பாஜக செய்தியாளர் சந்திப்பொன்றை நடத்துகிறது. பாருங்கள்" என்றது அந்த அழைப்பு.

ஆர் எஸ் எஸ் வெளியிடும் ஆங்கிலப் பத்திரிகையான "ஆர்கனைசர்" இதழின் ஆசிரியர் கேத்கர், 'சங்'கின் தலைவர் மோகன் பகவத்தை சமீபத்தில் அந்த இதழுக்காகப் பேட்டி கண்டிருந்தார். இட ஒதுக்கீட்டை மறுபரிசீலனை செய்ய வேண்டுமென அப்பேட்டியில் பகவத் குறிப்பிட்டிருந்தார். அரசியல் மதிநுட்பம் நிறைந்த லாலு பிரசாத் யாதவ், எதிர்வரும் தேர்தலை 'முற்பட்டோர் - பிற்பட்டோர் தேர்தலாக' மாற்றுவதற்கான ஒரு அரிய சந்தர்ப்பமாக இப்பேட்டியை கண்டுகொண்டார், ஏனெனில் 1990இலும் இதே 'முற்பட்டோர் - பிற்பட்டோர் தேர்தல்'தான் அவரை வெற்றியடையச் செய்திருந்தது.

தேர்தலில் ஜெயிப்பதற்குப் பிற்படுத்தப்பட்டோரின் வாக்குகளும் பாஜகவிற்குத் தேவையாக இருந்ததால், இப்போது இந்த இக்கட்டில் இருந்து கட்சி தன்னைத் தற்காத்துக்கொள்ள வேண்டியிருந்தது. முதலில் சங் தலைவரின் பேட்டியில் இருந்து கட்சி தன்னைத்தானே விலக்கிக்கொள்ள எண்ணியது, ஆனால் ஆர் எஸ் எஸ்ஸின் தலைவர் தன் சொந்தக் கருத்தை மட்டுமே பேசினார் என்றோ பரந்துவிரிந்த சங் பரிவாரைக் குறிப்பிட்டு அவர் பேட்டியளிக்கவில்லை என்றோ இதன்மூலம் கட்சி கூறுமானால் அதை எவருமே நம்பப் போவதில்லை. இட ஒதுக்கீடுகள் தொடர்ந்து அளிக்கப்படும் என பிரதமர் நரேந்திர மோடியே ஆணித்தரமாக வாக்குறுதி அளித்தபோதும், மக்களின் சந்தேகம் குறையவேயில்லை.

சங் பிராமணர்களின் கூடாரமாகத்தான் தொடர்ந்து இருக்கிறதெனவும், பிற்படுத்தப்பட்டோரின் வளர்ச்சியை அது விரும்பவில்லையெனவும், அவர்களுக்குரிய இடத்தையளிக்க சங் மறுக்கிறது என்பதாகவும் சங் தலைவரின் பேட்டி மக்களிடையே பரப்பப்பட்டது.

இது நிகழ்ந்து ஒன்றரை ஆண்டுகள் கழித்து, 2017இன் மத்திமத்தில், தில்லியின் பகர்கஞ் பகுதியில் அமைந்திருந்த 'ஆர்கனைசர்' இதழ் அலுவலகத்தில் கேத்கரைச் சந்தித்தேன், சங் தலைவரின் பேட்டி தவறாகப் புரிந்துகொள்ளப்பட்டதாக அப்போதும் அவர் வருந்திக்கூறினார்.

"அந்தப் பேட்டியில், தீனதயாள் உபாத்யாய்ஜீ குறித்து நாங்கள் விவாதித்துக் கொண்டிருந்தோம். மனிதநலக் கோட்பாட்டுடன் இயைந்துபோகும் தற்காலத்தின் முழுமையான திட்டம் எதுவெனக் கேள்வி எழுந்தது. அதையொற்றிப் பார்த்தோமானால், இட ஒதுக்கீடுகள்தான் சரியானவை என அவர் பதிலளித்தார். அது இட ஒதுக்கீடுகளுக்கு எதிரான வாதமல்ல, இட ஒதுக்கீடுகளுக்கு ஆதரவளிக்கும் வாதமேயாகும்" என கேத்கர் கூறினார்.

கேத்கரின் கேள்விக்கு விடையாக, சமூகத்தின் பிற்படுத்தப்பட்டோருக்கான இட ஒதுக்கீடுகளை அத்தகையதொரு திட்டத்திற்கான "மிகச்சரியான உதாரணம்" என பகவத் குறிப்பிட்டிருந்தார். ஆனால் அவரே தொடர்ந்து,

“இத்திட்டம் அரசியலாக்கப்படாமல், அரசியலமைப்பால் எதற்காய் அது வகுக்கப்பட்டதோ அதனையொட்டி மட்டுமே செயல்படுத்தப்பட்டிருந்தால் தற்போதைய நிலைக்கு நாம் ஆளாகியிருக்கமாட்டோம். துவக்கம் முதலே இத்திட்டம் அரசியலாக்கப்பட்டது. ஒட்டுமொத்த தேசத்தின் நலனிலும் உண்மையான அக்கறைகொண்ட ஒரு குழுவை உருவாக்க வேண்டும், அவர்கள் சமூக சமத்துவத்தின் மீதும் ஈடுபாடு கொண்டவர்களாய் இருத்தல் வேண்டும், ஒவ்வொரு சமூகத்தின் பிரதிநிதியும் அக்குழுவில் இடம்பெற்றிருக்க வேண்டும், எந்தந்த வகுப்பினருக்கு இட ஒதுக்கீடுகள் தேவைப்படுகின்றன என்பதையும் எத்தனை கால அளவிற்கு அவை அவர்களுக்கு வழங்கப்பட வேண்டும் என்பதையும் அக்குழுவே முடிவு செய்யவேண்டும். அரசியல் சார்புகளற்ற சுயாதீன அதிகாரம் பெற்ற குழுக்களே இத்திட்டத்தை செயல்படுத்த வேண்டும். அரசியல் அதிகாரிகள் நேர்மையுடனும் ஒற்றுமையுடனும் அக்குழுவை கண்காணிக்க வேண்டும்” எனவும் அறிவுறுத்தியிருந்தார்.

இப்பேட்டிக்கான எதிர்வினைகள் மக்களிடமிருந்து அதிவிரைவாகவும் சீற்றங்களுடனும் வெளிப்பட்டன. உண்மையில், அவையாவும் பகவத்தின் தன்னிலை விளக்கத்தைக் கோரியே இருந்தன. அரசியலமைப்பால் உருவாக்கப்பட்ட காரணங்களுக்காக மட்டுமே இத்திட்டம் பயன்படுத்தப்பட வேண்டுமென்ற அவரின் கூற்றை வைத்துப் பார்த்தோமானால், அத்திட்டத்தின் உண்மையான நோக்கம் தலித்களுக்கும் பழங்குடியினருக்கும் இட ஒதுக்கீடுகள் சென்றுசேர வேண்டுமென்பதுதான். அவ்வாறெனில் பிற பிற்படுத்தப்பட்டோருக்கும் இத்திட்டம் மூலம் இட ஒதுக்கீடுகள் வழங்கப்படுவதை அவர் எதிர்க்கிறாரா என ஒரு வாதம் எழுந்தது. இத்திட்டத்தை செயல்படுத்தவென ஒரு குழு அமைக்கப்படவேண்டும் என வலியுறுத்துவதன் மூலம், குறிப்பிட்ட சில சாதியினரை மட்டும் குறிவைத்துவிட்டு, தேசத்தின் ஒட்டுமொத்த நலிந்தோருக்கான நலப்பணியாகச் செயல்படும் ஒரு கட்டமைப்பை நீர்த்துப்போகச் செய்யவே பகவத் விரும்புகிறாரா?

இந்து உயர்சாதியினருக்காகத்தான் ஆர் எஸ் எஸ் பேசியுள்ளது எனவும், அது வலியுறுத்தும் இந்து ஒற்றுமையென்பது

உண்மையில் உயர்சாதியினரின் ஆதிக்கத்தையே குறிக்கும் எனவும் சந்தேகங்கள் பரவத்துவங்கின. மக்களின் இக்கண்ணோட்டம் மட்டும் உண்மையானால், கட்சியில் தமக்கு இரண்டாம் நிலை வழங்கப்படுவதை ஒடுக்கப்பட்டோர் விரும்பமாட்டர். விளைவாக தனது சமூக அடித்தளத்தை விரிவுபடுத்தும் பாஜகவின் முயற்சி பெரும் தோல்வியைச் சந்திக்கவே நேரிடும். அவ்வாறு இல்லையெனில், 'சங்'கின் நோக்குநிலையில் அடிப்படை மாற்றங்கள் ஏதேனும் நிகழ்ந்துள்ளனவா?

இதுகுறித்து ஆர் எஸ் எஸ்ஸின் உரைகள் நமக்கு சில துப்புகள் அளிக்கின்றன.

1974இல், அப்போதைய ஆர் எஸ் எஸ் தலைவரான பாலசாகேப் தியோரஸ் பூனேவில் உரையாற்றினார். சாதிகுறித்து சங் அமைப்பு கொண்டிருந்த வலிமையான நிலைப்பாட்டை அந்த உரை எடுத்துக்காட்டியது. "இந்துக்களின் ஒருங்கிணைவு" என்பதன் தேவை குறித்து அவர் பேசினார். இந்த ஒருங்கிணைவிற்கு சமூக வேற்றுமைகள் தடையாக இருப்பதையும் அவர் ஒப்புக்கொண்டார். "தீண்டாமை தீமையான செயல் இல்லையென்றால், பின்னர் இவ்வுலகில் எதுவுமே தீமையான செயல் இல்லை" எனவும் அவர் கூறினார். பல நூற்றாண்டுகளாய் பிற்படுத்தப்பட்ட மற்றும் தீண்டத்தகாத சகோதரர்கள் பெருமளவு துயரங்களையும், அவமானங்களையும், அநீதிகளையும் சந்தித்து வருகின்றனர் என்றார். அதேநேரம், முற்காலத்தில் உண்டான சச்சரவுகளை நிகழ்காலத்திற்கு அவர்கள் கொண்டுவரக் கூடாதெனவும், கசப்புமிகுந்த வார்த்தைப்பிரயோகங்களையும் கிளர்ச்சிகளையும் அவர்கள் கைவிட வேண்டுமெனவும் அவர் எச்சரித்தார்.

இட ஒதுக்கீடுகளைப் பொறுத்தவரை, பிற்படுத்தப்பட்டோருக்கு வாய்ப்புகள் கிடைக்கவேண்டுமென்பது சட்டப்பூர்வமானதுதான். எனினும் நீண்டகால ஓட்டத்தில் 'அவர்கள் மற்றவர்களுடன் போட்டியிட்டு, தமக்குரிய சம உரிமையை தம் தகுதியின் அடிப்படையிலேயே பெற்றுக்கொள்ளவும் வேண்டும்' எனவும் தியோரஸ் கூறினார்.

சாதிகுறித்து சங் கொண்டிருந்த நிலைப்பாட்டை இந்த உரையே விளக்கிவிடுகிறது. சமூகத்தில் நிலவும் வேறுபாடுகள் குறித்து அது அறிந்துள்ளது. இந்த வேற்றுமைகளை அது ஒப்புக்கொள்ளவும் செய்கிறது. அதேசமயம், இதற்காய் தான் என்ன செய்யப்போகிறோம் என்பது குறித்தும் சங் எச்சரிக்கையுடன் உள்ளது. படிப்படியான சமூக மாற்றத்தையே அது விரும்புகிறது, தனிமனித ஒழுக்கத்தை வலியுறுத்துகிறது, பிற்படுத்தப்பட்டோரும் தலித்களும் புரியும் புரட்சிகர அரசியல் குறித்து சங் அதிருப்தியும் கொண்டுள்ளது. எனவேதான், ஹைதரபாத் பல்கலைக்கழகத்தின் ரோகித் வெமூலா கொண்டிருந்த உறுதியான நிலைப்பாடுகளுக்கு, ‘சங்’கின் மாணவர் பிரிவாகிய ‘ஏபிவிபி’யின் எதிர்வினைகள் நமக்கு அதிர்ச்சியளிக்கவில்லை.

2017 மார்ச் மாதம், கேத்கருக்கு மற்றுமொரு பேட்டியளித்தார் மோகன் பகவத். 1974இன் உரை சங் சேவகர்களுக்கு கொள்கைரீதியான உறுதியை அளித்ததென்றும், சமூக வேற்றுமைகளில் சிக்கி அல்லலுறும் மக்களிடம் தம் சேவைகள் சென்றடைய சங் பெருமுயற்சி மேற்கொண்டது எனவும் அப்பேட்டியில் பகவத் கூறியிருந்தார். தனிமனித, குடும்ப, தொழில்சார்ந்த மற்றும் சமூக நடத்தைகள் மேம்பட வேண்டுமெனவும் வலியுறுத்திய அவர், சாதிக்கலப்புத் திருமணங்களுக்கு ஆதரவளித்தார். சமூகத்தில் ஒடுக்கப்பட்டோரின் கோபங்களை அனைவரும் புரிந்துகொள்ளவேண்டும் என்றார். அதேசமயம், தியோரஸ் கூறியதைப் போலவே, பாதிக்கப்பட்டவர்கள் தம் குரல்களைத் தாழ்த்திக்கொள்ளவேண்டும் எனவும் பகவத் கேட்டுக்கொண்டார்.

இந்தியாவின் விளிம்புநிலை மக்களுக்குத் தம் அடையாளத்தை விடவும் உண்மையான அதிகாரமே தேவைப்பட்டது. அவர்களுக்கென பிரதிநிதித்துவமும், மதிப்பும் கிடைக்கவேண்டுமென விரும்பினர். ஆர் எஸ் எஸ்ஸின் முதிய பிரச்சாரகர் ஒருவர், “சமூக ஒற்றுமையும் சமூக நீதியும் வேண்டுமென சங் விரும்புவதால்தான் அங்கு இறுக்கம் நிலவுகிறது. அனைவரும் மதிக்கப்பட வேண்டுமென அது விரும்புகிறதுதான், அதேசமயம் வேற்றுமைகள் நிறைந்த சமூகத்தில் அமைதி நிலவ வேண்டுமெனவும் அது விரும்புகிறது. பலரும் நினைப்பதுபோல அதுவொன்றும் பழமைவாத

அமைப்பல்ல, அதே நேரம் அது இடையூறுகளை விளைவிக்கக் கூடியதுமல்ல'' என்றார்.

உயர்சாதியினரின் மனநிலையை மாற்றியமைக்கும் காந்திய அணுகுமுறையும், பிரதிநிதித்துவத்தை முன்னிறுத்தும் அம்பேத்கரிய அணுகுமுறையும் கலந்ததொரு அணுகுமுறையையே தற்போதைய 'சங்' கடைபிடிக்கிறது என கேத்கர் வலியுறுத்தினார். ''கட்டமைப்பின் பலத்துடன் இயங்குவதால் இந்த அணுகுமுறை நிலையானதாகும்'' எனவும் அவர் கூறினார். ஆனால் இக்கூற்று கேள்விக்குரியதாகும்; ஏனெனில், உயர்சாதியினரல்லாத ஒருவர் இதுவரை 'சங்'கின் தலைவராகப் பொறுப்பேற்றதேயில்லை என்பதே அதன் குணத்திற்குப் போதுமான சான்றாகும். உண்மையில் தலைமை பீடத்தில் வீற்றிருந்தோரில், ராஜ்ஜு பைய்யாவை தவிர மற்ற அனைவருமே பிராமணர்களாகவே இருந்துள்ளனர். ''எங்கள் அமைப்பை நீங்கள் கீழிருந்து பார்க்கிறீர்கள். தற்போது இங்கு மாற்றங்கள் நிகழ்ந்துள்ளன. பிரச்சாரகர்கள், மாநில அளவில் பதவி வகிப்போர் மற்றும் 250 உறுப்பினர்களைக் கொண்ட நிர்வாகக் குழுவிலும் கூட மற்ற சாதியினரும் இடம்பெற்றுள்ளனர். மாற்றத்தை நீங்களே காண்பீர்கள்'' என கேத்கர் கூறினார்.

பாஜகவிற்கு கீழ்படிந்து பணியாற்றும் வண்ணமே 'சங்'கில் இம்மாற்றங்கள் ஏற்பட்டிருந்தன. பாஜகவின் முயற்சிகளுக்கு எதிராக சங் தன் நிலைப்பாடுகளை கொண்டிருந்தபோதெல்லாம், பீகாரில் தோல்வியுற்றதைப் போலவே கட்சி தேர்தல்களில் தோல்வியுற்றது. ஆனால் கட்சிக்கு சங் ஆதரவாகச் செயலாற்றிய போதெல்லாம், 2014 மக்களவை தேர்தல்களில் ஜெயித்ததைப் போல அவர்களுக்கு வெற்றி கிட்டியது.

~

இரு பிரச்சாரங்கள் மூலம், 2014இல் நரேந்திர மோடி வெற்றி பெற்றார்.

முதலாவதாக, அதிநவீன, உயர்தொழில்நுட்பத்துடன் கூடிய பிரச்சாரத்தை காந்திநகரில் இருந்து மோடியின் குழு மேற்கொண்டது. சாத்தியப்பட்ட அனைத்துத் தொழில்நுட்பங்களையும் பயன்படுத்தி நாடு முழுவதும் மோடி

தன் செய்திகளைப் பரப்பினார். அதன் விளைவாக தொடர்ந்து ஆறு மாதங்களுக்கும் மேலாக மோடியனுப்பிய செய்திகளின் அதிரடித்தாக்குதல்களை மக்கள் சந்திக்க வேண்டியிருந்தது. இதற்காக பாஜகவின் ஒட்டுமொத்த கட்டமைப்புமே பயன்படுத்தப்பட்டிருந்தது.

பேரணிகள், விளம்பரங்கள், ஹோலோகிராம்கள், தேநீர் உரையாடல்கள் மற்றும் 'அச்சே தின்' என அழைக்கப்படும் நன்னாட்களை உருவாக்கிட மோடியால் மட்டுமே இயலுமெனும் பிரச்சாரங்களை மக்கள் கண்டனர்.

இரண்டாவதாக, மிக அமைதியான முறையில் இணைப்பிரச்சாரமொன்று மேற்கொள்ளப்பட்டது. முன்னெப்போதையும்விட, 2014 தேர்தல்களின்போதுதான் பாஜகவுடன் மிக நெருக்கமானப் பிரச்சாரத்தில் ஆர் எஸ் எஸ் ஈடுபட்டது. ஆர் எஸ் எஸ் எனவழைக்கப்படும் சங், முன்னரே ஜன சங்கத்தை உருவாக்கி ஆதரித்திருந்தது. 1977இல் ஜனதா கட்சிக்காக உழைத்தது, கடந்த முப்பது ஆண்டுகளுக்கும் மேலாக பாஜகவிற்கு வெற்றி கிடைக்க சங் பாடுபட்டிருந்ததுதான். எனினும், தன் நிலைப்பாட்டில் ஒரு மறைமுகத்தன்மையினையே எப்போதும் வெளிப்படுத்திவந்த ஆர் எஸ் எஸ், தானொரு கலாச்சார அமைப்பு மட்டுமே எனும் கூற்றை மட்டுமே முன்வைத்து வந்தது. 2014இல் இந்நிலை மாறியது, நரேந்திர மோடியை பிரதமராக்க வேண்டும் எனும் ஒற்றைப் பெரும் குறிக்கோளுடன் ஒட்டுமொத்த சங் குடும்பமுமே செயல்பட முடிவுசெய்தது. 2013இல், நாக்பூரில் நடைபெற்ற விஜயதசமி விழாவின் போது மோகன் பகவத் அறிவித்த ஆணைக்கேற்ப, மக்கள் தம் வாக்குகளைப் பதிவுசெய்ய வைப்பதையும், வாக்குச்சாவடிக்கு வரும் வாக்காளர்களின் எண்ணிக்கையை அதிகரிப்பதையும் தன் பணியாக சங் மேற்கொண்டது. ஆனால், இந்த ஆணையையும் பணியையும் கடந்தும்கூட சங் செயல்பட்டது.

எவரும் அறியாதவாறு இப்பிரச்சாரம் ரகசியமாகவே நிகழ்த்தப்பட்டது.

இவ்விரு பிரச்சாரங்களும் அவ்வப்போது ஒன்றையொன்று சந்தித்தும் கொண்டன.

அனைத்திற்கும் மேலாக, சங் தலைவருடனும் அவருடைய உதவியாளரான பய்யாஜி ஜோஷியுடனும் மோடியே நேரடித் தொடர்பிலும் இருந்தார். பாஜகவை கண்காணித்துவந்த சங் துணைப் பொதுச்செயலாளருக்கு கட்சி தன் முழுஒத்துழைப்பை வழங்கியது. ஒவ்வொரு மாநிலத்தின் பாஜக தலைவரும், 'கொள்கைக்குடும்பம்' எனவழைக்கப்பட்ட பெரும் அமைப்புகளான ஏபிவிபி, விஷ்வ இந்து பரிசத், பாரதிய மஸ்தூர் சங், பஜ்ரங் தள், வனவாசி கல்யாண் ஆசிரமம் ஆகியவற்றுடன் தொடர்பில் இருந்தனர். உள்ளூர் நிலவரப்படி, சங் கூட்டாளிகளின் மாவட்டக்குழுவுடன், பாஜகவின் மாவட்டக் குழு ஒத்துழைத்தது.

இவ்விரு பிரச்சாரங்களையும் இணைக்க தில்லியில் ஒரு பாலம் தேவைப்பட்டது.

நவீன பிரச்சாரத்தையும் அறிந்திருந்திருக்கக்கூடிய 'சங்'கை சேர்ந்த ஒருவர் அங்கு தேவைப்பட்டார். நவீன தொழில்நுட்பத்தை ஏற்றுக்கொள்பவராகவும், தொண்ணூற்றொன்பது வருடப் பழமைவாய்ந்த சங் அமைப்பு அத்தொழில்நுட்பத்தை ஏற்றுக்கொள்ளும்படி செயல்படுபவராகவும் அவர் இருத்தல் வேண்டும்.

இதைச் செய்திட ராம் மாதவ்வை தவிர உகந்தவர் எவரும் இருக்கவில்லை.

ஆந்திரப்பிரதேசத்தை சேர்ந்தவரான மாதவ், நீண்ட கால சங் பிரச்சாரகராவார். கடந்த பத்தாண்டுகளாக, புது தில்லியின் முக்கிய சங் பிரச்சாரகராக இருந்துவருகிறார். தில்லியை சேர்ந்த தேசிய ஊடகங்களை இவர் மூலமே சங் தொடர்புகொண்டது; ஒரு தூதுவர் போல இரு தரப்புக்குமிடையே அவர் செயல்பட்டு வந்தார். தில்லியை வசிப்பிடமாகக் கொண்டிருந்ததாலேயே, பாஜகவுடன் முறைசாராத முக்கியத் தொடர்பையும் அவர் கொண்டிருந்தார். பிரதம வேட்பாளருடனும் அவருக்கு இணக்கமான உறவிருந்தது.

தில்லியில் மிகுந்த செல்வாக்குமிக்க நிறுவனமும், மாதவ்வினால் மிகக் கவனமாக வளர்த்தெடுக்கப்பட்ட சிந்தனைசார் நிறுவனமுமான இந்தியா பவுண்டேசன் அலுவலகத்தில் அமர்ந்தபடி, 2014 தேர்தலின்போது தனக்கேற்பட்ட

அனுபவங்களை அவர் என்னிடம் பகிர்ந்துகொண்டார், "தேர்தல் தொடர்பான சங் செயற்பாடுகளை நானே கையாண்டேன். இதுவொரு அபூர்வமான தேர்தல் எனலாம், எனவே நாங்கள் முழுவீச்சில் செயல்பட்டோம்" எனக் கூறினார்.

சங் எனும் இயந்திரத்தை இயக்கும் முக்கியப் பற்சக்கரங்கள்தான் பிராந்திய பிரச்சாரகர்கள். அவரவர் மாநிலத்தில் நிகழும் சங் நடவடிக்கைகளுக்கு அம்மாநிலச் செயலாளர்களே பொறுப்பாகின்றனர், நாக்பூரில் இருக்கும் தலைமைக்கும், தன்னார்வலத் தொண்டர்களுக்கும், பிரச்சாரகர்களுக்கும், சங் பள்ளிகளுக்கும் இடையே இயங்கும் தொடர்பாளர்களாய் அச்செயலாளர்களே பணியாற்றுகின்றனர். தேர்தல் சமயத்தில் சங் தன்னுடன் பணியாற்ற வேண்டுமென பாஜக விரும்பினால், அப்போது 'சங்'கின் பிராந்திய பிரச்சாரகர்களே அதில் முக்கியப் பங்காற்றுவர்.

ஆனால், அப்பிரச்சாகர்களுக்கே உரித்தான பாரம்பரிய பிரச்சார முறையில் இருந்து அவர்கள் வெளியே வரவேண்டுமானால், தகவல்கள் தொடர்பான அறிவுத்திறன் அவர்களுக்குப் புகட்டப்பட வேண்டும். எனவே, அனைத்துப் பிராந்திய பிரச்சாரகர்களுக்கும் லெனோவொ கணிப்பலகைகளை மாதவ் வழங்கியிருந்தார். அவற்றைக் கையாள்வது குறித்தும் அவர்களுக்குப் பயிற்றுவித்தார். "இதற்கு முன்னர் அவர்கள் அவற்றைப் பயன்படுத்தியதில்லை" எனப் புன்னகைத்தபடியே கூறினார் மாதவ்.

இப்பயிற்சியின்போது, தேர்தல்களின் மிக முக்கிய அம்சமாகிய 'தகவல்களை' அவர்களுக்கு மாதவ் அறிமுகப்படுத்தினார். இதற்காக, காந்திநகரை சேர்ந்த தேர்தல் யுத்தியாளர் கிஷோரின் குழுவினரால் தொகுதிவாரியாக, ஒவ்வொரு வேட்பாளர் குறித்தும் திரட்டப்பட்ட மிக விலாவாரியான தகவல்களைக் கொண்டிருந்த குறிப்புத்தகங்களையும், ராஜேஷ் ஜெயினின் தகவல்களையும் மாதவ் ஆராய்ந்தார். தில்லி ஊடகங்களுக்கென மாற்றுப்பார்வைகளை வழங்கவல்ல நிறுவனமான நிதி சென்ட்ரலை உருவாக்கிய தொழிலதிபரான ராஜேஷ் ஜெயின், சங்கின் தீவிர ஆதரவாளராவார்.

“வாக்குச்சாவடி நிலையிலிருந்தேகூட இத்தகவல்கள் எத்தனை முக்கியத்துவம் வாய்ந்தவை என்பதை பிராந்திய பிரச்சாரகர்களுக்கு உணர்த்தினேன்” என மாதவ் கூறினார். ஒவ்வொரு வீடாகச் சென்று யாருமறியாமல் பிரச்சாரம் செய்யவும், தம் வாக்குகளைப் பதிவுசெய்ய வாக்குச்சாவடிகளுக்கு வாக்காளர்களைத் திரட்டிக் கொண்டுவரவும் இத்தகவல்கள் பயன்பட்டன.

இதனிடையில், கட்சித்தலைவராகிய ராஜ்நாத்சிங்குடன் நெருங்கிய தொடர்பிலிருந்த மாதவ், வேட்பாளர்கள் குறித்தும் தொகுதிப்பங்கீடு குறித்தும் ‘சங்’இல் இருந்தவந்த தகவல்களை அவரிடம் தெரிவித்தார். மாதவ் முன்னரே அரசியல் நடவடிக்கைகளில் ஈடுபட்டிருந்ததால், 2014 வெற்றியின் பின் அவர் பாஜகவில் இணைந்தார், கட்சியின் சக்திவாய்ந்த பொதுச்செயலாளர்களில் ஒருவராகவும் உருவானார்.

இவ்வாறு, சங் தன் ஒட்டுமொத்த அமைப்பையும் தேர்தலில் ஈடுபடுத்திப் பணியாற்றினால் எவ்விதமான விளைவுகள் ஏற்படும் என்பதை மக்களவைத்தேர்தல் மூலம் அனைவரும் அறிந்துகொண்டனர்.

வாக்காளர்களை வாக்குச்சாவடிக்கு வரவழைக்கும் மிக எளிய பணியைத்தான் சங் செய்வதாக வெளிக்காட்டிக்கொண்டது. ஆனால், அரசியல்ரீதியான விளைவுகளை ஏற்படுத்தவல்ல இந்த எளிய பணியின்பின் இருந்த ’சங்’கின் உண்மையான செயற்பாடுகளை பின்வருமாறு கூறலாம் - கட்சிக்கு அனுகூலம்தரும் வாக்காளர்களைக் கண்டுகொண்டு, அவர்களை தனிப்பட்ட முறையில் சந்தித்து, வற்புறுத்தி, கட்சிக்கு சாதகமானதொரு சூழலை உருவாக்கி, கட்சி பலவீனமாகவிருந்த பகுதிகளில் தனது அமைப்புகள் மூலமாக உதவிகள் பல புரிந்து, மாணவர்கள், பாட்டாளிகள், பெண்கள் மற்றும் பழங்குடியினருடன் தொடர்பில் இருந்த பெரும் அமைப்புகளுடன் தம் இணைப்புகளைப் பலப்படுத்தி கொண்டது சங்.

சங் செயல்பாடுகளால் மற்றுமொரு மறைமுக பலனும் இருந்தது. முழுநேரப் பிரச்சாரகர்களாக அல்லாத, சங் மீது அபிமானம் கொண்ட சுயாதீன தொழிற்சார்பானவர்களை மட்டுமே சங் பயன்படுத்திக்கொண்டது. அவரவர் பகுதிகளில் அவர்கள்

செல்வாக்கு மிக்கவர்களாக இருந்தனர், எனவே அவர்களால் மக்கள் கருத்துக்களில் மாற்றம் கொண்டுவர முடிந்தது. தமது செல்வங்களையும் அவர்கள் இதற்காகப் பயன்படுத்தினர்.

சங் எனும் இயந்திரமும், அதன் செயற்பாடுகளும் மட்டுமே கட்சி வெற்றியடைந்துவிடப் போதுமானதில்லை. எனினும், 'சங்'கின் உதவி இல்லையெனில் பாஜக முடங்கிவிடும். கட்சிக்கென ஒரு தனித்துவத்தை சங் வழங்கியதோடல்லாமல், கட்சியின் உறுதித்தன்மையையும் அது அதிகரித்தது எனலாம். எனவே கட்சிக்கு ஒரு துணையாக சங் ஆற்றிய பணி குறிப்பிடத்தக்கதாகும். உபியில் சங் இவ்வாறே கட்சிக்காகப் பணியாற்றியது.

~

தேர்தல் களத்தில் சங் எவ்வாறு பணிபுரிகிறது என்பதை அறிந்துகொள்ள, உபி தேர்தல்களின் இறுதிகட்ட நேரத்தில் நான் வாரணாசிக்கு பயணமானேன்.

சங் தன் உறுப்பினர்களைச் சேகரிக்கும் பழம்பெரும் இடமாக பனாரஸ் பல்கலைக்கழகம் இருந்தது. பாஜக ஆட்சிக்கு வந்த முதல் வருடத்திலேயே, பல்கலைக்கழக நிறுவனரான மதன் மோகன் மால்வியா அவர்களுக்கு பாரத ரத்னா விருது வழங்கி அரசு கௌரவித்தது. பல்கலைக்கழக துணைவேந்தரும் சங் தயாரிப்புதாம், 2014க்குப் பிறகு, பெரும்பான்மையான கல்வி நிறுவனங்கள் செய்தது போலவே இப்பல்கலைக்கழகம் உற்பத்தி செய்த கல்வியாளர்களும், சங் அமைப்பிற்கான தம் விசுவாசத்தை தம் உரைகளின் மூலம் பொதுமக்களிடையே வெளிப்படுத்தினர்.

'சங்'கின் தன்னார்வலத் தொண்டரான அத்தகைய துணைப் பேராசிரியர் ஒருவர், '101 சதவீதம்' சங் தன்னை தேர்தலில் ஈடுபடுத்திக்கொண்டதாகக் கூறினார். வேட்பாளருக்கான சீட் விநியோகத்தின் போது, சங் ஆர்வலர்கள் பலரையும் கட்சி நீண்டகாலமாக காத்திருக்கச் செய்ததாக, பாஜக மீது அவர் அதிருப்தியில் இருந்தார். கட்சி பெற்ற வெற்றிக்கு ஈடாக அது தம் பல்வேறு பண்புகளையும் பலிகொடுத்து விட்டதாக அவர் எண்ணினார். "முன்னர், சங் உறுப்பினர்களை கட்சி தன்னுடன் சேர்த்துக் கொண்டது. இம்முறையும் அவ்வாறே செய்ததுதான், எனினும் முன்னர்போல்

அதிகளவில் உறுப்பினர்களை சேர்த்துக் கொள்ளவில்லை. பிற கட்சிகளில் இருந்து வெளியேறியவர்களையும் கட்சி தன்னுடன் இணைத்துக்கொண்டது. தனது கொள்கைபிடிப்புகளை விட்டுக்கொடுத்துதான் பாஜக இதனைச் செய்திருந்தது" என அவர் கூறினார்.

எனினும், இவையெல்லாம கட்சியை ஆதரிக்கவேண்டும் எனும் தம் பெரும் குறிக்கோளை எவ்வகையிலும் பாதிக்கவில்லை எனவும் அவர் கூறினார். எது எப்படியாகினும், இறுதியில் பாஜக தான் தேர்தல்களில் போட்டியிடப்போகிறதே தவிர நாங்கள் இல்லையே" என்றார். சீட் கிடைக்காத அதிருப்தியில் இருந்தோரை சமாளிக்க, கட்சியில் சங் கொண்டிருந்த முக்கியப்பங்கு குறித்து கல்வியாளர்கள் அவர்களிடம் எடுத்துரைத்தனர். "சமாஜ்வாடி கட்சியை ஆட்சியிலிருந்து விரட்ட அவர்கள் உதவும் பட்சத்தில், அடுத்தமுறை கண்டிப்பாக அவர்களுக்கு சீட் வழங்கப்படும் என நாங்கள் உறுதியளித்தோம்" என்றார். இவரைப் போன்ற தன்னார்வலர்கள் பலரும், உபியில் பாஜக அரசு அமைந்தால் அதனால் தாம் அனைவரும் பெறக்கூடிய நன்மைகள் குறித்துத் தம் நண்பர்களிடமும், குடும்பத்தாரிடமும், உடன் பணிபுரிவோரிடமும், மாணவர்களிடமும், பல்கலைக்கழக ஊழியர்களிடமும் எடுத்துரைத்தனர். "2014இல் செய்தது போலவே, வாக்காளர்களை வாக்குச்சாவடிக்கு கொண்டுசேர்க்கும் பணியையே எங்கள் பிரச்சாரகர்கள் இப்போதும் செய்தனர்" என அவர் கூறினார்.

'சங்'கிற்கென மற்றொரு வகை ஆதரவாளர்களும் இருந்தனர். பழைய தொழிலதிபர்களும், வர்த்தகர்களுமான இவர்களிடமிருந்து சங்கிற்கு தேவையான நிதியுதவிகள் கிடைத்தன.

தசாஸ்வாமேத் மலைத்தொடரின் அருகே, கோதுலியா சவுக்கில் அமைந்திருந்த சுவஸ்திக் விடுதியின் சொந்தக்காரராக இருந்தவர் வருண் மெகரா. வாரணாசி முழுதும் பின்னிப்பிணைந்து கிடந்த சிக்கலான சந்துகளின் ஒன்றில் அமைந்திருந்த கட்டிடத்தின் இரண்டாவது தளத்தில் அவருடைய விடுதி அமைந்திருந்தது. விசுவநாதர் கோவில் மற்றும் அதன் சுற்றுப்புறத்தின் பாதுகாப்பிற்கென பொறுப்பேற்று கொண்டிருந்த காவல்துறை

அதிகாரியொருவர் மெகராவுடன் அவ்விடுதியில் உரையாடிக் கொண்டிருந்தார். அவரும் ஆர் எஸ் எஸ் ஆதரவாளர்தாம்.

இது மிக முக்கியமான தேர்தலெனவும், தில்லியிலும் லக்னோவிலும் ஒரே அரசு ஆட்சியமைத்திட இத்தேர்தல் நல்லதொரு வாய்ப்பெனவும் மெகரா வாதிட்டார். "உபிக்கு முன்னேற்றம் வேண்டுமெனில் பாஜக வென்றாக வேண்டுமென்ற பொதுவானதொரு எண்ணம்தான் படித்தவர்களிடையேயும், தொழிலதிபர்களிடையேயும் உள்ளது. எங்களுடைய நட்புவட்டத்தில் உள்ள அனைத்து நண்பர்களுடனும் இந்தக் குறிப்பிட்ட செய்தியைத்தான் நாங்கள் பகிர்ந்து கொள்கிறோம். அனைவருக்கும் வாய்ப்பளிக்கப்படும்போது, அவ்வாய்ப்பு இம்முறை பாஜகவிற்கு ஏன் வழங்கப்படக்கூடாது? இவ்வாதத்தை பலரும் ஒப்புக்கொண்டுமுள்ளனர்" என்றார் மெகரா.

உள்ளூர் சங் அமைப்புடன் நெருங்கிய தொடர்பிலிருந்த குடும்பத்தைச் சேர்ந்தவர் மெகரா, அவரது குடும்ப உறுப்பினர்கள் அனைவரும்கூட சங் ஆதரவாளர்களாக இருந்தனர்.

"நான் 'சங்'கிற்காகவே பிறந்துள்ளேன். நாங்கள்தான் சங், சங் தான் நாங்கள்" எனச் சிரித்தபடியே மெகரா கூறினார். சங் அமைப்பும் அதன் ஆதரவாளர்களும் செயல்படும் முறைகள் குறித்தும் அவர் விளக்கினார். "சங் அமைதியாகவே செயலாற்றும். எவ்விதமான விளம்பரங்கள் மீதும் எங்களுக்கு விருப்பமில்லை. இதற்கொரு உதாரணம் கூறலாம், காசி பகுதியைச் சேர்ந்த பிரச்சாரகர் ஒருவர், தொழிலதிபர் ஒருவரைச் சந்திப்பதற்காக பாஜகவின் பாராளுமன்ற உறுப்பினரை அழைத்து வந்திருந்தார். அவருடன் நாங்கள் உரையாடினோம். பின்னர் புகைப்படங்கள் எடுக்கப்பட்டன. அங்கிருந்தவர்கள் பலரும் தம் கைபேசியில் சுய படங்களை எடுக்கத் துவங்கியதுமே எங்கள் பிரச்சாரகர் அங்கிருந்து நழுவிவிட்டார். சம்பவம் நிகழுமிடங்களில் உங்களால் அவர்களைக் காண முடியாது, எனவேதான் அவர்கள் அங்கு இருந்திடவில்லை எனப் பலரும் கருதிவிடுகின்றனர்" எனவும் கூறினார்.

மெகரா போன்றோருக்கு சங் மீது இருந்த விசுவாசத்தாலும், சமூகத்திலும் உள்ளூர் சந்தைப்பகுதிகளில் அவர்களுக்கு இருந்த

செல்வாக்காலும், வலுவான நிதிநிலையாலும் 'சங்'கில் அவர்கள் முக்கியத்துவத்துடன் விளங்கினர். மெகரா மற்றும் அவருடைய குடும்பத்தின் பார்வையில் இருந்து பார்த்தோமானால். அவர்களுக்கு நன்மைபயக்கக்கூடியதொரு வியாபாரச்சூழலை உருவாக்கிக் கொள்ள சங் மற்றும் அதன் கூட்டமைப்புகள் உதவக்கூடும் என அவர்கள் எதிர்பார்த்தனர். அதிரடியாகக் கட்சி செயற்படுத்திய பணமதிப்பிழப்பு நடவடிக்கையால் மெகராவின் வியாபாரம் பாதிக்கப்பட்டிருந்தபோதும், சங் மீது அவரும் அவருடைய குடும்பத்தினரும் கொண்டிருந்த விசுவாசம் துளியும் குறைந்ததாக தெரியவில்லை.

"நேர்மையற்ற தொழிலதிபர்கள்தாம் பணமதிப்பிழப்பு நடவடிக்கையால் ஆத்திரமடைந்துள்ளனர். எங்களுடைய தொழிலையும் அது ஓரளவு பாதித்ததுதான், ஆனால் இப்போது நிலைமை சீரடைந்துவிட்டது. பம்பாய் நகராட்சித் தேர்தல்களை உதாரணத்திற்கு எடுத்துக்கொள்ளுங்கள். பம்பாய் நம் தேசிய வணிக மையமாகும். பணமதிப்பிழப்பின் பின்பு அங்கு நடைபெற்றிருந்த அத் தேர்தல்களிலும் பாஜகவே வென்றிருந்தது" என்றார்.

அன்றைய மாலை மெகரா கலந்துகொள்ளவிருந்த தொழிலதிபர்களுக்கான மிகப்பெரிய சந்திப்பொன்றில், நிதியமைச்சர் அருண் ஜெட்லியும் கலந்துகொள்ளவிருந்தார், இதனால் மெகரா பெரும் மகிழ்ச்சியிலிருந்தார்.

"நீங்களும் அங்கு வாங்களேன். தொழிலதிபர் சமூகம் மோடிக்கு பக்கபலமாக இருப்பதை நீங்களே கண்கூடாகக் காண்பீர்கள்" எனக் கூறினார்.

ஆர் எஸ் எஸ் பாஜகவை ஆதரிக்கும் முறை குறித்து ஆராயும் நம் பார்வை குறுகியதாக இருக்கும்பட்சத்தில், சங் தன்னார்வலர்களான பனாரஸ் இந்து பல்கலைக்கழகக் கல்வியாளர்களும், மெகரா போன்றோரும் நம் கண்களில் படாமலேயே போய்விடுவர். நம் பார்வைக்கே புலப்படாமல் பணியாற்றும் சங் ஆதரவாளர்களான இவர்கள் செல்வாக்கு மிகுந்த தொழிற்சமூகங்களைச் சேர்ந்தவர்கள், தேர்தலின் போக்கையே மாற்றியமைக்கவும் வல்லவர்கள்.

வாக்காளர்களைத் திரட்டும் பெரும் பணியை நேரடியாகவே சங் மேற்கொண்டது.

வாரணாசியின் ஆர் எஸ் எஸ் அலுவலகம் மெகராவின் உணவுவிடுதியின் எதிர்ப்புறத்திலேயே அமைந்திருந்தது.

'இந்து சமூகத்தை ஒருங்கிணைத்தல்' எனும் குறிக்கோளை அடையவும், சங் அமைப்பை விரிவுபடுத்தவும், அதனை நீடித்து நிலைக்கச் செய்யவும் சங் பிரச்சாரகர்கள் கடுமையாக உழைத்தனர். தேர்தல்கள் போன்ற முக்கியமான தருணங்களில், பாஜகவுக்கு பணிபுரியவென சங் உறுப்பினர்களை அனுப்பும் வேலையையும் இப்பிரச்சாரகர்களே மேற்கொண்டனர்.

அமைதியான அறையொன்றில் பெரிய மேஜையொன்று போடப்பட்டிருந்தது. மூன்று முதியவர்கள் அதனைச் சுற்றியமர்ந்து செய்தித்தாள்களை படித்துக் கொண்டிருந்தனர். அப்போது அங்கு வந்த பிரச்சாரகர் ஒருவர், 1955ஆம் ஆண்டிலிருந்து தான் சங் பணியாளராகப் பணியாற்றுவதாக அவர்களிடம் அறிமுகம் செய்துகொண்டார். "மத்தியிலும் மாநிலத்திலும் ஒரே கட்சி ஆட்சிபுரிய வேண்டுமெனத்தான் பலரும் விரும்புகின்றனர். ஏழை பணக்காரர் வித்தியாசம் இல்லாமல் அனைவரும் மோடிஜியையே விரும்புகின்றனர். இராணுவ உறுதியுடன் அனைத்தும் நடைபெறுகின்றன. முன்னேற்றப்பாதையில் நாங்கள் செல்கிறோம்" எனக் கூறினார், முன்னர் மெகரா என்னிடம் கூறியதையே அவர்களிடமும் அப்பிரசாரகர் கூறினார்.

பாஜகவும் 'சங்'கும் தேர்தல்களைப் பற்றிக் கொண்டிருந்த முக்கியமான கண்ணோட்டத்தையும் அவர் குறிப்பிட்டார். "ஒருவருடைய தகுதி, உழைப்பு மற்றும் தேர்வு முடிவுகளை அடிப்படையாகக் கொண்டே சங் பள்ளியில் மதிப்பெண்கள் வழங்கப்படுகின்றன. ஆனால் அரசியல் முற்றிலும் வேறானது அல்லவா. ஒருவருடைய சாதி, பொருளாதார பலம் மற்றும் வெற்றிவாய்ப்புகளைத்தான் கட்சி பார்க்க வேண்டியுள்ளது. எப்படிப் பார்த்தாலும், இறுதியாக அவர்கள்தானே தேர்தல்களில் போட்டியிடப் போகிறார்கள். அச்சமயத்தில் அவர்களுக்கு நாங்கள் ஆதரவளிப்போம்" எனவும் அவர் கூறினார்.

வாரணாசி தேர்தல் வாக்குப்பதிவிற்கு ஆறு நாட்களே இருந்த நிலையில், பாஜகவுடன் இணைந்து செயலாற்றுபவர்களில் முக்கியவரான ஆர் எஸ் எஸ் இணைப்பொதுச் செயலாளர் கிருஷ்ண கோபால் வாரணாசிக்கு வருகை தந்தார், அவர் பல மாவட்டங்களில் இருந்தும் சங் ஆர்வலர்களை திரட்டினார். முன்னரே உபியின் கிழக்குப்பகுதியை நேரடியாக கண்காணித்துவந்த அனுபவம் கோபாலுக்கு இருந்ததால், அங்கிருந்த ஒட்டுமொத்த அரசியல் சூழலையும் அவர் அறிந்திருந்தார். இச்சந்திப்புகளின்போது நிகழ்ந்தவற்றைப் பற்றி கூறிய மூத்த பிரச்சாரகரொருவர் "அரசியல் சூழல்கள் குறித்தும், வாக்குச்சாவடிகளின் செயற்பாடுகள் குறித்தும், வாக்காளர்களின் மனநிலைகள் குறித்தும், சங் பணியாளர்கள் மூலமாக அவருக்குத் தகவல்கள் வந்து சேரமேண்டுமெனக் கூறினார். வாக்குப்பதிவன்று அவர்கள் செய்ய வேண்டியவை குறித்தும் தெளிவாக எடுத்துரைத்ததோடு, அதிகளவில் வாக்காளர்களை வாக்குச்சாவடிக்கு கொண்டுசேர்க்கவேண்டுமெனவும் வலியுறுத்தினார். அதுதான் வெற்றிக்கு வழிவகுக்குமென அவர் நம்பினார்" என்றார்.

ஆனால், இவையனைத்தும் அமைதியாகவே நடந்தேறின, இதனாலேதாம் சங் செயல்பாடுகள் எப்போதும் மர்மப்புதிராகவே இருந்து வந்தன.

"என்னால் இதை வேறுமாதிரியும் விளக்க முடியும். பெற்றோர்கள் தம் குழந்தையை அக்கறையுடன் பராமரிக்கின்றனர், அவனுக்கு கல்வி அளிக்கின்றனர், அவன் வாழ்வில் நல்ல நிலைக்கு வர உதவுகின்றனர், அவனுக்கென ஒரு வீட்டையும் கட்டித்தருகின்றனர், ஆனால் இதையெல்லாம் உனக்காகத்தான் செய்தோம் என அவனிடம் அவர்கள் தம்பட்டம் அடித்துக்கொள்வதில்லை. அதேபோல்தான் சங் தனது செயல்களையும் அறிவித்துக்கொள்வதில்லை" எனவும் அந்தப் பிரச்சாரகர் கூறினார். சங் பணியாளர்கள் சுவரொட்டிகள் விநியோகிப்பதில்லை, பேரணிகளுக்காக நாற்காலிகளை ஏற்பாடு செய்வதில்லை, கட்சிக்கூட்டங்களுக்காக ஆட்களை அழைத்து வருவதில்லை. "இதுவெல்லாம் எங்கள் வேலையல்ல. இதனால்தான் ஊடகங்கள் குழம்பிப்போயுள்ளன. அவர்கள் எங்களைத் தவறான இடங்களில் தேடிக் கொண்டிருக்கிறார்கள். வீட்டுக்கு வீடு சென்று, மக்களை அமைதியான முறையில்

தொடர்பு கொள்வதே எங்கள் பணியாகும், தேசத்தைப் பற்றி மட்டுமே சிந்திக்கக்கூடிய, உலகளவில் இந்தியாவை உயர்த்தத் துடிக்கின்ற, இராணுவத்தின் உறுதித்தன்மையை மேம்படுத்த விரும்புகின்ற, அனைவரும் முன்னேற வேண்டும் எனவும் விரும்புகின்ற ஒரு கட்சிக்கு, ஒரு தலைவருக்கு வாக்களிக்குமாறு மக்களைத் தூண்டுவதே எங்கள் பணியாகவிருந்தது" எனவும் அவர் கூறினார்.

சங் பிரச்சாரம் செய்த இக்கூற்றுகளுக்கெல்லாம் பொருந்திப்போகுமாறு ஒரே ஒரு தலைவரும், ஒரே ஒரு கட்சியும் தான் இருந்தது. அந்தத் தலைவர் நரேந்திர மோடியாவார், அந்த கட்சி பாஜகவாகும்.

கோதுலியா சவுக்கில் இருந்து சில கிலோமீட்டர்கள் தொலைவிலே இருந்த சிக்ராவில்தான் 'சங்'கின் புது அலுவலகம் அமைந்திருந்தது. எனினும், கடும் போக்குவரத்து நெரிசல் காரணமாக எங்கள் வாகனம் ஊர்ந்துதான் செல்ல வேண்டியிருந்தது. காசி பகுதியில் இருந்த பதினெட்டு மாவட்டங்களையும் இந்த அலுவலகத்தில் இருந்தே சங் கண்காணித்து வந்தது.

அங்கிருந்த ஒரு சிறு அறையினுள்ளே ஒருவர் வெகுசிரத்தையாக கணக்குவழக்குகள் பார்த்துக் கொண்டிருந்தார். என்னிடம் அவர், "மோடிஜிக்கு வாக்களிக்குமாறு எங்களுக்குத் தெரிந்த அனைவரிடமும் நாங்கள் கூறி வருகிறோம். ஒரு கலாச்சார அமைப்பாக நாங்கள் இருந்தபோதும், இம்மாநிலம் முன்னேற வேண்டுமானால் பாஜக தான் ஆட்சியமைக்க வேண்டும் என விரும்புகிறோம்" எனக் கூறினார்.

இக்குறிக்கோளை அடைய சங் உதவும் முறை குறித்தும் அவர் என்னிடம் பகிர்ந்துகொண்டார்.

"மத்தாதா ஜக்ருதா மன்ச் எனப்படும் வாக்காளர் விழிப்புணர்வு இயக்கத்தின் மூலமாக நாங்கள் பணிபுரிகிறோம். வாக்காளர்களின் எண்ணிக்கையின் மீதுதான் எங்கள் கவனம் குவிந்துள்ளது. ஜனநாயகத்தில் பங்குகொள்வதும் வாக்களிப்பதும் இந்தியக் குடிமக்களின் கடமையென ஆர் எஸ் எஸ் கருதியது" என்றார். இதன்மூலம், 'சங்'கின் அரசியல் கூட்டாளிக்கு வாக்களிக்க

விரும்பும் வாக்காளர்களை மேலும் ஊக்கப்படுத்துவதே அதன் முக்கிய நோக்கமாக இருந்தது எனலாம்.

சங் கட்சிக்கு உதவிய முறைகள் குறித்த நம்பகமான விளக்கங்களை, அவை இரண்டுக்கும் இடையே பேச்சுவார்த்தைகளை நிகழ்த்திய முக்கிய வல்லுநர்களே தந்துதவினர். 'சங்'குடன் தினந்தோறும் தொடர்பில் இருந்த பாஜகவின் முக்கியத் தலைவரொருவர், "2016 நவம்பர் மாதத்தில், தேர்தல் தொடர்பாக 'சங்'குடனான எங்கள் முதல் சந்திப்பை நிகழ்த்தினோம். மக்களுடன் நேரடித் தொடர்பில் அவர்கள் ஈடுபட வேண்டும் என முடிவு செய்யப்பட்டது. தேர்தலுக்கு முன்னர், சங்கின் மூத்த தலைவர்கள் பலரும் வாக்குப்பதிவுகள் நடக்கவிருந்த பகுதிகளுக்குச் சென்று, கூட்டங்களை நடத்திக்கொடுத்து எங்களுக்கு உதவினர்" என்றார்.

2014 மாநிலத் தேர்தலின்போது சங் கட்சிக்கு வழங்கிய ஆதரவுக்கும், 2017 மாநிலத் தேர்தலின் போது சங் கட்சிக்கு வழங்கிய ஆதரவுக்கும் இரு வேறுபாடுகள் இருந்ததெனவும் அவர் கூறினார்.

2014இன் போது உபியில் பாஜக பலவீனமாக இருந்தது, எனவே அதற்கு உதவி தேவைப்பட்டது. ஆனால், 2017இல் அமித் ஷா, சுனில் பன்சால் மற்றும் அவர்தம் குழுவினரின் செயற்பாடுகளால் பாஜக அமைப்பு உபியில் வெகுவாய் பலப்பட்டிருந்தது. எனவே அதிகளவில் புற உதவிகள் கட்சிக்குத் தேவைப்படவில்லை. தேசிய அளவிலும் இப்போக்கே கட்சியில் அனுசரிக்கப்பட்டது. எங்கெல்லாம பாஜக பலத்துடனும் ஆழ ஊடுருவியும் இருந்ததோ, அங்கெல்லாம் தேர்தல் சமயத்தில் கட்சிக்கு 'சங்'கின் உதவி குறைவாகத் தேவைப்பட்டது; எங்கெல்லாம் பாஜக பலவீனமாகவும், சங் பலத்துடனும் இருந்ததோ, அங்கெல்லாம் சங் முக்கியத்துவம் பெற்றது. இதுவே முதல் வேறுபாடாகும்.

இதுவே இரண்டாவது வேறுபாட்டிற்கும் வழிவகுத்தது. 2014 உபி தேர்தலின் போது, தகவல் தொழில்நுட்ப உபயோகம், எதிர்வினைகள் புரிதல், கண்காணித்தல், வீட்டுக்கு வீடு சென்று மக்களைத் திரட்டுதல், பிரச்சாரங்களை நிர்வகித்தல் ஆகிய பல்வேறு செயற்பாடுகளிலும் உதவிபுரியவென்றே, உபிக்கு வெளியே இருந்தும் பல ஆர் எஸ் எஸ் பணியாளர்கள் உபிக்கு

வரவழைக்கப்பட்டனர். சில சமயங்களில் இந்நடவடிக்கை கட்சியை திருப்பித் தாக்கவும் செய்யக்கூடும். பீகார் தேர்தல்களின் போது, உள்ளூர் கட்சிப் பிரமுகர்களிடையே இச்செயல் எரிச்சலை உண்டாக்கியது என மாநிலத்தின் மேல்மட்ட தலைவர் ஒருவர் என்னிடம் கூறினார். 2017 உபி தேர்தல்களின் போது பணியாற்ற வெளியிலிருந்து ஆட்கள் எவரும் பாஜகவிற்கு தேவைப்படவில்லை. வாக்குப்பதிவு முடிந்துவிட்ட தொகுதியில் பணியிலிருந்த உள்ளூர் தலைவர்களையெல்லாம், அடுத்து வாக்குப்பதிவு நடக்கவிருந்த பகுதிகளுக்கு உடனடியாக இடம்மாற்றித் தேர்தல் பணியாற்றவைத்தது கட்சி.

ஆர் எஸ் எஸ்ஸை அடித்தளமாகக் கொண்ட அந்தத் தலைவர், "தேர்தல் வேலைகளில் ஈடுபடவென ஆர் எஸ் எஸ் ஆட்கள் எவரையும் வெளியிலிருந்து அழைத்துவரத் தேவையில்லை ஏனெனில் அவர்களுக்கு அங்கு வேலையேதுமில்லை. தேவையானவைகளை மட்டுமே அவர்கள் செய்வார்கள்" எனக் கூறினார். "இறுதியாக, 'சங்'கில் இருந்துதான் நாங்கள் உருவாகியுள்ளோம் என்பதைப் புரிந்து கொள்ளுங்கள். எனது தாயும் தந்தையும் கூட சங்தான். எனவே இந்தப் பாகுபாடெல்லாம் செயற்கையாக உருவாக்கப்பட்டவையாகும்" எனவும் கூறினார்.

கட்சியில் ஆர் எஸ் எஸ்ஸின் பங்கு குறித்து நாம் ஆராயும்போது, கட்சியின் ஒட்டுமொத்தத் தலைவர்களுமே 'சங்'கில் இருந்தே உருவாகி வந்தவர்கள் எனும் உண்மையை சமயத்தில் மறந்து விடுகிறோம்.

சங் பிரச்சாரகராக நரேந்திர மோடி இருந்துள்ளார். அமித் ஷாவும், 'சங்'கை சேர்ந்தவர்தாம். கட்சிக்குள் பிரவேசித்த இந்த மூன்று ஆண்டுகளுக்கு முன்னர் சுனில் பன்சால்கூட 'சங்'கில்தாம் இருந்துள்ளார். சமீப காலம்வரை, விஷ்வ இந்து பரிஷத்தில் பணியாற்றிய ஆர்வலராகவும், அங்கு பதவி வகித்தவராகவும் கேசவ் பிரசாத் மவுரியா இருந்துள்ளார். இந்தப் படிநிலைகளின் கீழ்நோக்கிப் பயணித்தோமானால், பாஜகவிற்குள் வருவதற்கும் முன்னர், சந்திரமோகன் 'ஏபிவிபி'யின் 'சுதேசி ஜக்ரன் மன்ச்'இல் இருந்துள்ளார். தற்போது மாநில அளவில் கட்சியில் பதவி வகிப்போர் பலரும் சங் குடும்பத்தைச் சேர்ந்த பல அமைப்புகளுடனும் நீண்டகாலத் தொடர்புடையவர்களாகவே

உள்ளனர். பாஜகவின் தலைவர் அமித் ஷா உட்பட கட்சியின் முக்கியத் தலைவர்கள் பலரின் உதவியாளர்களும், சங் பின்னணி கொண்டவர்களாகவே இருக்கின்றனர்.

உண்மையில், பாஜகதான் சங் ஆகும். இவர்களைத்தவிர மீதமிருக்கும் ஆர் எஸ் எஸ் ஊழியர்கள் தேர்தல் சமயங்களில் மும்முரமாகப் பணியாற்றுவர் அல்லது அமைதியாகப் பின்வாங்கிவிடுவர்.

தேர்தல் சமயங்களில் எங்கிருந்தோ திடீரென்று தோன்றி, கட்சிக்கு ஆதரவாகப் பிரச்சாரம் செய்துவிட்டு மீண்டும் மறைந்துவிடும், மர்மமும் இரகசியமும் நிறைந்த இராணுவப்படையொன்றை பார்வையாளர்களாகிய நாம் எதிர்பார்த்திருந்ததால், நமது இந்தத் தேடல் ஏமாற்றம் அடைந்ததைப்போல் தோன்றலாம். ஏனெனில், நாம் எதிர்பார்த்த வகையில் சங் செயல்படவில்லை.

பனாரஸ் இந்து கல்லூரி 'சங்'கை சேர்ந்ததுதான். வருண் மெகராவும் சங்கை சேர்ந்தவர்தான். தேர்தல் சமயத்தில் வாக்காளர்களைத் திரட்டும் பிரச்சாரகர்களின் பங்கை மட்டுமே நாம் கவனத்தில் கொண்டிருந்தோம், ஆனால் அது மட்டுமே போதாது. 'ஆர்கனைசர்' இதழுக்கு 'சங்'கின் இரண்டாவது சக்திவாய்ந்த தலைவராகிய பைய்யாஜி ஜோஷி அளித்த பேட்டியில், "குடும்பஸ்தராக உள்ள ஊழியர்களை எங்கள் செயற்பாடுகளின் முக்கியத் தூண்களாக மாற்றுவதற்கு பெரும் முயற்சியெடுத்தோம். இன்று ஆயிரக்கணக்கான குடும்பங்கள் இப்பணியில் ஈடுபட்டுள்ளன. குடும்பஸ்தர் ஊழியர்களுடன் ஒப்பிடும்போது பிரச்சாரகர்கள் மிகக்குறைந்த எண்ணிக்கையிலேயே உள்ளனர்" எனக் கூறினார்.

இவ்வாறு பரந்த செயற்தளத்தில் இருந்து சங் செயல்பட்டது, தேர்தல் சமயங்களில் 'சங்'கைச் சேர்ந்த ஒவ்வொருவரும் அவரவர்க்கு உகந்த வழியில், தம்மால் இயன்ற செயல்களை, அமைதியாகச் செய்தனர்.

சங் உருவாகி தொண்ணூறு ஆண்டுகளுக்கும் மேலாகிவிட்ட நிலையில், தனது சீடரான நரேந்திர மோடி மூலமும், படிப்படியாக அனைவரையும் தன்னுடன் இணைத்துக்கொள்ளத் துவங்கியதன் மூலமும், அமைப்புசார்ந்த தனது அமைதியான

பணிகளின் மூலமும் இந்தியா முழுவதும் அடைந்த தேர்தல் வெற்றிகளின் வழியாக, தன் நட்பு அரசுகள் ஆட்சியில் அமர சங் உதவி புரிந்து வந்துள்ளது. விளைவாக, அதன் அரசியல் வாரிசும் மிக சக்திவாய்ந்ததொன்றாக உருவெடுத்துள்ளது. 'இந்து ஒற்றுமை, இந்து ஆட்சி' எனும் ஒற்றைத் தேடலை நோக்கி இவ்விரு அமைப்புகளுமே ஒன்றாகப் பயணிக்கின்றன.

6

"இந்து இசுலாமியர்" தேர்தல்

2017 பிப்ரவரி மாதம் 23ஆம் தேதி, அலகாபாத்தில் இருந்த ஒரு உணவுவிடுதியின் நிர்வாகி, தனது விரலில் பூசியிருந்த மையை அனைவரிடமும் பெருமையுடன் உயர்த்திக் காட்டியபடியே, "நான் வாக்களித்து விட்டேன், சைக்கிள் சின்னம்தான் வெற்றிபெறும்" எனக் கூறினார். சைக்கிள், சமாஜ்வாடி கட்சியின் சின்னமாகும்.

தொடர்ந்து, வாக்குச்சாவடியில் நடந்த ஒரு கதையையும் அவர் விவரிக்கத் துவங்கினார். வாக்களிக்க வரிசையில் நின்றிருந்த ஒரு நபருக்கு பார்வை சரியாகத் தெரியவில்லை, எனவே எவரேனும் தனக்கு வாக்களிக்க உதவுமாறு அவர் அழைத்துக்கொண்டிருந்தார். "அவர் தாமரைச் சின்னம் (பாஜகவின் சின்னம்) இருந்த பொத்தானை அழுத்த விரும்பினார். என்னால் அவருக்கு உதவ முடியாது எனக் கூறினேன் எனினும் அங்கிருந்த காவலர் அவருக்கு என்னை உதவச் சொன்னார்" எனக் கூறியபடியே வந்தவர், சட்டென நிறுத்தி, எங்களை நோக்கி குறும்புப் புன்னகையொன்ற வீசியபடியே, "தாமரைக்கு பதிலாக நான் சைக்கிள் சின்னத்தை அவரிடம் காட்டிவிட்டேன், அவரும் அதையே அழுத்திவிட்டார். எங்களுக்கு மற்றுமொரு வாக்கு கிடைத்துவிட்டது" எனக் கூறினார்.

இதைக் கேட்டுக்கொண்டிருந்த, விடுதி வரவேற்பறையில் இருந்த மற்றவர்களும் அவருடன் சேர்ந்து அமைதியாகப் புன்னகைத்தனர்.

அவர் அங்கிருந்து விலகிச் சென்றதும், அவருடன் பணிபுரிந்த ஒரு ஊழியர், "அவர் என்ன செய்திருக்கிறார் பார்த்தீர்களா! இது

தவறல்லவா? அவர் ஒரு இசுலாமியர். இவர்கள் அனைவரும் இப்படித்தான் இருக்கிறார்கள். இம்மாநிலத்தையே இவர்கள் சீரழித்து விட்டார்கள்" எனக் கூறினார். விடுதியின் இந்த இரண்டாவது ஊழியர் ஒரு பிராமணராவார், அன்றைய தினத்தின் பிற்பகுதியில் வாக்குச்சாவடிக்குச் சென்று தான் பாஜகவிற்கே வாக்களிக்கப்போவதாகவும் அவர் என்னிடம் கூறினார். "பாஜகதான் வெல்லும். ஆனால் இவர்களும் இங்கு பெரும் எண்ணிக்கையில் வாழ்கின்றனர், பெருந்திரளாகச் சென்று வாக்களிக்கின்றனர், பல்விளக்காமல் கூட வாக்களிக்க ஓடி விடுகின்றனர், எனவே பாஜகவின் வெற்றிக்கு இவர்கள் பெரிய சவாலாகவே இருக்கக்கூடும். ஆனால் இவர்களை நாங்கள் தோற்கடித்தே தீருவோம்" என இரண்டாமவர் கூறினார்.

இசுலாமிய வாக்காளர்களின் உற்சாகமும், ஆர்வமும் சமாஜ்வாடி கட்சி - காங்கிரசு கூட்டணிக்கு மகிழ்வையளிக்கக் கூடியதாகவே இருக்கும். ஆனால், மத அடையாளத்தை அடிப்படையாகக் கொண்டே தேர்தல்கள் அணுகப்படுகின்றன எனும் ஒரு உண்மையும் இதன்மூலம் பகிரங்கமாக வெளிப்படுவதால், பாஜகவின் செவிகளுக்கும் இது இனிமையான செய்தியாகவே இருந்தது.

தற்போது பாஜக கொண்டிருக்கும் கொள்கை வரைமுறைகளுடன், தில்லி எல்லைகளையும், உபியையும் பீகாரையும் கடந்து, மேற்கு வங்கம் வாயிலாக அசாம் வரைச் சென்று கட்சி சேருவதென்பது இயலாத காரியமாகும், அதற்கு வலிமையான இனவாத பிரிவாக்கங்கள் தேவைப்படுகின்றன. இதற்கான காரணம் எளிமையானது. இம்மாநிலங்கள் அனைத்திலும், மொத்த மக்கட்தொகையில் 20 சதவீதத்தினர் இசுலாமியர்கள் உள்ளனர். இசுலாமியர்கள் பாஜகவிற்கு வாக்களிக்க மாட்டார்கள், அவர்களின் வாக்குகளைப் பெறுவதில் கட்சிக்கு விருப்பமுமில்லை என்பதால், அந்த 20 சதவீதத்தைத் தன் வெற்றிப்புள்ளியில் இருந்து கழித்துவிட்டே, கட்சி தன் வாக்குக்கணக்கை துவங்கவேண்டியுள்ளது.

மீதமிருக்கும் வாக்குக்களத்தை ஒருங்கிணைக்க வேண்டுமானால், அனைத்து சாதியினரையும் உள்ளடக்கிய ஒரு இந்து கட்சியாக பாஜக தன்னைத்தானே மாற்றியமைத்துக்கொள்ள வேண்டும், அதற்கான முயற்சிகளில் கட்சி ஈடுபட்டுள்ளதுதான்

எனும்போதும், பிற கட்சிகள் வென்றால் இசுலாமியர்கள் அதிகப்படியான அதிகாரங்களைப் பெற்றுவிடுவர் எனவும், 'பாடம் புகட்டப்பட வேண்டிய இனம்' இசுலாமிய இனம் எனவும், இசுலாமியர்களை "எதிரிகள்" எனவும் கட்சி காட்சிப்படுத்த வேண்டியிருந்தது. தற்போது நிலவிவரும் பாரபட்சமான சலுகைகளை பூதாகரமாக்கி கசப்புணர்வை தூண்ட வேண்டும், இந்துக்களிடையே அச்சத்தையும் ஆத்திரத்தையும் உண்டாக்கவேண்டும், உண்மை நிலவரத்தை அடிப்படையாகக் கொண்டு பார்த்தாலும் 'இசுலாமியர் வாக்கு'களைப் பெறுவதிலேயே பிற கட்சிகள் கவனமாக உள்ளன எனும் கருத்தை மக்களிடையே கட்சி எடுத்துக்கூற வேண்டும்.

இவற்றையெல்லாம் செயல்படுத்த, அதிநவீனமானதும் பண்பற்றதுமான பிரச்சார முயற்சியில் பாஜகவும், அதன் கொள்கைக் கூட்டாளிகளும் ஈடுபட்டன - தொழில்நுட்பங்களையும் புதுமைகளையும் பயன்படுத்தியதால் கட்சியின் பிரச்சாரம் அதிநவீனமாக இருந்தபோதும், இப்பிரச்சாரம் மூலம் உண்மைக்குப் புறம்பான செய்திகளை கட்சி பரப்பியதால் அது பண்பற்றதாகவும் இருந்தது எனலாம். இசுலாமியர்களுக்கு எதிரான கலவரங்களுக்கும் வன்முறைகளுக்கும் அவர்கள் உடந்தையாக இருந்தனர், அந்த வன்முறைகள் மூலம் உருவான சீற்றத்தையும் அச்சத்தையும் தமக்குச் சாதகமாகப் பயன்படுத்திக் கொண்டனர். மிதமான பதட்டங்கள் தொடர்ந்து நிலவுமாறும் முன்னரே நிலவிய பதட்டங்கள் மேலும் தீவிரமடையுமாறும் அவர்கள் தூண்டிவிட்டனர், இதன்மூலம் நண்பர்கள், அண்டைவீட்டினர், கிராமங்கள் மற்றும் பணியாளர்களிடையேயான நம்பிக்கைகளை மதரீதியாகக் குலையச் செய்தனர்.

இதன்மூலம், பல்வேறுபட்ட சாதியினரையும் ஒன்றுதிரட்டி வாக்களிக்க வைக்கும் செயல்பாட்டிலும், 'இந்து சமூகத்தை ஒருங்கிணைக்கும் முயற்சி' எனும் மிகப்பெரிய கொள்கையை அடைவதிலும் கட்சி வென்றது. இத்தேர்தலை, "இந்து - இசுலாமியர்" தேர்தலாக உருமாற்றுவதிலும் கட்சி வெற்றி பெற்றுவிட்டால், இந்துக்கள் பெரும்பான்மையாக வசிக்கும் இந்த நிலவமைப்பில், கட்சியின் வெற்றியும் உறுதிபெற்றுவிடும்.

~

2017 உபி தேர்தலில், மீரத்தில் அமைந்திருந்த சர்தானா தொகுதியின் பாஜக வேட்பாளராக சங்கீத் சோம் அறிவிக்கப்பட்டிருந்தார். 2013இல் முசாபர்நகரில் நிகழ்ந்த கலவரங்களுக்காக, அப்போது கலைக்கப்பட்ட அவையின் சட்டமன்ற உறுப்பினராக இருந்த இவர்மீது குற்றஞ் சாட்டப்பட்டிருந்தது. இக்கலவரங்களால் ஐம்பது பேர் மரணமடைந்திருந்தனர், 40,000க்கும் மேற்பட்டோர் ஊரைவிட்டு வெளியேறியிருந்தனர். வன்முறைகள் அரங்கேறியபோது, ஜாட் சமூக உறுப்பினர்களால் மகா பஞ்சாயத்துகள் ஏற்பாடு செய்யப்பட்டன. இச்சம்பவங்களை இழிவுபடுத்துமாறு சோம் உரையாற்றியதாகவும், போலி காணொளிக்காட்சிகளை வெளியிட்டதாகவும் குற்றஞ்சாட்டப்பட்டார்.

அதில் ஒரு காணொளிக்காட்சி, முசாபர்நகரில் இருந்த கவால் கிராமத்தில், சச்சின் மற்றும் கவுரவ் எனும் இரு ஜாட் சிறுவர்களை இசுலாமியர்கள் "கொடூரமாக" அடித்துக் கொன்றதாக உண்மைபோலவே காட்டியது. அவ்விரு இளைஞர்களும் தங்களின் குடும்ப கௌரவத்தைக் காக்க, அதாவது தம் தங்கையை ஒரு இசுலாமிய ஆணிடமிருந்து காப்பதற்காக தங்கள் உயிரைத் துறந்துள்ளனர் என அக்காணொளிக்காட்சியின் ஒலிவிவரணை சொல்கிறது. சச்சின் மற்றும் கவுரவுடன் சண்டையில் ஈடுபட்ட அந்த இசுலாமியர் காணொளியையும் சேர்த்துப் பல காரணங்களும் கலவரங்களையும் படுகொலைகளையும் அங்கு நிகழ்த்தியது. ஆனால், மக்களின் உணர்வுக்கொந்தளிப்பையும் சீற்றத்தையும் அதிகரிக்கவே, 2012இல் பாகிஸ்தானின் ஏதோவொரு பகுதியில் படம் பிடிக்கப்பட்டிருந்த இந்தப் போலி காணொளிக்காட்சி பயன்படுத்தப்பட்டிருந்தது என்பது பின்னர் தெரியவந்தது.

கலவரங்களை விசாரிப்பதற்காக அமைக்கப்பட்டிருந்த நீதிபதி விஷ்ணு சகாய் குழுவின் அறிக்கைப்படி, "அக்காணொளிக்காட்சி அழிக்கப்படுவதற்கு முன்னர், முசாபர்நகரிலும், அதனை ஒட்டியுள்ள பிற மாவட்டங்களிலும் இந்து - இசுலாமியர் இடையே பெருமளவு கலவரங்களை உண்டாக்கிவிட்டிருந்தது" எனக் குறிப்பிடப்பட்டிருந்தது. அக்கலவரங்களுக்கு காரணமானவர்களுள் ஒருவராக சோம் குற்றஞ்சாட்டப்பட்டிருந்தார். தேசிய பாதுகாப்புச் சட்டம் அவர்மேல் பாய்ந்தது. அந்தப் போலி காணொளிக்காட்சி

அப்படியொன்றும் அசாதாரணமானதல்ல. இசுலாமியர்கள் இந்துப் பெண்களை எவ்வாறு தம் வலையில் சிக்க வைக்கின்றனர் என்பதையும், கலவரங்களின்போது இந்து இளைஞர்களை அவர்கள் எவ்வாறு கொல்கின்றனர் என்பதையும் விவரிக்கும் போலி காணொளிக்காட்சிகளையும் உரைகளையும், ஆர் எஸ் எஸ்ஸுடன் தொடர்புடையவர்கள் வாட்சப்பில் பரப்பி வந்தனர்தாம்.

பசு பாதுகாப்பு உள்ளிட்ட இந்துத்துவாவின் தீவிரக் கொள்கைகளை பலவற்றையும் கடைபிடித்து வந்த சோமின் தனிப்பட்ட செயல்பாடுகள் எவையும் அத்தனை உவப்பானதாய் இருக்கவில்லை. இறைச்சியை பதப்படுத்தி ஏற்றுமதி செய்யும் தனியார் நிறுவனமொன்றின் இயக்குநராக சோம் பதவி வகிக்கிறார் எனும் செய்தியை மீரத்தில் இருந்து வந்த 'இந்துஸ்தான் டைம்ஸ்' பத்திரிக்கை வெளியிட்டது. அது குறித்து வினவியபோது, "நான் ஒரு தீவிர இந்துமதப் பற்றாளன், என் மதத்திற்கு எதிரான நடவடிக்கைகளில் நான் ஈடுபடவே மாட்டேன்" என சோம் பதிலளித்தார்.

இந்தப் போலித்தனம் எதுவும் அவருடைய "தீவிரப் பற்றாளர்" எனும் நற்பெயரை பாதிக்கவில்லை. எனவே தொடர்ந்து "இந்து துருப்புச்சீட்டை" சோம் தனக்கு சாதககமாக பயன்படுத்தியபடியே இருந்தார். 2017 தேர்தல்களின் போது அவர் மிகக்கடுமையான போட்டியை சந்தித்ததாக உள்ளூர்வாசிகள் கூறினர். முசாபர்நகரை நாசமாக்கிய கலவரங்களை சோம் மீண்டும் தனக்கு சாதகமாகப் பிரச்சாரம் செய்தார், அப்பகுதியின் மக்களவை தேர்தல்களில் கட்சி வெல்ல துணை நின்றார். அந்த கலவரங்களின் குறுந்தகடுகளை தனது பிரச்சாரத்தின்போது மக்களுக்கு அவர் விநியோகம் செய்தார், இதன்மூலம் மீண்டும் இனவாதப் பிளவுகள் உருவாகத் தூண்டினார். தேர்தல் விதிமுறைகளை மீறியதாக அவர் மேல் வழக்கு பதியப்பட்டது.

கலவரங்கள் நடந்து நான்கு வருடங்கள் கழிந்தபின்னரும் கூட, அவை பாஜகவிற்கு உதவி புரிந்து கொண்டிருந்தன எனலாம்.

நகர்ப்புறங்களில் தம் பிரச்சாரத்தைத் துவக்க வேட்பாளர்கள் கிளம்பிவிடும் முன்னரே, அதிகாலையில் அவர்களை சந்தித்துவிடுவதே உத்தமமான செயலாகும். சங்கீத் சோமை

சந்திக்க அவ்வாறு நான் சென்றிருந்த சமயத்தில், சர்தானாவில் அமைந்திருந்த அவரின் இல்லத்தின் வெளியே, பாஜக ஆதரவாளரான ராஜ்குமார் சைனியை சந்தித்தேன்.

"இம்மாநிலத்தில் இந்துக்கள்தான் பாதிப்பிற்குள்ளாகின்றனர். முசாபர்நகரில் நடந்த கலவரங்களுக்காய் குற்றஞ்சாட்டப்பட்ட இந்து இளைஞர்கள் இப்போதும் சிறைக்குள்ளேயே அடைபட்டு கிடக்கின்றனர், ஆனால் இசுலாமியர்களோ சுதந்திரமாக வெளியே சுற்றி வருகின்றனர். உபியில் இந்துப் பெண்கள் பாலியல் வன்முறைக்கு ஆளாகின்றனர், ஆனால் இசுலாமியப் பெண்களோ பாதுகாக்கப்படுகின்றனர். இந்துக்கள் அனைவரும் ஒன்றுபட்டு வாக்களிப்பதே இப்போதைய நம் தேவையாகும்" என அவர் கூறினார்.

கலவரங்களின்போதும், பிரச்சாரங்களின்போதும் நிகழ்ந்தவைகளோடு ஒப்பிடும்போது, உண்மை முற்றிலும் வேறாக இருந்தது. பல இசுலாமியர்கள் பலியாகியிருந்தனர். கலவரங்களின் பின்னர் முகாம்களிலும், கடினமான சூழல்களிலும் அவர்கள் வாழவேண்டியிருந்தது. இசுலாமியப் பெண்கள் பாலியல் வன்முறைக்கு உள்ளாக்கப்பட்டதற்கான பல ஆதாரங்கள் இருந்தன. ஆனாலும், கலவரத்தால் பெரிதும் பாதிக்கப்பட்டவர்களாக தங்களைத்தாங்களே இந்துக்கள் எண்ணிக்கொண்டிருந்தனர். சைனியின் பேச்சும் அதையே பிரதிபலித்தது.

"இந்த அரசு அவர்களுக்கானது. அவர்கள்தான் கலவரங்களைத் துவக்கினார்கள். எனினும் அவர்களுடைய இளைஞர்களை ஆசாம் கான் விடுவித்துவிட்டார். பிறகு அவர்களுக்கு நிவாரணமும் கிடைத்தது, நிறைய பணமும் கிடைத்தது. ஆனால் இந்துக்களுக்கு என்ன கிடைத்தது?" என சைனி வினவினார். சச்சின் மற்றும் கவுரவின் படுகொலைகளுக்குக் காரணமான இசுலாமியர்களைப் பாதுகாப்பதில், சமாஜ்வாடி கட்சியை சேர்ந்தவரும், இசுலாமியர்களின் சக்திவாய்ந்த தலைவருமான அசாம் கான்தான் பெரும்பங்காற்றினார். பாஜக தன் ஆதரவாளர்களைத் திரட்டிச் சேர்க்க, பிற இனத்தை இழிவுபடுத்திப் பேசும் அவருடைய உரை பெரிதும் உதவியது எனலாம். ஆனால், கானின் உதவியால்தான் முசாபர்நகர்

இசுலாமியர்கள் ஆதிக்கம் செலுத்தும் பகுதியாக இருந்து வந்தது என்பதெல்லாம் உண்மையல்ல.

ஆனால் உண்மைகளுக்கு அங்கு முக்கியத்துவம் அளிக்கப்படவில்லை. இந்துக்களை ஒருங்கிணைப்பதற்காக, சமாஜ்வாடி கட்சியின் ஆட்சியின் கீழ் இந்துக்கள் பாதிப்புக்குள்ளாகிறார்கள் எனும் வாதத்தைத் தொடர்ச்சியாக சோம் பரப்பிவந்தார்.

சைனியிடம் உரையாடி முடித்ததும், வாயிலருகே நின்றிருந்த காவலரைக் கடந்து, படிகளில் ஏறி, மாடிக்குச் சென்று, மூன்று நீளமான மேசைகள் போடப்பட்டிருந்த ஒரு பெரிய அறையினுள் நுழைந்தேன். மேசையின் இருபுறமும் ஆட்கள் அமர்ந்திருந்தனர், அப்பகுதியின் சக்திமிக்கவருடன் உரையாடுவதற்கான தங்கள் முறை வரும்வரை அவர்கள் காத்திருந்தனர்.

சோம் காயமடைந்திருந்தார், அவருடைய இடது கையில் கட்டு போடப்பட்டிருந்தது. ஆனால் அந்த தாக்கூர் தலைவரை காயம் எவ்விதத்திலும் தடுத்தி நிறுத்தவில்லை, பல தொலைபேசிகளிலும் மாறி மாறி பேசிக்கொண்டிருந்தார், தனது பிரச்சாரத்தில் மேலும் சில கிராமங்களை சேர்க்கச் சொல்லி தன் உதவியாளரிடம் கூறவும் செய்தார். மதவாதம் குறித்த என் கேள்விக்கு எவ்வித வருத்தமும் இல்லாது, நம்பிக்கையுடன் சோம் பதிலளித்தார்.

“இடுகாடுகளுக்கு எல்லைக்கோடுகளை வகுத்த சமாஜ்வாடி கட்சி, சுடுகாடுகளுக்கும் ராம்லீலா மைதானத்திற்கும் அதை ஏன் செய்யவில்லை? ஹஜ் பயணம் மேற்கொள்பவர்களுக்கென, ஆயிரம் கோடிகளைக் கொட்டி காசியாபாத்தில் பயணியர் தங்கும் விடுதியைக் கட்டியிருக்கும் அக்கட்சி, அதே பாதையில் பயணிக்கும் கன்வாரியாக்களுக்கென ஓய்வு இல்லம் கட்ட நயா பைசா கூட செலவு செய்யாதது ஏன்? இசுலாமியப் பெண்களுக்கு மட்டும் உதவித்தொகை வழங்கும் அரசு, நம் பெண்களுக்கு ஏன் வழங்குவதில்லை? சமாஜ்வாடி கட்சியால் மட்டுமே இசுலாமியர்களின் நலன்காக்க முடியும் என முலாயம் ஏன் கூறினார்? இசுலாமிய வாக்குகள் கிடைக்கவேண்டுமென்ற ஒரே காரணத்திற்காகத்தானே அகிலேஷ் யாதவ் காங்கிரசுடன் கூட்டணி வைத்துக்கொண்டார்? இசுலாமியர்களுக்கு அவர்கள் என்ன

கொடுக்க விரும்புகிறார்களோ அதை அவர்கள் கொடுக்கட்டும், நான் அதை எதிர்க்கப்போவதில்லை, ஆனால் இந்துக்களுக்கும் அதை அவர்கள் கொடுத்தாக வேண்டும்" என அவர் கூறினார்.

பாஜகவின் வழக்கமான அரசியல் உரையின் கருப்பொருளான "திருப்திப்படுத்துதலை" நோக்கி சோம் தன் கவனத்தைத் திருப்பினார். அக்கருப்பொருளின்படி பார்த்தோமானால், 'மதச்சார்பின்மை அரசியல் என்றால் அது இசுலாமிய நலனை மையமாகக் கொண்ட அரசியலே என்பதாகும்; மதச்சார்பிமையைப் பின்பற்றும் கட்சிகளும் இசுலாமியர் நலம் பேணுபவையே, இதனிடையில் இந்துக்கள் தங்கள் முக்கியத்துவத்தை இழந்துவிட்டனர்' எனும் இதே கருப்பொருள்தான் உபி தேர்தல் பிரச்சாரங்களிலும் தொடர்ச்சியாகக் கூறப்பட்டுவந்தது.

தேசத்தின் தலைநகரில் இருந்து நூறு கிலோமீட்டர்கள் தூரத்தில் அமைந்திருந்த வடக்கு உபியை சேர்ந்த இப்பகுதிகளில், பாஜக மேற்கொண்ட பிரச்சாரங்கள் வன்முறையை மகிமைப்படுத்துவதாகவும், பாதிப்புகளுக்கு உள்ளானவர்களாகவும் ஏமாற்றப்பட்டவர்களாகவும் இந்துக்களைச் சித்தரிக்கும் உரைகளைக் கொண்டதாகவும் இருந்தன. இதன்மூலம், சலுகைகளை அனைவருக்கும் சரிசமமாகப் பகிர்ந்தளிக்காமல், சிறுபான்மையினருக்கு பெரும்பான்மை சலுகைகளை சமாஜ்வாடி கட்சி அளித்திருந்தது என பாஜக கூறியது.

இந்தப் பிரச்சாரம் வேலை செய்தது.

மார்ச் 11 அன்று, சர்தானாவின் சட்டமன்ற உறுப்பினராக சங்கீத் சிங் சோம் தேர்வு செய்யப்பட்டார். அவருடன் போட்டியிட்ட வாக்காளர் வெறும் 20,000 வாக்குகளே பெற்றிருந்தபோது, சோம் 97,921 வாக்குகளைப் பெற்று வென்றிருந்தார்.

~

நடைமுறை விதியைத்தான் சங்கீத் சோம் மூலம் இங்குநாம் அறியமுடிகிறதே தவிர அவர் விதிவிலக்கானவர் அல்ல.

அம்ரோகாவில் நடந்த மக்களவைத் தேர்தல்களில், முன்னாள் கிரிக்கெட் வீரரான சேத்தன் சவுகான் போட்டியிட்டார். அவருடைய தொகுதியில், ஒரு தேநீர் பொழுதின்போது நிகழ்ந்த எங்கள் உரையாடலில், 'பெரும்பான்மை சமூகம்' தாம் ஏமாற்றப்பட்டதாக உணர்கிறதாகக் கூறினார். "இசுலாமியர்களுக்குதான் பல காரியங்களும் நிறைவேறியுள்ளன" எனக் கூறிய அவர், 'நிலங்களை அபகரித்தோரையும் கையகப்படுத்தியோரையும்'தான் சமாஜ்வாடி கட்சியின் சட்டமன்ற உறுப்பினர்கள் காப்பதாகக் குற்றஞ்சாட்டினார், மேலும் இத்தகைய குற்றங்களை 'சிறுபான்மையினரே' அதிகளவில் புரிவதாகவும், அவர்களுடைய அடாவடித்தனமான நடவடிக்கைக்கு எதிராக மக்கள் சீற்றம் கொண்டுள்ளதாகவும், அச்சீற்றத்தைத்தான் பாஜக பயன்படுத்திக்கொள்ளப்போகிறது எனவும் அவர் வெளிப்படையாகவே ஒப்புக்கொண்டார். "தொடர்ந்து ஐந்து வருடங்களாக இந்துக்கள் அடிபட்டு வந்துள்ளனர். நிச்சயம் அவர்கள் ஒன்றிணைவார்கள்" எனவும் கூறினார்.

பிரச்சாரத்தில் இது மிக முக்கியமான இடமாகும். குறிப்பிட்ட ஒரு சமூகம்தான் குற்றங்களுக்குக் காரணமெனக் கூறி, இதன்மூலம் மற்றொரு (ஆதிக்கம் செலுத்தும்) சமூகத்தில் சீற்றத்தை உண்டாக்கி, அதன்மூலம் பலன்பெற முயலுவதென்பது மத அரசியலை எதிர்மறையாகப் பயன்படுத்தும் பாஜகவின் யுக்தியினை தெளிவாகக் காட்டுகிறது. முசாபர்நகரில் நிகழ்ந்ததைப்போலவே, மேற்கூறப்பட்ட எதையும் நிரூபிக்கக்கூடிய உண்மையான ஆதாரங்கள் எதுவுமில்லை. இசுலாமியரைக் குற்றவாளியாகவும், இந்துக்களை பாதிப்பிற்கு உள்ளானவர்களாகவும் காட்டக்கூடிய புகைப்படங்கள் மற்றும் உரைகளை வாட்சப்பிலும் பரந்துவிரிந்த சமூக வலைதளங்கள் மூலமாகவும் பகிர்ந்து கொண்ட பாஜக, மற்ற அனைத்துக் கட்சிகளும் இசுலாமியர்களுக்கு ஆதரவாகச் செயலாற்றி வருவதாக கூறியது, பாஜக மட்டுமே இந்துக்களைக் காக்க வந்த ஒரே கட்சியெனத் தோன்றுமாறு ஒரு பிம்பத்தையும் அது தனக்குத்தானே வடிவமைத்துக் கொண்டது.

இது வேலை செய்தது.

நவுகான்வா தொகுதியின் புதிய சட்டமன்ற உறுப்பினராக சேத்தன் சவுகான் எளிதாகத் தேர்வானார். 97,030 வாக்குகளைப் பெற்று வெற்றியடைந்திருந்தார். சோமைப் போலவே அவருடைய எதிர் வேட்பாளர் 20,000 வாக்குகளைவிட சிறிதளவே அதிகம் பெற்றிருந்தார்.

தற்போது அவர், இந்தியாவின் மிகப்பெரிய மாநிலத்தின் விளையாட்டுத்துறை அமைச்சராகப் பதவி வகிக்கிறார்.

~

முன்னேற்றம், சட்டம் ஒழுங்கு, இந்துத்துவம் எனும் பல்வேறு துருப்புச்சீட்டுகளையும் கையிலெடுத்திருக்கும் பாஜக, தனித்தனிப்பிரிவுகளைக் கொண்டது எனப் பலரும் எண்ணக்கூடும். ஆனால் ஒரு பொது உரைக்குள் இவை மூன்றையுமே பாஜகவால் திறமையாக நுழைக்கமுடியும். அவ்வாறு செய்கையில், பொய்களையும் நுழைத்துவிட அது தயங்குவதேயில்லை. வடக்கு உபியில் கட்சி உண்டாக்கிய மற்ற பிரச்சினைகளையும் காண்போம்.

வடக்கு உபியின் கைரானாவில் இசுலாமிய குண்டர்களின் தொல்லை அதிகமிருப்பதால் அங்கு வசிக்கும் இந்துக்களுக்கு பாதுகாப்பில்லை என்றும், இதனாலேயே அப்பகுதி இந்துக்கள் வேறு பகுதிகளுக்கு இடம்பெயர்ந்து செல்வதாகவும், இதனால் கைரானா ஒரு "புது காஷ்மீராக" உருவாகிவிட்டதெனவும் கட்சி கூறியது. உண்மையை கண்டறியத் தலைப்பட்டிருந்த சுயாதீனக் குழுக்கள் பலவும், இக்கூற்றுகள் பொய்யானவை எனக் கூறின; உண்மையில், நல்ல வேலைவாய்ப்புகளைத் தேடித்தான் மக்கள் கைரானாவில் இருந்து இடம்பெயர்ந்திருந்தனர். உண்மையான தகவல்களாக இல்லாதபோதும், அனைத்து சலுகைகளையும் அனுபவிக்கும் அதிர்ஷ்டசாலிகள் இசுலாமியர்கள் என முசாபர்நகரில் பிரச்சாரம் செய்ததுபோல, இசுலாமியர்கள் குற்றம் புரிபவர்கள் என அம்ரோகாவில் உரையாற்றியது போல, கைரானாவில் உள்ள இசுலாமியர்கள் குண்டர்கள் எனவும் அவர்களால் அப்பகுதி இந்துக்கள் வலுக்கட்டாயமாக இடம்பெயர வைக்கப்படுகின்றனர் எனவும் கைரானா முழுவதும் கட்சியால் பிரச்சாரம் செய்யப்பட்டது. லக்னோவில் அமைந்திருந்த பாஜக தலைமை அலுவலகத்தின் மூலமாக

மட்டுமே 800 வாட்சப் குழுமங்கள் நிர்வகிக்கப்பட்டு வந்தன, இக்குழுக்கள் மூலமாகவும், சமூகத்தளமாகிய முகநூல் மூலமாகவும், "இந்துக்களின் பாதுகாப்பின்மை" எனும் கருத்து கட்சியால் பரப்பப்பட்டது. இவையெல்லாம் உண்மையல்லவே என ஒரு கட்சித்தலைவரிடம் விசாரித்தேன், அதற்கு அவர், "சகோதரரே, அதெல்லாம் ஒரு பொருட்டேயல்ல. நாங்கள் பாதிக்கப்பட்டவர்கள் என்பதாக காட்டிக்கொள்ள வேண்டும். இது இந்துக்களை ஆத்திரப்படுத்தும். இசுலாமியர்களுக்கு எதிராகத் தாங்கள் அனைவரும் திரளவேண்டும் என்பதை அப்போதுதான் அவர்கள் உணர்வார்கள்" என அவர் கூறினார்.

சட்டத்திற்குப் புறம்பான இறைச்சிக்கூடங்களை நடத்துவதை, இசுலாமியர் நலன்பேணும் சமாஜ்வாடி கட்சி எவ்வாறு ஊக்கப்படுத்தியது என்பது குறித்தும் இதேபோன்று தகவல்கள் பரப்பப்பட்டன. நகராட்சியின் விதிமுறைகளுக்கு உட்பட்டு காணும்போது, சட்ட ஒழுங்கு குலைவிற்கும், சுற்றுச்சூழல் சீர்கேட்டிற்கும், சுகாதாரமின்மைக்கும் இக்கூடங்கள் வழிகோலுவதாகவும் பிரச்சாரம் செய்யப்பட்டது. அதேசமயத்தில் இப்பிரச்சாரத்தில் மறைந்திருக்கும் சில விஷயங்களையும் அத்தலைவர் வெளிப்படையாகவே பகிர்ந்துகொண்டார், "இறைச்சிக்கூடங்கள்" என நினைக்கும்போது, என்ன மாதிரியான காட்சிகள் உங்கள் மனதில் ஓடுகின்றன? கசாப்புக்கடைக்கார இசுலாமியரும், பசுவதையும், வீதிகளில் ஓடும் பசு இரத்தமும்தான் என் கண்முன்னே தோன்றுகின்றன. நமது சமூகவாழ்வை இசுலாமியர்கள் எத்தனைதூரம் ஆக்கிரமித்துள்ளார்கள், நமது கலாச்சாரத்தையும் வாழ்வியல் முறையையும் எவ்வாறு அவர்கள் சிதைத்துள்ளனர், கோழியிறைச்சிக்கடைகள் ஏன் எங்கும் நீக்கமற நிறைந்துள்ளன, இக்கடைகள் மூலம் அவர்கள் எப்படி பணக்காரர்கள் ஆனார்கள் என்பதையும் கூட நான் எண்ணிப்பார்க்கிறேன். இவற்றையெல்லாம் குறிப்பிட்டுக் கூறித்தான் நாம் இந்துக்களை விழித்துக்கொள்ளச்செய்ய வேண்டும், அவர்களை ஆத்திரமடையச் செய்யவேண்டும்" என அவர் கூறினார்.

ஆனால், உபியிலும், நாட்டின் பிற பகுதிகளிலும், பாஜகவும் அதன் கருத்தியல் கூட்டாளிகளும் சேர்ந்து உருவாக்கியிருந்த "காதல் புனிதப்போர்" எனும் "லவ் ஜிகாத்" தாம் துளியும் நம்பகத்தன்மையற்ற கருத்தாகும். இசுலாமிய இளைஞர்கள்

பல்வேறு தந்திரங்களையும் மோசடிகளையும் பயன்படுத்தி, இந்துப்பெண்களை மயக்கித் தம் வலைகளில் வீழ்த்தி, அப்பெண்களை மதமாற்றம் செய்வதாக, முசாபர்நகர் கலவரங்களின்போது ஆர் எஸ் எஸ் ஆர்வலர்கள் கூறிவந்தனர். இசுலாமிய மக்கட்தொகையை அதிகப்படுத்தி, இந்துக்களை சிறுபான்மையினராக்கும் திட்டமிட்ட சதியே இந்த 'மக்கட்தொகை ஆக்கிரமிப்பு' எனக் கட்சி வாதிட்டது. கடந்த மூன்று ஆண்டுகளாக, வடக்கு உபியில் நிகழும் அன்றாட உரையாடல்களில் 'காதல் புனிதப்போர்' ஒரு முக்கியமான அம்சமாகவே இருந்துவந்தது.

இப்போதும் அவர்களின் கூற்றுகளுக்கும், உண்மைக்கும் இடையே பெரிய இடைவெளி இருந்தது. முதலாவதாக, மதங்களுக்கு இடையேயான காதல் உறவுகளோ திருமணங்களோ அதிகரித்ததற்கான சான்றுகள் ஏதுமில்லை. இரண்டாவதாக, அப்படியே அத்தகைய திருமணங்கள் அதிகரித்திருப்பினும், அது 'இசுலாமியர்களின் திட்டமிட்ட சதி' யால்தான் என்பதற்கும் எச்சான்றுமில்லை. பல்வேறு மதங்களைச் சேர்ந்த இளைஞர் இளைஞிகள் ஒருவரோடு ஒருவர் நெருங்கிப் பழகிட வழிசெய்யும் மதச்சார்பற்ற இடங்களான பல்கலைகழகங்களும், சந்தைப்பகுதிகளும் உள்ளன, இதனாலும்கூட அத்திருமணங்களின் எண்ணிக்கைகள் அதிகரித்திருக்கக்கூடும். மூன்றாவதாக, ஒரு பெண் தன் வாழ்வுகுறித்து தன்னிச்சையானதொரு முடிவெடுப்பதை விரும்பாது, அதைத்தடுக்கும் தந்தைவழிச்சமூகத்தின் மனநிலையையும் இப்பொய்வழக்குகளும் குற்றச்சாட்டுகளும் எடுத்துரைக்கின்றன.

இருப்பினும், இவற்றின்மூலம் மக்களிடையே இசுலாமியர் மீது வெறுப்பையும், சந்தேகங்களையும் உண்டுசெய்வதில் பாஜக வென்றுவிட்டது. இந்துப் பெண்களிடையேயும், அவர்களைப் பெற்றவர்களிடையேயும் அச்சத்தை உண்டாக்கியிருந்தனர். கட்சி இதையே தனது பிரச்சாரத்திலும் பின்பற்றியது. பாஜகவின் மாநிலப் பேச்சாளரான சந்திரமோகன், "வடக்கு உபியில் நாங்கள் மேற்கொண்ட தேர்தல் பிரச்சாரங்களின் முக்கியமான அம்சமாக ரோமியோக்களுக்கு எதிரான குழு இருந்தது. இது சட்ட ஒழுங்கு தொடர்பான பிரச்சினையாகும். பெண்கள் பாதுகாப்புதான் உண்மையான பிரச்சினையாக இருந்தது.

அதேநேரம், இது காதல் புனிதப்போர் தொடர்பானதும்தான்" என வெளிப்படையாகவே கூறினார். 2017 தேர்தல்களின்போது, இந்தச் சொற்பிரயோகத்தை வெளிப்படையாக உபயோகிக்கத் தயங்கிய பாஜக, ரோமியோக்களுக்கு எதிரானக் குழுக்களாகத் தன்னை வெளிப்படுத்திக்கொண்டது. 'ரோமியோக்களுக்கு எதிரான குழுவென்பது உண்மையில் சல்மான்களுக்கும் நவுஷத்துகளுக்கும் எதிரான குழுவாகும்" என அவர் புன்னகையுடன் கூறினார்.

புதிய பாஜக அரசு, தன் பதவியேற்பின் பின்னர் செய்த முதல் காரியமாக ரோமியோக்களுக்கு எதிரான குழுக்களை அமைத்ததோடு சட்டத்திற்குப் புறம்பான இறைச்சிக்கூடங்களையும் இழுத்து மூடியது.

அவர்களின் செயல்பாடுகள் மிகத்தெளிவாக இருந்தன. இந்துக்கள் இடையே பதட்டத்தையும் சீற்றத்தையும் அதிகரிக்கச்செய்து, இசுலாமியர்கள் மீது சந்தேகத்தையும் வெறுப்பையும் உண்டாக்கச்செய்வதையே தன் பிரச்சாரங்களின் கருப்பொருளாக பாஜக தேர்வு செய்திருந்தது. இசுலாமியர்களுக்கு முசாபர்நகரில் அதிகப்படியான சலுகைகள் வழங்கப்பட்டதாகக் குறிப்பிட்டும், அம்ரோகாவில் நிகழ்ந்த அனைத்து குற்றங்களுக்கும் இசுலாமியர்களே காரணம் என வெளிப்படையாகக் கூறியும், இசுலாமிய குண்டர்களின் அச்சுறுத்தல் காரணமாகவே கைரானாவில் வாழ்ந்த இந்துக்கள் அங்கிருந்து வெளியேறினர் எனக் குற்றஞ்சாட்டியும், நாட்டின் கலாச்சாரத்தை இசுலாமிய கசாப்புக்கடைக்காரர்கள் அழிப்பதாக ஒரு பிம்பத்தை கட்டமைத்தும், இந்துப்பெண்களை இசுலாமிய ஆண்கள் தன் காதல் வலைகளில் விழ வைக்கின்றனர் என வாதிட்டும், உண்மைக்குப் புறம்பானவையும், அப்பட்டமான பொய்களும் கட்டவிழ்த்துவிடப்பட்டிருந்தது. இவையாவற்றிலும், இசுலாமியர்களை எதிர்க்கட்சிகள் ஆதரிக்கின்றன என்ற வாதமும் இழையோடியது. இந்துக்களின் உரிமைகளையும், நலன்களையும், மதிப்புகளையும், கலாச்சாரத்தையும் பாஜக மட்டுமே காத்திடும் எனக் கூறிய கட்சி, இவற்றையெல்லாம் செயல்படுத்த கட்சிக்கு இந்துக்களின் வாக்குகள் வேண்டியிருந்தது எனவும் பிரச்சாரம் செய்தது. அரசியல் அகராதியின்படி விளக்குவதானால் 'பிளவுபடுத்துதல்' எனும் இம்முறைகள் மூலம் சமூகத்தில் பிளவுகளை உண்டாக்குவதென்பது வெகு இழிவானதும், ஆபத்தானதுமாகும்.

கட்சியின் தலைமைபீடம், இசுலாமியர்களை திருப்திப்படுத்துதல் எனும் பிரச்சினையை தன் கையிலெடுத்திருந்தது.

பிலிபித்தில் அமைந்திருந்த திரம்மந்த் கல்லூரி வளாகத்தினுள் அமித் ஷாவின் ஹெலிகாப்டர் வந்திறங்கியதும், அந்நகரின் சீக்கிய சமூகத்தைச் சேர்ந்தவர்களால் மரியாதை நிமித்தமாக அவருக்கு தலைப்பாகை அணிவிக்கப்பட்டது. பிரதமரோ ஷாவோ இதுநாள்வரை இசுலாமிய தொப்பியை எந்தத் தருணத்திலும் அணிந்ததில்லை என்பதும், சீக்கிய தலைப்பாகைக்கு இச்சலுகை அளிக்கப்பட்டிருந்தது என்பதும் இங்கு குறிப்பிடத்தக்கது.

தன் உரையில், மத்திய அரசின் சாதனைகளை ஆதரித்தும், சமாஜ்வாடி கட்சியின் சாதனைகளை விமர்சித்தும் பேசிக்கொண்டே வந்த அமித்ஷா, சட்டென தன் தாக்குதலை திசைதிருப்பினார்.

"அகிலேஷ் உறுதியளித்த மடிக்கணினியை நீங்கள் அனைவரும் பெற்றுவிட்டீர்களா?" என முழங்கினார் ஷா. அதற்குப் பார்வையாளர்களின் பதிலையும் எதிர்பாராது, "உங்களுக்கு அது கிடைத்திருக்காது, ஏனெனில் உங்கள் சாதி சரியானதல்ல; உங்களுக்கு அது கிடைத்திருக்காது, ஏனெனில் உங்கள் மதம் சரியானதல்ல" என்றார்.

"அகிலேஷ் உறுதியளித்த உதவித்தொகையை உங்கள் பெண்கள் பெற்றுவிட்டனரா? கிடைத்திருக்காது, ஏனெனில் உங்கள் மதம் சரியானதல்ல" என ஷா கூறினார்.

இதைக்கேட்டதும், அங்கிருந்த காவியுடை அணிந்த சிறு இளைஞர் குழுவொன்று பலத்த கரகோஷத்தை எழுப்பியது. 'ஜெய் ஷிரீராம்' என அவர்கள் கோஷமிட்டனர்.

சமாஜ்வாடி கட்சியின் ஆட்சி பாகுபாடுகள் நிறைந்தது எனத் தொடர்ச்சியாய் தம் உரைகளில் சோமும் சவுகானும் கூறி, மக்களிடையே வளர்த்து வைத்திருந்த எதிர்மறை உணர்வுகளையே தன் உரையின் மூலமும் ஷா தூண்டினார். சோம் மற்றும் சவுகானின் உரைகளைப் போலவே, இவருடைய உரையும் பொருண்மைகளை அடிப்படையாகக் கொண்டிருக்கவில்லை. நேர்மையாகவும்,

பாகுபாடுகளின்றியும்தான் மடிக்கணினிகள் விநியோகிக்கப்பட்டிருந்தன. அகிலேஷ் யாதவ், தன் பிரச்சாரத்தின் முடிவில், மடிக்கணினிகள் பெற்ற மாணவர்களின் பெயர்களை மக்களுக்கு வாசித்துக் காட்டினார், அனைத்து சாதிகளையும் இனங்களையும் சேர்ந்த சிறுவர்களும் இளைஞர்களும் அப்பட்டியலில் இடம்பெற்றிருந்தனர்.

இருந்தபோதும், ஷாவின் குற்றச்சாட்டினைத் தொடர்ந்து, இசுலாமியர்களுக்கு ஆதரவாகவே சமாஜ்வாடி கட்சி செயல்படுவதாக கணிசமானோர் நம்பிவிட்டிருந்தனர். சமாஜ்வாடி கட்சியின் இந்நிலைக்கு அக்கட்சியேதான் முக்கியக் காரணம் எனலாம், ஏனெனில், முலாயம் சிங்கின் காலத்தில் இருந்தே, சிறுபான்மையினரின் வாக்குகளைப் பெறுவதற்காக, சிறுபான்மையினருக்கானக் கட்சி தானென ஒரு பிம்பத்தை சமாஜ்வாடி கட்சி உருவாக்கி வைத்திருந்தது. பெரும்பான்மையினரின் வாக்குகளைப் பெற ஒரு அரசியல் சக்தி முயலும்போது, சமாஜ்வாடி கட்சியின் இப்பிம்பமே அதற்கு எதிராய் வினைபுரிந்துவிட்டது.

பிற பகுதிகளிலும் கூட இதே செய்தியைத்தான் ஷா தன் பார்வையாளர்களிடையே பரப்பினார்.

2014 தேர்தல்களில், வடக்கு உபியில் பாஜக பெரும் வெற்றி அடைந்திருந்தது. கலவரங்களுக்குப் பிறகு, சமூகம் பிளவுபட்டிருந்தது, இந்து - இசுலாமியர் இடையே விரிசல் அதிகரித்திருந்தது, ஜாட் சமூகத்தினர் பெரும் ஆர்வத்துடன் பாஜகவிற்கு வாக்களித்திருந்தனர்.

ஆனால் இம்முறையோ, பல்வேறு காரணங்களால் ஜாட் சமூகத்தினர் பாஜகவின் மீது அதிருப்தியில் இருந்தனர். மத்திய அரசு வெளியிட்டப் பிற்படுத்தப்பட்டோர் பட்டியலில் ஜாட் சமூகத்தினரைச் சேர்க்கக் கட்சி முயலவில்லை அல்லது கட்சியால் இயலவில்லை, அரியானாவில் ஜாட்களை கட்சி நடத்திய விதம் மற்றும் ஜாட் அல்லாத ஒருவரை அம்மாநிலத்தின் முதல்வராகக் கட்சி நியமித்த செயல், கலவரத்தில் ஈடுபட்டு, சிறைவாசம் அனுபவிக்கும் ஜாட் இளைஞர்களை விடுவிக்க முடியாத கட்சியின் இயலாமை, சவுதாரி சிங்கின் பிறந்தநாளின்போது பிரதமர் மோடி தனது

ட்விட்டர் பக்கத்தில் வாழ்த்து தெரிவிக்காததும், தில்லியின் லுதியேனில் அமைந்திருந்த சொகுசு பங்களாவில் இருந்து சவுதாரியின் குடும்பம் வெளியேற்றப்பட்டதும் தம் சமூகத்தை அவமதிக்கும் செயல்களாக ஜாட் மக்கள் கருதினர்.

அதேநேரம், இசுலாமியர்களுடனான அவர்களின் சுமுகமற்ற உறவும் தொடர்ந்தது. நிகழ்ந்த சம்பவங்களுக்காக, இரு சமூகத்தினரும் ஒருவர்மேல் ஒருவர் பழி சுமத்திக்கொண்டனர். ஜாட்கள் தீவிரமான மனநிலையோடு இருப்பவர்கள் எனவும், நிகழ்ந்த வன்முறைகளுக்கும், ஆயிரக்கணக்கானோர் முகாம்களில் வாடுவதற்கும் அவர்களே காரணமெனவும் இசுலாமியர்கள் எண்ணினர். வன்முறையை துவக்கியவர்கள் இசுலாமியர்கள்தான் எனவும், அவர்களுக்கு நிவாரணங்களை வாரிவழங்கி ஆதரிக்கக்கூடிய அரசொன்று லக்னோவில் ஆட்சி புரிவதால் அவர்கள் தப்பிவிட்டனர் எனவும், தம் சமூக இளைஞர்கள் சிறைவாசம் அனுபவிப்பதற்கு இசுலாமியர்களே காரணம் எனவும் ஜாட் சமூகத்தினர் கருதினர்.

முதற்கட்டத் தேர்தல் துவங்குவதற்கு முந்தையநாள், அமித்ஷாவின் ஒலிப்பதிவு ஒன்று வெளியாகியது. ஜாட் தலைவர் ஒருவரின் தில்லி இல்லத்தில் ஜாட் இனத் தலைவர்களுடனும், மத்திய அமைச்சர் சவுதாரி பிரேந்திரா சிங்குடனும் அமித்ஷா உரையாடுவதான ஒலிப்பதிவு அது. பாஜகவுடனேயே அவர்கள் இணைந்திருக்க வேண்டுமென உணர்வுபூர்வமாக வேண்டுகோள் விடுக்கும் அமித்ஷா, பல உறுதிமொழிகளையும் அளிக்கிறார், பின்னர் அவர்களிடம் அவர் ஒரு எளிய கேள்வியையும் முன்வைக்கிறார்.

“நாம் தோல்வியடைந்தால், வேறு யார் வெல்வர் என எண்ணுகிறீர்கள்?” எனக் கேட்கிறார். சில முணுமுணுப்புகள் எழுகின்றன. “சமாஜ்வாடி கட்சிக்கூட்டணிதான் வெல்லும்” என ஷாவே பதில் கூறுகிறார். தொடர்ந்து, “அப்போது யார் முதல்வர் ஆவார்? அதன்மூலம் உங்களுக்கு என்ன கிடைக்கும்?” எனக் கேட்கிறார். இப்போது அங்கிருந்த எவரோவொருவர் உரத்த குரலில், “முசாபர்நகரில் நடந்தது போன்ற கலவரங்கள்” எனக் கூறுகிறார்.

இந்த ஒலிப்பதிவில், சிறிது நேரங்கழித்து இதே கேள்வியை மீண்டும் அமித்ஷா கேட்கிறார். "நீங்கள் எங்களுக்கு வாக்களிக்காவிட்டால் என்னவாகும்? பாஜக தோற்றுவிடும். இந்தப் பிராந்தியத்தில், உங்களை நம்பியே நாங்கள் உள்ளோம். நீங்கள் இல்லாமல் எங்களால் வெற்றிபெற இயலாது. ஆனால், நாங்கள் தோற்றால் உங்கள் சமூகமும் தோல்வியடைந்துவிடும். ஆட்சிப்பொறுப்பை யார் கைப்பற்றுவார்கள் என எண்ணிப்பாருங்கள், அவர்கள் உங்களுக்கு முன்னர் செய்தவற்றையெல்லாம் எண்ணிப்பாருங்கள், மேலும் உங்கள் சமூகத்திற்காக அவர்கள் இனி என்ன செய்வார்கள் என்பதையும் எண்ணிப்பாருங்கள்" என ஷா கூறுகிறார்.

வெளிப்படையாகக் கூறவில்லையாயினும், ஆட்சிக்கு யார் வரப்போகிறார்கள் என்பது குறித்து அவர் பேச்சில் தெளிவாகத் தெரிந்தது. ஒரு குறிப்பிட்டக் கட்சியையோ அல்லது தலைவரையோ மட்டும் குறிப்பிடுவதாக அவர் பேச்சு இல்லை. ஜாட் சமூகத்தினர் இசுலாமியர்களையும், இசுலாமியர்களை ஆதரித்தக் கட்சிகளையும் அதிகம் வெறுத்தனரா அல்லது பாஜகவை அதிகம் வெறுத்தனரா என அவர்களே முடிவுசெய்து கொள்ளவேண்டும் என்பதாகவே ஷாவின் பேச்சு இருந்தது.

காங்கிரசு (கா), சமாஜ்வாடி கட்சி (ச), பகுஜன் சமாஜ் கட்சி (ப) ஆகிய கட்சிப்பெயர்களின் முதல் வார்த்தைகளைமட்டும் ஒன்றாக்கி, 'காசப்' எனவழைத்த அமித்ஷா, மற்றுமொரு உபி பொதுக்கூட்டத்தில் பேசுகையில், வெளிப்படையாகவே காசப்பிற்கு எதிராகப் பிரச்சாரம் செய்தார். இதன்மூலம் எதிர்க்கட்சிகளை இசுலாமியர்களோடு தொடர்புபடுத்தியதோடு மட்டுமல்லாது, மும்பை தாக்குதல்கள் மூலம் இந்தியாவினுள் தற்காலத் தீவிரவாதத்தைப் புகுத்திய பாகிஸ்தானியரோடும் தொடர்புபடுத்தினார். இந்துக்களைப் பீதிக்குள்ளாக்குதல், இசுலாமியர்களைச் சந்தேகித்தல், மற்ற அனைத்துக் கட்சிகளும், இசுலாமியர்களுக்கும் இசுலாமியர்களான தீவிரவாதிகளுக்கும் மட்டும் ஆதரவளிக்கின்றன எனும் பிம்பத்தை உண்டாக்குதல், என பாஜக இயந்தரம் தேர்தல் களத்தில் செய்த அனைத்தையும் ஷாவும் தன் உரையில் கச்சிதமாகச் செய்தார்.

உபியை இசுலாமியர்களிடமிருந்து காப்பதன் மூலம், உபியை தீவிரவாதிகளிடமிருந்து காக்கவே கட்சி முயல்வதாகவும்,

இதற்காக இந்துக்கள் விழித்தெழுந்து பாஜகவிற்கு வாக்களிக்க வேண்டுமென்பதே அவருடைய நேரடியான செய்தியாக இருந்தது.

~

எதிர்க்கட்சிகள் அனைத்தும் இசுலாமியர்களுக்கு ஆதரவாகச் செயல்படுவதாக பாஜக பிரச்சாரம் செய்ததையடுத்து, அது தன் 'புனிதத்தன்மை'யை கட்டிக்காப்பது இப்போது அத்தியாவசமாகிறது. ஷாவின் தலைமையின் கீழிருந்த பாஜக, இசுலாமியர்களுக்கு ஒரு சீட் கூடத் தரவில்லை. சுயாதீன விமர்சகர்களின் பார்வையில், இது கட்சியின் பலவீனமாகத் தோன்றியது, கட்சியிலுள்ள அனைத்து தவறுகளையும் இம்முடிவு பிரதிபலிப்பதாயும், இதுவே கூட பாஜகவிற்கு எதிரான ஒரு குற்றச்சாட்டாக எழலாம் எனவும் அவர்கள் கருதினர்.

எனினும், கட்சி விசுவாசிகளும், கட்சியின் கருத்தியல் கூட்டாளிகளும் இதனைக் கட்சியின் பலமாகவே கருதினர்.

இதற்கான கட்சியின் அதிகாரப்பூர்வ விளக்கம் மிக எளிமையானதாகவே இருந்தது. ஒரு வேட்பாளரின் வெற்றிவாய்ப்பினை அடிப்படையாகக் கொண்டே அவர் தேர்ந்தெடுக்கப்படுகிறார், அத்தகைய வெற்றிவாய்ப்புள்ள இசுலாமியர் அங்கு எவருமில்லை, எனவே அவர்களுக்கு சீட்கள் தரவேண்டுமென எதிர்பார்ப்பது தவறும் முட்டாள்தனமுமாகும் எனக் கட்சி கூறியது.

இதனுள் மறைமுகமானதொரு கருத்தும் இருந்தது.

2014 தேர்தல்களுக்குப் பிறகு, அசோக் சிங்காலை சந்திக்க நான் சென்றிருந்தேன். எண்பத்தெட்டு வயதான அசோக் சிங்கால், பாஜகவுடன் தொடர்புடைய ஒரு ஊடக நிறுவன அதிபரிடம், "இசுலாமியர்களுடனும் நீங்கள் தொடர்பில் உள்ளீர்கள் தானே.. இசுலாமியர்களின் ஆதரவு இல்லையெனினும் எங்களால் வெல்லமுடியும் என்பதை 2014 தேர்தல்கள் நிரூபித்துவிட்டன என அவர்களிடம் கூறுங்கள். இத்தருணத்தில் இதை அவர்கள் உணர்ந்துகொள்ள வேண்டும், இந்துக்களின் உணர்வுகளை மதிக்கவும் கற்றுக்கொள்ளவேண்டும்" என என் முன்னிலையில் கூறினார்.

தொடர்ந்து, "நீண்டநாட்களாகவே, தேசத்தின் மீது இசுலாமியர்களுக்கு தடுப்பதிகாரம் இருந்துவந்துள்ளது. ஆனால் இதுவே இந்துக்களை ஒன்றிணைக்கவும் செய்துள்ளது. இன்று, இந்துக்கள் ஒன்றுகூடியுள்ளனர். 700 ஆண்டுகளுக்குப் பிறகு, பெருமைமிகு இந்து ஒருவர் தில்லியை ஆள்கின்றார். இசுலாமியர்கள் இப்போது முக்கியத்துவம் அற்றவர்களாக உள்ளனர். இது அவர்களுக்கு ஒரு பின்னடைவாகும். நிலைமை தலைகீழாகிவிட்டது" எனவும் சிங்கால் கூறினார்.

2016இல் சிங்கால் இயற்கையெய்தினார், எனினும் அவருடைய கருத்துகள் தொடர்ந்து வாழ்ந்து வருகின்றன

2017 தேர்தல்களின் இடையில், லக்னோவில் உரையாற்றிய பாஜக தலைவரொருவர் சிங்காலின் கருத்துக்களையே வழிமொழிந்தார், "இசுலாமியர்களுக்கு எதிராக சமூகம் பிளவுபடுவதைத்தான் நாங்கள் விரும்புகிறோம். தில்லிவாசிகளை திருப்திபடுத்துவற்காக இசுலாமியர்களுக்கு ஒரு சீட்டையேனும் கொடுக்கும் விளையாட்டிலெல்லாம் எங்களுக்கு நம்பிக்கையேயில்லை" என்றார் அவர்.

இசுலாமியர்களைப் பொறுத்தவரை, தாங்கள் யாருக்கு வாக்களிக்கக்கூடாது என்பதில் அவர்களும் தெளிவாகவே உள்ளனர்.

2002இல் நடந்தவற்றுக்காகத் தான் நரேந்திர மோடியை மன்னிக்கவே போவதில்லை என லக்னோவின் அம்பேத்கர் பார்க்கில் வசிக்கும் ஒரு இசுலாமிய இளைஞர் கூறினார். மோடி "சீரடைந்து விட்டார்" என தான் எண்ணுவதாகவும், ஆனால் யோகி ஆதித்யநாத் மற்றும் சாக்ஷி மகராஜின் கருத்துக்கள்தான் தன்னை ஆத்திரம்கொள்ளச் செய்வதாகவும் தியோபந்தை சேர்ந்த இசுலாமிய மாணவர் ஒருவர் கூறினார். பொது உரிமையியல் சட்டத்திலும், 'முத்தலாக்' சட்டத்திலும் பாஜக கொண்டிருந்த நிலைப்பாடு இசுலாமியர்களிடையே சீற்றத்தை உண்டாக்கியிருப்பதாக, பரேல்லியில் அமைந்திருந்த சிறப்புவாய்ந்த இசுலாமியப் பள்ளிகளில் ஒன்றான இ-அலா-அஸ்ரத் தர்காவின் மவுலானா கூறினார்.

பிரதமரின் ஆட்சியில் கலவரங்கள் ஏதும் நிகழவில்லையாயினும், எப்போது வேண்டுமாயினும் சண்டைகள் உருவாகலாம் எனும்

அச்சம் இசுலாமியர்களிடையே இருந்ததுதான், எனினும் மோடி ஆட்சிக்கட்டிலில் அமர்ந்ததில் தனக்கு எந்தவொரு வருத்தமும் இல்லை எனக் கூறிய ஜான்சியை சேர்ந்த இசுலாமிய வணிகர் ஒருவர், பாஜக ஆட்சியில் இருக்கும்போது இசுலாமியர்களால் அரசை அணுகமுடிவதில்லை எனவும் தமக்கென குரல் தர எவருமில்லை எனவும் கூறினார். கான்பூர் தேகாத்தின் அக்பர்பூர் பசாரை சேர்ந்த, வாகன பழுதுநீக்கத் தொழிலாளரான இசுலாமியர் ஒருவர், “பாஜகவால் எங்களைக் கொன்றுவிட முடியாது. அவர்களால் எங்களை பாகிஸ்தானுக்குத் திருப்பியனுப்பிடவும் முடியாது. அப்படிப்பார்த்தால், அதிகாரத்தில் இருந்து எங்களை விலக்கிவைப்பதே அவர்களின் பிரதான நோக்கமாகும். எங்களைப் புறக்கணிக்கவும், தங்களின் கட்டுப்பாட்டிற்குள் வைத்துக்கொள்ளவுமே அவர்கள் விரும்புகின்றனர்” எனக் கூறினார்.

வடக்கு உபியின் தியோபந்தில் அமைந்திருந்த, உலகளவில் புகழ்பெற்ற மற்றுமொரு இசுலாமியப் பள்ளியின் மதகுரு ஒருவர், வேறுவகையான விளக்கமளித்தார். இசுலாமிய வாக்குகள் கட்சிக்குத் தேவையே இல்லையென பாஜக முடிவு செய்திருந்ததுதான் பிரச்சினைகளுக்கான முக்கியக்காரணமென அவர் கூறினார். “நாங்கள்தாம் இந்நாட்டின் முக்கியப் பிரச்சினையென மற்றவர்களிடம் கூறி, அதன்மூலம் மற்றெல்லோரையும் ஒருங்கிணைக்க அவர்கள் விரும்பினர். நிலைமை இவ்வாறு இருக்கும்போது, இருதரப்பிற்குமிடையே எப்படி சமரசம் நிகழும்?” என அவர் வினவினார்.

எனினும், பாஜகவிற்கு வாக்களிக்கக்கூடாது என இசுலாமியர்கள் எண்ணியிருந்ததாலேயே, அவர்கள் அனைவரும் வேறு எவருக்கோ மொத்தமாக வாக்களிக்கத் திட்டமிட்டிருந்தனர் என்றோ, பாஜகவை வீழ்த்துவதற்காகவே வாக்களித்தனர் என்றோ அர்த்தமாகாது. நகர்ப்புற - கிராமப்புற, சாதிய, வர்க்க, கட்சிப்பின்னணி வேறுபாடுகளை அடிப்படையாகக் கொண்டு, இசுலாமியர்களிடையேயும் பிரிவுகள் உண்டாகின என்பதற்கு பல சான்றுகள் உள்ளனர். சமாஜ்வாடி - காங்கிரசு கூட்டணியும், பகுஜன் சமாஜ் கட்சியும் “இசுலாமிய வாக்குகள்” பெறுவதற்காக தீவிரமாக முயன்றதன் காரணமாக, வாக்குகள் பிரிந்தன. இதன்மூலம், சமூகப்பிளவுகளை மேலும் ஆழமாக உருவாக்கவும், இந்து வாக்குகளை ஒருங்கிணைக்கவும்

பாஜகவுக்கு மேலும் வாய்ப்புகள் வழங்கப்பட்டுவிட்டதாக இசுலாமியர்கள் கருதினர்.

பாஜகவை சேர்ந்த கருத்தியலாளர் ஒருவர், "ஆம், நாங்கள் அவ்வாறுதான் செய்தோம். அனைவரும் இசுலாமியர்களை தம் பக்கம் இழுத்துக் கொண்டிருந்தனர். இதன்மூலம் அவர்கள் அனைவரும் ஒன்றுபட்டுவிடுவார்கள், நாம் மட்டும் தனிமைபட்டு நிற்கவேண்டுமா என இந்துக்களைப் பார்த்துக் கேட்டோம். அமேரிக்காவில் வாழும் கறுப்பினத்தவர்களோ, ஸ்பானியர்களோ அல்லது இசுலாமியர்களோ அந்நாட்டின் அதிபரை தேர்வுசெய்வதில்லை, அந்நாட்டின் வெள்ளையர்கள்தான் தம் அதிபரை தேர்வு செய்கின்றனர் என்பதை அமேரிக்க அதிபர் ட்ரம்ப் நிரூபித்துவிட்டார். அதேபோல, உபியை யார் ஆளவேண்டுமென்பதை இசுலாமியர்கள் முடிவு செய்யத் தேவையில்லை. இந்துக்கள்தான் அம்முடிவை எடுக்கவேண்டும். அவர்கள் எங்களை தோற்கடிக்க விரும்புகின்றனர். அவர்களையும், அவர்கள் சார்ந்த கட்சிகளையும் நாங்கள் தோற்கடிக்க விரும்புகிறோம். எங்களிடையே நிகழும் போர் இது" என ஒப்புக்கொண்டார்.

இப்போரில் அவருடைய கட்சிதான் வென்றது. 2012இல் அறுபத்தெட்டு இசுலாமிய அவை உறுப்பினர்கள் தேர்வு செய்யப்பட்டிருந்தனர், ஆனால் இம்முறையோ இருபத்தைந்து உறுப்பினர்கள்தாம் புது சட்டசபையின் உறுப்பினர்களாகத் தேர்வு செய்யப்பட்டிருந்தனர். நாற்பது மில்லயனுக்கும் அதிகமான மக்கட்தொகையைக் கொண்டிருந்த, இந்தியாவின் மிகப்பெரிய மாநிலத்தின் கருவூலத்தில் பணியாற்ற ஒரு இசுலாமியருக்குக் கூடப் பதவி வழங்கப்படவில்லை.

~

தேர்தல் பிரச்சாரத்திற்காக பிரதமர் மோடி புறப்படுவதற்குச் சற்றுமுன்னர், கட்சியில் இருந்து அவர்தம் அலுவலகத்திற்கு ஒரு மின்னஞ்சல் வந்தது.

அன்று அவர் பொதுக்கூட்டத்தை நடத்த வேண்டியிருந்த பகுதி குறித்த சிறுகுறிப்பும், அங்கு நிலவும் அரசியல் சூழலும், முக்கியப் பிரச்சினைகளும், அப்பகுதியின் முக்கிய ஆளுமைகள் குறித்தும், அரசியல் ரீதியாக பாஜக அங்கு சொல்ல

வேண்டியிருந்த உரைக்குறிப்புகளும் அம்மின்னஞ்சலில் குறிப்பிடப்பட்டிருந்தன.

ஒருமுறை அதன்மேல் தன் பார்வையை ஓடவிட்ட பிரதமர், அதில் கூறப்பட்டிருந்த முக்கியப் பிரச்சினைகளையெல்லாம் தம் நினைவில் இருத்திக்கொண்டார்.

எனினும், அதில் தரப்பட்டிருக்கும் உரையை மட்டுமே அவர் பேசுவார் என எதிர்பார்ப்பதற்கில்லை. இயன்ற அளவு எளியமுறையில் தன் உரையின் சாராம்சத்தை மக்களிடையே கொண்டு சேர்க்கவும், கூட்டத்தினரின் மனநிலைக்கும் எதிர்வினைக்கும் ஏற்றார்போல் தன் உரையை தொடர்ந்து கொண்டு செல்வதிலும் அவரொரு விற்பன்னர் என அவருடன் நீண்டகாலம் நெருக்கமாகப் பணியாற்றிவந்த அதிகாரியொருவர் கூறினார். ஒருசில தகவல்களை தன் உரையில் அவர் சேர்த்துக்கொண்டபோதும், பெரும்பாலும் வெகு இயல்பாகவே அவர் உரையாற்றினார். எவ்வித ஆயத்தமுமின்றியே உரையாற்றும் அவர், உரையில் தான் குறிப்பிடும் பெயர்கள் அல்லது பகுதிகளை அறிந்துகொள்ள மட்டுமே தன்னிடமிருந்த குறிப்புகளைக் காண்பார்.

மோடி எதுகுறித்து உரையாற்றப்போகிறார் என எவராலும் அனுமானிக்க இயலாது என்பது இதன்மூலம் நமக்குத் தெரியவருகிறது.

இதனாலேயேதான், பிப்ரவரி 19 அன்று, பரந்துவிரிந்த ஆவாத் பகுதியில் மூன்றாம் கட்ட வாக்குப்பதிவு நடைபெற்றுக்கொண்டிருந்த நேரத்தில், பதேபூரில் தான் செய்த செயல் குறித்து இந்தியப் பிரதமர் உரைப்பார் என எவருமே எதிர்பார்த்திருக்கவில்லை, ஒருவேளை அமித்ஷா மட்டும் அதை அறிந்திருக்கக்கூடும்.

"பாரத் மாதா கீ ஜே!" எனும் பாரதத் தாய்க்குரிய தனது வழக்கமான வணக்கத்துடன் மோடி தன் உரையைத் துவக்கினார். பார்வையாளர்களும் பெரும் ஆரவாரத்துடன் அவ்வணக்கத்தை எதிரொலித்தனர். கட்சியின் செயலாளர்களின் முக்கியத்துவத்தை அவர்களுக்கு உணர்த்தவும், பல்வேறு சமூகத்தைச் சேர்ந்தவர்களின் பிரதிநிதிகளும் மேடையில் இடம்பெற்றுள்ளனர் என்பதைக் கூட்டத்திற்கு உணர்த்தவும்,

கட்சியில் செயலாளர்கள் அனைவரின் பெயர்களையும் மோடி மேடையிலே கூறத் துவங்கினார், தொடர்ந்து, மாவட்டத்தில் கட்சிக்காகப் போட்டியிடும் அனைத்து வேட்பாளர்களையும் அறிவிக்கவும் செய்தார். அவர்கள் ஒவ்வொருவராக மேடையேறி வந்து, மோடியின் அருகிலே நின்று, தன் கைகளில் இருந்த தாமரைச்சின்னத்தை உயர்த்திக் கூட்டத்தினருக்குக் காட்டினர்.

"கங்கைநதி சீரமைப்பு" குறித்து பிரதமர் உறுதியளித்தார். சமாஜ்வாடி - காங்கிரசு கூட்டணியின் தோல்வி தவிர்க்கமுடியாதது எனவும், சமாஜ்வாடியின் ஆட்சியில் காவல்நிலையங்கள் கட்சி அலுவலகங்களாக மாற்றப்பட்டுள்ளதாகவும், குற்றவாளிகளுக்கு ஆதரவளிக்கப்படுவதாகவும் அவர் குற்றஞ்சாட்டினார். விவசாயக் கடன்களை தள்ளுபடி செய்வதாக உறுதியளித்த மோடி, நாடு முன்னேற்றமடைவதற்காக மத்திய அரசு அறிமுகப்படுத்தியுள்ள பல்வேறு திட்டங்கள் குறித்தும் உரையாற்றினார்.

எனினும், 35 நிமிடங்கள் தொடர்ந்த தன் உரையில், "திருப்திபடுத்துதல்" எனும் சொல்லை ஒருமுறைகூட உபயோகிக்காமலேயே, தனக்கே உரிய பாணியில் அதுகுறித்த மிக விஸ்தீரமானதொரு விளக்கத்தை மோடியால் அளிக்க முடிந்திருந்தது.

"அனைவரும் ஒன்றுபட்டு முன்னேறுவதையே நாங்கள் விரும்புகிறோம், அனைவருக்கும் நீதி கிடைக்கவேண்டும். உஜ்வாலா திட்டத்தின்கீழ் நாங்கள் சமையல் எரிவாயு உருளைகளை வழங்கியுள்ளோம். பனாரசின் பாராளுமன்ற உறுப்பினராக மோடி உள்ளார், எனவே பனாரசின் மக்களுக்கு மட்டுமே உருளைகள் வழங்கப்படும் என நாங்கள் கூறவில்லை, உபியின் அனைத்துப் பகுதிகளின் மக்களுக்கும் எவ்வித பாரபட்சமுமின்றி சமையல் எரிவாயு உருளைகள் வழங்கப்படுகின்றன. இந்துக்களுக்கு மட்டுமே அவை வழங்கப்படும், இசுலாமியர்களுக்கு அவை வழங்கப்படாது என நாங்கள் கூறவில்லை. அனைவருக்கும் உருளைகள் கிடைக்கும், வரிசைக்கிரமமாய் அனைவருக்கும் அவை கிடைக்கும். இந்த சாதி மக்களுக்கு மட்டுமே வழங்கப்படும், அந்த சாதி மக்களுக்கு வழங்கப்படமாட்டாது என நாங்கள் கூறவில்லை. கிராம வரிசையின்படி, அவரவர் முறை வரும்போது அனைவருக்கும்

வழங்கப்படும், அனைவரின் தேவைகளும் வருங்காலத்தில் பூர்த்தி செய்யப்படும். 'நாங்கள் - மற்றவர்கள்' என நாங்கள் செயல்படுவதில்லை. அவ்வாறு செயல்பட ஒரு அரசாங்கத்திற்கு உரிமையுமில்லை," என மோடி கூறினார்.

இதனாலேதான், உபியில் இத்தகைய வேற்றுமையே பெரும் பிரச்சினையாக நிலவுவதாகவும் அவர் கூறினார். "அநீதியின் வேராக வேற்றுமையே உள்ளது. நீங்களே கூறுங்கள், இங்கு வேற்றுமை உள்ளதா இல்லையா?" எனக் கேட்டார். "ஆம்!" எனக் கூட்டம் முழங்கியது.

அவரே தொடர்ந்து, "நான் குழம்பிப் போயுள்ளேன். உபியில், தனக்குரிய பங்கு தனக்கு வழங்கப்படவில்லையெனவும் பிற பிற்படுத்தப்பட்டோர் அதை எடுத்துக்கொள்கின்றனர் எனவும் ஒரு தலித் கூறுகிறார். பிற பிற்படுத்தப்பட்டோரோ, தம் பங்கை தாம் பெறுவதில்லையெனவும், அதை யாதவர்கள் எடுத்துக்கொள்கின்றனர் எனவும் கூறுகின்றனர். யாதவர்களிடம் கேட்டால், ஆட்சியிலிருக்கும் குடும்பத்தோடு தொடர்புடையவர்களுக்கு மட்டுமே பங்கு கிடைப்பதாகவும், மீதம் யாவும் இசுலாமியர்களுக்குச் சென்று விடுவதாகவும், தமக்கு எதுவுமே கிடைப்பதில்லை எனவும் கூறுகின்றனர். இங்கு அனைவருக்குமே புகார்கள் உள்ளன. இந்த வேறுபாடுகள் முறையானதல்ல. அவரவர் உரிமைக்கேற்ப அவரவர் பங்கு வழங்கப்பட வேண்டும். இதற்குப் பெயர்தான் 'அனைவரும் ஒன்றுபடுவோம், அனைவரும் முன்னேறுவோம்' என்பதாகும். இதைச் செய்யவே பாஜக முனைகிறது" என்றார்.

தன் உரைக்கு தகுந்தாற்போன்ற சூழலையும் கருத்தியல் அடித்தளத்தையும் மோடி அமைத்ததும், அதிரடியான கருத்தொன்றினை பார்வையாளர்களை நோக்கி வீசினார், 2017 தேர்தல்களின்போது இதுவே கட்சியின் போர்க்குரலாக ஒலிக்கக்கூடுமென அவர் முன்னரே அறிந்திருக்கக்கூடும்.

"ஒரு கிராமத்தில் இடுகாடு ஒன்று அமைக்கப்படுகிறதென்றால், அதே கிராமத்தில் ஒரு சுடுகாடும் அமைக்கப்படவேண்டும். ரம்ஜான் பண்டிகையின்போது கூடுதல் மின்சாரம் வழங்கப்படுகிறதென்றால், தீபாவளியின் போதும் அவ்வாறே வழங்கப்படவேண்டும். ஹோலி பண்டிகையின்போது

மின்சாரம் வழங்கப்படுகிறதென்றால், ஈத் பண்டிகையின்போதும் அவ்வாறே வழங்கப்படவேண்டும். இதில் எவ்வித பாகுபாடும் இருக்கக்கூடாது. வேற்றுமையில்லாத ஆட்சியை வழங்கவேண்டியதுதான் ஒரு அரசாங்கத்தின் கடமையாகும். உயர்ந்தவர் தாழந்தவர் என்றோ, சாதி அடிப்படையிலோ, மத அடிப்படையிலோ எவ்வித அநீதியும் மக்களுக்கு இழைக்கப்படக்கூடாது. இதுதான் அனைவரும் ஒன்றுபடுவதும், அனைவரும் முன்னேறுவதுமாகும்" என மோடி கூறினார்.

இது தனிச்சிறப்புமிக்க, குறிப்பிடத்தக்க உரையாகும்.

அரசியல் சூழலுக்கு அப்பாற்பட்டு பார்த்தோமானால், எவ்வித தவறுமற்ற, முழுமையானதொரு உரையாகவே இது தோன்றும். தனது உரையை மதத்தை அடிப்படையாகக் கொண்ட விவாதமாகவோ, சாதியை அடிப்படையாகக் கொண்ட விவாதமாகவோ, பாஜகவின் மிகுவிருப்பமான 'திருப்திபடுத்துதலை' அடிப்படையாகக் கொண்ட உரையாகவோ அதனை மோடி அமைத்திருக்கவில்லை, மாறாக, மாநிலத்தின் அனைத்து குடிமக்களையும் சரிசமமாக பாவிக்க வேண்டிய அரசின் சட்டப்பூர்வமான கடமையை அடிப்படையாகக் கொண்டே அமைத்திருந்தார். 2002ஆம் ஆண்டு குஜராத்தின் முதல்வராக மோடி பதவிவகித்தபோது, இதே போன்ற வேற்றுமையுடனேதான் அவரும் ஆட்சி புரிந்தார் எனப் பலரும் வாதிடக்கூடும். எனினும், எவ்வித ஆட்சேபணையுமின்றி ஏற்றுக்கொள்ளக்கூடியதாகவே அவருடைய பதேபூர் உரை அமைந்திருந்தது. பொதுமக்களுக்கு அனைத்தும் பாகுபாடில்லாமல் கிடைக்க வேண்டுமென்றும், நடுநிலையான அரசு அமைய வேண்டுமெனவும் அமைக்கப்பட்டிருந்த அவ்வுரையில் சமூகங்களை பிளவுபடுத்தும் நோக்கமே பிரதானமாக இருந்தது.

ஈத் பண்டிகையின் போது மாநில அரசால் தொடர்ச்சியாக மின்சாரம் விநியோகம் செய்யப்பட்டது என்பதும், தீபாவளி பண்டிகையின்போது அது தடைசெய்யப்பட்டது என்பதும் ஆதாரமற்ற கூற்றுகள் என்பதால், கட்சியின் முந்தைய கருத்துகளைப் போலவே மோடியின் உரையும் தேவையான ஆதாரங்களற்றே இருந்தது.

இவ்வுரை மாநிலத்தின் அனைத்துப் பகுதிகளுக்கும் பரவியது. இடுகாடு - சுடுகாடு, ரம்ஜான் - தீபாவளி, எனத் தன் உரையில் பொருத்தமாக மோடி கூறியிருந்த வரிகளும், மாநில அரசு எவ்வாறு வேற்றுமையை கடைபிடிக்கிறது எனும் கருத்தும் வெகு பிரபலமடைந்தன. இந்துக்களை விடவும் இசுலாமியர்கள் மீது மாநில அரசு கரிசனத்துடன் இருப்பதாகவே இதன்மூலம் உணரப்பட்டது. விளைவாக, மாநில அரசிற்கு எதிராக மட்டுமின்றி இசுலாமியர்களுக்கு எதிராகவும் மக்கள் சீற்றம் உண்டாகியது.

"மோடிஜி சரியாகத்தான் கூறியுள்ளார். இங்கு அனைத்துமே இசுலாமியர்களுக்காகத்தான் செயல்படுகிறது" என மிர்சாபூர் பசாரில் தொழில்புரிந்துவந்த குர்மி இன வணிகரான ராம் படேல் என்னிடம் கூறினார். அரசியல் மதிநுட்பமுடைய மோடி போன்ற ஒருவரால் தன் உரை எவ்விதத் தாக்கத்தை மக்களிடையே உருவாக்கும் என்பதை உணராமல் இருந்திருக்க முடியாது. விளைவாக, அவ்வுரை வினையாற்றியது.

~

2014இலும், 2017இலும், இக்குறிப்பிட்ட கருப்பொருள் தொடர்பான மோடியின் உரையும், பெரும்பான்மையான பாஜகவினரின் உரையும் ஏன் அத்தனை அதிர்வை உண்டாக்கின?

எழுபத்தைந்து நாட்களுக்கும் மேலாக நான் உபியில் தங்கியிருந்தேன், 2016இன் இறுதியிலும், 2017இன் துவக்கத்திலும் தொடர்ச்சியாக அங்கு நான் செலவிட்ட ஒரு மாதமும் இக்காலகட்டத்துள் அடங்கும். மாநிலத்தின் ஒவ்வொரு மூலைக்கும் நான் பலமுறை பயணப்பட்டேன். அனைத்து சமூகத்தையும் சேர்ந்த பல மனிதர்களையும் சந்தித்தேன். ஆனால், நீண்ட நெடுங்காலமாக நம் தேசிய அரசியலில் பிரதானமாகவிருந்த "மதச்சார்பின்மை" எனும் வார்த்தையை ஒரு இந்து கூட உச்சரிக்கவில்லை என்பதைக் கண்டுகொண்டேன்.

இசுலாமியர்கள்தாம் அந்த வார்த்தையை தொடர்ந்து கூறிவந்தனர். 'மதச்சார்பற்றக் கட்சிகளை' அவர்கள் ஏக்கத்துடன் எதிர்பார்க்கின்றனர், காங்கிரசையும், சமாஜ்வாடி கட்சியையும், குறிப்பிட்ட அளவிற்கு பகுஜன் சமாஜ் கட்சியையும் கூட, தங்களின் இந்த எதிர்பார்ப்பைப் பூர்த்திசெய்யக்கூடிய

கட்சிகளாக அவர்கள் கருதினர். சிறுபான்மையினரிடமிருந்து வாக்குகளைப் பெறுவதற்காக, இக்கட்சிகளின் தலைவர்களும் கூட, 'மதச்சார்பின்மை' எனும் சொல்லை அவ்வப்போது உபயோகித்து வந்தனர்.

அதேசமயத்தில், பாஜகவிற்கு வாக்களிக்காத இந்துக்களுக்கும், சமாஜ்வாடி கட்சிக்குடும்பத்தை சேர்ந்தவர்களுக்கும், பகுஜன்சமாஜ் கட்சியின் நீண்டகால ஆதரவாளர்களுக்கும், காங்கிரசை சேர்ந்தவர்களுக்கும், தாம் சார்ந்த கட்சி குறித்துக் கூற அவர்களிடம் பல காரணங்கள் இருந்தபோதும், அவர்கள் எவருமே மதச்சார்பின்மையை அவற்றுள் ஒரு காரணமாகக் கூறவில்லை.

அன்றாட அரசியல் பேச்சுகளில் 'மதச்சார்பின்மை' பங்குபெறாதது குறித்து ஆழமானதொரு விசாரணையை நாம் மேற்கொள்ள வேண்டியுள்ளது. பல தசாப்தங்களாக ஆர் எஸ் எஸ் மேற்கொண்டிருந்த தொடர்ச்சியான 'இனவாதப் பிரச்சாரம்' முடிவில் வினை புரியத்துவங்கியுள்ளது. அளவிற்கதிகமான அவமதிப்புகளும், பெரும்பான்மையான மோசடிகளும், தொழில்நுட்ப உதவியோடும் கட்சியமைப்பின் தொடர்புப்பின்னல்களின் உதவியோடும் பகுதியாகவோ அல்லது முழுமையாகவோ உண்மைக்குப் புறம்பான செய்திகள் பரப்பப்பட்டதும், பிரதமரில் துவங்கி வாக்குச்சாவடிப் பணியாளர் வரை இச்செய்திகளை மக்களிடையே கொண்டுசேர்த்த முறைகளும் சேர்ந்து, 'மதச்சார்பின்மை' என்பதையே அரசியல் உரையாடல்களில் இருந்து முற்றிலுமாக ஒழித்துவிட்டிருந்தது.

மதச்சார்பற்றவர்களாகத் தங்களைத்தாங்களே பிரகடனப்படுத்திக் கொண்ட கட்சிகளின் அரசாட்சி மற்றும் நிர்வாகத்திறன் தோல்விகளின் காரணமாக, மதச்சார்பின்மையை அவர்கள் இழிவுபடுத்திவிட்டதாகத்தான் கருத்து நிலவியது. அதே சமயத்தில், மதச்சார்பின்மை எனும் சொல்லை உச்சரிக்காததாலேயே, மத நல்லிணக்கம், சகிப்புத்தன்மை, நடுநிலைமை ஆகியவற்றின் மீது மக்கள் தம் நம்பிக்கையை இழந்துவிட்டனர் என்றோ, அவர்கள் அனைவரும் பிற்போக்குத்தனத்திற்கு மாறிவிட்டனர் என்றோ அர்த்தமாகாது எனவும் ஒரு கருத்து நிலவியது.

உபி போன்ற சில மாநிலங்களில், சிறுபான்மையினரின் வாக்குகளைப் பெறுவதற்காக ‘மதச்சார்பின்மை’ எனும் கருத்தையே மதச்சார்பற்ற இக்கட்சிகள் தாழ்த்திவிட்டனர் என்பதுதான் உறுதியான விளக்கமாக இருக்கமுடியும். இத்தரம் தாழ்த்தலை அவர்கள் எத்தனைக்கெத்தனை மிகுதியாகச் செய்தனரோ, பாஜக அத்தனைக்கத்தனை பெருமளவில் இந்துக்களை ஒருங்கிணைத்தது.

எதிர்க்கட்சி தம்மிடமுள்ள துருப்புச்சீட்டுகளை வைத்து சரியாக விளையாடுமேயானால், இந்து எனும் ஒற்றைத் துருப்புச்சீட்டை மட்டுமே வைத்துக்கொண்டு பாஜகவால் தொடர்ந்து வென்றுகொண்டே இருக்கமுடியாது என்பதை 2015 பீகார் தேர்தல்கள் உணர்த்தியிருந்தன.

பீகார் தேர்தலை ‘முற்படுத்தப்பட்டோர் - பிற்படுத்தப்பட்டோர்’ தேர்தலாக மாற்ற லாலு பிரசாத் முயன்று கொண்டிருந்தபோது. அதனை ‘இந்து - இசுலாமியர்’ தேர்தலாக மாற்ற பாஜக விரும்பியது. இந்துக்கள் ஒருங்கிணைந்துவிட்டால், ஆட்டம் முடிந்துவிடும். உண்மையில், மதமெனும் பட்டகத்தை உபயோகிப்பதென்பது அவர்களுக்கு மட்டுமே உரித்தானதுமல்ல. 2014இல் இசுலாமியர்கள் தங்களுக்குள்ளேயே பிளவுபட்டுக் கிடந்ததைப்போல் அல்லாமல், இம்முறை அவர்கள் அனைவரையும் ஒருங்கிணைப்பதே நிதிஷ் - லாலு - காங்கிரசு கூட்டணியின் முக்கியக் குறிக்கோளாக இருந்தது.

இதைச் செய்ய, “பிளவுபடுத்தல்’ எனும் கருத்தாக்கத்திற்கு கட்சி தாவியது.

தேர்தலில் பாஜக தோல்வியுற்றால், தீபாவளி பண்டிகை பாகிஸ்தானில் கொண்டாடப்படும் என அமித்ஷா அறிவித்தார்.

ஒரு சராசரி பார்வையாளனுக்கு, தேர்தல் சமயங்களில் கூறப்படும் வழக்கமான உரை போன்றுதான் இது காட்சியளிக்கக்கூடும், ஆனால் இதனுள் பல படிமானங்கள் மறைந்துள்ளன. முதலாவதாக, இந்தியாவை காக்கும் கட்சியாக பாஜகவை இது தோன்றச் செய்கிறது; இரண்டாவதாக, எதிர்க்கட்சிகள் அனைத்தையும் ‘தேச விரோதி’களாகச் சித்தரிக்கும் ஒரு பொருண்மையும் இவ்வுரையினில் வெளிப்படுகிறது.

அவ்வுரையில் கூறப்பட்டிருந்த மற்றுமொரு மறைசெய்தி மேலும் துல்லியமாக துலங்கியது. பாஜக தோல்வியடைய வேண்டுமென்பதே மாநிலத்தின் பெரும்பான்மையான சிறுபான்மையினரின் எண்ணமாக இருந்தது. எனவே பாஜகவின் தோல்வியை பீகார் இசுலாமியர்கள் கொண்டாடத்தான் செய்வார்கள், தீவிர இந்துமத நம்பிக்கையாளர்களைப் பொறுத்தவரை, இந்திய இசுலாமியர்களும் பாகிஸ்தானியர்களும் ஒருவரே. எனவே, பாஜகவின் தோல்வி பாகிஸ்தானில் கொண்டாடப்படும் என அர்த்தமாகிறது. இவ்வாறு தேசியவாதத்தையும், மதத்தையும் ஒன்றுபடுத்தி, அவ்வாறு ஒன்றுபட்ட கருத்தின் ஒரே காவலராக தன்னைத்தானே பாஜக காட்சிப்படுத்திக்கொண்டது; 'சங்'கின் செயல்பாடுகளுள் மிகப்பிரபலமான இம்முறையைத்தான் ஷாவும் தற்போது கையாண்டார். முன்னர் உபியிலும் 'கசாப்' மூலமும் ஷா இதையேதான் செய்திருந்தார்.

மாட்டிறைச்சி துருப்புச்சீட்டையும் பாஜக உபயோகித்தது. மாட்டிறைச்சியை வைத்திருந்ததாகவும், சாப்பிட்டதாகவும் குற்றஞ்சாட்டப்பட்டு, உபி தாத்ரி பகுதியைச் சேர்ந்த மொகம்மத் அக்லாக் எனும் இசுலாமியர் 2015 செப்டம்பர் மாதம் அடித்துக் கொல்லப்பட்டார். இந்தப் படுகொலை சட்டம் ஒழுங்கு தொடர்பானது என்றும், சட்ட ஒழுங்கென்பது மாநில அரசு தொடர்பானது எனவும் கூறிய பாஜக, இதில் தன் பங்கு ஏதுமில்லை எனக்கூறி விலகிக்கொண்டது. ஆனால் அந்தக் கொலையில் குற்றஞ்சாட்டப்பட்ட கொலையாளிகளை ஆதரித்த பாஜகவின் கூட்டு அமைப்புகளோ, நிகழ்ந்த படுகொலையை விடவும் மாட்டிறைச்சி உண்டது தொடர்பான சர்ச்சையில்தாம் தன் கவனத்தை குவித்திருந்தன.

இப்படுகொலை நிகழ்ந்ததுமே லாலு பிரசாத் ஒரு உரையாற்றினார், அதில் இந்துக்களிலும் மாட்டிறைச்சி உண்போர் உள்ளனர், எனவே இவ்விவகாரத்தை இனவாதப் பிரச்சினையாக உருவாக்க வேண்டாம் என 'சங்'கையும் பாஜகவையும் அவர் எச்சரித்தார். தங்களுக்கான சரியான வாய்ப்பாக இதை பாஜக உபயோகித்துக் கொண்டது. பசுவதையையும், மாட்டிறைச்சி உண்பதையும் மகாகூட்டணி ஆதரிக்கிறது என பாஜக பிரச்சாரம் செய்தது, இதன்மூலம் இந்துக்களும் யாதவர்களும் லாலுவிடமிருந்து விலகி விடுவர் எனக் கட்சி கணித்தது.

உடனடியாக லாலு தன் பேச்சைத் திரும்பப்பெற்றுக்கொண்டார், எனினும் அவர் யாதவர்களை 'இழிவுபடுத்தி' விட்டதாக மோடியும் கூட குறிப்பிட்டுப் பேசினார்.

பாஜகவின் இத்தனை முயற்சிகளுக்குப் பின்னரும், லாலு செய்தது மிகப்பெரிய தவறு என அவருடைய கட்சியைச் சேர்ந்தவர்களே எண்ணியபோதும், பீகாரில் பாஜகவின் இந்து துருப்புச்சீட்டு எதிர்பார்த்தவாறு வேலை செய்யவில்லை. ஏன்?

பாஜகவை சேர்ந்த உயர்மட்ட தலைவரொருவர், "முதலில், உபியை போன்றதல்ல பீகார் என்பதை நாம் புரிந்துகொள்ள வேண்டும். சமூகப் பிளவுகளின் வரலாற்றை உபி தன்னகத்தே கொண்டுள்ளது. அயோத்தியா, காசி, மதுரா அங்கு உண்டு. 1989இல் பகல்பூரில் நிகழ்ந்த கலவரங்களுக்குப் பிறகு, வேறெந்த பெரிய கலவரமும் பீகாரில் நிகழவில்லை. இங்கு இனங்களின் இடையே கசப்புணர்வு இல்லை. நாங்கள் இதை முன்னரே கண்டறிந்திருக்க வேண்டும்" எனக் கூறினார்.

ஆனால், இனங்களுக்கு இடையேயான உறவுகளை விடவும், அரசியல்தான் இங்கு வெகுவாய் செயலாற்றியுள்ளது. இசுலாமியர் நலன்காக்கப் பெருமுயற்சி மேற்கொள்ளும் நிதிஷ் குமாரும் கூடத் தன்னை இசுலாமியர்களின் தலைவராகப் பிரகடனப்படுத்திக் கொள்ளக்கூடாது என்பதில் வெகுகவனமாகவே இருந்தார். மோடியிடமிருந்து விலகியதன் மூலம், நிதிஷ் இசுலாமியர்களின் விசுவாசத்தை வென்றிருந்தார். ஆனால், உபியின் முலாயம் சிங்கை போலல்லாது, இசுலாமிய சமூகத்துடன் நெருங்கிய தொடர்பில் இருப்பவராக தன்னைத்தானே ஒருபோதும் நிதிஷ் அறிவித்துக்கொண்டதில்லை. இதனால், பாஜகவால் திருப்திபடுத்துதல் எனும் கருத்தை முன்வைக்கவோ, இந்துக்களை விடவும் இசுலாமியர்கள் மேல்தான் அரசு அக்கறைகொண்டு செயல்படுகிறது எனக் குற்றஞ்சாட்டவோ இயலவில்லை. இது இவ்வாறிருக்க, லாலு பிரசாத்தின் பிரச்சினையோ வேறு விதமானது. அவரது அரசியல் நிலைப்பாடு இசுலாமிய - யாதவ கூட்டணியை அடிப்படையாகக் கொண்டிருந்ததோடு, இசுலாமியர்களின் பிரச்சினைகளுக்காய் அவர் தொடர்ந்து குரல்கொடுத்தும் வந்தார். ஆனால், 2015இல் தனது இந்த ஆதரவு குரலை தாழ்த்திக்கொண்ட

லாலு, மதச்சார்பற்ற - இனவாதம் எனும் இரட்டைப்பதம் குறித்த விவாதங்களில் பங்குகொள்வதில் இருந்தும் விலகியே இருந்தார்.

ராஸ்திரிய ஜனதாதளத்தின் முக்கியத் தலைவரொருவர், "மகாகூட்டணிக்கே தங்கள் ஆதரவை அளிக்கப்போவதாக இசுலாமியத் தலைவர்கள் எங்களுக்கு உறுதியளித்தனர். எனவே இனி அவர்கள் குறித்து நாங்கள் கவலைபடத் தேவையில்லை. அவர்களைப்பற்றி நாங்கள் பேசக்கூடாதென்றும், அவ்வாறு செய்தால் பாஜக இந்துக்களை ஒருங்கிணைப்பதற்கு அதுவே வழிவகுத்துவிடுமென்றும், எனவே பிற பிரச்சினைகளைப் பற்றி மட்டும் நாங்கள் பேசுமாறும், அவர்களும் அமைதியாக இருந்தபடியே எங்களுக்கு வாக்களிக்கப்போவதாகவும் உறுதி கூறினர்" எனக் கூறினார்.

இத்திட்டத்தை பாஜகவாலும் கண்கூடாகக் காண முடிந்தது. கணிசமான இசுலாமிய மக்கட்தொகையைக் கொண்டிருந்த கதிகார், அராரியா தொகுதிகளிலும் கூட, இந்து வேட்பாளர்களையே தங்கள் சார்பாக மகாகூட்டணி போட்டியிட வைத்தது. இதன்மூலம் 'இந்து - இசுலாமியர்' தேர்தலாக இத்தேர்தலை பாஜக உருமாற்றுவது தவிர்க்கப்பட்டது. மகாகூட்டணி அறிவித்திருந்த இந்து வேட்பாளருக்கு அப்பகுதி இசுலாமியர்கள் வாக்களித்து வெற்றிபெறவைத்தனர். "இத்தகைய புத்திசாலித்தனமான தந்திரங்கள் மூலம் சமூகப் பிளவுபடுத்தலை அவர்கள் தவிர்த்துவிட்டனர்" என அந்த பாஜக தலைவர் வியந்து பாராட்டினார்.

பாஜக அனுப்பிய பாகிஸ்தான் மற்றும் மாட்டிறைச்சி யுக்திகள், திரும்பிவந்து அவர்களையே தாக்கிவிட்டதைத்தான் இது குறிக்கிறது. இந்துக்களை ஒருங்கிணைப்பதில் கட்சி தோல்வியடைந்ததோடு மட்டுமல்லாது, இசுலாமியர்கள் ஒன்றிணைந்து தீவிரமாகத் தம் வாக்குகளைப் பதிவு செய்யவும் பாஜக வழிவகுத்திருந்தது. "எப்படிப் பார்த்தாலும் அவர்கள் மகா கூட்டணிக்கு ஆதரவு தெரிவித்திருப்பார்கள்தான், ஆனால் எங்களுடைய தீவிரம் அவர்களுக்கு பாதுகாப்பின்மையை உணர்த்தியிருக்கிறது. அவர்கள் புத்திசாலித்தனமாக அமைதிகாத்து இருந்ததோடு, பெருமளவில் தம் வாக்குகளை மகாகூட்டணிக்கு அளித்து வெற்றிபெறவும் செய்திருந்தனர்" என அதே பாஜக தலைவர் கூறினார்.

இதற்கெனப் பிரத்யேக சூத்திரங்கள் ஏதும் இருக்கவில்லை. சில குறிப்பிட்டச் சூழல்களில் பாஜகவின் இந்து துருப்புச்சீட்டு அற்புதமாக வேலை செய்ததுதான். ஆனால், பீகாரில் இது நடக்கவில்லை. பீகாரின் தனித்துவமான அரசியல் அமைப்பிற்கும் அப்பாற்பட்டு பார்த்தோமானால், சிக்கல்கள் மிகுந்த அச்சூழலை நிர்வகிக்க இந்து துருப்புச்சீட்டு ஒன்று மட்டுமே போதுமானதாய் இருக்கவில்லை.

சமூகமும் அரசியலும் எவ்வாறு மாற்றமடைந்துள்ளது என்பது குறித்த ஒரு உள்ளார்ந்த பார்வையையும் பீகார் தேர்தல் அளித்துள்ளது. பீகாரில் இருந்த 'மதச்சார்பற்றக் கட்சிகள்', தம் மதச்சார்பின்மையை வெளிப்படுத்துவதற்குப் பதிலாக, அதை மறைத்து வைத்ததன் மூலம் வெற்றியடைந்திருந்தன. சிறுபான்மையினரின் தேவைகளை வெளிப்படையாகப் பறைசாற்றுவதற்குப் பதில்,அது தொடர்பாக அமைதி காத்ததன் மூலமாகவே அக்கட்சிகள் வெற்றியடைந்திருந்தன. தங்களுக்கு சர்வநிச்சயமாக இசுலாமிய வாக்குகள் கிடைத்துவிடும் எனும் பெரும் நம்பிக்கை மகாகூட்டணிக்கு இருந்ததாலேயே, அவர்கள் இவ்வாறு தேர்தல் விளையாட்டை ஆட முடிந்தது. உபியின் மதச்சார்பற்ற கட்சிகள் யாவும் 'மதச்சார்பின்மை'யை வைத்து விளையாடியிருந்தன. இசுலாமியர்களின் வாக்குகளைப் பெறுவதற்காக, மதச்சார்பின்மையை பரப்பும் இரு முகாம்களாக பகுஜன் சமாஜும், சமாஜ்வாடி - காங்கிரசு கூட்டணியும் ஒரே நேரத்தில் இசுலாமியர்களின் தேவைகள் குறித்துத் தீவிரமாகப் பிரச்சாரம் செய்தன. இதன் மூலம், எதிர்ப்பிரச்சாரத்தை மேற்கொள்வதற்கு பாஜகவிற்கு வழி கிடைத்தது.

மதச்சார்பின்மையின் இம்முடிவு, தேர்தல்களின் மீது பெரும் தாக்கங்களை உருவாக்கியிருந்தது. பெரும்பான்மையை அடைவதற்காக பாஜக மேற்கொண்டிருந்த சுயநலப்போக்கிலான செயற்திட்டங்கள் ஒரு காரணியென்றால், மதச்சார்பின்மையை பயன்படுத்தி சிறுபான்மையினரின் வாக்குகளைப் பெற முயன்ற மதச்சார்பற்றக் கட்சிகளின் செயல்பாடுகள் மறு காரணியாக இருந்தது.

~

தங்களது கருத்தியல் சார்ந்த செயற்திட்டங்கள் உபியில் வென்றதையடுத்து, ஆர் எஸ் எஸ்ஸும் பாஜகவும் வெகு தைரியத்துடன் இருந்தனர். பாஜவை சேர்ந்த ஒரு முக்கியப் பிரமுகர், “பெரும்பான்மையினரால் தேர்வு செய்யப்பட்டோரால்தாம் நாடுகள் உருவாக்கப்படுகின்றன. தாராளவாதத்தை அனுசரிக்கும் உயர்தட்டு மக்கள் சமச்சீரற்ற விகிதத்தில் அதிகாரத்தைப் பகிர்ந்துகொண்டதால், இந்தியா பிறழ்வுக்கு உள்ளாகியிருந்தது. இந்துக்கள் அப்போது ஒழுங்குபடுத்தப்படவில்லை. இதுவொரு இந்துநாடு என்பதுதான் உண்மையாகும். இதைத்தான் நாங்கள் வாக்குப்பெட்டிகளின் மூலம் வலியுறுத்த முனைந்தோம். இந்த அச்சுக்குள் பொருந்தாதவர்களும், பெரும்பான்மையினரின் மதிப்பை உணராதவர்களும் புறந்தள்ளப்படுவர். இதுதான் பழங்கால ஆர் எஸ் எஸ்ஸின் நிலைப்பாடாகும். அதுவே தற்போதைய தேர்தல்களிலும் பயன்படுத்தப்படுவதை நாங்கள் காண்கிறோம்” என்றார்.

தேர்தல்களின் மூலம், இந்திய தேசம் உருவாக்கப்படுவதாய் அவர் அழுத்தமாகக் கூறினார்.

தேர்தல் களத்தில் பலரும் இதே கண்ணோட்டத்துடனேயே இருந்தனர்.

2017 சட்டசபை தேர்தல்களின் பின்னர், வடக்கு உபியில் இருந்து தேர்ந்தெடுக்கப்பட்ட இளைஞரான புது பாஜக பாராளுமன்ற உறுப்பினரொருவர், புது தில்லியின் கான் மார்க்கெட்டில் இருந்த ஒரு காபி கடையில் என்னை சந்தித்து, தன் வெற்றி குறித்து விளக்கினார்.

“இது இந்தியா - பாகிஸ்தான் தேர்தலாகும்” என மகிழ்வுடன் கூறினார்.

இந்தியா வென்றது. 2014இலும், அதன்பிறகு நடந்த பல மாநிலத் தேர்தல்களிலும், மிகப்பெரிய மாநிலமான உபியை 2017இல் கைப்பற்றியதிலும், இந்துக்கள் வென்றுவிட்டனர்.

7

மையப்பகுதிக்கு அப்பால்

இன்று, இந்தியாவின் தலைமை தேசியக்கட்சியாக பாஜக உள்ளது.

இனியும் அதை உயர்சாதியினருக்கான கட்சி எனக் கூறமுடியாததைப் போலவே இனியும் பாஜகவை வட இந்தியக் கட்சி மட்டுமே எனவும் நம்மால் கூறமுடியாது. இந்திபேசும் மக்களின் மையப்பகுதியான உபியில், பாஜகவின் அடிப்படை வர்க்க மற்றும் சாதி முகம் மாறியதாலேயே அங்கு அக்கட்சி வெற்றிபெற்றது. ஆனால் மையப்பகுதிக்கு அப்பால் அமைந்திருக்கக்கூடிய, கட்சிக்கு வெகு பரிச்சயமில்லாத இடங்களிலும் பாஜக பரவவேண்டுமெனில் - தற்போதுள்ள மிகச்சிறந்த அரசியல் பிரபலங்களை கட்சியின் அங்கமாக்கிக் கொள்ளுதல், கருத்தியல் ரீதியான உள்ளீடைக் கணித்தல், குறிப்பிட்ட யதார்த்தங்களுக்கு ஏற்றவாறு தன் நடைமுறைகளை மாற்றியமைத்துக் கொள்ளுதல் ஆகிய மூன்று முக்கிய யுக்திகளை கட்சி பின்பற்ற வேண்டியுள்ளது.

நரேந்திர மோடியும் ஷாவும் மிக கவனத்துடன் வடிவமைத்த திட்டங்களுக்குள், பாரம்பரியமாகக் கட்சி பலமுடன் விளங்கிய மாநிலங்களுக்கும் அப்பால் கட்சியை விஸ்தீரணம் செய்யும் திட்டமும் ஒன்றாகும்., ஆர் எஸ் எஸ்ஸின் பழைய உறுப்பினரும், உள்நாட்டு அரசியலிலும் தேசிய பாதுகாப்பிலும் வெளியுறவுக் கொள்கையிலும் காலூன்றி தற்போது பாஜகவின் மிகச் செல்வாக்குமிக்கத் தலைவர்களுள் ஒருவராகத் திகழ்பவருமான ராம் மாதவ் தான் மிக முக்கியமான மாநிலங்களில் இத்திட்டத்தை செயல்படுத்தினார்.

மக்களவை தேர்தலுக்குப் பின்னர் ராம் மாதவ் மாறுதலாகி கட்சிக்குள் வந்தார், வட கிழக்கு மாநிலங்களை வெல்வதே அவருக்குரிய செயற்திட்டமாக இருந்தது.

ஆனால் அதற்கும் முன்னர், எதிர்பாராத ஆணையொன்று அவருக்காகக் காத்திருந்தது.

ஒருவருக்கு ஒரு பதவிதான் எனும் கட்சியின் முக்கிய விதியின்படி, உள்துறை அமைச்சராக ராஜ்நாத் சிங் பதவியேற்றுக் கொண்டதும் கட்சிக்கானப் புதிய தலைவரை தேர்ந்தெடுக்க வேண்டியிருந்தது. அந்தப் பதவிக்காய், 2014இன் உபி தேர்தல்களில் பாஜக அடைந்த வெற்றிக்கு முக்கியக் காரணமாகவிருந்த அமித் ஷாவும், கட்சியமைப்பின் முக்கியப் பிரமுகராகிய ஜே.பி.நத்தாவும் பரிந்துரைக்கப்பட்டனர். 'சங்'கின் கணிசமான சதவீதத்தினர் நத்தாவை ஆதரித்தனர் எனும்போதும், மோடியின் ஆதரவால் ஷா அப்பதவியை அடைந்தார். நத்தாவிற்கு விருப்பத் தேர்வு தரப்பட்டது. கட்சியமைப்பிலேயே அவர் தொடர விரும்புகிறாரா அல்லது அரசாங்கத்தில் பணிபுரிய விரும்புகிறாரா என்பதுதான் அது. இரண்டாவதைத் தேர்வு செய்த நத்தா, இந்திய அரசாங்கத்தின் சுகாதாரத்துறை அமைச்சராகப் பொறுப்பேற்றுக்கொண்டார்.

இதனால் அங்கு ஒரு வெற்றிடம் உருவாகியது. கட்சியின் ஜம்மு காஷ்மீர் கிளையின் பொறுப்பாளராக நத்தா இருந்தார். அப்பொறுப்பை ஏற்றுக்கொள்ள புது நபர் தேவையாக இருந்தது, எனவே மாதவ்விடம், "நீங்கள் அப்பொறுப்பை ஏற்றுக்கொள்ளுங்கள்" என ஷா கூறினார். இதற்கும் ஒரு காரணமிருந்தது. 'சங்'கில் மாதவ் பணியாற்றிய காலங்களில், ஜம்மு காஷ்மீரின் அரசியலில் முக்கியப் பங்குவகித்த உளவுத்துறை பாதுகாப்பு நடவடிக்கைகள் குறித்த அனைத்து தகவல்களையும் அவர் நன்கு அறிந்து வைத்திருந்தார். தேர்தல்களைச் சந்திக்க இரு மாதங்கள் மட்டுமே மீதமிருந்தன என்பது மட்டுமே அவருக்கு ஒரு பிரச்சினையாக இருந்தது.

ஜம்முவை ஒருங்கிணைத்து கட்சிக்கான ஆதரவைப் பெருக்குவது மற்றும் காஷ்மீர் பள்ளத்தாக்கில் தம் இருப்பைப்பதிவு செய்து கட்சிக்கெனப் மிகப்பெரும் அடையாளத்தை உண்டாக்குவது என இருமுனை யுக்தியை மாதவ் கையாண்டார்.

பெரும்பான்மை இசுலாமியர் வாக்காளர்களைக் கொண்ட இந்தியாவின் ஒரே மாகாணத்தில், நீண்ட நெடுங்காலமாக பிரிவினைவாதம் கோலோச்சி வரும் ஒரு மாகாணத்தில் தம் ஆட்சியை அமைத்திட, அவர் கொண்டிருந்த குறிக்கோளும், இப்பிரிவினைவாதச் செயல்களின் மையமாக விளங்கும் பள்ளத்தாக்கிலேயே கட்சியை வெற்றிபெற வைப்பதும் தடுமாற்றத்திற்கு உரியவையாகவே இருந்தன. ஆனால், மோடி மற்றும் ஷாவின் முயற்சியால் 2014 முதலே பாஜகவில் பரவியிருந்த கட்சி விஸ்தரிப்பு நடவடிக்கையும், வலிமையும்தான் மாதவ்வின் செயற்பாடுகளிலும் பிரதிபலித்தன.

காஷ்மீர் பள்ளத்தாக்கில் தொகுதிகளைப் பெறக் கட்சி கடும்முயற்சிகளை மேற்கொண்டிருந்தபோது, முன்னாள் பிரிவினைவாதத் தலைவராகிய சஜ்ஜாத் லோனை கட்சிக்குள் இழுத்த செயல்தான் மிக முக்கியமான திருப்புமுனையாக அமைந்தது என மாதவ் கூறினார். அவருடன் பல வாரங்களுக்குத் தொடர்ந்து பேச்சுவார்த்தையை மேற்கொண்ட மாதவ், இறுதியாக பிரதமர் மோடி - லோன் சந்திப்பை ஏற்பாடு செய்தார். முன்னாள் பிரிவினைவாதி இப்போது கட்சிக்குள் வந்துவிட்டார்.

"மோடிஜிக்கென பள்ளத்தாக்கில் இருந்த செல்வாக்கையும் நாங்கள் நம்பியிருந்தோம். அவர் அங்கே ஒரு பேரணியை நடத்த வேண்டுமென நாங்கள் விரும்பினோம். பாதுகாப்புப் படையினரோடு சேர்த்து மற்றெல்லோரும் கூட இம்முடிவை எதிர்த்தனர். ஆனால் நான் ஒரு வாரம் முழுதும் அங்கேயே தங்கி பேரணிக்குத் தேவையான நடவடிக்கைகளில் ஈடுபட்டேன், அதில் சஜ்ஜாவும் பெரிதும் உதவி புரிந்தார், இறுதியாக ஸ்ரீநகரில் பிரதமரின் பேரணியை வெற்றிகரமாக நடத்திமுடித்தோம், பிரிவினைவாதிகளின் எச்சரிக்கைகளை கண்டுகொள்ளாமல் மக்களும் பேரணியில் கலந்துகொண்டனர்" என மாதவ் நினைவுகூர்ந்தார். மோடியுமே கூட இதை எதிர்பார்த்திருக்கவில்லை. ஜம்முவில் ஒரு பேரணியை நடத்தி முடித்திருந்த பிரதமர், ஸ்ரீநகருக்கு கிளம்பும்முன் மாதவ்வை அழைத்து, "மக்கள் கூட்டம் உள்ளதா? நான் வரலாமா?" என வினவியுள்ளார்.

இந்திய ஜனநாயகத்தின் தோல்வியாகக் கருதப்பட்ட ஒரு காரணியைத் தம் பலமாக மாற்றிக்கொள்வதற்கும் அங்கு கட்சி முயன்றது.

"டெலிகிராப்" பத்திரிகைக்கு சங்கர்ஷன் தாக்கூர் கூறியதைப்போல, காஷ்மீர் பள்ளத்தாக்கில் இருந்த தொகுதிகளில், வாக்களிக்க வரும் வாக்காளர்களை விடவும், வாக்களிக்க வராத வாக்காளர்களை மையமாகக் கொண்டே பாஜக செயலாற்றியது. "இடப்பெயர்வால் வாக்களிக்க வராதவர்களின் துணையோடு அங்கு சில தொகுதிகளை வென்றுவிடலாம் என பாஜகவின் செயற்குழு முடிவு செய்தது. இத்தகைய வெற்றி வாய்ப்புள்ள தொகுதிகளாக, ஸ்ரீநகரின் நகர்ப்புறத்தில் அமைந்திருந்த ஹப்பாகதல் மற்றும் அமீராகதல், வடக்கு காஷ்மீரில் இருந்த சோபோர் ஆகியவை இருந்தன" என்றார். இவையாவும் ஒருகாலத்தில் கணிசமான அளவில் காஷ்மீர பண்டிதர்கள் வாழ்ந்துவந்த பகுதிகளாகும்.

எனினும் தாங்கள் மேற்கொண்ட பணியில் தோற்றுவிட்டதாக மாதவ் ஒப்புக்கொண்டார். "பள்ளத்தாக்கில் இருந்த ஒரு தொகுதியிலேனும் வெற்றிபெற்றுவிட வேண்டும் என நான் கடுமையாக முயன்றேன்; ஆனால் எங்களால் அதைச் செய்ய முடியாமல் போனது. இத்தோல்வி தந்த அச்சத்தின் காரணமாக இப்பகுதி குறித்த ஒரு நிலையான எண்ணத்திற்கு மோடி வந்தடைவார் எனப் பலரும் கருதினர்" என அவர் கூறினார்.

ஆனால், கட்சி காஷ்மீரில் பின்னடைவைச் சந்தித்தபோதும், அவையில் பதிவான கணிப்பை விடவும் மிக அதிகமான வாக்குகளோடு பாஜக ஜம்முவில் வெற்றிபெற்றது.

இவ்வெற்றிக்கானப் பெரும் காரணியான மோடி அலை இன்னமும் ஜம்மு மக்களிடையே வீசிக்கொண்டிருந்தது. பள்ளத்தாக்கின் ஆதிக்கத்தால் தாங்கள் பாதிப்படைந்துள்ளதாய் ஜம்மு மக்கள் நீண்டநாட்களாகவே கருதி வந்திருந்தனர், இக்கோபத்தை அறிந்து கொண்ட பாஜக, அதிகார அமைப்பில் ஜம்முவிற்கென உண்டானப் பங்கை தான் பெற்றுத்தருவதாக அம்மக்களுக்கு உறுதியளித்தது. தேசியவாதமும், வலிமையான இந்துமதம் சார்ந்த செயல்பாடும் பாஜகவின் இந்த அணுகுமுறையின் அடிநாதமாக இருந்ததாக பிற சுயாதீனக்

கருத்தியலாளர்கள் கூறியபோதும், மாதவ் அக்கூற்றுகளை முற்றிலுமாக மறுத்தார்.

பாஜகவை விடவும் சிறிதளவே குறைந்த வாக்குகளுடன் மக்கள் ஜனநாயகக் கட்சி(மஜக) வெற்றி பெற்றிருந்ததனால், அங்கு ஒரு தொங்கு சபை உருவானது. முதலில், ஜம்மு காஷ்மீர் தேசிய மாநாட்டு கட்சியுடன் கூட்டணி அமைக்க மாதவ் முயன்றார். தில்லியின் ஹெய்லி சாலையில், இந்திய பவுண்டேஷன் அமைப்பு அமைந்துள்ள அதே வளாகத்தில், அமித் ஷாவும் மாதவ்வும் ஒமர் அப்துல்லாவை சந்தித்து அவருக்கு முதலமைச்சர் பதவியை அளிப்பதாகப் பேசியுள்ளனர் என பாஜக வட்டாரங்கள் என்னிடம் கூறியிருந்தன. பரூக் அப்துல்லாவின் மகனை இக்கூட்டணிக்கு இணங்கவைக்க அவரையும் கட்சி அணுகியது. ஆனால், பாஜக தலைவர்களுடனான சந்திப்பின்போது அவர்களின் கூட்டணி ஏற்பாட்டிற்கு செவிசாய்த்த ஒமர், பள்ளத்தாக்கிற்குத் திரும்பியதும் அந்தக் கூட்டணியை மறுத்து விட்டார். அத்தகையதொரு சந்திப்பு நிகழ்ந்ததையே ஒமர் தொடர்ச்சியாக மறுத்தே வந்திருக்கிறார்.

பாஜகவை விலக்கி வைப்பதையே தன் தேர்தல் குறிக்கோளாகக் கொண்டிருந்த மஜகவுடன் மாதவ் தன் பேச்சுவார்த்தைகளைத் துவக்கினார். 'சங்'கின் உலகப்பார்வையில் ஊறிப்போயிருந்த ஒரு நபர், 'மென்மையான பிரிவினைவாதம்' கடைப்பிடித்துவந்த ஒரு கட்சியுடன் பேச்சுவார்த்தை நடத்தியதென்பதே முரணான செயலாகும். எனினும், மஜகவின் தொடர்பாளர் அசீப் திராபுவுடன் மாதக்கணக்கில் தொடந்த இப்பேச்சுவார்த்தைகளின் மூலமாக, மாதவ்வால் கூட்டணியை முடிவுசெய்ய முடிந்தது.

2016 மற்றும் 2017களின் கோடைக்காலங்களில் பள்ளத்தாக்கின் நிலை மோசமடைந்துகொண்டே வந்தது, விளைவாக இக்கூட்டணியில் இறுக்கமும் அதிகரித்துவந்தது. பாஜகவின் தேசிய அளவிலான ஒரு செயற்திட்டமும், காஷ்மீர மக்களின் பெருந்தேவைகளும், பாஜக மற்றும் மஜக இடையே நிலவிய முரண்பாடுகளும் முடிவுக்கு வந்தன, இது அரசாங்கத்தின் மீதான நம்பகத்தன்மையை இழக்கச் செய்தது. மாதவ்வின் யுக்திகளைப் பலரும் சந்தேகித்தனர், ஆனால் அவற்றைத்தவிர தம்மால் செய்ய முடிந்தது எதுவுமில்லை எனக் கட்சி வாதிட்டது.

பாஜக கொண்டிருந்த குறிக்கோள்களின் சாட்சியாக தேர்தல்களே இருந்தன என்பதே நம் கதையின் முக்கியமான அம்சமாகும். மோடி அலையின் மீது கட்சியால் பயணிக்க முடிந்தது என்பதையே இது காட்டுகிறது. தேசியவாதம் மற்றும் இந்து எனும் செய்திகளே பாஜகவின் பிரச்சாரங்களில் நிறைந்து இருந்ததால், ஜம்முவை சேர்ந்த இந்துவாக்காளர்களிடம் அது நன்றாகவே வேலையும் செய்தது. சஜ்ஜாத் லோன் போன்ற புரட்சிகரமான முன்னாள் தலைவரையும் கூடக் கட்சிக்குள் இழுத்துக்கொண்டு, கட்சிக்காக அவரை செயல்படவும் வைக்குமளவிற்கு பாஜகவின் அணுகுமுறை சிறப்பாக இருந்தது என்பதையும் இது எடுத்துக்காட்டுகிறது. ஆனால் பாஜக தன்னைத்தானே விஸ்தீரணம் செய்துகொள்வதில் இருந்த தடைகளையும் இத்தேர்தல்கள் வெளிப்படுத்திவிட்டன. பாஜகவை மிக வெளிப்படையாக அந்தப் பள்ளத்தாக்கு ஒதுக்கிவிட்டது. இந்தியாவின் பிற பகுதிகளில் 'சங்'கின் கூட்டாளிகள் செய்திருந்த முரட்டு அரசியலால் கட்சியின் மதிப்பு அங்கு குலைந்திருந்தது.

ஆனால், ராம் மாதவ்வைப் பொறுத்தவரை, இந்த அனுபவம் மூலம் தான் தீக்குளித்துப் புனிதமடைந்திருப்பதாக எண்ணிக்கொண்டார். ஒரு அரசியல் தலைவராக இருந்து, ஒரு முழு தேர்தலையும் அவர் நிர்வகிப்பது இதுவே முதன்முறையாகும்.

"நிர்வாகத்திறனைப் பொறுத்தே தேர்தல்களை எதிர்கொள்ளமுடியும் என்பதே நான் அரசியலில் கற்றுக்கொண்ட பெரிய பாடமாகும். ஒவ்வொரு தொகுதி குறித்தும் முழுமையாக அறிந்துகொள்ள வேண்டும், கைவசமிருக்கும் வளங்களை நிர்வகிக்கக் கற்றுக்கொள்ள வேண்டும், எதனை எங்கு உபயோகிக்க வேண்டும் என அறிந்திருக்க வேண்டும், பின்னர் யுக்திகளைக் கையாண்டு, திட்டம் தீட்டி, அதனை கவனமாக செயற்படுத்தவும் தெரிந்திருக்க வேண்டும்" என மாதவ் கூறினார்.

இவற்றையெல்லாம் அடிப்படையாகக் கொண்டே, வட கிழக்கு இந்தியாவிற்குள் நுழைந்த பாஜகவின் வருகைக்கு மாதவ் கட்டியம் கூறினார்.

~

அசாமில் 2014 மக்களவைத் தேர்தல் நெருங்கிக் கொண்டிருந்தது.

வட கிழக்கு இந்தியாவையும் சேர்த்து, நாடு முழுவதும் தன் பிரச்சாரத்தை முழுவீச்சில் மேற்கொண்டிருந்தார் நரேந்திர மோடி. மிகக் குறிப்பாக அசாம் மூலம் தனக்கான தேர்தல் அனுகூலங்களை அடையலாம் என பாஜக நம்பியிருந்தது.

'சங்'குடன் அப்போதும் தன்னை இணைத்துக்கொண்டிருந்த ராம் மாதவ். அசாமிற்கும் அடிக்கடி சென்று வந்தார்.

தேர்தலுக்கு சிறிது காலத்திற்கு முன்பு, அதுபோன்றதொரு பயணத்தை அவர் மேற்கொண்டிருந்தார், அப்போதைய காங்கிரசு அமைச்சரான இமாந்தா பிஸ்வா சர்மாவை ஒரு அதிகாரியின் இல்லத்தில் மாதவ் சந்தித்தார். தனது மேலதிகாரியான முதல்வர் தருண் கோகோயிடமும், தில்லி தலைமையிடமும் சர்மா அதிருப்தி கொண்டிருந்தார் என்பது அனைவரும் அறிந்திருந்த ஒரு ரகசியமாகும். கோகோய் தனது மூன்றாவது பதவிக்காலத்தில் இருந்தார், ஆகையால் தாம்தான் ஆட்சிப்பொறுப்பிற்கான அடுத்த தேர்வாக இருக்கக்கூடும் என சர்மா எண்ணினார், ஆனால் காங்கிரசு அதற்கு விருப்பம் தெரிவிக்கவில்லை. சர்மாவிற்கு பதிலாக கோகோயின் மகனான கவுரவிற்கு வாய்ப்பளிக்கப்பட்டது, அவரே மக்களவைத் தேர்தல்களிலும் போட்டியிட்டார்.

இதை ஒரு அரிய வாய்ப்பாகக் கருதிய மாதவ், சர்மாவை தொடர்பு கொண்டார்.

தம் சந்திப்பின்போது, மோடியுடன் சர்மாவை தொலைபேசியில் பேசச் செய்தார் மாதவ். அப்போது பிரதம வேட்பாளரிடம், "மோடிஜி, கவலைப்படாதீர்கள். நீங்கள் எதிர்பார்ப்பதைவிடவும் இரண்டோ மூன்றோ சீட்களை அதிகமாகவே இங்கிருந்து பெறுவீர்கள்" என சர்மா உறுதி கூறினார்.

அம்மாநிலத்தில் இருந்து ஏழு மக்களவை சீட்களை பாஜக வெல்ல வேண்டியிருந்தது, அவற்றுள் சிலவற்றை சர்மாவின் உதவியோடே செய்ய வேண்டியிருந்தது. 2011இல் மாநிலத்தின் மொத்த வாக்கு விகிதத்தில் 12 சதவீதத்தை பாஜக வென்றிருந்தது. 2014 தேர்தல்களின்போது, 37 சதவீத வாக்குகளைக்

கட்சி பெற்றிருந்தது. இப்போது சட்டசபை தேர்தலில் போட்டியிடுவதைத் தன் குறிக்கோளாகக் கட்சி கொண்டிருந்தது.

2015 ஆகஸ்ட் மாதத்தில், அதாவது ஒன்றரை வருடங்கள் கழித்து, 25 கிலோமீட்டர் தொலைவிற்கு நீண்ட பிரமாண்ட நடைபயணத்தோடு, ஆயிரக்கணக்கான தொண்டர்கள் புடைசூழ, சர்மா பாஜகவில் இணைந்தார். பாஜகவில் சேர, தன்னுடன் பத்து காங்கிரசு சட்டமன்ற உறுப்பினர்களையும் அவர் அழைத்து வந்திருந்தார். பாஜகவில் இருந்தும், உள்ளூர் 'சங்' கிடமிருந்தும் இதற்கு எதிர்ப்பு கிளம்பியது. ஆனால் அமித் ஷாவிடமிருந்து அனுமதி கிடைத்ததும், மாதவ் தன் அரசியல் ஆட்டத்தில் மேற்கொண்டு காய்களை நகர்த்தினார்.

அடுத்த வருடம் மே மாதத்தில் நடைபெறவிருந்த மாநிலத் தேர்தல்களில் பாஜகவின் சக்திவாய்ந்ததொரு சொத்தாக சர்மா இருப்பார் எனக் கருதப்பட்டது.

2014 தேர்தல்களின்போதே பாஜகவின் ரகசியச் சொத்தாக அவர் இருந்தார் என்பதை பலரும் அறிந்திருக்க வாய்ப்பில்லை.

அசாமிற்கான தன் திட்டங்களில் இதுவொரு திருப்புமுனையாக இருக்கக்கூடும் என மாதவ் உணர்ந்துகொண்டார். 'உன்னால் வெல்லமுடியாத பட்சத்தில், வெல்பவரை உன் பக்கம் இழுத்துக்கொள்' அதாவது, கூடுதல் வாக்குகள் வேண்டுமாயின், எதிர்க்கட்சியை கலைத்து, அந்த வாக்குகளைப் பெற்றுத்தருவோரை கட்சியுடன் சேர்த்துக்கொள்ளுதல் எனும் தன் கட்சித்தலைவர் அமித் ஷாவின் கொள்கைப்படியே மாதவ் செயல்புரிந்தார். மாதவ்வினுள் குடிகொண்டிருந்த நடைமுறைவாதியின் எண்ணத்தோடு இக்கொள்கை மிகத் துல்லியமாகப் பொருந்திப்போனது.

கட்சிக்கும் தொண்டர்களுக்கும் விருப்பமான, யூனியன் அமைச்சராகப் பொறுப்பு வகித்துவந்த சர்பானந்தா சோனாவால், முதலமைச்சர் பதவிக்கானவராகத் தேர்வு செய்யப்பட்டார். வெகுஜன ஈர்ப்புடையவராகவும் சர்மா விளங்கினார். வட கிழக்கு எனும் தடையை கட்சி கடக்க வேண்டிய சரியான நேரம் இதுதான்.

பாஜகவிற்கான ஒரு விசித்திர முரண்பாட்டுக்களமாக அசாம் விளங்கியது.

நாட்டின் பாதுகாப்பையே கேள்விக்குள்ளாக்குமாறு, எல்லைகளைக் கடந்து இடம்பெயரும் வங்காளதேசத்தினர் அசாமில் ஊடுருவுவதாக, பலத்த அதிர்வொன்றை அசாமில் பாஜகவும் 'சங்'கும் உருவாக்கியிருந்தன. எனினும் இவ்விஷயத்தைத் தங்களுக்கு அனுகூலமானதாக கட்சியால் மாற்றிக்கொள்ள முடியவில்லை. 1980களில் இப்பிரச்சினையைத் தமக்கு சாதகமாக பயன்படுத்திக்கொண்ட அசோம் கனா பரிஷத் (ஏஜிபி), 'பிரபுல்லா குமார் மகாந்தா' எனும் இளைஞரை முதலமைச்சராகப் பதவியேற்க வைத்தது. அதன்பிறகு வந்த பதினைந்து வருடங்களுக்கும் மேலாக அங்கு காங்கிரசுதாம் கோலோச்சி வருகிறது.

தனித்துவமான துணைதேசியத்தின் நீண்டதொரு பாரம்பரியத்தைக் கொண்டிருந்த மாநிலத்தில், ஒரு வட இந்திய கட்சியாகக் காட்சியளிப்பதில் உள்ள பாதகங்களை பாஜக நன்றாகவே அறிந்திருந்தது. அமைப்புரீதியாக பாஜகவும் அங்கு பலவீனமாக இருந்தது. முதல்வராக இருந்த கோகோய்க்கு எதிராக மக்கள் அதிருப்தி கொண்டிருந்தனர் எனும்போதும், மாநிலத்திற்கான மிக முக்கியமான நலத்திட்டங்களை வழங்கியவர் எனும் வகையில், அசாமின் அசைக்கமுடியாத தலைவராகவும் அவர் இருந்தார். மேலும், மிகச் சிறந்த வாக்குச்சாவடி நிர்வாகத்திறனையும் காங்கிரசு அங்கு கொண்டிருந்தது.

அங்கு தேர்தல் நிகழவிருந்த காலகட்டமும் கட்சிக்கும் அனுகூலமான காலமன்று.

பெரிய அளவிலான விளம்பரங்களுடன் கூடிய பிரதமரின் பிரச்சாரங்களையும் கடந்து, தில்லியிலும், 2015 நவம்பரில் பீகாரிலும், கட்சி தோல்வியைத் தழுவியிருந்தது. மோடி தன் பலத்தை இழந்துகொண்டு வருகிறார் எனும் கருத்து நிலவத்தொடங்கியது. அவருடைய வெளிநாட்டுப் பயணங்கள் கடும் கேலிக்குள்ளாகின. பணவீக்கம் அதிகரித்தது, பருப்பு விலைகள் விண்ணை முட்டின, 2014இல் ஹர ஹர மோடி என முழங்கியவர்கள் பின்னர் அர்கர் (பருப்புகள்) மோடி

எனப் புலம்பத் துவங்கினர். தேர்தல்ரீதியான மிக முக்கிமான மாவட்டமொன்றில் நீதிபதியாகப் பணியாற்றிவந்த அரசு அதிகாரியொருவர், "அசாமில் காங்கிரசின் வேர்கள் ஆழமாக ஊன்றியுள்ளன. 2014இன் மோடி அலையோ இப்போதில்லை. எனவே பாஜகவிற்கு இது சிரமமானதொரு தேர்தலாகவே இருக்கக்கூடும்" எனக் கூறினார்.

இந்தக் கருத்தை அடிப்படையாகக் கொண்டுதான் மாதவ்வும் சர்மாவும் இணைந்து முன்னேற்றத்திற்கான யுக்திகளை கையாண்டனர்.

காங்கிரஸ் முற்றிலுமாகத் தனிமைப்படுத்தப்பட்டு, அது தேர்தல்களைத் தன்னந்தனியாகச் சந்திக்க வேண்டும் என்பதே அவர்களின் முதல் திட்டமாக இருந்தது. பீகாரில் மகாகூட்டணி பெருவெற்றி பெற்றதனாலேயே, அதே போன்றதொரு பிரமாண்ட கூட்டணியை காங்கிரசும் அசாமில் பாஜகவை எதிர்த்து உருவாக்க வேண்டுமென பீகாரின் முதல்வராகிய நிதிஷ் குமார் உள்ளிட்டப் பலரும் விரும்பினர். அவ்வாறு ஏதேனும் நடப்பதற்குள்ளாகவே, எப்பாடுபட்டேனும் அதை தடுத்து நிறுத்தியாக வேண்டும். இதை நிறைவேற்றுவதில், அகில இந்திய ஒருங்கிணைந்த ஜனநாயக முன்னணி (ஏஐயூடிஎப்) கட்சியின் தலைவரும், தூப்ரி தொகுதியின் பாராளுமன்ற உறுப்பினருமான பத்ருத்தீன் அஜ்மல் மிக முக்கியப்பங்கு வகித்தார். அஜ்மலிடம் பலம்வாய்ந்த இசுலாமிய அடித்தளம் இருந்தது, எனவே காங்கிரசிற்கும் அஜ்மலிற்கும் இடையே கூட்டணி உருவாகுமானால் அது இசுலாமியர்கள் அனைவரையும் ஒரே இடத்தில் கொண்டுசேர்த்துவிடக்கூடும்.

காங்கிரசிற்கும் அஜ்மலிற்கும் இடையே அத்தகையதொரு கூட்டணி உருவாகிவிடக் கூடாது என்பதற்காக பாஜக பல்வேறுவகையான காரியங்களிலும் இறங்கியது. அதில் பாஜக வெற்றியடையவும் செய்தது. அஜ்மல் சுயேச்சையாகப் போட்டியிட்டதோடு மட்டுமல்லாது, தொடர்ந்து காங்கிரசை விமர்சித்தும் வந்தார். இசுலாமிய வாக்காளர்களை மேலும் குழப்புவதற்காகவே, அவர் பாஜகவின் முக்கிய எதிரி போலவும் கட்சி காட்டிக்கொண்டது. இசுலாமிய வாக்குகளைச் சிதறச் செய்வதே பாஜகவின் வெற்றிக்கு வழிவகுக்கும் எனக் கட்சி அறிந்தேயிருந்தது.

அதே நேரத்தில், காங்கிரசை தனிமைப்படுத்துவதென்பது அவர்களின் யுத்தியின் ஒரு பகுதியாக இருந்தபோதே, பாஜக கூட்டணிக்கட்சிகளின் அளவை இயன்ற அளவு விரிவு செய்வதே அந்த யுத்தியின் மற்றொரு பகுதியாகவும் இருந்தது. இத்தேடுதல் வேட்டையில், 12 சட்டசபை உறுப்பினர்களைக் கொண்டிருந்த போதோலாந்த் மக்கள் முன்னணிக் கட்சியுடன் மாதவ் பேச்சுவார்த்தைகளைத் துவங்கினார், இக்கட்சியினர் கோகோயின் அமைச்சரவையிலும் பங்கு வகித்துவந்தனர். அசோம் கனா பரிஷத் (ஏஜிபி) இல்லாது இக்கூட்டணி நிறைவுபெறாது. கடினமான தொகுதிப்பங்கீடு ஒப்பந்தங்களின் பின்னர், பாஜக தலைமையில் உருவான தேசிய ஜனநாயகக் கூட்டணியில் ஏஜிபி இணைந்துகொண்டது.

சர்மாவை கட்சிக்குள் சேர்த்துவிட்டது, காங்கிரசை தனிமைப்படுத்தியது, பெரிய கூட்டணிக்குடையொன்றை பாஜக தலைமையின் கீழ் கொண்டுவந்தது எனத் தன் மூன்று முக்கிய யுக்திகளை மாதவ் நிறைவேற்றி விட்டார். இது ஒன்றும் அத்தனை எளிதான காரியமாய் இருக்கவில்லை, கூட்டணிகள் குறித்தும் தேர்தல் நிர்வாகம் குறித்தும் கட்சிக்கும் உள்ளூர் சங் குழுவுக்கும் இடையே அதிருப்தி நிலவியது என குவகாத்தி முழுவதுமே கிசுகிசுத்தது. ஆனால் பிரச்சாரத்திற்கான அடித்தளம் அமைக்கப்பட்டாயிற்று.

தம் பிரச்சாரம் முதலமைச்சருக்கு எதிராக இருக்கவேண்டுமெனவே பாஜக முடிவு செய்திருந்தது. பிரதமர் மோடியின் மீதும், அமித் ஷா மீதும் கடுமையான தனிநபர் தாக்குதலை அப்போது காங்கிரசு மேற்கொண்டிருந்தது, ஆனால் அவை எத்தனை ஆத்திரமூட்டக்கூடிய இகழ்ச்சிகளாக இருப்பினும் அவற்றுக்கு பதிலளிக்கக் கூடாது எனக் கட்சிக்கு மாதவ் வலியுறுத்தியிருந்தார். "அவரை (கோகோய்) எதிர்த்துப் பிரச்சாரம் செய்வதும் அவரது செயற்பாடுகளை கவனித்து வருவதும்தான் எங்களுடைய ஒரே நோக்கமாக இருந்தது" என்றார் அவர். கோகோயை எதிர்த்துப் போட்டியிட, ஒரு வலிமையான வேட்பாளரை முதல்வரின் சொந்த தொகுதியிலேயே பாஜக நிறுத்தியது, அப்போதுதான் தன் உள்ளூர் எதிரியை எதிர்த்துப் போரிடுவதற்கே தன் மொத்த நேரத்தையும் முதல்வர் செலவிடுவார் எனக் கட்சி கணக்கிட்டிருந்தது. அவருடைய கவனம் முழுவதும் உள்ளூர் போட்டி மீதே நிலைத்திருக்க வேண்டும் என

எண்ணிய மாதவ், அதில் பாஜக மத்திய தலைமையின் தலையீட்டைக் குறைத்தார். பீகாரை தம் தொடர் பேரணிகளால் திணறடித்திருந்த மோடி, இங்கு மூன்று பேரணிகளை மட்டுமே நிகழ்த்தினார். அமித் ஷாவோ இரண்டு பொதுக்கூட்டங்களில் மட்டும் கலந்துகொண்டார். மற்றபடி, உள்ளூர், மாநில அளவிலான பிரபலங்களே பெரும்பாலும் பிரச்சாரங்களை தலைமையேற்றிருந்தனர்.

முன்னேற்றமும் மாற்றமும் தாம் பாஜகவின் முக்கியப் பிரச்சார அம்சங்களென பல சுயாதீனப் பார்வையாளர்களும் எண்ணியிருந்தனர்.

திட்ட ஆய்வு மையம் என்றழைக்கப்படும் சிபிஆரை சேர்ந்த நீலஞ்சன் சர்கார், பானு ஜோஷி மற்றும் ஆசிஷ் ரஞ்சன் ஆகியோர் தேர்தல் சமயத்தில் மாநிலம் முழுதும் தம் பயணத்தை மேற்கொண்டனர். அசாமைப் பொறுத்தவரை “மொழி, இன, மத வேறுபாடுகளின் மீது அதீத கவனம்” செலுத்தப்பட்டதே கட்சிப் பிரச்சாரத்தின் முக்கிய வாதமாக இருந்தபோது, இவர்கள் சந்தித்த பெரும்பான்மையான வாக்காளர்கள் மாநிலத்தின் முன்னேற்றம் குறித்தும் மக்களின் பொருளாதார முன்னேற்றம் குறித்தும் தான் அதிகமாய் பேசினரே தவிர்த்து சமூக மோதல்களை அவர்கள் முக்கியப் பிரச்சினையாகக் கருதவேயில்லை எனக் கூறினர். “மாநிலத்தில் அமைதியையும் நிலையானதொரு தன்மையையும் காங்கிரஸ் ஏற்படுத்தியிருந்ததுதான், எனினும் பொருளாதார முன்னேற்றத்தை வைத்துப் பார்த்தோமானால் நாட்டின் பிற பகுதிகளை விடவும் அசாம் பின் தங்கிய நிலையிலேயேதான் உள்ளது. இத்தேர்தலில் ‘வாக்காளர்கள் எதிர்ப்பார்க்கும் மாற்றம்’ என்பது இதைத்தான்” எனவும் ஆய்வை மேற்கொண்டவர்கள் உரைத்தனர்.

இவ்வாதத்தை அடிப்படையாகக் கொண்டே, சர்காரும் ரஞ்சனும் பின்வருமாறு ‘தி இந்து’வில் எழுதினர்: “2014 தேர்தலில் பாஜகவிற்கு நல்ல பலனை அளித்திருந்த ’மாற்றம், முன்னேற்றம்’ எனும் மந்திரச்சொற்களையே அது மீண்டும் உபயோகிக்க வேண்டியுள்ளது. காங்கிரசு ஆட்சியின்கீழ் சுகாதாரம் மற்றும் கல்வித்துறை மந்திரியாக சர்மா சிறப்பாகப் பணியாற்றியுள்ளார். மோடி அவர்களின் புகழுடன் சர்மாவின் சிறப்புகளும் சேரும்போது, அசாமிற்கான முன்னேற்றத்தை

பாஜகவால் வழங்கமுடியும் எனும் எண்ணம் மக்களிடையே வலுப்பெற வாய்ப்புள்ளது."

ஆனால் முன்னேற்றத்துடன், அடையாளம் என்பதும் இங்கு முக்கியப் பிரச்சினையாக இருந்தது.

முன்னாள் ஏஜிபி தலைவரும், கட்சியின் முதல்வர் வேட்பாளருமான சர்பானந்தா சோனாவால் குடியேற்றத்திற்காக எதிராகப் போராடி வந்தார் என்பது கட்சிக்கு அனுகூலமானதொன்றாக இருந்தது. அசாமியர் எனும் அடையாளத்தில் இருந்த சிக்கலையும், அது எத்தகைய அச்சுறுத்தலின்கீழ் இருந்தது என்பது குறித்தும் சர்மாவும் குரலெழுப்பினார். "நம் அடையாளத்தை காப்பாற்றிக்கொள்ள இதுவே நமக்கான இறுதி வாய்ப்பு" என்பதையே மீண்டும் மீண்டும் அனைத்துப் பேரணிகளிலும் அவர் வலியுறுத்திக் கூறினார். "நம் நிலத்தினுள் மட்டுமல்ல நம் அரசியலினுள்ளும் வங்காளதேசத்தினர் அத்துமீறி நுழைவதை நாம் தடுத்துநிறுத்த வேண்டும். இத்தேர்தலில், வங்கதேசத்திலிருந்து குடியேறியவர்கள் தமக்கென ஒரு முதல்வர் வேண்டுகின்றனர்," என இந்தியன் எக்ஸ்பிரஸ் பத்திரிகையின் நிருபரான ஷீலா பட்டிடம் அவர் கூறினார். தெளிவாகக் கூறுவதானால், இந்திய இசுலாமியர்களையும், வங்காளதேசத்தை பிறப்பிடமாகக் கொண்ட இசுலாமியர்களையும் பாஜக வேறுபடுத்தி பார்த்தது. எனினும், இப்பிரச்சாரத்தின் மூலம் இந்துக்களுக்கான செய்தியும் சொல்லப்பட்டிருந்தது.

1980களில் இருந்தே அசாமில் நிருபராகப் பணியாற்றிவந்த சேகர் குப்தா, அம்மாநிலத்தின் அரசியலை தொடர்ச்சியாகப் பதிவுசெய்து வந்தார். தேர்தல் சமயத்தில், தேர்தல் பலன்களை பாஜக பெறுவதற்குண்டான அரசியல் சூழல்களை சங் எவ்வாறு உருவாக்கித்தந்தது என்பது குறித்து ஆராய்ந்து 'பிசினஸ் ஸ்டாண்டர்ட்' இதழில் அவர் எழுதினார். "பேரினவாதத்தை அடிப்படையாகக்கொண்டு அசாம் இயக்கம் நடத்தப்பட்டது. இசுலாமியர்கள், இந்து வங்காளிகள் மற்றும் மார்வாரிகளை குறிவைத்து நடத்தப்பட்ட இவ்வியக்கம், வெளியாட்களுக்கு எதிரான ஒரு இயக்கமாகத்தான் துவங்கியது. இனவாதத்திற்கும் மதத்திற்கும் இடையே நிலவிய முரண்களை விடுத்துப்பார்த்தால், இவ்வியக்கத்தில் ஒரு உறுதித்தன்மையை ஆர் எஸ் எஸ்

கண்டுகொண்டது. குடிபெயர்பவர்களுக்கு எதிரான இயக்கமான இதனை குடிபெயரும் இசுலாமியர்களுக்கு எதிரான இயக்கமாக மாற்றிட ஆர் எஸ் எஸ் பொறுமையாக முயன்றது. முன்னர் மக்களிடையே பரவியிருந்த 'பொங்காலி' எனும் பிரபல வெறுப்பும் அச்சமும், இக்கருத்தியல் மாற்றத்தின் மூலமாக, 'மியான் மனுஸ்' என இழிவாகக் குறிப்பிடப்படும் குடிபெயர்ந்த இசுலாமியருக்கு எதிரான வெறுப்பாகத் உருமாறியிருந்தது." என குப்தா கூறினார்.

தேர்தல் யுக்திகளை உருவாக்கும் ஒரு புது குழுவையும் இத்தேர்தலுக்காக பாஜக உருவாக்கியிருந்தது. இத்தேர்தலுக்காக ரஜாத் சேத்தியும் சுபராஸ்தாவும் தாமாகவே முன்வந்து பணிபுரிந்தனர்.

மோடியின் பிரச்சாரத்தையும், நிதிஷ் குமார்- லாலு பிரசாத் பிரச்சாரத்தையும் ஆய்வுசெய்யும் பொறுப்பினை, பொறுப்புமிக்க அரசாட்சி வேண்டும்பொருட்டு பிரசாந்த் கிஷோர் உருவாக்கியிருந்த சிஏஜி (Citizens for Accountable Governance) குழுவின் ஒரு அங்கத்தினராக இருந்தவரும், தில்லியின் மிராண்டா ஹவுஸ் கல்லூரியில் தன் பட்டப்படிப்பை முடித்தவருமான சுபராஸ்தா மேற்கொண்டார். ஆய்வுகள், ஊடகப் பிரச்சாரங்கள், தகவல்களை அடிப்படையாகக் கொண்டு முடிவுகளை எட்டுதல், உள்ளூர் நிலவரங்களுடன் பொருந்திப்போகுமாறு பிரச்சாரங்களை ஒருங்கிணைத்தல் ஆகியவற்றின் முக்கியத்துவத்தை சுபராஸ்தா அறிந்து கொண்டார்.

தேர்தல் பிரச்சாரங்களின்போது, பல வருடங்களின் தொடர் உழைப்பு மூலமாக கட்சி சேகரித்திருந்த தகவல்களை எடுத்துக்கொண்டு, அதற்கு பதிலாக வேறு தகவல்களை அளித்துவிட்டு, பிரச்சார சமயத்தில் கட்சியைப் புறந்தள்ளிவிட்டு போகிற வெளியாட்களின் செயல் அவரை வருத்தத்திற்கு உள்ளாக்கியது. "செயலாளரிடமிருக்கும் அரசியல் மூலதனத்தை எடுத்துச் செல்லும் செயல் உண்மையிலேயே என்னை வருத்தத்தில் ஆழ்த்தியது. கட்சியின் உழைப்பை ஆதரிப்பதற்குப் பதிலாக, அதன் பலனை மட்டுமே எடுத்துச் செல்லும் போக்கு இருந்தது. இதைத்தடுக்க, கட்சிப்பணியாளர்களை மட்டும் இணைத்துக்கொண்டு, சிறு குழுவாக செயல்படலாம்." என

அவர் விளக்கிக்கூறினார். தற்போது, கருத்தியல் ரீதியாகவும் அவர் பாஜகவோடு வெகு இணக்கமாக செயல்பட்டு வருகிறார்.

நேரம் கனிந்து வந்துள்ளது.

தனது கூட்டாளியும், வருங்கால மனைவியுமான சுபராஸ்தா போலல்லாது, ரஜாத் சேத்தி பாஜகவின் அரசியலோடு எப்போதும் இணைந்தே இருந்தார். அவர் ஐஐடியில் கல்வி பயின்று கொண்டிருந்தபோதே ராம் மாதவ்வை சந்தித்தார், ஹார்வர்டில் அவர் படித்துக்கொண்டிருந்தபோது அங்குவந்து உரையாற்றுமாறு மாதவ்விற்கு அழைப்பும் விடுத்திருந்தார். ஹார்வர்ட் மற்றும் மாசாசூசெட்ஸ் தொழில்நுட்ப நிறுவனத்திலிருந்து பட்டங்களைப் பெற்றுக் கொண்டு, 2015இல் சேத்தி இந்தியா திரும்பினார்.

குவகாத்திக்கு வந்து அசாம் பிரச்சாரத்திற்கு உதவ முடியுமா என மாதவ் சேத்தியிடம் கேட்டார். சேத்தியும் அதற்கு ஒப்புக்கொண்டார். பீகார் தேர்தல்கள் முடிந்ததுமே, சுபரஸ்தா அசாம் சென்று அவரோடு இணைந்துகொண்டார். இருவரும் இணைந்து தொகுதிகளின் பலங்களையும் பலவீனங்களையும் திறமையாக ஆராய்ந்தனர். களத்திற்குத் தேவையான உள்ளீடுகளை வழங்குவது, தலைவர்களின் ட்விட்டர், பேஸ்புக் தளங்களான பொதுவெளி ஊடகங்களின் வழி பிரச்சாரங்களை பரப்புவது, விளம்பரப்பலகைகள், தட்டிகள், மற்றும் செய்தித்தாள்களில் செய்திகளை விளம்பரப்படுத்துவது போன்ற பணிகளை அவர்கள் மேற்கொண்டனர். இதில் ஏபிவிபி மற்றும் கட்சித் தொண்டர்களுடன் இணைந்து அவர்கள் பணியாற்றினர்.

"எங்களுக்குத் தேவையான எதிர்வினைகளை நிகழ்பொழுதிலேயே கொடுத்ததன் மூலம் அவர்கள் தேர்தலில் முக்கியப் பங்காற்றினர். ஒவ்வொரு தொகுதி குறித்த தகவல்களும் எங்களுக்கு உடனடியாகத் தெரிவிக்கப்பட்டது, உதாரணத்திற்கு, இன்றைய மதியப் பொழுதில் இன்ன தொகுதியில் இன்ன நிலை நிலவியது என்றால், அடுத்த நாள் அதே தொகுதியில் என்ன நிலை நிலவியது என்பது குறித்த எதிர்வினைகள் எங்களை வந்துசேர்ந்துவிடும். இத்தகைய உள்ளீடுகளை வழங்குவதற்கெனவே தொகுதியில் எங்களின் ஆட்கள் இருந்தனர், அவற்றை செயல்படுத்துவதற்கென இணைய

செயலியும் இருந்தது. இது மிக முக்கியமான செயற்பாடாகும்" என ராம் மாதவ் கூறினார்.

இவையனைத்தும் கட்சிக்குப் பெரிதும் உதவிபுரிந்தன, விளைவாக தன் கூட்டணிக்கட்சிகளுடன் இணைந்து பாஜக அசாமில் வெற்றி பெற்றது.

பாஜகவின் குறிக்கோளை மீண்டுமொருமுறை தேர்தல் நிரூபித்து விட்டது. தேர்தலில் ஜெயிக்கப் பல்வேறுவகையான யுக்திகளையும், தந்திரங்களையும் உபயோகிக்க அது தயாராக இருந்தது என்பதையும், நடைமுறைக்கேற்றவாறு நடந்துகொண்டது என்பதையும் இவ்வெற்றி விளக்குகிறது.

பாஜகவை விமர்சனம் செய்வதிலேயே தன் அரசியல் வாழ்வின் பெரும்பகுதியையும் கழித்திருந்த சர்மா போன்றோரை கட்சிக்குள் இணைத்துக்கொள்ளவே பாஜக விரும்பியது; மோடி போன்ற சக்திவாய்ந்த ஒருவரை தலைமைபீடத்தில் கொண்டிருந்த ஒரு தேசிய கட்சியாக பாஜக இருந்தபோதும், தன் பலவீனங்களை கட்சி மிகச்சரியாக கணித்துக்கொண்டதோடு, தன் கூட்டணிகளுடனும் மிகுந்த பணிவுடனேயே அது பேச்சுவார்த்தைகளை நிகழ்த்தியது; சில தேர்தல்களில் மத்திய தலைமை முக்கியப் பங்காற்றுவதைப் போலவே வேறு சில தேர்தல்களில் உள்ளூர் தலைமை முக்கியப்பங்காற்ற வேண்டியிருந்தது என்பதைக் கட்சி உணர்ந்திருந்தது, 2016 அசாம் தேர்தல் இதை நிரூபித்தது; பல்வேறு வழிகளின் மூலமும் எதிர்க்கட்சிகளை உடைத்து, 30 சதவீதத்துக்கும் மேலான இசுலாமிய மக்கட்தொகையை கொண்ட மாநிலத்தில் கட்சி ஜெயித்திருந்தது; உட்கட்சி தலைவர்களுக்குள்ளே சமநிலையை உருவாக்குவது, சோனோவாலுக்கு தலைமைப் பொறுப்பை கட்சியளித்த அதே நேரத்தில் சர்மாவிற்கான தகுதியான இடத்தையும் அளித்தது, இதுபோன்ற செயல்களால் தேர்தல் அனுகூலங்களையே பாழடித்துவிடக்கூடிய கோஷ்டிப்பூசல்களை கட்சி தவிர்த்தது; முன்னேற்றம் மற்றும் அடையாளத்தை ஒருங்கிணைத்து அணுகியது.

அசாம் வெற்றியால் உண்டான தாக்கங்கள் அசாமை கடந்தும் பரவியிருந்தன.

2015ஆம் ஆண்டில் தில்லியிலும் பீகாரிலும் பின்னடைவை சந்தித்திருந்த கட்சி, பெரும் ஆரவாரத்துடன் மீண்டு வந்துள்ளது. இவ்வெற்றி, தலைமைக்கு நம்பிக்கையையும், தொண்டர்களுக்கு உற்சாகத்தையும் அளித்திருந்தது. வட கிழக்கினுள் கட்சி நுழைந்துவிட்டது என்பதை இவ்வெற்றி உறுதிபடுத்தியதோடு, பாஜக உண்மையிலேயே ஒரு தேசிய கட்சியாக உருமாறியிருந்தது. தேர்தல் நிர்வாகத்திலும், அரசியல் சிந்தனைகளிலும் ராம் மாதவ்வின் செயலாற்றலும் புகழும் அதிவேகமாக உயர்ந்திருந்ததால், மாநிலத்தில் அவருடைய நிலை உறுதிபடுத்தப்பட்டிருந்தது.

ஆனால் ஓய்வெடுப்பதற்கு இது நேரமில்லை, அடுத்து மணிப்பூர் காத்திருக்கிறது.

~

2015 செப்டம்பர் மாதம் - என். பிரேன் சிங் பெருங்கோபக்காரர் ஆவார்.

காங்கிரசு தலைவரும், முன்னாள் அமைச்சருமான சிங், இம்பாலில் இருந்த தன் வீட்டுமுற்றத்துப் புல்வெளியில் அமர்ந்திருந்தார். நாகாலாந்து தேசிய இடதுசாரி கட்சியுடன் (இசாக்-முயிவா) சமீபத்தில்தான் மோடி அரசு அடிப்படை ஒப்பந்தத்தை இயற்றியிருந்தது.

மணிப்பூரின் மிக முக்கியமான பிளவுக்கோடு, அதன் பள்ளத்தாக்கிற்கும் மலைகளுக்கும் இடையேதான் உள்ளது. இந்துக்களாகிய மெய்தீக்களின் ஆதிக்கத்தில் பள்ளத்தாக்கு இருந்தது, அதேசமயம் கிறித்துவர்களான நாகாக்கள் மற்றும் குக்கி பழங்குடியினரின் கட்டுப்பாட்டில் மலைகள் இருந்தன. மணிப்பூரில் நாகா மொழி பேசுவோரை மட்டும் உள்ளடக்கிய பெரிய நாகாலாந்து எனும் நிலப்பகுதி வேண்டி, நாகா புரட்சிக்குழுக்கள் நீண்ட காலமாக போராடி வந்தன. ஆனால் அதிகாரமையத்தில் ஆதிக்கம் செலுத்திவந்தவர்களான, பள்ளத்தாக்கைச் சேர்ந்த மெய்தீக்கள் இக்கோரிக்கையை ஏற்றுக்கொள்ளவில்லை.

எனவேதான், எவ்வித தகவல்களையும் வெளியிடாமலேயே கட்சி அடிப்படை ஒப்பந்தமொன்றை இயற்றியபோது, இம்பாலின்

அரசியல் கட்சிகளும், குடிமக்களும் பாஜகவின் நோக்கம் குறித்து ஐயம் கொண்டனர். மணிப்பூர் துண்டாடப்பட மாட்டாது என மத்திய அரசு வாக்களித்திருந்தபோதும், மாநிலப்பிரிவு தொடர்பான பீதி அங்கு நிலவவே செய்தது.

மாநிலத்தின் பிராந்திய எல்லைகள் பாதிப்பிற்கு உள்ளாகாதவாறு அமைக்கப்பட்ட நாகாலாந்து முழுமைக்குமான கலாச்சாரக் குழு, அனைவராலும் ஏற்றுக்கொள்ளப்பட்டதா?

சிங் அதை முற்றிலுமாக மறுத்தார்.

"இந்த கலாசாரக் குழு என்றால் என்ன? பஞ்சாபியர்கள் இந்தியாவிலும் பாகிஸ்தானிலும் உள்ளனர் என்பதால் தில்லியில் அவர்கள் ஒரு கலாசாரக் குழுவை உருவாக்கிக்கொள்ள தில்லி அனுமதிக்குமா? பாகிஸ்தானியக் கொடி காஷ்மீரில் பறந்திட தில்லி அனுமதிக்குமா? அதுபோலவேதான், கலப்பு விசுவாசமுடைய நாகாக்களை நாங்கள் ஏன் ஏற்றுக்கொள்ள வேண்டும், எங்கள் பகுதியில் நாகாக்கள் கொடியை நாங்கள் ஏன் பறக்கவிட வேண்டும்?" எனக் கேட்ட சிங் தொடர்ந்து, மாநிலப்பங்கீடு கேட்டு சதித்திட்டம் தீட்டும் 'கிறித்துவப் பழங்குடியினர்'களுக்கு ஆதரவாக, மத்திய அரசாட்சியில் வீற்றிருக்கும் பாஜக செயல்படுகிறது எனவும் வாதிட்டார்.

2017 மார்ச் மாதத்தில், அதாவது ஒன்றரை வருடங்கள் கழித்து, தான் அதுகாறும் விமர்சித்துவந்த பாஜகவுடனேயே வெகு சுமுகமாக பிரேன் சிங் இணைந்துகொண்டார்; மணிப்பூரின் முதல் பாஜக முதலமைச்சராக அவர் பதவியேற்றும் கொண்டார். இது எப்படி நிகழ்ந்தது?

~

இதுநாள்வரை தான் செயல்படுத்திவந்த திட்டங்களிலேயே, மணிப்பூர்தான் வெகு கடினமானதாக இருக்கக்கூடும் என ராம் மாதவ் முன்னரே அறிந்திருந்தார்.

அரசியல்ரீதியாக உபசரணைமிக்க பகுதியாக ஜம்மு இருந்தது, எனவே ஜம்மு காஷ்மீரில் தன் பயணத்தைத் தொடரவென பாஜகவிற்கு அங்கு ஒரு அடித்தளம் இருந்தது. அசாம் மக்களவை தேர்தல்களில் பாஜக குறிப்பிடும்படியான முடிவுகளை

எட்டியிருந்தது, எனவே அங்கும் அதற்கு ஒரு அடித்தளம் இருந்தது.

ஆனால் மணிப்பூரில், பாஜகவிற்கென எதுவுமே இல்லை.

அசாம் சட்டசபையில் அதற்கெனப் பிரதிநிதிகள் இல்லை. அம்மாநிலத்தில் அதற்கென பாராளுமன்ற உறுப்பினர் எவருமில்லை. முந்தைய தேர்தல்களில் மொத்த வாக்குப்பதிவில் பாஜக 2 சதவீத வாக்குப்பங்கை மட்டுமே பெற்றிருந்தது. கட்சிக்கென அங்கு அமைப்பு இல்லை. தலைவர்கள் இல்லை. அசாமில் பாஜகவிற்கென வலுவான வேட்பாளர்கள்கூட இல்லை. உண்மையில், அங்கு பூஜ்யத்தில் இருந்து தன் பயணத்தை கட்சி தொடங்கவிருக்கிறது.

ஆனால் மத்தியில் அதிகாரத்தில் கட்சி இருந்தது எனும் ஒரே காரணம் மட்டும்தான் மனரீதியாகவும், அரசியல்ரீதியாகவும் பாஜகவிற்கு உத்வேகத்தை அளித்தது.

“ஃப்ரீ இம்பால் பிரஸ்” பத்திரிகையின் ஆசிரியரும், மணிப்பூரின் அறிவார்ந்த சமூக சிந்தனையாளர்களில் ஒருவருமான பிரதீப் பாஞ்சோபாம், “மத்தியில் அதிகாரத்தில் இருக்கும் கட்சியோடு இணைந்துகொண்டால் தாம் ஆதாயமடையலாம் எனும் நம்பிக்கை அனைத்து சிறிய, பொருளாதார ரீதியாக பலவீனமான வட கிழக்கு மாநிலங்களுக்கும் உள்ளது. அரசியல்வாதிகள் மற்றும் வாக்காளர்களின் எண்ணமாகவும் இதுவே உள்ளது. மத்திய அரசும், மாநில அரசும் வெவ்வேறாக இருந்த முந்தைய காலகட்டங்களில், இம்மாநிலங்கள் கடுமையான பொருளாதார வீழ்ச்சிக்கு உள்ளாகியிருந்தன, அது தற்செயலான ஒரு நிகழ்வாகவே இருந்திருக்கலாமெனும்போதும், இந்த வடிவமைப்பினாலும்தான் அவ்வீழ்ச்சி நிகழ்ந்தது என என்னால் உறுதியாகக் கூறமுடியும்” எனக் கூறினார்.

உண்மையில், அடல்பிகாரி வாஜ்பாயி பிரதமராக இருந்தபோது, நான்கு சட்டமன்ற உறுப்பினர்களுடன் தனது முதல் கணக்கை மணிப்பூரில பாஜக துவங்கியது. தேசிய இடதுசாரி கட்சி - தேஇக (இ-மு) உடனான பாஜகவின் போர்நிறுத்த ஒப்பந்தம் 2001 வரை தொடர்ந்தபோது, என். பிரேன் சிங் பேச்சின் மூலமாக நாம் முன்னர் அறிந்திருந்த அதே பீதிகளை கட்சி மணிப்பூரில் உண்டாக்கியிருந்தது. அடுத்தடுத்துவந்த தேர்தல்களில் பாஜக

தொடர்ச்சியாய் தோல்விகளைத் தழுவியது, இந்த காலகட்டத்தில் காங்கிரசுதான் மத்தியில் ஆட்சியில் இருந்தது என்பதன் மூலமாக, எது மாநிலத்தில் ஒரு கட்சியின் 'விதியை நிர்ணயம்' செய்கிறது என்பதைக் கண்டுகொள்ளுங்கள் என பாஞ்சோபாம் வாதிட்டார்.

இத்தகையதொரு அனுகூலம் பாஜகவிற்கு இருந்ததுதான் எனும்போதும், களத்தில் இறங்கிப் போராட வேண்டியதும் அவசியமாகிறது. சுலபமான, தானியங்கி வழியல்ல அது, மேலும் மத்தியில் அதிகாரமிருப்பதாலேயே வெற்றிக்கு அது உத்திரவாதமளித்துவிடும் எனவும் எதிர்பார்த்துவிட முடியாது. அதற்காய், முன்னர் தான் உபயோகித்த போர்க்கருவிகளையே இம்முறையும் ராம் மாதவ் உபயோகிக்க வேண்டியிருந்தது.

முதலாவதாக, தலைவர்களின் குழுவொன்றை கட்சி உருவாக்க வேண்டியிருந்தது.

“வலுவான கட்டமைப்பென ஒன்று இல்லாத நிலையில், மோடிஜியின் புகழையும், உள்ளூர் வேட்பாளரின் வலிமையையும்தான் நாங்கள் நம்பியிருக்க வேண்டியிருந்தது, எனவே அதைப்பெறுவதையே முக்கியமானதாகக் கருதினோம்,” என மாதவ் ஒப்புக்கொண்டார். காஷ்மீரில் சஜ்ஜாத் லோனை ஈர்த்ததுபோலவும், அசாமில் இமாந்தா பிஸ்வா சர்மாவை கட்சிக்குள் இழுத்துக்கொண்டதைப் போலவும், இங்கும் வெளியாட்களைத் மாதவ் தேடினார். விளைவாக, கால்பந்தாட்ட வீரராக இருந்து அரசியல்வாதியாக மாறியிருந்த என். பிரேன் சிங், காங்கிரசில் இருந்து தன் சகாக்கள் சிலரோடு பாஜகவில் இணைந்து கொண்டார்.

அனைவருக்கும் இணக்கமானதொரு கட்சி தளத்தினையும், பிரச்சாரத்தையும் அமைக்கவேண்டியது கட்சிக்கு அடுத்தப் பெரிய சவாலாக இருந்தது. சூழலுக்கு ஏற்றாற்போல் தன்னைத்தானே தகவமைத்துக்கொள்வதில் பாஜக குறிப்பிடத்தக்க வகையில் செயலாற்றியது.

மெய்தீ-நாகா பிரிவினையை அது முதலில் கையாள வேண்டியிருந்தது. மெய்தீயின் ஆதிக்கத்தில் இருந்த பள்ளத்தாக்கில் 40 சீட்களும், பழங்குடியினரின் ஆதிக்கத்தில் இருந்த மலைப்பிரதேசத்தில் 20 சீட்களும் சட்டசபையில் இடம்பெற்றிருந்தன. 2015இல் சிங்கினை அத்தனை ஆவேசம்

கொள்ள வைத்து, மத்திய அரசு கையெழுத்திட்டிருந்த ஒப்பந்தத்தை திரும்பபெற இயலாது, எனினும் வெற்றி பெறவேண்டுமானால் பள்ளத்தாக்கில் வசித்த மெய்தீக்களின் ஆதரவை கட்சி பெற்றேயாக வேண்டியிருந்தது.

நாகாக்களின் ஆதிக்கம் நிறைந்த பகுதிகளில், சிறு நாகா குழுக்கள் 'தேஜ' கூட்டணியில் இருந்தபோதும் அவை தனித்தே போட்டியிட்டன, ஏனெனில் கூட்டணியில் நாகாக்களும் இடம்வகிக்கின்றனர் என்பது வெளியே தெரியுமானால், பாஜக மெய்தீக்களின் வாக்குகளை இழந்துவிடக்கூடிய அபாயம் இருந்தது. இம்பாலிலும் கூட, தேர்தலுக்குப் பிந்தைய கணிப்புகளின்போது வேண்டுமானால் இக்குழுக்கள் பாஜகவிற்கு ஆதரவாய் வெளிப்படட்டும் என மாதவ் எண்ணியிருந்தார். தற்போது மெய்தீக்களின் மீது முழு கவனமும் செலுத்தி, பள்ளத்தாக்கில் இருக்கும் 40 சீட்களில் இருந்து கணிசமானவற்றை கைப்பற்ற வேண்டும் என அவர் முடிவு செய்திருந்தார்.

மணிப்பூரை பிரிப்பதே பாஜகவின் நோக்கமென காங்கிரஸ் தீவிரமாகப் பிரச்சாரம் செய்துவந்தது. இந்த வலையில் வீழ்ந்துவிடாதிருக்க. மணிப்பூரின் ஒற்றுமையை முன்னிறுத்தியே தம் பிரச்சாரம் இருக்கவேண்டுமென பாஜக முடிவு செய்தது. இம்பாலில் ஒரு பேரணியில் மோடி கலந்துகொண்ட பொழுது, மேடையிலிருந்தும் இதே உறுதிமொழியை அளிக்குமாறு கட்சி அவரிடம் வேண்டிக் கொண்டது. மணிப்பூர் மாநிலத்தின் ஒற்றுமை குறித்து மோடியே உறுதியளித்த பின்னர், மெய்தீக்களிடையே கட்சியின் செல்வாக்கு உயரத் துவங்கியது. "பிரதமர் உட்பட மத்திய ஆட்சியாளர்கள் பலரும் அளித்த இந்த உத்திரவாதத்தின்பேரில், மாநிலப் பங்கீடு குறித்து முன்னர் நிலவிய பீதிகள் குறையத்துவங்கின" என பாஞ்சோபாம் உறுதிபடக் கூறினார்.

'ஆயுதப்படை சிறப்பு அதிகாரச் சட்டம்' (ஏஎஃப்எஸ்பி) குறித்து மணிப்பூர் முழுவதும் மிகப் பரவலாக ஒப்புக்கொள்ளப்பட்டிருந்த கருத்து, பாஜகவின் பாரம்பரியக் கொள்கைகளுக்கு எதிரானதாக இருந்தது, மணிப்பூரில் பாஜக எதிர்கொள்ள வேண்டியிருந்த மற்றுமொரு சிக்கலாகவும் இது இருந்தது.

சமீபத்தில் தன் உண்ணாவிரதத்தை முடித்துக்கொண்ட இரோம் சர்மிளா, தான் தேர்தல்களில் போட்டியிடப் போவதாக அறிவித்திருந்தார். சர்மிளா குறித்து பாஜக பெரிதாக அலட்டிக்கொள்ளவில்லை, ஆனால் ஆயுதப்படை சிறப்பு அதிகாரச் சட்டத்தை கைவிடுவதற்கு எதிராக இருந்த கட்சியின் நிலைப்பாடு, கண்டிப்பாக பாஜகவின் வெற்றிவாய்ப்பை பாதிக்கும் என அது அறிந்திருந்தது. காஷ்மீரிலும் இதே பிரச்சினை தொடர்பாக மஜகவுடன் ராம் மாதவ் பேச்சுவார்த்தை நடத்தியிருந்ததால், இது எத்தனை முக்கியமானது என்பதை அவரும் அறிந்திருந்தார். அந்த சட்டம் தொடர்பாக மஜக வைத்த கோரிக்கைகள் எதற்கும் பாஜக செவிசாய்க்காமல் தன் எல்லைக்கோடுகளுக்குள்ளாகவே நின்றுகொண்டது.

ஆனால், தேர்தல் குறித்த கருத்துக்கணிப்பொன்றை கட்சி மேற்கொண்டபோது, மணிப்பூர் மக்களால் முன்வைக்கப்பட்ட பிரச்சினைகளுள் அதிர்ஷ்டவசமாக, ஆயுதப்படை சிறப்பு அதிகாரச் சட்டம் அதிக முக்கியத்துவம் பெற்றிருக்கவில்லை என்பதை பாஜக கண்டுகொண்டது. சர்மிளாவின் தேர்தல் முடிவுகள் இதைத் தெளிவாக வெளிபடுத்தியிருந்தன. மனித உரிமைக்காகப் போராடிய அவ்வீரர் போட்டியிட்ட தொகுதியில், அவருக்கு நூறுக்கும் குறைவான வாக்குகளே கிடைத்திருந்தன. இதுகுறித்த எந்தவிதமான விவாதத்திலும் பங்குகொள்ளாது பாஜக விலகியே நின்றது.

பாஜக மேற்கொண்ட கருத்துக்கணிப்பின்படி, முதலமைச்சர் ஒக்ரம் ஐபோபி சிங்கிற்கு எதிரான ஊழல் மற்றும் மாநில முன்னேற்றம் குறித்த பிரச்சினைகளுக்கே மக்கள் முக்கியத்துவம் அளித்திருந்தனர். எனவே ஊழலுக்கு எதிராகவும், உள்ளூர் பிரச்சினைகளை மையப்படுத்தியும் அசாமில் பாஜக தன் பிரச்சாரத்தை மேற்கொண்டது. முதலமைச்சரை ‘திருவாளர். பத்து சதவீதம்’ எனவழைத்த பாஜக, அதை விளம்பரப்படுத்திப் பெருமளவில் தன் பிரச்சாரத்தை மேற்கொண்டது, இதனால எரிச்சலுற்ற முதலமைச்சர் பத்திரிகையாசிரியர்களை அழைத்து எச்சரிக்கை விடுத்தார்.

அதே கணக்கெடுப்பின்படி, மாநிலத்தின் பிரதானப் பிரச்சினைகளில் ஒன்றாக “என்கவுண்டர் கொலைகள்’ இருந்ததை பாஜக கண்டுபிடித்தது. தேசிய அளவிலே

பார்த்தோமானால், மனித உரிமைகளை விடவும் 'பாதுகாப்பிற்கு' முக்கியத்துவமளிக்கும் கட்சியாகவே பாஜக அறியப்பட்டிருந்தது, அப்பாதுகாப்பை உறுதிப்படுத்த விதிகளை மீறியும் கூட கட்சி செயலாற்ற முனைந்துள்ளது. எனினும், மணிப்பூரில் இப்பிரச்சினை பெருமளவில் அதிர்வுகளை உண்டாக்கியிருந்ததால், தனக்கான முக்கியமான களமாக இதனை எடுத்துக்கொண்டு, காங்கிரசிற்கு எதிராகப் பாஜக பிரச்சாரம் செய்தது. சமீப காலத்தில் 1,528 என்கவுண்டர்கள், சட்டத்திற்குப் புறம்பான கொலைகள் அம்மாநிலத்தில் நிகழ்ந்துள்ளதாக பாஜக அழுத்தமாக எடுத்துக்கூறியது. இந்த என்கவுண்டர் கொலைகளுக்கு நெருக்கமாகக் கருதப்பட்ட ஒரு முன்னாள் காவல்துறை அதிகாரிக்கு சீட் கொடுக்க பாஜக மறுத்துவிட்டது, மேலும் அவ்வழக்குகளுக்கான சிபிஐ விசாரணை மேற்கொள்ளப்படும் எனவும் உறுதியளித்தது. உள்ளூர் மனித உரிமைக்குழுக்களுடன் கைகோர்த்துக்கொண்டு, தானும் மனித உரிமைகளைப் பாதுகாக்கும் கட்சியென பாஜக தன்னைத்தானே பிரகடனப்படுத்திக் கொண்டது.

கட்சியின் தகவமைப்பைப் பற்றி அறிந்துகொள்ள மற்றுமொரு உதாரணமும் உள்ளது. மலைவாழ் மக்களை நோக்கிச் சென்ற கிறித்துவப் பழங்குடியின வேட்பாளர்கள், பாஜக என்றால் பாரதீய ஜீஸஸ் (இயேசுநாதர்) பார்ட்டி எனக் கூறினர், இது நகைச்சுவைக்காகப் கூறப்பட்டிருந்தாலும் பாஜகவின் இந்து சார்பு குறித்து அம்மக்களிடையே நிலவிய அதிருப்தியை மட்டுப்படுத்தவும் அவ்வாறு சொல்லப்பட்டிருந்தது.

உண்மையில், பசு பாதுகாப்பு குறித்தோ மாட்டிறைச்சிக்கு எதிராகவோ கட்சி தன் பிரச்சாரங்களை மேற்கொண்டிராததின் மூலமாக, வட கிழக்கில் பாஜக தன் விதிகளை தளர்த்திக்கொண்டது எனலாம். "அம்மாநிலத்தின் கலாச்சார பன்முகத்தன்மையை நாங்கள் மதிக்கின்றோம்," என மாதவ் இதுகுறித்து திட்டவட்டமாகக் கூறினார். கொள்கைரீதியான நம்பிக்கைகளுக்கும் தேர்தல்ரீதியான தேவைகளுக்கும் இடையே வேறுபாடுகளுடன் கூடியதொரு இறுக்கம் நிலவவே செய்தது, கட்சி இரண்டாவதை தேர்வு செய்து கொண்டது. வட கிழக்கு கலாச்சாரங்களின் மேலாதிக்கத்தை பாஜக ஒதுக்கிவிடவில்லை என பாஞ்சோபாம் ஒப்புக்கொண்டார். "இப்போதும் இங்கு மாட்டிறைச்சி வெளிப்படையாகவே விற்கப்படுகிறது, பாலிவுட்

படங்கள் மீது தற்போதும் தடை உள்ளன, வழிபாட்டு முறைகளில் எவ்வித மாற்றமும் நிகழவில்லை. எனினும் இவற்றைமட்டும் அடிப்படையாகக் கொண்டு எந்தத் தீர்ப்பையும் வழங்கிவிட முடியாது," என அவர் கூறினார்.

மீண்டுமொருமுறை, மாதவ்விற்கு ரஜாத் சேத்தி மற்றும் சுபராஸ்தா குழு உதவிக்கு வந்தனர். 2016இன் இறுதிவரை இம்பாலை அடிப்படையாகக் கொண்டு பணியாற்றிய அவர்கள், ஆறு மாத காலத்தை அங்கு செலவழித்தனர். மாநிலத்தின் பிரச்சினைகளைக் கண்டறிந்து, வியூகங்களை வகுக்கவென அவர்கள் மக்களிடையே பெருமளவில் பேட்டிகள் கண்டனர், பயணித்தனர், கணக்கெடுப்புகள் செய்தனர். தகவல்தொடர்பு யுக்தியையும் அவர்கள் மாற்றியமைத்தனர், இது பின்னர் மாதவ்வால் மேலும் மெருகூட்டப்பட்டது.

ஆனால் மாநிலத்தின் பிரச்சினைகளும் மக்கள்தொடர்புகளும் மட்டுமே மணிப்பூர் தேர்தல்களின் அடிப்படையாக இருக்கவில்லை.

மாநிலத்தின் முக்கியப்பகுதிகளில் யார் எவருக்கு வாக்களிக்க வேண்டும் என்பதை முடிவு செய்யும் அதிகாரம்படைத்த மறைமுக அமைப்புகள் பல உண்டென அறிந்துகொண்ட பாஜக, 'நிழலுலக அமைப்புகள்' சிலவற்றைத் தமக்காக உபயோகித்துக் கொண்டது. பணப்பட்டுவாடா, மாநிலத்தை மறுசீரமைப்பதற்கான உறுதிமொழிகள், அரசியல்ரீதியான உடன்பாடுகள் ஆகிய பல்வேறு "வழிகள்" மூலம் அவர்கள் பராமரிக்கப்பட்டனர்.

எல்லாப் பகுதிகளிலும் பணமே தேர்தல்களை நடத்திச்செல்கின்றன. ஆனால் இம்பாலில் நடந்த பணப்பரிமாற்ற அளவு, திடுக்கிட வைக்குமாறு இருந்ததாக அரசியல் வட்டாரங்கள் கூறின. 1000 ரூபாய்களில் இருந்து 5000 ரூபாய்கள் வரை தரப்பட்டு வாக்குகள் நேரடியாகவே வாங்கப்பட்டன. பாஜகவும் கணிசமானதொரு தொகையை இத்தேர்தல்களுக்காய் முதலீடு செய்துள்ளது என்பது இதன்மூலம் புலனாகிறது, இவை தில்லியில் இருந்தும், பாஜக ஆளும் பிற வடகிழக்கு மாநிலங்களில் இருந்தும் பெறப்பட்டவையாக இருந்தன.

பணத்தைப் பெற்றுக்கொண்டு, வேறு கட்சிக்கு மக்கள் வாக்களித்துவிட்டால் என்னவாகும்? "அது அத்தனை சுலபமில்லை. எங்களிடம் இருப்பவை, சிறிய தொகுதிகள் மற்றும் சிறிய வாக்குச்சாவடிகள். எனவே, எந்தக் குடும்பம் யாருக்கு வாக்களித்துள்ளது என்பதைக் கண்டுபிடிப்பது வெகு சுலபம்" என ஒரு மணிப்பூர் அரசியல்வாதி கூறினார்.

கட்சிக்கு உள்ளேயும் ஒரு சவால் இருந்தது.

மணிப்பூர் தேர்தலில் அதிகாரம் பெற விரும்பிய பல அதிகார மையங்கள் பாஜகவில் இருந்தன. சீட்களை வழங்குவதிலும், வியூகங்களை வகுப்பதிலும் அவர்களுக்குள்ளே மோதல் ஏற்பட்டது, அசாமை போலவே இங்கும் அதிகார வழங்கல் குறித்த தெளிவான முடிவுகளை பாஜக எடுத்திருந்தாலும், தேர்தலின் முழுமையான பொறுப்பையும் ராம் மாதவ்விடமே ஒப்படைத்திருந்தாலும், கட்சியால் மேலும் சில தொகுதிகளில் வென்றிருக்கமுடியும் என பாஜகவினர் பலரும் கருதினர்.

தேர்தல் முடிவுகள் அறிவிக்கப்பட்டன, அதிக வாக்குப்பங்குகளை பாஜக வென்றிருந்தது. ஆனால் காங்கிரசு 28 சீட்கள் வென்றிருந்தது, பாஜகவோ 21 சீட்களே வென்றிருந்தது.

ஆனால் காங்கிரசை வெளியேற்றவேண்டும் என ஒற்றைக் குறிக்கோளுடன், பாஜக உடனடியாக ஒரு கூட்டணியை உருவாக்கியது. தனித்தனியாகப் போட்டியிட்டிருந்த தேஜகூ கூட்டணிக்கட்சிகளோடு, காங்கிரசில் இருந்து பாஜகவிற்கு கட்சிமாறி வந்திருந்த சிலரையும் இணைத்துக்கொண்டு, பாஜக பெரும்பான்மையை வென்றது.

நாகர்களின் கட்சியாகிய நாகர் மக்கள் முன்னணிக்கட்சியை கூட்டணிக்குள் இணைத்துக்கொண்டதன் மூலமாக, ஒற்றுமையானதொரு அரசாங்கத்தை அம்மாநிலத்தில் அமைப்பதில் உண்மையாகவே பாஜக வெற்றியடைந்திருந்தது. "மஜகவையும் பாஜகவையும் இணைத்த ஒரு வரலாற்று நிகழ்வைப்போலவே, மணிப்பூரின் இக்கூட்டணியும் வரலாற்று முக்கியத்துவம் வாய்ந்ததெனவே நான் கருதுகிறேன். வெவ்வேறு அரசியல் கட்சிகளையும் சேர்ந்த மெய்தீக்களும் நாகர்களுமாகிய இரு முக்கிய சக்திகள் ஒன்றுபட்டிருக்கின்றன" என மாதவ் கூறினார். இரு வகுப்பினருக்கும் இழப்பை தராத ஒரு ஆட்டம்

போல்தான் அதுநாள்வரை அம்மாநிலத்தின் அரசியல் நிகழ்ந்துவந்திருந்தது, தேஜகூ வந்து அதை உடைத்தெறிந்தது.

பதவியேற்பு விழாவின்போது, ராம் மாதவ் அவையின் முதல் வரிசையில் அமர்ந்திருந்தார், இது அவருடைய மற்றுமொரு வெற்றியாகும். முன்னர், அசாம் தேர்தலுக்குப் பிறகான பதவியேற்பு விழாவில் பங்குகொள்ள தருண் கோகோயிற்கு ராம் மாதவ்வும் இமாந்தா சர்மாவும் அழைப்பு விடுக்கச் சென்றிருந்தனர், இப்போதோ இம்பால் அவையில், காங்சிரசில் இருந்து வெளியேறியிருந்த முதலமைச்சர் ஐபோபி சிங்கின் அருகில் ராம் மாதவ் அமர்ந்திருந்தார்.

2015இல் கோபக்காரராக இருந்த என். பிரேன் சிங், இப்போதைய புது முதலமைச்சராகப் பதவியேற்றுக்கொண்டார். ரஜாத் சேத்தி அவருடைய ஆலோசகராக நியமிக்கப்பட்டிருந்தார்.

நடைமுறைக்கேற்றார்போல நடந்துகொள்ளும் கட்சியின் அணுகுமுறை, மற்ற கட்சிகளில் இருந்த செல்வாக்குமிக்கோரை பாஜகவிற்குள் இழுத்துக்கொள்வதில் கட்சிக்கு இருந்த ஈடுபாடு ஆகியவற்றை மணிப்பூர் தேர்தல் தெரியப்படுத்துகிறது. பாஜகவை சேர்ந்த ஒரே முதல்வராக சிங் மட்டுமே இருந்தார், அவரும் முன்னாள் காங்கிரசுக்காரர் ஆவார், எனவே பாஜக காங்கிரசால் நிறைகிறதோ எனப் பலரும் கவலைப்பட்டனர். ஆனால் இந்நடவடிக்கை மூலம் தமது கொள்கைரீதியான அடித்தளம் சீர்குலையாது, மாறாக தம் பலத்தை அது அதிகரிக்கவே செய்யும் எனக் கட்சி திடமாக நம்பியது.

மெய்தீ - நாகர்களிடையே நிலவிய விரோதத்தை சமாளித்து அவ்விரு வகுப்பினரிடையே இருந்தும் ஆதரவைப் பெற்றது, மனித உரிமைகளையும் சிறுபான்மையினர் உரிமைகளையும் காக்கவந்த வீரனாகத் தன்னைத்தானே கட்சி பிரகடனப்படுத்திக்கொண்டது ஆகியவையெல்லாம், வெற்றிக்கான தன் தேடுதல் வேட்டையின் போது கட்சி எத்தனைதூரம் வளைந்துகொடுத்தது என்பதை நிரூபிக்கிறது. இம்பாலில் மோடி நிகழ்த்திய பிரமாண்டப் பேரணி தேர்தலின் முக்கியத் திருப்புமுனையாக அமைந்ததென்பது, எல்லைகளுக்கு அப்பாற்பட்டு பரந்துவிரிந்த மோடியின் செல்வாக்கையும் ஈர்ப்பையும் எடுத்துக்காட்டுகிறது.

எனினும், இவற்றையெல்லாம் கடந்து நிற்கும் சிலவற்றையும் இவ்வெற்றி அடையாளப்படுத்துகிறது.

இந்தியாவில் பல்வேறு இயக்கங்கள் மூலமாகப் பிரிவினைவாதத்தை உயர்த்திப்பிடித்த ஒரு மாநிலம், தேசியவாதத்தைத் தீவிரமாக வலியுறுத்தும் ஒரு கட்சிக்கு வாக்களித்து வெற்றிபெற வைத்துள்ளது. தன் கொள்கைகளை நெகிழ்த்துக்கொள்வது, சூழலுக்கு ஏற்றார்போல் பொருந்திப்போவது, மற்றவர்களை தன்னுடன் இணைத்துக்கொள்வது போன்ற தன் செயல்பாடுகளின் மூலம், தனக்குப் பரிச்சயமில்லாத பகுதிகளிலும்கூட பாஜக தன் எல்லைகளை விஸ்தீரணம் செய்துகொண்டது.

8

மேலாதிக்க அரசின் எதிர்காலம்

சமகால இந்திய அரசியல் சூழலில், எவராலும் வெல்ல முடியாததொரு சக்தியாக பாஜக உருவாகி வருவதை நம்மால் காணமுடிகிறது. 2019இலும் நரேந்திர மோடிதான் ஆட்சியைக் கைப்பற்றுவார் எனக் கருத்தியலாளர்களும் சில எதிர்க்கட்சித் தலைவர்களும்கூட கருதுகின்றனர். தேசிய அளவில் மோடியை எதிர்த்துப் போட்டியிடக்கூடிய பலம்பொருந்தியவராகக் கருதப்பட்ட பீகார் முதலமைச்சரான நிதிஷ் குமாரும் கூட மனம்மாறி, 2017 ஜூலை மாத இறுதியில் பாஜகவின் கூட்டணியில் இணைந்துகொண்டார். மேலும், அடுத்துவரும் தேர்தலில் பிரதமரை தோற்கடிப்பது என்பது சாத்தியமற்ற செயல் எனவும் அவர் வெளிப்படையாகவே அறிவித்தார். உண்மையில், தற்போதைய சூழலில் அநேகமாக அப்படி நிகழத்தான் வாய்ப்பும் உள்ளது.

ஆனால் இந்திய அரசியல் நிச்சயமற்றது, ஜனநாயகமென்பது நாட்டின் ஆட்சியமைப்பிற்குள் தனக்கே உரிய முறையில் தடைகளையும் சமன்களையும் உருவாக்கவல்லது. கட்சியின் முந்தைய சாதனைகளை அடிப்படையாகக் கொண்டு எவ்விதக் கணிப்புகளையும் மேற்கொள்ளாமல், பாஜகவின் எதிர்காலத்தை நிர்ணயிக்கக்கூடிய பல்வேறு வகையான காரணிகளையும் ஆராய்வதுதான் இப்போது சரியாக இருக்கும்.

பாஜக அடையக்கூடிய பெரும் விரிவாக்கத்தையும், அதன் தொடர்ச்சியான மேலாதிக்கத்தையும் இந்தியா அனுபவிக்குமா அல்லது பாஜகவின் முன்னேற்றம் தடைபடுமா என்பதை நான்கு முக்கியக் காரணிகள் நிர்ணயிக்கின்றன.

மக்களிடையே நரேந்திர மோடியின் மீதிருந்த பரந்த ஈர்ப்புதான் பாஜகவின் வெற்றியை சாத்தியமாக்கியதெனில், மோடி எனும் இந்தச் சிறப்பு முத்திரையின் எதிர்காலம்தான் பாஜகவின் எதிர்காலத்தையும் நிர்ணயிக்கக்கூடியதாக உள்ளது. வருவாய் அளவு சரிந்தபோது மக்களிடையே அவருடைய செல்வாக்கு குறைந்ததுதான், எனினும் சமூகத்தின் பல்வேறு வகுப்புகளின் இடையேயும் மோடிக்கென இருந்த ஈர்ப்புதான் அவருடைய மிகப்பெரிய வெற்றியாகும். அரசியல் விஞ்ஞானியான ஸ்ரீதரனின் கணிப்புப்படி 2014 தேர்தல்களின்போது 38 சதவீத மேல்தட்டு மத்திய வகுப்பினரும், 32 சதவீத மத்திய வகுப்பினரும், 31 சதவீத கீழ்தட்டு-மத்திய வகுப்பினரும், 24 சதவீத ஏழைகளும் பாஜகவிற்கு வாக்களித்துள்ளனர்.

ஆட்சியை அடைந்ததுமே, பணம் படைத்தோரிடமும், பெருநிறுவனங்களிடமும் மோடி மிகவும் நெருக்கம் பாராட்டத் துவங்கினார் எனும்போதும், உடனடியாக அவர் தன்னைத்தானே புதுப்பித்தும் கொண்டார். எனவேதான் இன்று மத்திய வர்க்கத்தினரின் ஆதரவை அவரால் தக்கவைத்துக்கொள்ள முடிந்ததோடு, அவருக்கான ஏழைகளின் ஆதரவும் அதிகரித்துள்ளது.

உண்மையில், சிறந்ததொரு சமன்செய்யும் காரியமாகவே மோடி இதைக் கருதினார். மார்ச் மாதம் 12ஆம் தேதி வெளியான உபி சட்டசபை தேர்தலுக்குப் பின்னர், தில்லியில் இருந்த பாஜக தலைமை அலுவலகத்தில் தன் வெற்றி உரையை மோடி வழங்கினார், புதிய இந்தியாவை உருவாக்குவதற்கான தன் பார்வையை பிரதமராக அவர் அறிவித்தபோது, ஏழைகளின் நலன் குறித்தும் பேசினார். "நான் ஏழைகளின் திறனைக் காண்கிறேன். அவர்களுடைய சக்தியை காண்கிறேன். ஒரு ஏழை கல்வியறிவைப் பெற்றாரானால், அவரால் சமூகத்திற்கு நல்விளைவுகள் ஏற்படும். ஏழைக்கு வேலைவாய்ப்பு கிடைத்தால், அதன்மூலம் அவரால் நாட்டிற்குப் பல நன்மைகள் விளையும். நாட்டின் மிகப்பெரிய பலமே ஏழைகள்தாம்" என அவர் கூறினார்.

ஆனால், அவருடைய மெய்யான அடித்தளத்தைச் சேர்ந்தவர்களின் ஐயங்களை நீக்குவதற்கென உடனடியாக அவர் தன் பேச்சை திசை திருப்பினார், மத்திய வர்க்கத்தினரே

வரி செலுத்தும் பெரும் சுமையை சுமக்க வேண்டியிருப்பதன் அவசியத்தையும் வலியுறுத்தினார். "அவர்கள் வரி செலுத்துகின்றனர். விதிகளைப் பின்பற்றுகின்றனர். சமூக விதிகளைக் கடைபிடிக்கின்றனர். பொருளாதார ரீதியான பெருஞ்சுமையை அவர்கள்தான் சுமக்கின்றனர். மத்திய வர்க்கத்தினர் மீதான இந்தச் சுமை குறைக்கப்பட வேண்டும். மத்திய வர்க்கத்தினருக்கு நல்ல திறனுள்ளது, அவர்களின் முன்னேற்றத்திற்கு எவ்விதமான தடையும் இருக்கக்கூடாது என அவர்கள் விரும்புகின்றனர், அவ்வாறு இருந்தால் அவர்கள் வளம்பெறுவர்" என்றார். கட்சிக்கான பெருவாரியான ஆதரவினை அளிப்பவர்களாகவும், கட்சியமைப்பில் பங்காற்றுபவர்களாகவும் விளங்கிய மத்திய வர்க்கத்தினர், கட்சி அலுவலகத்தில் அவர் ஆற்றிய இந்த உரையை "மோடி வாழ்க!' எனும் பெரும் கரகோஷத்தோடு வரவேற்றனர்.

பின்னர் இவை இரண்டையும் இணைத்து, "இந்நாட்டின் ஏழைகளால் எப்போது தம் சுமையை தாமே சுமக்கும் சக்தியை அடைய முடிகின்றதோ, அப்போது மத்திய வர்க்கத்தினரின் மீதான சுமை தாமே அகன்றுவிடும். ஏழைகளின் சக்தியையும், மத்திய வர்க்கத்தினரின் கனவுகளையும் நம்மால் ஒருங்கிணைக்க முடிந்தால், இந்தியா புத்தம்புது உச்சங்களைத் தொடுவதை எவராலும் தடுக்க முடியாது" என்றார்.

அவருடைய உரை தெளிவான கருத்துகளை முன்வைக்கின்றது. மத்திய வர்க்கத்தினரின் எதிர்பார்ப்புகளைத் தம்மால் பூர்த்தி செய்ய முடியவில்லை என்பதை மோடி ஒப்புக்கொள்கிறார், ஆனால் அதற்காக அவர் எவ்வித கூடுதல் உறுதிமொழிகளையும் அளிக்கவுமில்லை; அதேபோல், ஏழைகளுக்கென மேலும் பல நன்மைகள் விளைய வேண்டுமெனவும் அவர் ஒப்புக்கொள்கிறார், அதற்கான முன்னேற்றங்கள் இனிவரும் காலங்களில் நிகழவிருக்கின்றன எனும் நம்பிக்கையையும் அவர்களிடையே விதைக்கிறார்.

அனைவரும் ஒன்றுபடுவோம், அனைவரும் முன்னேறுவோம் எனும் தன் கோஷத்தின் மூலம் பல்வேறு வகுப்பினரையும் உள்ளடக்கிய ஒரு அணியை தொடர்ந்து மோடியால் தக்கவைத்துக்கொள்ள இயலுமா? பணக்காரர்கள், மத்திய வர்க்கத்தினர் மற்றும் ஏழைகள் ஆகிய மூன்று பிரிவினருக்கும்

உரிய தலைவராக அவரால் நீடிக்க இயலுமா? அல்லது வாக்காளர்களிடையே ஆடப்படும் இழப்பில்லா ஆட்டம்போல் இம்முயற்சி ஆகிவிடுமா? அவரை அதிகாரமையத்தில் அமர்த்திய முக்கிய வாக்காளர்களாகிய மத்திய வர்க்கத்தினர், இந்தியாவின் தொழிலதிபர்கள் மற்றும் இளைஞர்களிடமிருந்துதான் முதன்முறையாக அவர் மேலான அதிருப்திகள் எழுமா? அல்லது மிகவும் பின் தங்கியவர்களாகிய விவசாயிகளிடமிருந்து அவர் மீதான அதிருப்தி எழுமா? 2017இன் இடைக்காலத்தில் எழுந்த விவசாயிகளின் கிளர்ச்சி இதைத்தான் சுட்டுகிறது.

கட்சியின் அமைப்பிலும், அரசாங்கத்திலும் பணியாற்றும் ஒரு முக்கியமான பாஜக தலைவரொருவர், இந்த விரிசல்களை ஒப்புக்கொள்கிறார்.

"புது தளத்திற்கு பிரதமர் நகர்ந்துவிட்டார் என்பதை உணர்கிறோம். இந்த நகர்வு கட்சிக்கு பெரும் நன்மைகளைக் கொண்டுவருகிறது. ஆனால் கட்சியமைப்போ இன்னமும் தன்னை மாற்றியமைத்துக் கொள்ளவில்லை. தற்போதைக்கு அனைவரும் ஒற்றுமையாகவே உள்ளனர். ஆனால் கட்சியின் பண்புகளும், பிரதமருக்கான ஆதரவுத்தளமும் கொஞ்சம் கொஞ்சமாக வேறுபட்டு விடுவதற்கான வாய்ப்புகள் உள்ளன. எனவேதான் கட்சி தன் பண்புகளை மாற்றியமைத்துக்கொள்ள வேண்டும் என எதிர்பார்க்கிறோம். ஒரு ஏழை வாக்காளரை குறி வைத்து அரசியல் செய்யும் ஒரு கட்சி, எஸ் யூ வி ரக உயர்தர வாகனத்தை உபயோகிக்கும் ஒரு பணக்கார ஒப்பந்தரதாரரை தன் மாவட்டத் தலைவராகக் கொண்டிருக்கக்கூடாது" என்றார்.

அவரே தொடர்ந்து எச்சரிக்கும் தொனியில், "ஏழைகள் கட்சியை நோக்கி வரமாட்டார்கள், பணக்காரர்களும் மத்திய வர்க்கத்தினரும் தொழிலதிபர்களும் மாற்றுக்கட்சி நோக்கி சென்றுவிடுவர் - ஒருவேளை கட்சி தன் பண்புகளை மாற்றியமைத்துக்கொள்ளாவிடில், இதுபோன்ற அபாயகரமான முடிவுகளுக்கு அது வழிவகுத்துவிடக்கூடும். தேசிய அளவில் எங்களுக்கு எதிரானப் போட்டியாளர் இல்லையென்பது மட்டும்தான் எங்களுக்கான இப்போதைய பெரிய பலம்" எனவும் கூறினார்.

இவ்வாறாக, ஏழைகள் மீதும், கீழ்தட்டு மத்திய வர்க்கத்தினர் மீதும், ஒடுக்கப்பட்டவர்கள் மீதும் கட்சி தன் கவனத்தைத் திசைதிருப்பினால், பாஜகவின் பாரம்பரிய அடித்தளத்தைச் சேர்ந்தவர்களாகிய உயர்தட்டு மத்திய வர்க்கத்தினரும், மத்திய வர்க்கத்தினரும் மோடியை எதிர்த்து எழுவார்களா?

அரசியல் நுண்ணறிவும், கல்வியாற்றலும் ஒருங்கே இணைந்தவர் சக்தி சின்கா, இவர் ஓய்வுபெற்ற அதிகாரியுமாவார். 1990களின் இறுதியில் பிரதமர் அலுவலகத்தில் அடல் பிகாரி வாஜ்பாயியுடன் நெருக்கமாகப் பணியாற்றியுள்ளார், மேலும் கட்சி மற்றும் தலைவரின் செயல்பாடுகளுடன் நேரடித் தொடர்பிலுமிருந்தார். தற்போது, நேரு நினைவு அருங்காட்சியகம் மற்றும் நூலகத்தின் தலைவராகப் பொறுப்பேற்றுள்ளார்.

அவர், "கட்சிக்குள் அதன் பாரம்பரிய ஆதரவாளர்களின் ஆளுகை இப்போது இல்லையெனினும், அவர்தம் கருத்துகள் கட்சிக்குள் பரவியிருக்கிறதுதான். இந்திய தேசியம், ஒட்டுமொத்த தேசத்தையும் ஒருங்கிணைக்கும் அடையாளம், பலம்பொருந்திய நிலை, போட்டியாளர்களை எதிர்த்து நிற்கும் விருப்பம், உலகளாவிய அளவில் இந்தியாவின் நிலையை உயர்த்துதல், பொருளாதார முன்னேற்றம், நவீனத்துவம், கட்டமைப்பு ஆகியவையெல்லாம் அவர்களின் உணர்வுகளோடு மிக நெருக்கமான கருத்துக்களாகும், இந்தியா குறித்து அவர்கள் கொண்டிருந்த கற்பனையும் இதுவேயாகும். மோடியின் செய்திகளும் பிரச்சாரங்களும் பெரும்பாலும் இவற்றை மையப்படுத்தியே அமைந்திருந்தன" என்றார். பல்வேறு வர்க்க மக்களிடையேயும் மோடிக்கு இருந்த செல்வாக்கினைச் சுட்டிக்காட்டிய சின்கா, "ஜன சங்கமோ அல்லது பாஜகவோ தன் வரலாற்றிலேயே இத்தனை பலம்வாய்ந்ததொரு ஆளுமையை கண்டதில்லை" என்றார்.

அடிப்படையில், அவரது திட்டங்கள், அவற்றை மக்களிடையே கொண்டு சேர்க்கும் பாங்கு மற்றும் அவருடைய ஆட்சிமுறை ஆகியவைதாம் மோடியின் மீது மக்கள் கொண்டிருக்கும் ஈர்ப்பை நீடித்திருக்கச் செய்யக்கூடும்.

2017இன் மத்திமத்தில், நாட்டின் பொருளாதாரம் வெகு கடினமான சவாலை சந்தித்தது. வளர்ச்சி விகிதங்கள் குறைந்தன, சரக்கு மற்றும் சேவை வரியை அரசு அறிமுகப்படுத்தியிருந்ததால் நாடு முழுவதும் தொழில்கள் பாதிக்கப்பட்டன, வேலைவாய்ப்புகள் உருவாக்கப்படவில்லை, தனியார் முதலீடுகள் சரிந்தன, தகவல்தொழில்நுட்பம் போன்ற முக்கியமான துறைகளில் ஆட்குறைப்பு நிகழ்ந்தன, பணமதிப்பிழப்பிற்குப் பிறகான பொருளாதாரப் பின்விளைவுகள் எழுந்தன, விவசாயப் பருவம் நன்றாக இருந்தபோதும் சில முக்கிய மாநிலங்களின் விவசாயிகள் போராட்டம் செய்தனர். ஒவ்வொருமாதமும் பத்து லட்சம் இளைஞர்கள் வேலைவாய்ப்புகள் வேண்டுவோர் பட்டியலில் சேர்த்தனர், இந்நிலையில் வேலைவாய்ப்புகளை ஏற்படுத்தாத வளர்ச்சியென்பது அரசியல்ரீதியாகவும் பொருளாதார ரீதியாகவும் பாதிப்புகளை உண்டாக்கும் எனத் திட்டங்கள் தீட்டுவோர் வெளிப்படையாகவே ஒப்புக்கொண்டனர். "நல்ல நாட்கள்" எனும் தங்களின் உறுதிமொழியை பூர்த்தி செய்துவிட்டதாகக் கூறிக்கொண்டு 2019இல் கட்சி மீண்டும் தன் வாக்காளர்களை சந்திப்பதென்பது இனி சாத்தியமில்லை. எரியும் தீயை கட்சி உடனடியாக அணைத்தாக வேண்டும், மத்திய வர்க்கத்தினரின் கனவுகளை ஈடேற்ற வேண்டும், வேலைவாய்ப்புகளை உருவாக்குவதில் அதிக கவனம் செலுத்த வேண்டும், மோடியின் ஈர்ப்பு நீடித்திருக்க வேண்டுமானால் ஏழைகளின் மீது தொடர்ந்து தனிக்கவனம் செலுத்தப்பட வேண்டும்.

~

அரசியலென்பது, முரண்பாடுகளை சமாளிக்கும் ஒரு கலையாகும். தேர்தல் வெற்றியைக் கணிக்கப் பல காரணிகள் உள்ளன, அவற்றுள், தனக்கு ஆதரவளிக்கும் பல்வேறு வர்க்கத்தினரிடையேயும் நிலவும் முரண்பாடுகளை சமாளிக்கத்தேவையான மோடியின் திறன் ஒரு காரணியென்றால், தமக்குள் நேரிடையாகவே மோதல்களைச் சந்தித்துவரும் பல்வேறு சாதிகளிடையே நிலவும் முரண்பாடுகளை சமாளிக்கப்போதுமான பாஜகவின் திறன் மற்றொரு காரணியாகும்.

உதாரணத்திற்கு உபி மாநிலத்தை எடுத்துக்கொள்வோம்.

தனது சமூக அடித்தளத்தை விரிவாக்கம் செய்ததுதான் பாஜகவின் உண்மையான வெற்றி என இப்புத்தகம் கூறுகிறது. தனது பழைய அடித்தளத்தை விட்டுக்கொடுத்து புது தளத்தை கட்சி அடைந்திருக்கவில்லை. 2014 மற்றும் 2017இல், உயர்சாதியினரான பிராமணர்களும் தாக்கூர்களும் கட்சியின் பின்னே ஒன்றிணைந்து நின்றனர். எனினும் அவர்களையும் கடந்து பிற்படுத்தப்பட்டோரைச் சென்று கட்சி சேர்ந்தது, முக்கியமாக யாதவர்களின் ஆதிக்கத்தால் அதிருப்தியடைந்திருந்த பின் தங்கிய மக்களைச் சென்றடைந்தது, அதேபோல் தலித்களை நோக்கியும் கட்சி பயணித்தது, அவர்களுள் முக்கியமாக ஜாதவர்களின் ஆதிக்கத்தால் அதிருப்தியில் இருந்த "கண்ணுக்குப் புலப்படாத" தலித் மக்களிடமும் அது சென்றடைந்தது.

ஒரே குடையின் கீழ் உருவாகியிருக்கும் இக்கூட்டணி நீடிக்குமா?

மாநில ஆதரவு, வளங்கள் மற்றும் அதிகாரத்தைக் கைப்பற்றுவதில் சாதிக்குழுக்களிடையே போட்டி நிலவியது. அவற்றுக்கான வாய்ப்புகள் மிகக் குறைந்தளவே இருந்தன, எனவே சில குறிப்பிட்ட சாதிக்குழுக்களும், சாதிக்குழுக்களுக்குள்ளாகவே சில குறிப்பிட்ட நபர்களும் தமக்கு ஒதுக்கப்பட்ட பங்கையும் விட அதிகமான வாய்ப்புகளைப் பெற்றுக்கொண்டனர். குறிப்பிட்டதொரு கிராமத்திற்கென ஒரு சாலையை அமைப்பதோ, அல்லது ஒரு திட்டத்தை அமல்படுத்துவதோ, அக்கிராமத்தின் மக்கள் ஆட்சியில் இருப்போரின் ஆதரவாளர்களா என்பதைப் பொறுத்தே செயல்படுத்தப்பட்டது, இவ்வாறு யாருக்கும் இழப்பை அளிக்காததொரு ஆட்டம்போல்தான் முன்னேற்றத்திற்கான அரசியலும் நடைமுறைப்படுத்தப்பட்டது. பலமற்ற அமைப்புகளைப் பொறுத்தவரையில், குறிப்பிட்டச் சாதியைச் சேர்ந்த நபருக்கு உள்ளூர் காவல்நிலையத்துடன் இருந்த அணுக்கத்தையும், அவருடைய புகார்களுக்கு காவல்நிலையம் அளிக்கும் எதிர்வினைகளையும் பொறுத்தே அவரால் அரசியல் அதிகாரத்தைக் கைப்பற்ற முடிந்திருந்தது.

ஆட்சிநிர்வாகத்தின் இத்தகைய குறைகளை முன்வைத்தே பாஜக வெற்றியடைந்தது. சமாஜ்வாடி கட்சி மற்றும் பகுஜன் சமாஜ் கட்சியின் ஆட்சிக்காலத்தில், அதிகார அமைப்பில் இருந்து தாங்கள் விலக்கப்பட்டதாக உணர்ந்த சாதிகள் அனைத்தும்,

மோடியின் "அனைவரும் ஒன்றுபடுவோம், அனைவரும் முன்னேறுவோம்!" கோஷத்தினால் கவரப்பட்டு அவரின் பின் ஒன்றுதிரண்டன.

இந்த உறுதிமொழியை செயல்படுத்தவேண்டுமானால், தனது ஆட்சி நிர்வாகத்தை பாஜக முற்றிலுமாகப் புதுப்பித்துக்கொள்ள வேண்டும். காவல்நிலையத்திற்குப் புகாரளிக்க வருபவரின் சாதியையோ, அந்தச் சாதி அதிகாரம் கொண்டோரின் அணியில் வகிக்கும் இடத்தையோ பொருட்படுத்தாமல் அனைத்துப் புகார்களுக்கும் சமமாய் எதிர்வினையாற்றும் உள்ளூர் காவல்நிலையங்களைக் கொண்ட அமைப்புகளை கட்சி உருவாக்க வேண்டியிருந்தது. தேர்தலில் பாஜகவிற்கு ஆதரவளித்த சாதிக்கட்சியைச் சேர்ந்தவர்கள் என்பதாலேயே எவரையும் முக்கியப் பதவிகளில் அமர்த்தாமல், தகுதியின் அடிப்படையில் அனைவருக்கும் கட்சி பதவியளித்தல் வேண்டும். கட்சியுடன் இணைந்திருக்கும் அமைப்புகளை மட்டுமே அடிப்படையாகக் கொண்டு முன்னேற்றத்திற்கானச் செயல்களை முடுக்குவதைத் தவிர்த்து, அனைவருக்குமாகவும் பாஜக பணியாற்றிட வேண்டும்.

இது கடினமான காரியமாகும்.

அதனாலேயே முரண்பாடுகள் தவிர்க்க இயலாதவையாக உள்ளன. யோகி ஆதித்யநாத்தின் நூறு நாட்கள் ஆட்சியின் முக்கிய அம்சமே, உபியின் அரசியலும் நிர்வாகமும் யோகியின் சொந்த சாதிக்குழுவாகிய தாக்கூர்களின் வசமே மீண்டும் வந்துவிட்டன என்பதைக் குறிப்பதாகத்தான் உள்ளது எனப் பலரும் கருதினர். ஆனால் இது முற்றிலும் உண்மையல்ல எனத் தகவல்கள் தெரிவிக்கின்றன. அதிகாரத்தின் பெருமளவு பங்கை உயர்சாதிகளைச் சேர்ந்தவர்களே எடுத்துக்கொண்டனர் என்பதுதான் உண்மை. 2017 ஜூன் மாதத்தின் இறுதியில், யோகி ஆதித்யநாத்தின் நூறு நாட்கள் ஆட்சியில் நிகழ்ந்த காவல்துறையினர் பணி நியமனம் குறித்த ஒரு அவசரக் கணிப்பு நடத்தப்பட்டது, அதில் நியமிக்கப்பட்ட எழுபத்தைந்து மாவட்ட காவல்துறைக் கண்காணிப்பாளர்களுள் நாற்பத்திரண்டு பேர் உயர்சாதியைச் சேர்ந்தவர்களாவர் - அவர்களுள் இருபது பிராமணர்களும், பதின்மூன்று தாக்கூர்களும் அடங்குவர். யோகியின் அரசாங்கத்தில் பதவிவகித்த நாற்பத்து ஆறு அமைச்சர்களுள் இருபத்தைந்து அமைச்சர்கள் உயர்சாதியினர்

ஆவர். சகரான்பூரில் தாக்கூர்களுக்கும் தலித்களுக்கும் இடையே மோதல்கள் எழுந்தன, அப்போது தாக்கூர் இனத்தைச் சேர்ந்தவரே முதலமைச்சராக இருந்த காரணத்தால் காவல்துறையினர் தாக்கூர்களுக்கே ஆதரவாகச் செயல்பட்டதாக தலித்களிடையே கடுமையான விமர்சனம் எழுந்தது. பிற்படுத்தப்பட்ட வகுப்பினரான தங்களுடைய வாக்குகள்தாம் பாஜகவை ஆட்சியில் அமர்த்தியது எனும்போதும் தங்களுக்கான அனுகூலங்கள் இன்னமும் தங்களை வந்துசேரவில்லை எனும் மனவருத்தமும் அவ்வகுப்பினரிடையே முன்னரே உருவாகியுமிருந்தது.

பரந்த கூட்டணிகள் மூலம் தேர்தல்களில் வெற்றி பெற்றிருந்ததால், பல்வேறு வகையான அரசியல் சவால்களையும் கட்சி எதிர்கொள்ள வேண்டியிருந்தது. உபியில், உயர்சாதியினரையும், யாதவரல்லாத பிற்படுத்தப்பட்டோரையும், ஜாதவரல்லாத தலித்களையும் உள்ளடக்கிய அந்த "60 சதவீத" மக்களை கட்சியோடே வைத்துக்கொள்வதுதான் பாஜகவின் முதல் வேலையாக இருக்கும். அதேசமயத்தில், பாஜகவின் கூட்டணிகளுக்கு வெளியே இருந்தாலும் ஆட்சியமைப்பிற்கு சவால்களையும் இடையூறுகளையும் செய்விக்கக்கூடிய சமூகக் குழுக்களான மீதமுள்ள 40 சதவீதத்தினராகிய இசுலாமியர்கள், யாதவர்கள், ஜாதவர்கள் ஆகியோரையும் பாஜக எதிர்கொள்ள வேண்டியிருந்தது.

அனைத்து சமூகத்தினரையும் மகிழ்ச்சியாக வைத்துக்கொள்வது என்பது மட்டுமே இங்கு முக்கியமாகாது. பாஜகவும், கருத்தியல்ரீதியான அதன் வழிகாட்டியான ஆர்எஸ்எஸ்ஸும், தமது நம்பிக்கைகளையும் மனநிலையையும் மாற்றிமைத்துக்கொண்டு, உயர்சாதியினராலான தம் அடித்தளத்தில் ஒடுக்கப்பட்டவர்களையும் இணைத்துக்கொள்வதுதான் அவர்களின் முன் இருக்கக்கூடிய உண்மையான சவாலாகும்.

சங் மாறிக்கொண்டிருக்கிறது. இந்து சமுதாயம் வேற்றுமைகளுடனும், சமத்துவமற்றும் படிநிலை அமைப்புடனும்தான் இருக்கிறது என்பதை ஒப்புக் கொள்ளாவிடில், இந்து ஒற்றுமைக்கான தன் தேடுதல்வேட்டை நிறைவடையாது என்பதை அது அறிந்தே இருந்தது. இந்தக் கொள்கையை அது ஒப்புக்கொண்டபோதும், இதன்மூலம்

எழக்கூடிய சமூக உறவுகளை மறுவரிசைப்படுத்தும் செயல் குறித்தும் சங் எச்சரிக்கையுடனேயே இருந்தது. எனவே சாதிகுறித்த தன் நிலைப்பாடுகளில், நீதியை ஒப்புக்கொள்ள வேண்டியிருந்ததற்கும், எவ்விதமான இடையூறுகளையும் தவிர்க்க வேண்டியிருந்ததற்கும் இடையே சங் ஊசலாடிக் கொண்டிருந்தது. காங்கிரசு கட்சியைப்போலவே, தலைமைப்பீடங்களில் உயர்சாதியினரைக் கொண்டிருந்த 'சங்'கும் கூட, பாரம்பரிய வழிமுறையைப் பின்பற்றியும், கருத்துகள் மேலிருந்து கீழ் பரவும் வடிவத்துடனும் இருந்தது, ஆனால் இச்செயல்களோ அதிகாரம்பெற்றிருந்த பிற்படுத்தப்பட்ட சமூகத்தினருக்கு ஒவ்வாமையை அளித்தது.

இந்தப் பதட்டம்தான் பீகார் தேர்தலின்போது மோகன் பகவத்தின் அறிக்கையில் வெளிப்பட்டது. பாஜகவில் இருந்த பலரும் அதே கருத்தைத்தான் கொண்டிருந்தனர், இதனாலேயே அனைத்து சாதியினரையும் உள்ளடக்கும் கட்சியின் வசீகர செயல், உயர்சாதி ஆதிக்கத்தை தக்கவைத்துக்கொள்ளும் ஒரு சதிதானோ எனும் சந்தேகம் பிற்படுத்தப்பட்டோரிடமும், தலித்களிடமும், குறிப்பாக அம்பேத்கரியவாதிகளிடமும் எழுந்தது. பீகாரைச் சேர்ந்த மேல்மட்ட பாஜக தலைவரொருவர், "தற்போதும் நாங்கள் பிற்படுத்தப்பட்டோருக்கும் தலித்களுக்குமான கட்சி கிடையாது. அவர்களால் தொடமுடியாத தூரத்தில் நாங்கள் இப்போதில்லை எனும் மாற்றம் மட்டும்தான் இப்போதைக்கு நிகழ்ந்துள்ளது. ஆனால் இது மிக பலவீனமான மாற்றமாகும். அவர்கள் எங்களை கண்காணித்துக்கொண்டுதான் இருக்கிறார்கள். "அனைவரும் ஒன்றுபடுவோம், அனைவரும் முன்னேறுவோம்" எனும் உறுதிமொழி செயல்ரீதியாக நிறைவேற்றப்படும்வரை, கட்சியின் அனைத்து நிலைகளிலும் தங்கள் தலைவர்களுக்கு நிலையான பதவிகள் வழங்கப்படும்வரை, உயர்சாதியினருக்கு எதிரான அவர்களின் போராட்டங்களில் நாங்கள் பங்கெடுக்கும்வரை, எங்களை அவர்கள் முழுமையாக நம்பமாட்டார்கள். இதுதான் எங்களுக்கான உண்மையான சவாலாகும்" எனக் கூறினார்.

அனைத்து சாதிகளையும் உள்ளடக்கிய ஒரு இந்து கட்சியாக பாஜக உருவாகுமா அல்லது மீண்டும் தன்னைத்தானே சுருக்கிக்கொள்ளுமா என்பதை இந்த சவால்தான் நிர்ணயிக்கப்போகிறது. அதேபோல், பாஜக தொடர்ந்து

தேர்தல்களை வெல்லப் போகிறதா அல்லது தன் அரசியல் வாழ்வின் பெரும்பகுதியை அது எதிர்க்கட்சியாகவே கழித்திருந்ததால், மீண்டும் எதிர்க்கட்சியாகவே மாறப்போகிறதா என்பதையும் இந்த சவால்தான் முடிவு செய்யப்போகிறது.

~

இந்துமதத்தின் நற்சான்றுகளை வலியுறுத்தியபடியே, இசுலாமியர்களுக்கும் இசுலாமியர்களின் தேவைகளைப் பூர்த்தி செய்யும் “மதச்சார்பின்மை”யைச் சார்ந்த கட்சிகளுக்கும் எதிரான உணர்வுகளையும் தூண்டியபடியே இருந்த பாஜகவின் செயல் அக்கட்சிக்கு நன்றாகவே உதவியது என உறுதியாகவே கூறமுடியும். இச்செயலுக்காகப் பல்வேறு வகையான மோசடிகளையும் கட்சி பயன்படுத்த முனைந்தது. சமூக நல்லிணக்கத்தை சீர்குலைக்கக் கட்சி முயன்றது. குறைந்த அளவு தீவிரத்தன்மை கொண்ட மோதல்களையும், கலவரங்களையும் கூட அது தூண்டிவிட முனைந்தது.

முன்னேற்றத்திலும் வளமையிலும் நம்பிக்கை கொண்டிருந்த நவீன அலங்காரத்துடன் கூடிய ஒரு கட்சி, மற்றும் வெறுப்பரசியலின் மீது நம்பிக்கை கொண்டு, இந்து மதத்தில் மறுமலர்ச்சியை உண்டாக்க விரும்பும் கட்சி என பாஜகவை தனித்தனிப் பிரிவுகளாகவே பலரும் கருதினர். முதல் காரணத்தை அவர்கள் புகழந்தனர், இரண்டாவது காரணம் தாமாகவே மறைந்து விடுமென்றோ அல்லது அதுதான் பாஜகவின் புகழை குறைக்கிறது என்றோ எண்ணினர்.

இது செயற்கையான, போலி பிரிவாக்கமாகும். இரண்டையுமே கொண்டதுதான் பாஜக. அதனுடைய தலைவர்களும், ஆதரவாளர்களும் இசுலாமியர்கள் மீது ஆழ்ந்த வெறுப்பு கொண்டிருந்தனர். அரசியல் அதிகாரத்தைக் கைப்பற்றும் முயற்சியில், இந்து-இசுலாமியர் பிரிவினையை உண்டாக்கவும் அவர்கள் தயங்க மாட்டார்கள். மேலும், உலகளவில் இந்தியாவை உயர்த்த வேண்டுமானால், உள்கட்டமைப்பு, முதலீடு மற்றும் நவீனப் பொருளாதாரம் ஆகியவை இன்றியமையாதவை எனவும் கட்சி நம்பியது.

இந்த சூத்திரம் நன்றாகவே வேலை செய்தது. 2014 தேர்தல்களில் இவ்விரு பிரிவுகளுமே இழையோடின.

இப்புத்தகம் பதிவு செய்வதைப் போல உபி தேர்தல்களிலும் கூட, அனைவருக்குமான முன்னேற்றம் எனும் பாஜகவின் உறுதிமொழியை வலியுறுத்தியே இந்துத்துவத்தின் பிரசங்கமும் இருந்தது. சமாஜ்வாடி கட்சியின் ஆட்சியில் இசுலாமியர்கள் அதிகப்படியாகப் பயனடைந்தனர் எனவும், தாம் ஆட்சிக்கு வந்தால் சமத்துவத்தை நிலைநாட்டுவோம் எனவும் பாஜக உறுதியளித்தது, இதன்மூலம் மேலே குறிப்பிடப்பட்ட இரு பிரிவுகளுமே கட்சிக்குள் பின்னிப்பிணைந்திருந்தன என்பது தெளிவாகிறது.

இசுலாமியர்களுக்கு எதிரான அரசியல் மட்டுமே தேர்தல்களில் வெல்ல போதுமானது அல்லவே.

இந்துத்துவம் எனும் துருப்புச்சீட்டை எந்த அளவிற்கு உபயோகிக்கறது என்பதைப்பொறுத்தே கட்சியின் எதிர்காலம் உள்ளது. யோகி ஆதித்யநாத்தின் நியமனமும் கூட, ஆட்சியதிகாரத்தின் “இந்து” பண்பையும், அதன் அடித்தளமாகவிருந்த இந்துமத ஒற்றுமையையும் பறைசாற்றும் விதமாகவே இருக்கிறது. “சட்டத்திற்குப் புறம்பான” இறைச்சிக்கூடங்களின் மீதான நடவடிக்கை, ஒருவகையில் சட்டத்தின் வரம்புக்குள் வருவதுபோலவும், சுற்றுச்சூழல் விதிகளின் படி எடுக்கப்பட்ட நடவடிக்கை போலவும் தோற்றமளித்தாலுமே கூட, இது இசுலாமியர்களுக்கான ஒரு சமிக்ஞையாகும். 2015இன் மொகம்மத் அக்லாக்கின் மீது நடந்த கொலைவெறித் தாக்குதலில் துவங்கி 2017இல் நிகழ்ந்த பேலுகானின் படுகொலை வரைக்கும் நடந்த பசுபாதுகாப்புப் படையின் தாக்குதல் அனைத்துமே இந்துத்துவத்தின் மிக வன்முறையான செயல்பாடுகளேயாகும். தீவிரமனப்பான்மை கொண்ட குழுக்களின் செயல்பாடுகள்தான் அவை எனக் கூறிக்கொண்டு பாஜக மற்றும் சங் கூட்டணி இவ்வன்முறைகளில் இருந்து தம்மை விலக்கிக்கொண்டன, ஆனால் அரசியல் தலைமை இவ்விஷயத்தில் கடுமையான நடவடிக்கைகள் எதையும் மேற்கொள்ளாததாலேயே இவையாவற்றுக்கும் அவர்களின் மறைமுக ஒப்புதல் இருந்ததாகவே கருதப்படுகிறது.

பசு பாதுகாப்பு அரசியல், பாஜகவில் இந்துத்துவ அரசியல் கொண்டிருந்த சமநிலையைக் குறிப்பதாகவே இருந்தது.

அந்தச் சம்பவங்களைத் தொடர்ந்து எழுந்த விமர்சனங்களைக் குறித்தோ, படுகொலைகளைக் குறித்தோ கட்சியில் பெரும்பாலானோர் வருத்தமுற்றதாகவே தெரியவில்லை. இந்துக்களை ஒருங்கிணைக்க இச்சம்பவங்கள் உதவுமென அவர்கள் கருதினர். “வன்முறையென்பது தவறான செயல். ஆனால் எங்களிடம் சில அடிப்படை கேள்விகள் உள்ளன, நாம் பசுக்களை மதிக்க வேண்டியதில்லையா? இந்துக்களின் உணர்வுகளை மதிக்க வேண்டியதில்லையா, சிறுபான்மையினரின் உணர்வுகள் மட்டும்தான் மதிக்கப்படவேண்டுமா, அவர்களுக்கு மட்டும்தான் சலுகைகள் அளிக்கப்படவேண்டுமா? இந்துக்களின் உணர்வுகளைக் காயப்படுத்தியேனும் மாட்டிறைச்சி உண்பதை அனுமதிக்கத்தான் வேண்டுமா?” என ஒரு கட்சித்தலைவர் கேட்டார்.

அவர்களிடையே இருந்த இத்தகைய எண்ணவோட்டங்களால், இப்பிரச்சினை மீதான கருத்துகள் பிளவுபடுகின்றன. அந்த சம்பவங்கள் மீது விமர்சனங்கள் இருந்தபோதும், இத்தகைய வேறுபட்ட கருத்துப் பிளவுகள் சமூகத்தின் ஒரு பிரிவினரை ஒருங்கிணைக்கவும் செய்கின்றன. “பசுபாதுகாப்பு என்பது எங்களுடைய பழைய செயற்திட்டமாகும். ஆனால் இன்று இந்த நாடு முழுவதுமே அதைப்பற்றிப் பேசுகிறது. இதை நீங்கள் விரும்பமாட்டீர்கள்தான் எனினும், இவ்வன்முறையால் உண்டாகும் விளைவுகளை விடவும் பசு பாதுகாப்பே ஒரு சராசரி இந்துவிற்கு முக்கியமானது” எனவும் அவர் கூறினார்.

இது நேர்மையான வாதமல்ல, பாஜக - சங் கூட்டணி உள்ளேயும் கூட இத்தகைய போர்க்குணத்துடன் கூடிய முரட்டு அரசியலுக்கென சில விலைகளும் உள்ளன.

முதலாவதாக, பாஜகவிற்கென தேசிய அளவிலான குறிக்கோள்கள் உள்ளன.

வடகிழக்கிலும் தென்னிந்தியாவிலும் தன் செல்வாக்கை உயர்த்திக்கொள்வதையே 2019 தேர்தலுக்கானத் தன் உத்தியாக பாஜக எண்ணுகிறது. உண்மையில், பசுவதை குறித்தோ, மாட்டிறைச்சி உண்பது குறித்த பிரச்சினை குறித்தோ பாஜக வடகிழக்கு மாநிலங்களில் பேசியதேயில்லை. பலம்வாய்ந்த உணர்வுகளைக் கொண்டிருக்கும் ஒரு துணைதேசத்தில் வட

இந்திய நெறிகளைக் கொண்டு புகுத்துவதென்பது, தன் தேர்தல் வெற்றியை தற்கொலைக்கு உள்ளாக்கி விடுமென பாஜக அறிந்திருந்தது. ஆனால் நாட்டின் பிறபகுதிகளில் நடந்தேறும் நிகழ்வுகளில் இருந்து ஒரு குறிப்பிட்டப் பகுதியை மட்டும் தனிமைபடுத்த முடியுமா என்ன? உபியில் பாஜகவுடன் தொடர்புடையவர்கள் நிகழ்த்திய சம்பவங்களுடன், மாட்டிறைச்சி உண்ணும் திருவிழாக்களை கொண்டாடும் கேரளாவில் தன் செல்வாக்கை உயர்த்த பாஜக கையாளும் திட்டங்களை எப்படி இணைத்துப்பார்க்க இயலும்? இப்பிரச்சினை தொடர்பாக, மேகாலயா போன்ற மாநிலங்களில் பாஜக தலைவர்கள் தம் பதவிகளை ராஜினாமா செய்துவிட்டுச் சென்ற நிலையும் கூட தொடர்ந்தது.

இரண்டாவதாக, பசு அரசியல் மூலம் கட்சி பலமுடன் இருக்கும் பகுதிகளிலேனும் இந்துக்களைத் தம்மால் ஒருங்கிணக்க முடிந்ததா எனும் ஐயம் பாஜகவிற்கு இருந்தது. உண்மையில், 2014இல் பாஜகவிற்கு வாக்களித்த நகர்ப்புறத்தைச் சேர்ந்த மத்திய வர்க்க இந்துக்களிடமிருந்து கட்சி விலகத் துவங்கியிருந்தது.

மோடியின் தீவிர ஆதரவாளர்களாக இருந்த மும்பையின் வட்டித்தொழில் புரிவோரில் துவங்கி குர்கானை சேர்ந்த தொழிலபதிபர்கள் வரை அனைவருமே பசு பாதுகாப்பு குறித்து மறுப்பு தெரிவித்தனர், அதனை தடுத்து நிறுத்த பாஜக அரசு தேவையான நடவடிக்கைகளை மேற்கொள்ளவில்லை எனும் ஏமாற்றமும் அவர்களிடையே இருந்தது. பாஜகவை 2014 தேர்தல்களில் ஆதரித்த வலதுசாரி கருத்தியலாளர்கள் அனைவரும் கட்சியின் இம்மாற்றத்தைக் கடுமையாக விமர்சித்தனர். இவ்வகையான அரசியலைக் கட்சி மேற்கொண்டிருந்ததால் மட்டுமே அவர்கள் அதிருப்திக்கு உள்ளாகியிருந்தனரா அல்லது இதனைக் காரணமாகக் கொண்டு பாஜகவை விட்டே விலக எண்ணினார்களா என்பது தெளிவாகத் தெரியவில்லை. ஆனால், தீவிரவாத அரசியல் மூலம் உருவாகும் விளைவுகளையும் 2014இல் கட்சிக்குக் கூடுதலாகக் கிடைத்த வாக்குகளையும் பாஜக தொடர்ந்து கண்காணிக்க வேண்டியிருந்தது.

மூன்றாவதாக, இச்செயல்பாடுகள் பாஜகவின் சட்ட ஒழுங்கு மற்றும் நிர்வாகத்தின் மீது கறையை ஏற்படுத்துகிறது. கும்பல் வன்முறை என்பது அரசாங்கப் படைபலத்தின் மீது விழுந்த

பெரிய அடியாகும். இதன்மூலம் பாதுகாப்பின்மை உருவாகிறது. பெரிய அளவில் சட்டமற்ற நிலையும் வன்முறையும் உருவாகிவிடக்கூடிய அபாயமும் இதனால் எழுகிறது.

தானொரு உலகத்தலைவராக அறியப்படவேண்டும் என விரும்பினார் பிரதமர் மோடி, இத்தகைய பசு பாதுகாப்புப் படையும், அதன் வன்முறையும் தன் விருப்பத்திற்குப் பெரும் கேடாய் அமையக்கூடும் என்பதை அவர் அறிந்துகொண்டார். ஜூன் மாத இறுதியில் அகமதாபாத்தில் இருந்த சபர்மதி ஆசிரமத்தில் உரையாற்றிய மோடி, 'பசு பக்தி' எனும் பெயரால் நிகழும் படுகொலைகளை கண்டித்தார், மேலும் வன்முறைக்கு இச்சமுதாயத்தில் இடமில்லை எனவும், பசு பாதுகாப்பை வலியுறுத்திய மகாத்மா காந்தியுமே கூட இச்செய்கைகளை அனுமதித்திருக்க மாட்டார் எனவும் வலியுறுத்தினார்.

கட்சியின் கருத்தியலையும் தேர்தல்களையும் முன்னிட்டு, இந்து எனும் துருப்புச்சீட்டை பாஜக தொடர்ந்து உபயோகித்து வந்தது. இந்துக்களை ஒருங்கிணைப்பதென்பது தம் தேர்தல் யுக்திதான் எனவும், 'அனைவரும் ஒன்றுபடுவோம், அனைவரும் முன்னேறுவோம்' எனும் திட்டத்தை அடிப்படையாகக் கொண்டே ஆட்சி நடைபெற்று வருகிறது எனவும் பாஜகவின் தலைவர்கள் தொடர்ந்து கூறிவந்தனர். இது தர்க்கத்திற்குரிய விஷயமாகும். கட்சி தன் இந்துத்துவ அரசியலை எத்திசையில் செலுத்துகிறது என்பதையும், அவ்வரசியல் கட்சியையே மூழ்கடித்துவிடுமளவிற்கு அதிகமாகப் பாயுமா அல்லது சூழல், நேரம், சந்தர்ப்பங்களுக்குத் தக்கவாறு தேவையான அளவு மட்டுமே உபயோகிக்கப்படுமா என்பதையும், நிஜமாகவே ஒரு தேசியக் கட்சியாக உருவாவதற்குரியத் திட்டங்களைக் கட்சி அறிமுகப்படுத்துமா என்பதையும் பொறுத்தே பாஜகவில் அரசியல் எதிர்காலம் உள்ளது.

~

பாஜகவின் எதிர்காலத்தை நிர்ணயிக்கப்போகும் இறுதி காரணி, பாஜக என்னவெல்லாம் செய்தது அல்லது எவற்றையெல்லாம் செய்யாமல் விட்டது என்பதையெல்லாம் கடந்து நிற்கும் ஒரு காரணியாகத்தான் இருக்கிறது. கட்சியின் சொந்த முயற்சிகளால் மட்டுமே அது தேர்தல்களில் வெற்றிபெற்று விடவில்லை.

எதிராளிகள் தேர்தல்களில் தோல்வியுற்றதும்கூட கட்சியின் வெற்றிக்கு வழிகோலியதுதான். 2014 முதலே பாஜகவின் எழுச்சி அதன் எதிராளியின் நிலையைப் பொறுத்தே இருந்தது. காங்கிரஸ் தன் செயல்பாடுகளை ஒருங்கிணைப்பதையும், பிராந்திய அளவில் "மதச்சார்பின்மை"யையும் "சமூக நீதி"யையும் கடைப்பிடிக்கும் கட்சிகள் மீண்டும் தம் வலிமையை சேகரித்துக் கொள்வதையும், பாஜக அல்லாத பிற கட்சிகள் ஒன்றுபடுவதையும் பொறுத்துதான், சமீபத்தில் லோக் கல்யாண் மார்க் எனப் பெயர்மாற்றம் செய்யப்பட்டிருக்கும் புதுதில்லியின் இதயப்பகுதியில் அமைந்துள்ள பிரதமரின் இல்லத்தில், மோடி தொடர்ந்து வசிப்பாரா என்பதை முடிவுசெய்ய இயலும்.

காங்கிரசைப் பொறுத்தவரையில் அதன் குடும்பத்திற்கும் கட்சிக்குமான ஒப்பந்தம் மிக எளிமையானது - காங்கிரஸ் குடும்பம் மூலமாக சேகரமாகும் வாக்குகள் கட்சிக்குத் தரப்படும், அச்செயலுக்குப் பிரதிபலனாக காங்கிரஸ் குடும்பத்திற்கு கட்சி விசுவாசமாக இருந்திட வேண்டும். வாக்குகளைக் குடும்பத்தினால் கொண்டுவர முடியாத பட்சத்தில், கட்சி ஸ்தம்பித்து விடும். காங்கிரஸ் குடும்பத்தைச் சேர்ந்த ஒருவர்தாம் கட்சியின் தலைமை பீடத்தில் இருக்கவேண்டும் என்பது அக்கட்சியின் இரண்டாம் நிலைத் தலைவர்களின் விருப்பமாகும், வேறு எவரையும் அவர்கள் அப்பொறுப்பில் ஏற்றுக்கொள்ளத் தயாராக இல்லை. இவ்விருப்பத்தின் அடிப்படையில்தாம், என்றேனும் ஒருநாள் ராகுல் காந்தியும் செயலாற்றுவார் என எதிர்பார்க்கப்பட்டார். ஆனால் அவ்வாறு நிகழ்வதற்கான அறிகுறிகளேதும் இதுவரை தென்படவில்லை.

மதச்சார்பின்மை மற்றும் சமூக நீதியை அடிப்படையாகக் கொண்டு செயலாற்றிவந்த பிராந்திய கட்சிகள் பலவும் பாஜகவின் அழுத்தத்திற்கு உள்ளாகின. ஏனெனில், மதச்சார்பின்மை என்றால் சிறுபான்மையினரின் விருப்பங்களைப் பூர்த்தி செய்வது எனவும், சமூக நீதியென்றால் மற்றவர்களிடமிருந்து அதிகாரத்தைப் பிடுங்கி சில பிற்படுத்தப்பட்டோரிடம் ஒப்படைக்கும் செயல் எனவும் கட்சி கருதி வந்தது. இது நேர்மையான பார்வையா இல்லையா என்பது தற்போது முக்கியமல்ல ஆனால், இதனை மாற்றியமைத்துக்கொண்டு கட்சி தன்னைத்தானே புதுப்பித்துக்

கொள்ள வேண்டிய அவசியமுள்ளது. அவ்வாறு மாறாத பட்சத்தில், பாஜக இன்னல்களை சந்திக்க வேண்டியிருக்கும்.

இறுதியாக, எதிர்க்கட்சிகளின் ஒற்றுமைதான் பாஜகவின் எதிர்காலத்தை நிர்ணயிக்கப்போகும் முக்கிய காரணியாக உள்ளது.

பீகாரில், நிதிஷ் குமார் - லாலு பிரசாத்- காங்கிரஸ் இணைந்திருந்த மகா கூட்டணி பெரும் வெற்றி பெற்றது. தனக்கென கௌரவமானதொரு வாக்கு விகிதத்தை பாஜக இத்தேர்தலில் பெற்றிருந்தபோதும், நான்கு முனைகளில் இருந்தும் தாக்கிய இம்மூன்று கட்சிகளின் போட்டியை அதனால் சமாளிக்க முடியவில்லை. உபியிலும், அகிலேஷ் யாதவும் ராகுல் காந்தியும் இணைந்து கூட்டணியை உருவாக்கினர்தான். ஆனால் 20 சதவீதத்திற்கும் அதிகமான வாக்குவிகிதத்தைக் கொண்டிருந்த மாயாவதி அக்கூட்டணியில் இடம்பெறவில்லை, எனவே அது மகா கூட்டணியாக அமையவில்லை. இதனால் பாஜகவிற்கு எதிரான வாக்குகள் சிதறிப்போயின, விளைவாக மோடி அங்கு பெருவெற்றி பெற்றார்.

அனைத்து எதிர்க்கட்சிகளையும் ஒரே குடையின் கீழ் கொண்டுவருவதற்கான முயற்சிகள் மீண்டும் நடைபெறுகின்றன. ஆனால் தேசிய ஜனநாயகக் கூட்டணியில் நிதிஷ் குமார் இணைந்ததனால், இம்முயற்சிகளுக்குப் பின்னடைவு ஏற்பட்டது. மோடி எனும் பிரமாண்ட தேரோட்டத்தைத் தனியாளாக தம்மால் தடுத்து நிறுத்த இயலாது என மீதமிருந்தோர் உணர்ந்திருந்தனர், தொடர்ந்து நிலைபெற்றிருக்க வேண்டுமானால் தாம் அனைவரும் ஒன்றுபட வேண்டும் எனவும் நம்பினர். அவர்களின் இந்த ஒற்றுமை, மோடிக்கு எதிரான வலிமையானதொரு சவாலாகவே இருக்கக்கூடும்.

எனினும், ஒருங்கிணைந்த இந்த எதிர்க்கட்சிகளும் நான்கு பெரிய சவால்களை எதிர்கொள்ளவேண்டியிருந்தது. முதலாவதாக, இக்கூட்டணியைத் தலைமையேற்பவர் குறித்த நல்லிணக்கம் இவர்களிடையே இல்லை. ஒரு பிராந்திய தலைவரை தன் தலைவராக ராகுல் காந்தி ஏற்றுக்கொள்வாரா? மம்தா பானர்ஜி போன்ற ஒரு சக்திவாய்ந்த பிராந்திய தலைவர் ராகுல் காந்தியை தம் தலைவராக ஏற்றுக்கொள்வாரா? நரேந்திர மோடியை

போன்ற மிக வலிமையான மக்கள் ஈர்ப்புடைய தலைவரை எதிர்த்து இக்கூட்டணி பிரதமர் வேட்பாளரை அறிவிக்கும்போது, அனைவருக்கும் பொதுவான ஒருவரை அறிவிப்பது அவசியமாகிறது. ஆனால், இக்கூட்டணிக்காக அவ்வாறான ஒரு தலைவரைத் தேர்வு செய்வதுதான் மிகப்பெரிய சவாலாக இருக்கக்கூடும், இந்த சவாலில் அவர்கள் தோல்வியுற்றால் அது ஒட்டுமொத்த கூட்டணியையுமே கூட சிதைத்துவிடக்கூடும்.

இரண்டாவது சவாலாக, நம்பகத்தன்மைமிக்க அறிக்கைகளை இந்த எதிர்க்கூட்டணி வெளியிட வேண்டியுள்ளது. "மோடியை பதவியிறக்க வேண்டும்" என்பது மட்டுமே அவர்களுடைய கோஷமாகவும், அவர்களை ஒருங்கிணைக்கும் காரணியாகவும் இருக்கும்பட்சத்தில், அது அவர்களுக்கு இன்னல்களையே ஏற்படுத்தக்கூடும். இந்தியாவின் வறுமையை களையவும் இந்தியாவிற்கான முன்னேற்றத்தை உண்டாக்கவும் முனைந்திருக்கும் தனக்கும், முன்னர் மாறுபட்டக் கருத்துகளுடன் சிதறிக்கிடந்து, தன்னை வெறுக்கும் ஒரே காரணத்திற்காக தற்போது ஒன்றுகூடியிருக்கும் சிறு குழுக்களுக்கும் எதிரான போர் இது என முன்னர் இந்திரா காந்தி கூறியதைப்போலவே மோடியும் கூறிவிடக்கூடும்.

மூன்றாவது சவால், ஒரு மகா கூட்டணியை அமைத்தாலுமே கூட அது நிச்சயமாக வெற்றியை அளித்துவிடும் என்பது சந்தேகமே. அனைத்து குடிமக்களும் ஏதேனுமொரு அமைப்பை சேர்ந்தவர்களாகவே உள்ளனர். தனிநபர்கள் தம் வாக்களிப்பை சுயாதீனமாக முடிவு செய்கின்றனர். ஒரு முழு சமுதாயமாக அல்லாமல், தனித்தனிக் குடும்பங்களாகப் பார்த்தோமானாலும் கூட, ஒரே குடும்பத்தைச் சேர்ந்த அனைவருமே ஒன்றேபோல் வாக்களிப்பதில்லை. வாக்குகளை இனி இடம் மாற்றுவதென்பது சாத்தியமில்லை என்பதையே இது விளக்குகிறது. நம்பகமான அறிக்கைகளை அளிக்கக்கூடிய, அமைப்பியல் ரீதியான ஒருங்கிணைப்புடனும் களத்தில் இயங்கக்கூடிய, கட்சிகளின் நோக்கங்கள் இயல்பாகவே ஒன்றிப்போய் அமையக்கூடிய ஒரு கூட்டணிதான் இனி வெற்றியடைய முடியும். தலைமைகள் அளிக்கும் உத்தரவுகள் மூலம் மட்டுமே இனியும் எதையும் சாதிக்க முடியாது.

காங்கிரசுடன் நேரடியாகப் போட்டியிட்டு, பாஜக பெரும் வெற்றி பெற்றிருந்த இருமுனைகொண்ட மாநிலங்கள்தான் இறுதி சவாலாக இருக்கின்றன. ராஜஸ்தான், குஜராத், மத்திய பிரதேசம் ஆகிய மாநிலங்களில் நடந்த மக்களவை தேர்தல்களில் காங்கிரசு படுதோல்வி அடைந்திருந்தது. எதிர்க்கூட்டணி மூலம் இம்மாநிலங்களில் காங்கிரசு புத்துயிர் கொள்ள முடியாது. எனவே, எத்தகைய இணைகளை காங்கிரசு தேர்ந்தெடுக்கும் என்பதைப் பொறுத்தே எதிர்க்கூட்டணி அமையப்போகிறது, இதுவே பாஜகவின் எதிர்காலத்தையும் நிர்ணயிக்கப் போகிறது.

~

இந்திய ஜனநாயகத்திலேயே பாஜகவின் எழுச்சியென்பது ஒரு மிகப்பெரிய மாற்றமாகும். இதே பலத்தோடே பாஜக தொடர்ந்து ஆளலாம், மேலாதிக்கம் நிறைந்ததாய் மாறலாம் அல்லது வளர்ந்த வேகத்திலேயே வீழ்ச்சியும் அடையலாம். எனினும், பல்வேறு வகையான யுக்திகளைப் பயன்படுத்தி, இந்தியாவின் அரசியல் போட்டிகளின் இயல்பையே இக்கட்சி மாற்றியமைத்துவிட்டது. இந்தியக்குடிமகன் என்பதன் பொருளையே மறுவரையறை செய்யும் முயற்சியிலும் பாஜக ஈடுபட்டுள்ளது.

பாஜக எவ்வாறு அதிகாரத்தைக் கைப்பற்றுகிறது என்பது இப்போது தெளிவாகிவிட்டது. ஆனால் ஆள்வதை விடவும் ஜெயிப்பது எளிதான காரியம். இத்தனை வெற்றிகரமாக அடைந்திருந்த அரசியலதிகாரத்தை பாஜக எவ்வாறு செயற்படுத்தப்போகிறது என்பதைப் பொறுத்தே, நரேந்திர மோடியின் "புதிய இந்தியா" கனவு நிறைவேறப் போகிறது.

குறிப்புகள்

1. 'The BJP's 2014 Resurgence', Pradeep Chhibber and Rahul Verma, in Electoral Politics in India: Resurgence of the Bharatiya Janata Party, edited by Suhas Palshikar, Sanjay Kumar and Sanjay Lodha (Routledge, 2017).

2. Ibid.

3. 'Har Har to Arhar Modi: A Cry in the Fief of Lalu Clan', Sankarshan Thakur, Telegraph, 26 October 2015.

4. 'To Secure 2019...Modi Targets Rural Economy', Saubhadra Chatterji, Hindustan Times, 5 May 2017.

5. 'Will Yogi Adityanath March to the BJP's Beat of Class-based Political Insecurity?', Pranab Dhal Samanta, Economic Times, 21 March 2017.

6. 'How the Risk-taking Amit Shah Went for Broke in Maharashtra', Sheela Bhatt, www.rediff.com, 16 October 2014.

7. 'How Modi Has Changed BJP's Game to Win Big', Swapan Dasgupta, www.ndtv.com, 21 October 2014.

8. 'The New Nine Crore BJP', Sanjay Singh, Firstpost, 2 April 2015. 229

9. 'Farewell to Maratha Politics', Suhas Palshikar, Economic and Political Weekly, 18 October 2014.

10. E. Sridharan, 'Middle Class Votes for BJP', in Electoral Politics in India: Resurgence of the Bharatiya Janata Party, edited by Suhas Palshikar, Sanjay Kumar and Sanjay Lodha

(Routledge, 2017).

பிரசாந்த் ஜா

'இந்துஸ்தான் டைம்ஸ்' இதழில் பணிபுரியும் பத்திரிக்கையாளர். Battles of the New Republic : A Contemporary History of Nepal என்ற மிகவும் பாராட்டுகளைப் பெற்ற நூலின் ஆசிரியர்.

மொழிபெயர்ப்பாளர் குறிப்பு:
சசிகலா பாபு

1980 ஆம் வருடம் பிறந்த சசிகலா பாபு தற்போது ஆசிரியராகப் பணிபுரிகிறார். இவரது கணவர் பாபு, தனியார் நிறுவனமொன்றில் கணக்கியல் துறை மேலாளராகப் பணிபுரிகின்றார். மகன், K.B. சூர்யப்ரகாஷ்.

இவருடைய முதல் கவிதைத் தொகுப்பான "ஓ.ஹென்றியின் இறுதி இலை" உயிர்மை வெளியீடாக 2016இல் வெளியாகியது. "கல்குதிரை" இதழ்களில் இவருடைய மொழிபெயர்ப்புப் பேட்டிகள், கவிதைகள் மற்றும் கதைகள் வெளியாகியுள்ளன.

இஸ்மத் சுக்தாயின் தன் வரலாறான 'வார்த்தைகளில் ஒரு வாழ்க்கை', 'பெர்சியாவின் மூன்று இளவரசர்கள்' மற்றும் 'சூன்யப் புள்ளியில் பெண்' ஆகிய நூல்களை இவரது மொழிபெயர்ப்பில் எதிர் பதிப்பகம் வெளியிட்டுள்ளது.